இந்தியப் பிரிவினைக்கு எதிரான முஸ்லிம்கள்

தேசபக்த முஸ்லிம்களின் மரபு குறித்த மீளாய்வு

இந்தியப் பிரிவினைக்கு எதிரான முஸ்லிம்கள்

தேசபக்த முஸ்லிம்களின் மரபு குறித்த மீளாய்வு

ஷம்சுல் இஸ்லாம்

தமிழில்
விஜி

இந்தியப் பிரிவினைக்கு எதிரான முஸ்லிம்கள்
தேசபக்த முஸ்லிம்களின் மரபு குறித்த மீளாய்வு
ஷம்சுல் இஸ்லாம்
தமிழில்: விஜி

முதல் பதிப்பு: ஜனவரி 2025

எதிர் வெளியீடு,
96, நியூ ஸ்கீம் ரோடு, பொள்ளாச்சி – 642 002
தொலைபேசி: 04259 – 226012, 99425 11302

விலை: ரூ. 399

Intiya pirivinaikku etiraana muslimkal
Tecapakta muslimkaiin marapu kuritta milayvu
Muslims Against Partition of India
Revisiting the legacy of patriotic Muslims
Shamsul Islam
Translated by Viji

Copyright © Shamsul Islam
Tamil translation Copyright with Ethir Veliyeedu
First Edition: January 2025

Published by
Ethir Veliyeedu, 96, New Scheme Road, Pollachi – 2
email: ethirveliyedu@gmail.com
www. ethirveliyeedu.com

ISBN: 978-93-48598-59-2
Cover Design: Negizhan
Printed at Jothy Enterprises, Chennai.

All rights reserved. No part of this book may be reprinted or reproduced or utilised in any form or by any electronic, mechanical or other means, now known or hereafter invented, including Photocopying and recording, or in any information storage or retrieval system, without permission in writing from the Publisher.

ஷம்சுல் இஸ்லாம்

தில்லி பல்கலைக்கழகத்தில் அரசியல் அறிவியல் கற்பித்த இவர் எழுத்தாளராக, கட்டுரையாளராக, நாடக ஆசிரியராக, மதவெறி, மனிதாபிமானமின்மை, சர்வாதிகாரம், பெண்கள், தலித்துகள், சிறுபான்மையினர் மீதான துன்புறுத்தலுக்கு எதிராக எழுதி வருகிறார். உலகெங்கிலும், குறிப்பாக இந்தியாவில் தேசியவாதத்தின் எழுச்சியும் வளர்ச்சியும் குறித்த அடிப்படை ஆராய்ச்சிப் பணிகளுக்காக உலகளவில் அறியப்படுகிறார். இவரின் பல புத்தகங்கள் இந்தியிலும் உருதுவிலும் மொழிபெயர்க்கப்பட்டுள்ளன.

விஜி
மொழிபெயர்ப்பாளர்

இயற்பெயர் ரவிக்குமார். புதுவையைச் சேர்ந்த இவர், பேராசிரியராகப் பணிபுரிகிறார். இவரின் பத்துக்கும் மேற்பட்ட அறிவியல் ஆய்வறிக்கைகள் எல்ஸ்வேர், ஸ்பிரிங்கர், டெய்லர் அண்ட் பிரான்சிஸ் உள்ளிட்ட முன்னணி ஆய்விதழ்களில் வெளிவந்துள்ளன. இயற்பியல் துறை சார்ந்த நான்கு புத்தகங்களையும் எழுதியுள்ளார்.

அரசியல் கட்டுரைகள் மற்றும் இயற்பியல் சார்ந்த பாடங்களை மொழிபெயர்த்திருக்கிறார். 'கிழவனும் கடலும்' என்ற நூல் இவரது மொழிபெயர்ப்பில் வெளிவந்துள்ளது.

மொழிபெயர்ப்பாளர் குறிப்பு

உலகக் கோப்பை கிரிக்கெட் போட்டி நடந்துகொண்டிருந்த சமயம், நண்பர்களுக்கு இடையில் நடந்துகொண்டிருந்த இயல்பான உரையாடலின்போது எதிரில் அமர்ந்திருந்த சக முஸ்லிம் நண்பரிடம் இந்தியா, பாகிஸ்தான் அணிகள் கிரிக்கெட் விளையாடும் போது நீங்கள் எந்த அணியை ஆதரிப்பீர்கள் எனச் சாதாரணமாய் ஒரு நண்பர் கேட்டார். ஆனால் அதே கேள்வியை அவர் என்னிடம் கேட்கவில்லை.

முதலில் விளையாட்டுப் போட்டியின் போது நான் ஏன் ஒரு அணியை ஆதரிக்க வேண்டும் அதிலும் குறிப்பாக நான் ஏன் என் தாய் நாட்டு அணியை மட்டும் ஆதரிக்க வேண்டும். ஒரு விளையாட்டு நாம் கண்டுகளிக்க மட்டுமே. அதில் என் தேசப்பற்றை நிரூபிக்க வேண்டிய அவசியம் துளியும் இல்லை என்பது முதல் விஷயம்.

அடுத்து மத அடிப்படையில் அவர் நம் நாட்டின் அணியை ஆதரிக்கமாட்டார் என முடிவு செய்வது எப்படிச் சரியாகும் என்பது அடுத்ததாக எழும் கேள்வி.

மேற்குறிப்பிட்ட சம்பவத்தில் அவர்கள் யாரும் மத அடிப்படைவாதிகள் அல்லர், சாமானியர்கள். அவர்களின் பொது புத்தியிலேயே இத்தகைய நச்சு விதைக்கப்பட்டு இருக்கிறது என்றால் மதவெறி ஊட்டப்பட்ட கூட்டத்தின் மனநிலை சொல்லாமலேயே விளங்கும். இத்தகைய பொதுப் புத்திக்குப் பின்னால் நமக்கு புகட்டப்பட்ட வரலாறு மிகப் பெரும் பங்காற்றி உள்ளது. ஒட்டுமொத்த முஸ்லிம்களும் நாட்டின் பிரிவினைக்குத் துணையாய் இருந்தனர் என்பதும், பிற மதத்தினர் அனைவரும் குறிப்பாக இந்துக்கள் ஒன்றுபட்ட தேசத்திற்குப் போராடினர் என்பது போலவும் நமது மனநிலை பாடம் செய்யப்பட்டுள்ளது. பிரிவினைக்கு எதிராக ஒற்றை முஸ்லிம் தலைவர் கூடப் போராடியதாக நமக்கு போதிக்கப்படவில்லை. இயல்பாகவே இச்சமூகத்திற்கு எதிரான வெறுப்பின் விதைகள் மிக நுட்பமாக விதைக்கப்பட்டுள்ளது.

பிரிவினை வரலாற்றின் துயரம் இப்போதும் நம்மை ஒரு கணம் துடிதுடித்துப் போகச் செய்கிறது. பல ஆயிரக்கணக்கான உயிர்கள் மடிந்தும் பல லட்சக்கணக்கான மக்கள் தங்கள் வாழ்வாதாரங்களை இழந்த ஒற்றை நாளில், அவர்களின் வாழ்க்கையைச் சுக்கு நூறாக உடைத்துப் போட்ட பிரிவினை இன்னும் நம்முன் பல்வேறு கேள்விகளை எழுப்பிக்கொண்டே இருக்கிறது. பிரிவினையின் துயர் இன்னும் தொடர்ந்து கொண்டேதான் இருக்கிறது. ஒரு தேசத்து மக்களை மத அடிப்படையில் கூறு போட்டு, முகம் தெரியாத அவர்களுக்குள் எப்போதும் தீராப் பகை கனன்று கொண்டிருக்கிறது. அதை மேலும் மேலும் அதிகப்படுத்தி ஒரு கூட்டம் குளிர் காய்ந்துகொண்டிருக்கிறது.

ஆப்பிரிக்க தேசங்களைக் காட்டிலும் வறுமையில் உழன்றுகொண்டிருக்கும் பெரும் மக்கள் பிரிவினரைக் கொண்ட இவ்விரு சகோதர தேசங்களும் வல்லரசு நாடுகளுக்கு இணையாக ஆயுதங்களுக்கும், ராணுவத்திற்கும் செலவு செய்து கொண்டிருக்கின்றன. வல்லரசுகளின் பகடைக்காய்களாக மாறி, பிராந்திய அமைதிக்கு அச்சுறுத்தலாய் மாறிப் போய் உள்ளன.

நேற்றைய வரலாற்றை நாம் அறிந்திருக்கவில்லை எனில் இன்று நடப்பதை நாம் தவறாகவே விளங்கிக்கொள்வோம். அதுவே இங்கு நிகழ்ந்திருக்கிறது. நம் பார்வையில் இருந்து விலக்கப்பட்ட அவ்வரலாற்றின் நெடிய பக்கங்களை நம் கண் முன் ஆய்வுப்பூர்வமாகப் பல்வேறு தரவுகளுடன் சேர்த்திருக்கிறார் ஷம்சுல் இஸ்லாம்.

திரிபுவாத இந்து தேசியம், முஸ்லிம் தேசியம் என்ற பிரிவினைக் கோட்பாட்டில் ஜின்னாவும், சாவர்க்கரும் ஒரே நேர்க்கோட்டில் பயணித்தவர்கள் என்பதையும், பிரிவினை தொடங்கி இன்று நடைபெறும் முஸ்லிம் வெறுப்பு அரசியலின் சூட்சம கயிறு சுமார் 300 ஆண்டுகள் பழமையானது என்ற வரலாற்று உண்மையைப் பதிவு செய்கிறார் நூலாசிரியர். இன்றைய இந்துத்துவ சக்திகளுக்கு பட்டேல் ஆதர்சமாகவும் வாழ்நாளெல்லாம் தன்னைச் சனாதனி என்று கூறிக்கொண்ட காந்தி எதிரியானதும் தற்செயலானதல்ல.

500க்கும் மேற்பட்ட அடிக்குறிப்புகளைக் கொண்டுள்ள இந்நூல் பிரிவினை காலத்து பத்திரிகைகள், புத்தகங்கள், பருவ இதழ்கள் மற்றும் கவிதைகளின் ஊடே இவ்வுண்மையை நிறுவியிருக்கிறது. இவ்வரலாற்றை நமது தலைமுறைக்குக் கொண்டு சேர்க்கவில்லை எனில் நாளைய அபத்தங்களுக்கு நாமும் பொறுப்பாளிகள் ஆவோம்.

அவ்வரலாற்றுப் பங்களிப்புக்கான ஒரு சிறு முயற்சியே இம்மொழிபெயர்ப்பு.

தமிழ் மொழிபெயர்ப்பில் அடிக்குறிப்புகள் அந்தந்தப் பக்கங்களில் அல்லாமல் ஒவ்வொரு தலைப்பின் இறுதியிலும் மொத்தமாய்க் கொடுக்கப்பட்டுள்ளது. வாசகர்களின் வசதிக்காக ஆங்கிலப் புத்தகங்கள் மற்றும் பத்திரிகைகளின் பெயர்களும் தமிழிலேயே கொடுக்கப்பட்டுள்ளன.

புத்தகம் மொழிபெயர்க்கத் தூண்டுதலாக இருந்த எழுத்தாளர் அரிசங்கர் அவர்களுக்கு முதல் நன்றி. பதிப்பித்த பதிப்பாளர் அனுஷ் அவர்களுக்கு நன்றிகள்.

என் மொழிபெயர்ப்பின் துவக்கம் முதல் இறுதி வரை சரி பார்த்து உதவிய தோழர் அக்பர், பேராசிரியர் விவேகானந்ததாசன் ஆகியோருக்கு நன்றிகள்...

பல வகையில் உந்துதலாக இருந்த என் துணைவியாருக்கும் அடிக்குறிப்புகள் இட்டுத் தந்த யாழினிக்கும் என் அன்புகள்...

விஜி

பொருளடக்கம்

பேராசிரியர் ஹர்பன்ஸ் முகியா எழுதிய அணிந்துரை 13
திருத்தப்பட்ட மூன்றாம் பதிப்பின் முன்னுரை 17
திருத்தப்பட்ட இரண்டாம் பதிப்பின் முன்னுரை 18
முதல் பதிப்பின் முன்னுரை 19
அறிமுகம் 22

1. இந்திய முஸ்லிம்களின் பரிதவிப்பு 27
   தேசபக்த முஸ்லிம்கள் 35

2. இந்தியப் பிரிவினை: செயல்பாட்டுக்கு வந்த இரு தேசக் கோட்பாடு 43

3. இரு தேசக் கோட்பாடு: தோற்றம் மற்றும் இந்து-முஸ்லிம்
   வகைபாடுகள் 61
   இரு தேசக் கோட்பாட்டின் முஸ்லிம் வகைபாடு. 61
   இரு தேசக் கோட்பாட்டிற்கு முகமது இக்பாலின் பங்களிப்பு 62
   ரஹ்மத் அலியின் பாகிஸ்தான் யோசனை 64
   கண்டுகொள்ளப்படாத ரஹ்மத் அலியின் பார்வை 65
   இரு தேசக் கோட்பாடு குறித்து ஜின்னா 68
   இரு தேசக் கோட்பாட்டின் இந்து வகைப்பாடு 72

4. 1857 இந்திய சுதந்திரப் போர்: மீறப்பட்ட இரு தேசக் கோட்பாடு 87
   சமகால ஆவணங்கள் என்ன சொல்கின்றன? 89
   இந்து-முஸ்லிம் ஒற்றுமை: மத்திய இந்தியா மற்றும் ராஜஸ்தான் 93
   ஹரியானா 95
   ரோகில்கண்ட் 96
   மேற்கு ஐக்கிய மாகாணம் 96
   டெல்லி 98
   அயோத்தியா 99

5. இரு தேசக் கோட்பாட்டிற்கு எதிரான தேசப்பற்றுள்ள
   முஸ்லிம்களின் போராட்டம் 102
   ஆசாத் முஸ்லிம் மாநாடு 104
   அல்லா பக்ஷன் தலைமையுரை 116

6. பிரிட்டிஷ் ஆட்சியாளர்களை எதிர்த்து அல்லாஹ் பக்ஷ் 138
7. அல்லா பகூஷின் படுகொலை 145
8. முஸ்லிம் தேசபக்தர்களும் அமைப்புகளும் 158
    ஷிப்லி நோமானி (1857-1914) 159
    ஹசரத் மோகானி (1875-1951) 163
    அஷ்பாகுல்லா கானும் பிற தியாகிகளும் 166
    முக்தார் அகமது அன்சாரி (1880-1936) 170
    ஷௌகத்துல்லா அன்சாரி 175
    கான் அப்துல் கபார் கான் (1890-1988) 176
    சையது அப்துல்லா பரேல்வி (1891-1949) 179
    அப்துல் மஜீத் குவாஜா (1885-1962) 181
    காஷ்மீர் தேசபக்த முஸ்லிம்கள் 186
    ஜாமியத் உலமா ஏ ஹிந்த். 187
    மோமின் மாநாடு 196
    மஜ்லிஸ்-இ-அஹ்ரார்-இ-இஸ்லாம் 206
    அனைத்துக் கட்சி ஷியா மாநாடு 212
    கிரிஷக் பிரஜா கட்சி வங்காளம் 217
    அஹ்லே ஹதீஸ் 218
    அஞ்சுமன்-இ-வட்டன் (பலுசிஸ்தான்) 219
    தென்னிந்தியா மற்றும் வெளிநாடுகளில் பாகிஸ்தான் எதிர்ப்பு
    இயக்கம் 220
9. தேசபக்த முஸ்லிம்களின் பாகிஸ்தான் எதிர்ப்பு உருதுக் கவிதைகள் 234
    ஷமீம் கர்ஹானியின் 'பாகிஸ்தான் சாஹ்னே வாலோன்
    சே' (பாகிஸ்தானை விரும்புபவர்களுக்கு) 234
    சாகர் நிஜாமி (சமத் யார் கான்) எழுதிய 'பைகாம்-
    இ-அமல்' (செயலுக்கான ஒரு செய்தி) 237
    முனவ்வாரின் 'இந்துஸ்தானி முஸல்மானன் சே
    அப்பீல்' (இந்திய முஸ்லிம்களுக்கு வேண்டுகோள்). 239
    ஜாபர் அலி கான் எழுதிய 'தாவத்-இ-அமல்' (செயலுக்கான
    அழைப்பு) 240
    ஜாபர் அலி கான் எழுதிய 'நவேத்-இ-ஆசாதி-இ-
    ஹிந்த்' (இந்திய சுதந்திரத்தின் மகிழ்ச்சியான செய்தி) 241
    மௌலவி வஜாஹத் ஹுசைன் 'வஜாஹத்' சித்திக்
    அவர்களின் 'ஹம்தர்தீ' (அனுதாபம்) 242
    சலாம் மச்சாலிஷஹரி எழுதிய 'மஞ்பூரியன்' (கையறுநிலை)......244

'ஏக் ஜிலா-வதன் கீ வப்ஸி' (நாடு கடத்தப்பட்டவரின்
திரும்புதல்) - அஸ்ரர் உல்-ஹக் 'மஜாஸ்'......................................245
உஸ்மான் எழுதிய 'வதன் காயிதே சே அப் சுரானா பரேகா'
[தாய்நாடு இப்போது அடிமைத்தனத்திலிருந்து விடுவிக்கப்பட
வேண்டும்]..245
மாஹிர் எழுதிய 'ஹிந்துஸ்தானி அசாத் ஜமாஅத் கா
பாம்ப்லட்' (இந்திய சுதந்திரக் கட்சியின் துண்டுப்பிரசுரம்)............246
10. தேசபக்த முஸ்லிம்கள் தோல்வியடைந்து ஏன்?...................................250
தேசபக்த முஸ்லிம்கள் மீதான பிரிட்டிஷ் ஆட்சியாளர்களின்
வெறுப்பு...251
முஸ்லிம் லீக்கின் வன்முறை சாம்ராஜ்யம்...253
இந்துத்துவாவின் வெறுப்பு அரசியல் மற்றும் வகுப்புவாத
துருவசேர்கை...267
காங்கிரசின் ஊசலாட்டமும் துரோகமும்...272
தேசபக்த முஸ்லிம்களின் சமத்துவ உலகப் பார்வை
அவர்களை தீண்டத்தகாதவர்களாக மாற்றியது......................................279

முடிவுரை..285

பின்னிணைப்பு
டெல்லியில் நடைபெற்ற ஆசாத் முஸ்லிம் மாநாட்டில்
நிறைவேற்றப்பட்ட தீர்மானங்கள், 1940..292

ஆதார நூற்பட்டியல்
ஆங்கிலம்...297
உருது..307
இந்தி...310
பிரிவினைக்கு முந்தைய காலகட்டத்தின் செய்தித்தாள்கள் / பருவ
இதழ்கள்...310

தங்களது
எழுத்துகள், செயல்களினூடே
மதவெறி, பாசிசம், போர் வெறி, சுரண்டல், அநீதிக்கு
எதிரான நமது பார்வையைச் செழுமைப்படுத்திய
இந்து காந்த் சுக்லா,
முகுல் சின்ஹா,
அதிக் சித்திக்,
பிரஃபுல் பித்வாய்,
ஆர்.எம். பால்
ஆகியோர் நினைவாக

அணிந்துரை

ஷம்சுல் இஸ்லாமின் தனிச் சிறப்பான இந்நூல், வரலாறு, சமூகம் குறித்து கடந்தகாலம் நிகழ்காலம் பற்றிய மிகவும் எளிமைப்படுத்தப் பட்ட நமது சொந்தப்புரிதலைக் காட்டிலும் மிகவும் சிக்கலானது என்பதன் தீவிரமான நினைவூட்டலாகும். அவ்வாறான பொதுவான தாழ்த்தல்கள் என்பது, நம்மைப் பற்றியும் மற்றவர்கள் பற்றியுமான உருவத்தைப் பகுத்துப்பார்க்காமலும் ஒரே மாதிரியான ஒன்றாகவும் ஒவ்வொன்றையும் அதற்கென்றே உண்டான பெட்டியில் அடைக்கப்பட்ட ஒன்றாக காண்பதாகும். முஸ்லிம்கள் தனித் தாயகத்தை விரும்பியதாலும், இந்துக்கள் பிரிக்கப்படாத பாரதத்தை விரும்பியதாலும் இந்தியப் பிரிவினை நிகழ்ந்தது. மாறுபாடற்ற பார்வைகள், மாறுபாடற்ற கருத்துகள், குறைந்தபட்சம், பரஸ்பரம் பகிர்ந்துகொள்வதற்கான எந்த இடமோ, வாய்ப்பிற்கான சுவடோ கூட இந்தப் பிம்பத்தில் தென்படவில்லை. இது நம் தினசரி வாழ்க்கைப் பிரச்சினைகளைச் சாதாரணமாக எடுத்துக்கொள்வதும் அவை நம் தலைக்கு வரும்போது அதிகக் கவனம் கொடுப்பதுமாகத் தான் நிகழ்கிறது.

எவ்வாறாயினும், தொழில்முறையான வரலாற்றுப் பார்வையில், காங்கிரஸ் தலைவர்களிடையே கருத்து வேறுபாடுகள் உண்மையில் கவனிக்கப்பட்டுள்ளன. பிரிவினைக்கு அடிப்படையாக அமைந்த எம்.ஏ. ஜின்னாவின் இரு தேசக் கோட்பாட்டை ஆதரித்ததில், காங்கிரசுக்குள் இந்துக்களாக இருந்த சில உயர்மட்டத் தலைவர்களுக்கும் காங்கிரசுக்கு வெளியே இருந்த பல்வேறு இந்துத் தலைவர்களிடையே ஓடும் கருத்து ஒற்றுமை இழையைச் சில அறிஞர்கள் சுட்டிக்காட்டியுள்ளனர். எனினும் முஸ்லிம் சமூகத்தின் தலைமைக்குள் இவ்வாறான வேறுபாடுகள் தொடர்பாக மிகச் சொற்பமாகவே கவனம் செலுத்தப்பட்டிருக்கிறது. ஷம்சுல் இஸ்லாம் இந்தப் பிரச்சினையைத் தலைக்கொண்டு, இரு தேசக் கோட்பாட்டின் தோற்றம் மிக நீண்ட காலத்திற்கு முந்தையது என்பதையும், இந்துக்களுக்கும் முஸ்லிம்களுக்கும் இடையிலான அடிப்படையான மற்றும் சமரசம் செய்துகொள்ள இயலாத வேறுபாடுகள் உள்ளன

என்ற கருத்தாக்கம் முதன்முதலில் அதன் ஆதரவாளர்கள் பலராலும் இந்துக்களின் இலட்சியமாக முன்வைக்கப்பட்டது என்பதையும் தீர்மானகரமாக நிரூபித்துள்ளார். தற்போது தேசியத் தலைவர்களாகப் போற்றப்படுகிற, மதன்மோகன் மாளவியா, லாலா லஜபதி ராய், வி.டி. சாவர்க்கர், எம்.எஸ். கோல்வால்கர் போன்ற காங்கிரசுக்கு உள்ளேயும் வெளியேயும் இருந்த பல தலைவர்களால் இது மீண்டும் மீண்டும் வலுப்படுத்தப்பட்டது. இறுதியில், பிரிவினை யோசனையை வலுவாக ஆதரித்தவர்களில் மிக உயர்ந்த அந்தஸ்தில் இருந்த காங்கிரஸ் தலைவர்களான சி. ராஜகோபாலாச்சாரி மற்றும் சர்தார் வல்லபாய் படேல் ஆகியோரும் அடங்குவர்.

இரு தேசக் கோட்பாடு முஸ்லிம் தரப்பில் இருந்த பல முன்னணி ஆளுமைகளையும் மாற்றியமைத்தது. அவர்களில் எம்.ஏ. ஜின்னா மற்றும் கவிஞர் முகமது இக்பால் ஆகியோரும் அடங்குவர். இவர்கள் இருவரும், குறிப்பாக முகமது அலி ஜின்னா, தங்களது முந்தைய அவதாரங்களில் ஒன்றுபட்ட பண்பாட்டின் மிகத் தீவிர முன்னோடியாக இருந்ததாக வெகுஜனக் கற்பனையில் அடையாளம் காணப்பட்டனர். மத வெறியுடன் கலந்த அரசியல் அணிதிரட்டல் இத்தகைய பேரழிவு விளைவுகளை ஏற்படுத்தும் என்பது மனித வரலாறு முழுவதும் மீண்டும் மீண்டும் நிரூபிக்கப்பட்டுள்ளது; ஆனாலும் அதன் தாக்கம் எங்குமே தென்படவில்லை. மதம் மற்றும் அரசியல் கலவையின் தற்போதைய வெளிப்பாட்டை மத்திய கிழக்கு மற்றும் பாகிஸ்தானில் தீவிரமாகவும், இந்தியாவில் சற்று மிதமாகவும் நாம் இப்போது காண்கிறோம்.

ஷம்சுல் இஸ்லாமின் புத்தகத்தின் மகத்தான முக்கியத்துவம் என்னவென்றால், தலைமைத்துவங்களின் தாங்கள்தான் தங்கள் சமூகங்களின் ஏக பிரதிநிதிகள் என்ற கூற்றுகள், பெரும்பாலும் மிகவும் ஆட்டங்காணும் ஆதாரங்களை அடிப்படையாகக் கொண்டவை என்பதை முன்னிலைப்படுத்துவதாகும். முகமது ஜின்னா தலைமையிலான முஸ்லிம் லீக் விஷயத்தில் இதை அவர் மிக வலுவாக வெளிக்கொண்டு வந்துள்ளார். லீக்கின் பிளவுபடுத்தும் அரசியலுக்குச் சவாலான எதிர்ப்பு, நாட்டை ஒற்றுமையாகக் காத்திடத் தீர்மானகரமாக இருந்த அல்லா பக்ஷின் ‘ஆஸாத் முஸ்லிம் மாநாட்டிலிருந்து’ வந்தது. இந்தச் சவால் விளிம்புநிலையில் இல்லாமல் லீக்கை விட மிக அதிக எண்ணிக்கையிலான வெகுமக்கள் அணிதிரட்டலால் கொண்ட இந்த அமைப்பின் மூலம் கட்டமைக்கப்பட்டது. ஷம்சுல் இஸ்லாம் வழக்கமான ‘தேசியவாத

முஸ்லிம்கள்' என்பதற்குப் பதிலாக அவர்களுக்கு முன்னுரிமை அளிக்கும் வகையில் 'தேசபக்த முஸ்லிம்கள்' என்ற பதத்தை பயன்படுத்தியுள்ளார், ஆனால் இதையே 'இந்து தேசியவாதிகளுக்குப்' பொருத்தும் போது அது தலைகீழாக அர்த்தம்கொள்ளப்படலாம் என்கிற சிக்கலையும் காண்கிறார்.

ஆனாலும் முஸ்லிம் லீக் அந்த நாளைக் கைக்கொண்டது. ஷம்சுல் இஸ்லாம் ஏன் என்ற கேள்வியைக் கேட்டு அதற்கு மிக ஆதாரப் பூர்வமான பதிலையும் தருகிறார். இளம் அல்லா பக்ஷின் படுகொலை உட்பட, முஸ்லிம் லீக் உறுப்பினர்களாலும், அனுதாபிகளாலும் இந்த விஷயத்தில் எதிரிகளைப் பயமுறுத்தி மௌனமாக்கும் வழக்கமான உத்திகளுக்கு அப்பால், ஆஸாத் முஸ்லிம் மாநாட்டைக் காட்டிலும், லீக் உடனான காங்கிரசின் இணக்கப் போக்குக்கு இடமளிக்கும் அணுகுமுறையாகும். ஏனெனில், பிரத்தியேகமான இந்துத்துவ நோக்கங்களுக்கு ஆதரவான பல தலைவர்களைத் தனக்குள் கொண்ட காங்கிரசின் வகுப்புவாதம் குறித்த அணுகுமுறை பெரும்பான்மையான சமயத்தில் தெளிவற்றதாகவே இருந்தது. சில மாகாணங்களில் முஸ்லிம் லீக்கும், இந்து மகாசபையும் ஒன்றிணைந்து கூட்டணி அரசாங்கங்களை அமைப்பதில் எந்தப் பிரச்சினையும் இருக்கவில்லை என்பது குறிப்பிடத்தக்கது, ஆனால் அனைவரையும் ஒன்றுபடுத்தும் அல்லா பக்ஷினுடைய கட்சியின் நிலைப்பாட்டிற்கு இவையிரண்டும் முற்றிலும் எதிராக இருந்தன. மற்ற கட்சிகளைக் காட்டிலும் அந்தக் கட்சிதான் அவர்களுக்கு மிகப்பெரும் எதிரியாகிவிட்டது என்றே தோன்றுகிறது. ஏனெனில், இவை இரண்டின் அடிப்படையையும் அல்லா பக்ஷ் கேள்விக்கு உள்ளாக்கிக்கொண்டிருந்தார். அவருடனும் அவரது கட்சியுடனும் கைகோர்ப்பதையோ அல்லது அவருக்குப் பக்கபலமாக இருப்பதையோ காங்கிரஸ் என்றென்றைக்குமாகத் தவிர்த்து வந்தது. காலனிய ஆட்சி, முஸ்லிம் லீக், இந்திய தேசிய காங்கிரஸ் ஆகியவற்றின் முக்கூட்டினால் நாடு பிரிக்கப்பட்டது.

கொள்கைகளும் முழக்கங்களும்தான் சுயநலமான அரசியல் முன்னெடுப்புகளில் ஆதரவான அணிதிரட்டல்களுக்கான ஆயுதங்களாக இருக்கும், முடிவில் அவை மறக்கப்படும் என்பதும், தலைவர்களின் பீரங்கிகளுக்கு ரவைகளாக இருப்பதைத் தவிர வெகுஜனங்களுக்கு எந்தப் பாத்திரமும் இல்லாமல் எல்லா முடிவுகளை எடுப்பது உயரடுக்கினர் என்பதும், சாமானிய மக்கள் தாங்கள் ஒருபோதும் எடுக்காத முடிவுகளுக்கு எப்போதும் பெரும் விலையைக் கொடுக்க வேண்டியவர்கள் என்பதும் வரலாறு முழுவதிலும் திரும்பத் திரும்பச்

சொல்லப்படுகிறது, ஆனால் ஒருபோதும் கற்றுக்கொள்ளப்படாத பல படிப்பினைகளை இந்தப் புத்தகம் நமக்குக் கற்பிக்கிறது. 1947 ஆகஸ்டில் இந்தியாவுக்கும் பாகிஸ்தானுக்கும் செல்லும் ரயில்களில் கொல்லப்பட்ட லட்சக் கணக்கானவர்களில் தலைவர்கள் எத்தனை பேர் இருந்தார்கள்? அவர்களில் எத்தனை பேர் தங்கள் வீடுகள், உடமைகள் மற்றும் வாழ்நாள் சேமிப்புகளை இழந்தனர்?

ஷம்சுல் இஸ்லாம் நமது வரலாற்றின் ஏறக்குறைய மறைக்கப்பட்ட ஓர் அம்சத்தைப் பொதுத்தளத்திற்குக் கொண்டு வந்ததன் மூலமும், இந்தியாவின் அனைத்து முஸ்லிம்களும் இந்தியப் பிரிவினையையும், பாகிஸ்தான் உருவாக்கத்தையும் ஆதரித்தனர் என்றும் அனைத்து இந்துக்களும் இந்தியாவின் ஒற்றுமைக்காகப் பாடுபட்டனர் என்று பரவலாக ஏற்றுக்கொள்ளப்பட்ட கருத்தைக் கேள்விக்குள்ளாக்குவதன் மூலம் ஆய்விற்கும், சமூகத்திற்கும் ஒரு பெரும் பங்களிப்பை ஆற்றியுள்ளார். அவரது புத்தகம் ஆழ்ந்த ஆராய்ச்சி மற்றும் போற்றத்தக்க ஆர்வத்தின் அடையாளத்தைக் கொண்டுள்ளது. மதம் மற்றும் கடவுள் நம்பிக்கை உள்ளவர்களுக்கு, மதம் என்பது கடவுளுடனான ஒருவரின் தனிப்பட்ட பிணைப்பாக மட்டுமே இருக்கும் ஒரு சமூகத்தில் வாழ வேண்டும் என்பது அவரது பேராவலும் கனவும் ஆகும். முன்னெப்போதையும் விட இன்று மிகக் கடுமையான அச்சுறுத்தலை எதிர்கொள்ளும் ஒரு கனவு.

ஹர்பன்ஸ் முகியா
முன்னாள் வரலாற்றுப் பேராசிரியர்,
ஜவஹர்லால் நேரு பல்கலைக்கழகம்,
புது தில்லி

திருத்தப்பட்ட மூன்றாம் பதிப்பின் முன்னுரை

இந்தியப் பிரிவினைக்கு எதிரான முஸ்லிம்கள் என்ற நூலின் மூன்றாவது திருத்தப்பட்ட பதிப்பை வாசகர்களுக்காக அளிப்பதில் மகிழ்ச்சி அடைகிறேன். இந்நூல் அறிஞர்களிடையேயும், சாதாரண வாசகர்களிடையேயும் பெரும் ஆர்வத்தை ஏற்படுத்தியுள்ளது என்பது எனக்கு மிகுந்த மகிழ்ச்சியை அளிக்கிறது. தேசபக்த முஸ்லிம்களின் அற்புதமான பங்களிப்பு குறித்த சமகால ஆவணங்களைத் தேடுவது ஒரு தொடர்ச்சியான செயல்முறை என்பதால், பாகிஸ்தானின் திட்டத்திற்கு எதிராக இந்திய முஸ்லிம்களின் பங்கு குறித்து இந்தப் பதிப்பு மேலும் பல உண்மைகளைத் தாங்கி நிற்கிறது.

இந்தப் புத்தகத்தின் இந்தி மற்றும் உருது பதிப்புகள் வெளியிடத் தயாராக உள்ளன என்பதும், 2019ஆம் ஆண்டின் தொடக்கத்தில் வங்காள மொழிப் பதிப்பு வெளியிடப்படும் என்பதும் மகிழ்ச்சி அளிக்கிறது.

அக்டோபர் 2018

ஷம்சுல் இஸ்லாம்
notoinjustice@gmail.com

திருத்தப்பட்ட இரண்டாம் பதிப்பின் முன்னுரை

பிரிவினைக்கு எதிரான முஸ்லிம்களின் இரண்டாவது திருத்தப்பட்ட பதிப்பு எதிர்பார்த்ததை விட விரைவில் வெளிவந்துள்ளது குறித்து நான் மகிழ்ச்சியடைகிறேன். புத்தகத்தின் மீது காட்டிய அதீத ஆர்வத்திற்கு வாசகர்களுக்கு நான் நன்றியுள்ளவனாக இருக்கிறேன். இந்தத் திருத்தப்பட்ட பதிப்பை வடிவமைக்கப் பெரிதும் உதவியுள்ள பேராசிரியர் ராஜ்மோகன் காந்தி, பேராசிரியர் இஷ்டியாக் அகமது, டாக்டர் ரமேஷ் உபாத்யாய், திரு. தபிஷ் கைர் மற்றும் திரு. மதுசூதன்பால் வேதாந்ததீர்த்தா ஆகியோரின் மதிப்புமிக்க கருத்துகளுக்காக நான் அவர்களுக்கு நன்றிக்கடன் பட்டுள்ளேன்.

இரண்டாம் பதிப்பு புதிய வடிவமைப்புடன் கூடுதல் தகவல்களுடன் வெளியிடப்பட்டிருக்கிறது. அத்தியாயம் 2இல் (இந்தியப் பிரிவினை), இந்துக்கள், முஸ்லிம்கள் மற்றும் சீக்கியர்கள் தங்கள் உயிரைப் பணயம் வைத்து 'எதிரிகளை'க் காப்பாற்றிய வீரச் செயல்களின் பல நிகழ்வுகள் பதிவு செய்யப்பட்டுள்ளன. தேசபக்த முஸ்லிம்கள் மற்றும் அமைப்புகள் பற்றிய எட்டாவது அத்தியாயத்தில் கூடுதலாகச் சேர்க்கப்பட்டுள்ளன. பாகிஸ்தானுக்கு எதிரான உருது கவிதைகள் பற்றிய அத்தியாயம் 9இல், இந்திய தேசிய ஆவணக் காப்பகத்தின் தடைசெய்யப்பட்ட இலக்கியக் கோப்புகளில் காணப்படும் புதிய கவிதைகளால் கணிசமாக மேம்படுத்தப்பட்டுள்ளது. அத்தியாயம் 10 (தேசபக்த முஸ்லிம்கள் ஏன் தோல்வியுற்றனர்) தேசபக்த முஸ்லிம்களை ஓரங்கட்டுவதில் காலனிய எஜமானர்கள் ஆற்றிய மோசமான பாத்திரம் குறித்த விஷயங்களை உள்ளடக்கியது. இந்த பதிப்பில் 1940ஆம் ஆண்டு பாகிஸ்தானுக்கு எதிரான ஆசாத் முஸ்லிம் மாநாட்டின் அரிய புகைப்படங்களும் உள்ளன.

இந்தப் புத்தகம் விரைவில் இந்தி மற்றும் உருது மொழிகளில் கிடைக்கும்.

மே 2017

ஷம்சுல் இஸ்லாம்
notoinjustice@gmail.com

முதல் பதிப்பின் முன்னுரை

முஸ்லிம்களுக்குத் தனித் தாயகம் வேண்டும் என்ற முஸ்லிம் லீக்கின் கோரிக்கையால் 1947இல் இந்தியா பிரிவினைக்கு உள்ளானது உண்மைதான். முஸ்லிம் லீக் தனது கோரிக்கைக்கு ஆதரவாக ஏராளமான முஸ்லிம் மக்களைத் திரட்ட முடிந்தது என்ற உண்மையையும் மறுப்பதற்கில்லை. ஆனால் முஸ்லிம்களில் மிகப் பெரும் பகுதியினரும், அவர்களது அமைப்புகளும் பாகிஸ்தான் கோரிக்கைக்கு எதிராகவே இருந்தனர் என்பதும் உண்மை. பிரிவினைக்கு எதிரான இந்த முஸ்லிம்கள், முஸ்லிம் லீக்கைத் தத்துவார்த்த ரீதியில் சவால் விடுத்ததுடன், வீதிகளிலும் இவர்களை எதிர்கொண்டனர். இத்தகைய முஸ்லிம்கள் வீரத்துடன் போரிட்டனர், பல முறை தங்கள் உயிரைப் பணயம் வைத்தனர். அத்தகைய வீரர்களில் அல்லாஹ் பக்ஷும் ஒருவர். பிரிவினைக்கு எதிரான இந்த முஸ்லிம்களின் மறக்கப்பட்ட பாரம்பரியத்தை மீளாய்வு செய்வதே இந்தப் புத்தகத்தின் நோக்கம். துரதிர்ஷ்டவசமாக, பேராசிரியர் முஷிருல் ஹசனின் எழுத்துகளைத் தவிர அவர்களின் பங்களிப்பு எங்கும் அங்கீகரிக்கப்படவில்லை. உருது, ஆங்கிலம் மற்றும் இந்தி மொழிகளில் உள்ள சமகாலச் செய்தித்தாள்கள், பருவ இதழ்கள் மற்றும் நினைவுக் குறிப்புகள் மூலம் உண்மைகளைச் சேகரிக்க முயற்சித்திருக்கிறேன், அவற்றில் பல நொறுங்கக்கூடிய நிலையில் இருந்தன.

இப்பணிக்கு, தில்லியிலுள்ள பல்கலைக்கழக மானியக் குழு (யுஜிசி), முக்கிய ஆராய்ச்சி திட்டப் பிரிவின் கீழ் நிதியுதவி அளித்துள்ளது. எனக்கு மானியம் மற்றும் வசதிகளை வழங்கிய யுஜிசிக்கு நான் நன்றியுள்ளவனாக இருக்கிறேன்.

இந்தப் பணியை மேற்கொள்ள எனக்கு உத்வேகம் அளித்த நண்பர் அனில் நௌரியாவிற்குத் தான் என் நன்றிகள் சேரும். பேராசிரியர் இயான் டால்போட், பேராசிரியர் சாரா அன்சாரி மற்றும் பேராசிரியர் சி.எம்.நயீம் ஆகியோரின் மதிப்புமிக்க ஆலோசனைகளுக்கு நான் நன்றியுள்ளவனாக இருக்கிறேன். டாக்டர் ஜஃபருல் இஸ்லாம் கான், டாக்டர் ராகேஷ், டாக்டர் பிரக்யா, டாக்டர் அப்துல் மாலிக்

ரசூல்பூரியா, டாக்டர் எம். ஜாகிர் ஹுசைன், டாக்டர் அஹ்மத் சஜ்ஜாத், திருமதி ஃபரிதா தோசானி, டாக்டர் கௌரா குடேசியா, டாக்டர் பத்ருல் இஸ்லாம், திரு. ஃபரித் தோசானி, மவுலானா அஜிசுர் ரஹ்மான் ஹூதியான்வி, திருமதி மோனா தாஸ், அஷ்பக் ஹுசைன் அன்சாரி, ராகுல் சிங் மற்றும் மௌலானா முகமது உஸ்மான் ரஹ்மானி ஆகியோரின் இடைவிடாத ஆதரவு மற்றும் ஊக்கத்திற்கு நான் நன்றியுள்ளவனாக இருக்கிறேன். உருதுக் கவிதைகளில் எனக்கு உதவிய டாக்டர் காலித் அஷ்ரஃப் மற்றும் டாக்டர் சஜ்ஜாத் ஹுசைனி ஆகியோருக்கும் நான் நன்றியுள்ளவனாக இருக்கிறேன். அல்லா பக்ஷ் குறித்த ஆவணங்களைச் சேகரித்து எனக்குக் கிடைக்கச் செய்த பாகிஸ்தானைச் சேர்ந்த திரு காதிம் ஹுசைன் சூம்ரோ, டாக்டர் அமீர் அப்பாஸ் சூம்ரோ மற்றும் டாக்டர் ரஷீத் அஷ்ரஃப் ஆகியோருக்கு மிக்க நன்றி.

முக்கியமான முதன்மை ஆதாரங்களைக் கண்டறிய எனக்குத் தொடர்ந்து உதவிய பேராசிரியர் இஷ்டியாக் அகமது மற்றும் அவருடன் பேராசிரியர் ஹர்பன்ஸ் முகியா (புத்தகத்திற்கு முன்னுரை எழுத ஒப்புக்கொண்டதற்கு), மற்றும் கையெழுத்துப் பிரதிக்கு மதிப்புமிக்க பரிந்துரைகளை வழங்கிய டாக்டர் ராம் புனியானி மற்றும் திரு ஆனந்த் பட்வர்தன் ஆகியோருக்கும் நான் மிகவும் கடமைப்பட்டிருக்கிறேன்.

என் மனைவி நீலிமா ஷர்மா, படைப்பின் விமர்சகராகவும், சிறந்த ஒருங்கிணைப்பாளராகவும் எனக்கு மிகப் பெரிய பலமாக இருந்துள்ளார். நான் அவருக்கு நிறையவே கடன்பட்டிருக்கிறேன். வழக்கம் போல, எனது படைப்புகளின் முதல் வாசகர்களாக இருந்து, அவர்களின் விமர்சன மதிப்பீட்டின்வழி எப்போதும் எனக்கு உதவிய எனது மகள் ஷிரினையும் மருமகனான சமீர் தோசானியையும் நான் மிகவும் பாராட்டுகிறேன். அவர்கள் தங்கள் அற்புதமான யோசனைகளால் எனது சிந்தனைச் செயல்முறையை வளப்படுத்தினர், உண்மையான நன்றிக்கு உரியவர்கள். 1970 முதல் நான் இணைந்திருக்கும் வீதி நாடகக் குழுவான நிஷாந்தைச் சேர்ந்த நண்பர்கள் தார்மீக ஆதரவை அபரிதமாக வழங்கியுள்ளனர், அவர்களுக்கும் நான் நன்றியை உரித்தாக்குகிறேன்.

இந்த வாய்ப்பின் மூலம் என் இதயப்பூர்வமான நன்றிகளை, அதிகரித்து வரும் என் தேவைகளுக்கு எப்போதும் உதவிகரமாக இருந்த நேரு நினைவு அருங்காட்சியகம் மற்றும் நூலகம், ரத்தன் டாடா நூலகம், அஜோய் பவன் நூலகம், குவாமி ஏக்தா கேந்திரா

அறக்கட்டளை நூலகம், காந்தி நினைவு நூலகம், வல்லபாய் படேல் நினைவு நூலகம், தேசிய ஆவணக் காப்பகம், மத்திய தலைமைச் செயலக நூலகம், ஜாமியா மில்லியா இஸ்லாமியா நூலகம், ஜாமியா ஹம்தர்த் நூலகம், மஹ்மூதியா நூலகம், சத்யவதி கல்லூரி நூலகம் (அனைத்தும் டெல்லியில்), பிரிட்டிஷ் நூலகம் (லண்டன்), குதா பக்ஷ் ஓரியண்டல் பொது நூலகம் (பாட்னா), தேசிய நூலகம் (கல்கத்தா), ராசா நூலகம் (ராம்பூர்), ஷிப்லி அகாடமி நூலகம் (ஆசம்கர்), ஷிகுல்-ஹிந்த் நூலகம் (தியோபந்த்) மற்றும் காங்கிரஸ் நூலகங்களின் (வாஷிங்டன் டி.சி) பணியாளர்களுக்கு உரித்தாக்குகிறேன். இறுதியாக,செல்வி பாவனா சிசுபால் பிரஜாபதியின் அயராத உழைப்பின்றி இது புத்தக வடிவம் பெற்றிருக்காது, அவரின் பங்களிப்பிற்காக, அதிலும் குறிப்பாக நொறுங்கும் நிலையில் இருந்த ஆவணங்களைப் பயன்படுத்த உதவியதற்காக எனது நன்றிகளை உரித்தாக்குகிறேன். இந்த நூலில் ஆங்கிலம், இந்தி மற்றும் உருது இலக்கியங்களின் விரிவான நூற்பட்டியலும் உள்ளது. இந்தி மற்றும் உருது மூலங்களிலிருந்து அனைத்து மொழிபெயர்ப்புகளும் என்னுடையவை. தவறுகள் மற்றும் குறைபாடுகள் ஏதேனும் இருந்தால், அதற்கு நான் மட்டுமே பொறுப்பு.

ஷம்சுல் இஸ்லாம்
notoinjustice@gmail.com

அறிமுகம்

ஹம்கோ பட்லோ தௌ கியா மட்லாப் பா பாகிஸ்தான் கா
ஜிஸ் ஜகா இஸ் வாக் முஸ்லிம் ஹேன், நாஜிஸ் ஹே கியா ஹூ ஜா.
நேஷ்–இ–டோப்மத் சே தேரே, சிஷ்டி கா சீன சாக் பே
ஜல்த் பட்லா கியா ஜமீன் அஜ்மீர் கீ நா–பாக் ஹே[1]

(சொல்லுங்கள், பாகிஸ்தான் என்றால் என்ன? முஸ்லிம்களாகிய நாம் வாழும் இம்மண் புனிதமற்றதா? உங்கள் அவதூறு சூஃபி துறவி சிஷ்டியின் நெஞ்சத்தைக் காயப்படுத்தியுள்ளது; சீக்கிரம், சொல்லுங்கள், அஜ்மீர் தூய்மையற்றதா?)

இந்திய சுதந்திரத்தில் முஸ்லிம்களின் பங்கு குறித்து ஒரு நிலையான கதையாடல் உள்ளது. இந்தச் சித்திரிப்பின் சாராம்சம் என்னவென்றால், முகமது அலி ஜின்னா மற்றும் முஸ்லிம் லீக் தலைமையில், இந்திய முஸ்லிம்கள் ஒரு துரோகப் பாத்திரத்தை வகித்தனர். இந்தியாவை, இந்தியா மற்றும் முஸ்லிம்களின் தனித்தாயகமான பாகிஸ்தான் என இரண்டு தேசங்களாக பிரிக்கப்பட வேண்டுமென்ற கோரிக்கையை பிரிட்டிஷ் அரசாங்கத்திடம் அவர்கள் முன்மொழிந்தனர், போராடினர், இறுதியில் வெற்றியும் பெற்றனர். இவ்விதம் ஒன்றுபட்ட, மதச்சார்பற்ற இந்தியாவுக்கான தேசிய இயக்கத்தை அவர்கள் பலவீனப்படுத்தினர்.

மேற்கண்ட விவரிப்பு உண்மைக்குப் புறம்பானது. இந்நூலில் குறிப்பிடப்பட்டுள்ள சமகால ஆவணங்களிலிருந்து வெளிப்படுவது போல, இது மிகையாகக் குறுக்கப்பட்ட வாதமாகும். அனைத்து முஸ்லிம்களும் பாகிஸ்தான் உருவாக்கத்தை ஆதரித்தனர், அதே நேரத்தில் அனைத்து இந்துக்களும் சுதந்திரமான,

1. 1942ஆம் ஆண்டில் ஷமீம் கர்ஹானியின் உருது மொழியில் எழுதிய கவிதையின் முதல் இரண்டு ஈரடிகள் 'பாகிஸ்தான் சாஹ்னே வாலன் சே' (பாகிஸ்தானை விரும்புபவர்களுக்கு) அக்தர், ஜான் நிசார் (பதிப்பு), இந்துஸ்தான் ஹமாரா 2, இந்துஸ்தானி புக் டிரஸ்ட், மும்பை, 1973, பக்.305–306.

மதச்சார்பற்ற, ஜனநாயக இந்தியாவுக்காகப் பாடுபட்டனர் என்ற அடிப்படையைக் கேள்விக்குள்ளாக்க இந்தப் புத்தகம் முயற்சிக்கிறது. இந்து மக்களைப் போலவே, பெரும்பான்மையான இந்திய முஸ்லிம்களும் பாகிஸ்தான் என்ற கருத்தாக்கத்தை எதிர்த்தனர் என்பதை வரலாற்று ஆவணங்கள் நிரூபிக்கின்றன. இந்த முஸ்லிம்கள் பெரும்பாலும் தேசியவாத முஸ்லிம்கள் என்று விவரிக்கப்படுகிறார்கள். இருப்பினும், எனது கருத்துப்படி, முஸ்லிம் தேசியம் - இந்து தேசியம் போலவே - பொதுவாகத் தேசியம் குறித்த ஒரு குறுங்குழுவாத மற்றும் வகுப்புவாத பார்வையைக் குறிக்கிறது. எனவே, பிரிவினையை எதிர்த்த முஸ்லிம்களுக்குத் 'தேசபக்த முஸ்லிம்கள்' என்ற பதத்தை நான் பயன்படுத்துகிறேன். மற்றவர்களின் படைப்புகளைக் குறிப்பிடும்போது 'தேசியவாத முஸ்லிம்கள்' என்ற சொற்றொடரே கையாளப்படும். பாகிஸ்தான் உருவாக்கத்தை ஆதரித்த முஸ்லிம்கள் 'தேசபக்திக்கு எதிரானவர்கள்' என்று குறிப்பிடப்படுவார்கள்.

மேலும் தெளிவுபடுத்த, 'இந்து தேசியவாதிகள்' அல்லது இந்துத்துவாவின் ஆதரவாளர்கள் என்று அடையாளம் காணப்பட்ட கூறுகள் இந்துத் தலைவர்களிடையே இருந்தன. இந்தத் தனிநபர்களும் அமைப்புகளும் நாம் காணப்போகும் இரு தேசக் கோட்பாட்டின் ஒரு வகையை மிகவும் நம்பினர், எனவே அவர்கள் தேசப்பற்றற்றவர்கள், முஸ்லிம் லீக்கைப் போலவே துரோகிகள், இருப்பினும் மைய நீரோட்டக் கதையாடல்கள் அவர்களின் குற்றத்தைப் புறக்கணிக்க முனைகிறது.

மேலும், முஸ்லிம்களிடையே இரு தேசக் கோட்பாட்டை எதிர்த்து முஸ்லிம் தலைவர்கள் உட்பட குறிப்பிடத்தக்க பிரிவினர் இந்தியப் பிரிவினைக்கு எதிராக காங்கிரஸ் மற்றும் பிற மதச்சார்பற்ற சக்திகளுடன் இணைந்து செயல்பட்டனர். இந்தத் தேசபக்த முஸ்லிம்கள் எண்ணிக்கையில் சிறியவர்கள் அல்ல என்றாலும் - பெரும் எண்ணிக்கையிலான முஸ்லிம்கள் இந்தியாவிலேயே இருந்தனர் என்பதை நினைவில்கொள்ள வேண்டும் - அவர்களின் பங்களிப்புகள் பெரும்பாலும் வரலாற்றாசிரியர்களால் புறக்கணிக்கப்பட்டுள்ளன. இந்தக் புறக்கணிப்பைத்தான், இந்தப் புத்தகம் அல்லா பக்ஷ் சூம்ரோ மற்றும் பிறரின் கதையினூடாகச் சரிசெய்ய முற்படுகிறது.

முகமது அலி ஜின்னாவின் தலைமையில் முஸ்லிம் லீக் கூட்டணி, இந்தியாவை வகுப்புவாத அடிப்படையில் பிளவுபடுத்தும் தனது நோக்கத்தில் வெற்றிபெற்றது என்பது உண்மைதான். 1946ஆம் ஆண்டு

நடைபெற்ற மாகாணச் சட்டமன்றத் தேர்தல்களில் முஸ்லிம் லீக் பெருமளவிலான முஸ்லிம்களின் ஆதரவைப் பெற்றுப் பெரும்பாலான முஸ்லிம் இடங்களைக் கைப்பற்றியது. எனினும், முஸ்லிம் லீக் முஸ்லிம் மேட்டுக்குடியினரின் அபரிமிதமான ஆதரவை மட்டுமே பெற்றிருந்தது என்பது பொதுவாகப் புறக்கணிக்கப்படுகிறது. கட்டுப்படுத்தப்பட்ட வாக்குரிமையின் கீழ் அது பெற்றிருந்த சாதகங்களால் அதன் தேர்தல் வெற்றி சாத்தியமானது. அதன் காரணமாக அது எளிதாக வென்றது

> *1935ஆம் ஆண்டுச் சட்டத்தின் ஆறாவது அட்டவணை நிர்ணயித்த கட்டுப்படுத்தப்பட்ட வாக்குரிமைச் சட்டத்தின்படி, பெரும்பான்மையான விவசாயிகள், சிறு கடைக்காரர்கள், வியாபாரிகள், எண்ணிலடங்காதவர்களை வரிகள், சொத்து, கல்வித் தகுதிகள் ஆகியவற்றின் மூலம் வாக்காளர் பட்டியலிலிருந்து விலக்கி வைத்தது. 1946இல் நடந்த மாகாணச் சட்டமன்றத் தேர்தல்களில், மாகாணத்தில் வயது வந்தோரில் 28.5 சதவிகிதத்தினர் மட்டுமே வாக்களிக்க முடிந்தது. 1935ஆம் ஆண்டுச் சட்டத்தின் விதிகள்படி, பொருளாதார ரீதியாகவும், சமூக ரீதியாகவும் ஒடுக்கப்பட்ட மக்கள் பிரிவினர் வாக்குரிமை மறுக்கப்பட்டனர்.*[2]

உதாரணமாக, பீகாரில் மொத்த மக்கள்தொகையில் 7.8 சதவிகிதம் வாக்காளர்கள் மட்டுமே இருந்தனர். தேர்தல்கள் நடைபெற்ற பிரிட்டிஷ் இந்தியா முழுவதிலும் இதே நிலைதான் நிலவியது.[3]

தேசப்பற்றுள்ள முஸ்லிம்களின் பங்களிப்பு குறித்து நியாயமானதும் உண்மையானதுமான மதிப்பீடு இனிமேல்தான் செய்யப்பட வேண்டும். இத்துறையில் முன்னோடியாகப் பணியாற்றிய முஷிருல் ஹஸன் அவர்களுக்கு அப்பால், பிரிவினைக்கு எதிரான முஸ்லிம்களின் நடவடிக்கைகள் குறித்த சமகாலப் பதிவுகள் ஏதும் இல்லை. அதற்கான முயற்சியே இந்நூல். இந்நூல் பொதுவாக தேசபக்த முஸ்லிம்களின் சுதந்திரத்தை விரும்பும் பாரம்பரியத்தையும், குறிப்பாக அல்லாஹ் பக்ஷின் பாரம்பரியத்தையும் மீளாய்வு செய்கிறது. நூலகங்களிலும், தனியார் சேகரிப்புகளிலும் அழிவின் விளிம்பில், நொறுங்கி உடையும் நிலையில், சிதறிக் கிடக்கும் சமகால ஆவணங்களைச் சேகரிப்பது அத்தனை எளிதான காரியமாக

2. Austin, Granville, The Indian Constitution: Cornerstone of a Nation, OUP, Delhi, 2014. pp. 12–13.
3. Ghosh, Papiya, Muhajirs and the Nation: Bibar in the 40s, Routledge, Delhi, 2010, p. 79.

இருக்கவில்லை. தேசபக்த முஸ்லிம்களின் பங்களிப்பைப் புரிந்து கொள்வதற்கு அக்காலகட்டத்தின் மூல ஆதாரங்களைப் பார்ப்பது அவசியமாயிற்று. இந்தத் தேடலின் விளைவாகவும், ஆங்கிலம், இந்தி, உருது மற்றும் பஞ்சாபி மொழிகளில் உள்ள சமகால ஆவணங்களை அடிப்படையாகவும் கொண்டது இந்தப் புத்தகம்

பிரிவினையின் போது இந்திய முஸ்லிம்கள் எதிர்கொண்ட துயரத்தை அத்தியாயம் 1 ஆராய்கிறது. அத்துடன் தேசியவாத முஸ்லிம்கள் என்று அடிக்கடி குறிப்பிடப்படும் தேசபக்த முஸ்லிம்களை வரையறுக்கிறது. பிரிவினையின் போது நடந்த பயங்கரமான நிகழ்வுகளை அத்தியாய'ம் 2 விவாதிக்கிறது. மேலும் அதை இரு தேசக் கோட்பாட்டின் நடைமுறையுடனும் இணைக்கிறது. இரு தேசக் கோட்பாட்டின் தோற்றம் மற்றும் இந்து, முஸ்லிம் வகைகளாக அதன் வளர்ச்சியை பற்றி அத்தியாயம் 3 விவாதிக்கிறது. 1857ஆம் ஆண்டின் இந்தியாவின் முதல் சுதந்திரப் போரின் காலங்களை அத்தியாயம் 4 ஆராய்கிறது, அப்போது இந்துக்கள், முஸ்லிம்கள் மற்றும் சீக்கியர்கள் ஒன்றிணைந்து அக்காலத்தின் மிகப்பெரிய ஏகாதிபத்திய சக்தியின் வல்லமைக்குC சவால் விடுத்தனர். 1857-க்குப் பிந்தைய காலகட்டத்தில் இரு தேசக் கோட்பாடு எவ்வாறு நடைமுறைக்கு வந்தது என்பதையும் இது விவாதிக்கிறது. முஸ்லிம் லீக்கின் பாகிஸ்தான் திட்டத்தை எதிர்த்து டெல்லியில் ஏற்பாடு செய்யப்பட்ட 1940ஆம் ஆண்டு ஆசாத் முஸ்லிம் மாநாடு, அல்லா பக்ஷின் தலைமையின் கீழ் எவ்வாறு வடிவம் பெற்றது மற்றும் முன்னேறியது என்பதை அத்தியாயம் 5 விவாதிக்கிறது. அத்தியாயம் 6, 1942-இல் அல்லா பக்ஷ் எவ்வாறு தனது பட்டங்களைத் துறந்ததன் மூலம் பிரிட்டிஷ் ஆட்சியாளர்களுக்குச் சவால் விடுத்தார் என்பதையும் அதற்கு விலையாகச் சிந்தின் முதல்வர் பதவியை இழக்க நேர்ந்ததையும் விவாதிக்கிறது. ஏழாம் அத்தியாயத்தில் முஸ்லிம் லீக்கினரால் அவர் கொல்லப்பட்டது பற்றியும், அவர் ஏன் கொல்லப்பட்டார் என்ற விவரங்களையும் உள்ளடக்கியது. முஸ்லிம் லீக்கின் இரு தேசக் கோட்பாட்டையும், குறுங்குழுவாத அரசியலையும் எழுத்துகளாலும், செயலாலும் எதிர்த்த தேசபக்த முஸ்லிம் தனிநபர்கள் மற்றும் அமைப்புகளின் பங்களிப்பை அத்தியாயம் 8 விவாதிக்கிறது. ஒன்றுபட்ட மற்றும் அனைவரையும் உள்ளடக்கிய இந்தியாவை உருவாக்குவதில் அவர்களின் உறுதிப்பாட்டிற்காகப் பல நேரங்களில் அவர்கள் பெரும் விலையைக் கொடுத்துள்ளனர். பிரிவினைக்கு எதிரான முஸ்லிம்கள், முஸ்லிம் லீக்கின் பிளவுபடுத்தும் அரசியலையும் அதன் பாகிஸ்தான் திட்டத்தையும் எதிர்க்க உருதுக் கவிதைகளை

ஒரு வலுவான கருவியாகப் பயன்படுத்தினர். துரதிர்ஷ்டவசமாக, உண்மை இவ்வாறாக இருந்தபோதிலும், உருதுதான் பாகிஸ்தான் உருவாக்கத்தின் உந்து சக்தியாக விவரிக்கப்படுகிறது. இந்த உருதுக் கவிதைகள் குறித்து அத்தியாயம் 9இல் விவாதிக்கப்படுகிறது. பிரிவினையைத் தவிர்ப்பதில் தேசபக்த முஸ்லிம்களும் அவர்களது அமைப்புகளும் தோல்வியுற்றதற்கான காரணங்களை அத்தியாயம் 10 விவாதிக்கிறது. 1940ஆம் ஆண்டின் சுதந்திர முஸ்லிம் மாநாட்டில் நிறைவேற்றப்பட்ட குறிப்பிடத்தக்க தீர்மானங்கள் பின்னிணைப்பில் உள்ளன. இத்தீர்மானங்கள் வகுப்புவாதப் பிரச்சினைகளை மட்டுமே விவாதிக்கவில்லை, கூடுதலாக இந்தியாவில் நெசவாளர்களின் அவல நிலையைப் பற்றிப் பேசின, தென்னாப்பிரிக்காவின் நிறவெறி ஆட்சியையும், ஏகாதிபத்திய உலகப் போரையும் கண்டித்தன.

இந்த நூல் நீண்ட மேற்கோள்களைக் கொண்டுள்ளது, ஏனெனில் இது ஆய்வுக்கு உட்பட்ட காலகட்டத்தின் ஆவணங்களைக் காலவரிசைப்படுத்த முனைகிறது.

அத்தியாயம் 1

இந்திய முஸ்லிம்களின் பரிதவிப்பு

இந்தியப் பிரிவினை இந்திய முஸ்லிம்களுக்கு ஒரு கடுமையான, அடையாள நெருக்கடியை உண்டாக்கியது. வரலாற்றாசிரியர் முஹம்மது முஜீப் குறிப்பிட்டது போல், பிரிவினைக்குப் பின்னர்

> *பாகிஸ்தான் என்ற தனி நாட்டை உருவாக்கியதன் மூலம், இந்தியாவில் முஸ்லிம்கள் மிகவும் குறுகிய சிறுபான்மையினராக மாறினர், எண்ணிக்கையினால் அல்ல, மாறாக அதிக அபாயத்துக்கு உட்படுத்தப்படுவதால். மேலும் அவர்களின் தேசப்பற்று வெளிப்படையாக அவநம்பிக்கைக்கும், சந்தேகத்திற்கும் உள்ளாக்கப்பட்டதுடன் நிச்சயமற்ற இருள் மட்டுமே எதிர்காலத்தை சூழ்ந்திருந்தது...*[4]

முஷிருல் ஹாசன் குறிப்பிடுவது போல இந்தியாவில் உள்ள முஸ்லிம் மக்களுக்கு,

> *பிரிவினை ஒரு கொடுங்கனவாக இருந்தது... ஜின்னாவின் பாகிஸ்தானுக்குச் செல்லாத, இந்தியாவின் இஸ்லாமியச் சமூகம் என்று அழைக்கப்படுபவர்கள் 'துண்டுதுண்டாக்கப்பட்டு' 'பலவீனப்படுத்தப்பட்டு' வலதுசாரி இந்துத்துவக் கும்பல்களின் கொடுந்தாக்குதல் அபாயங்களுக்கு உள்ளாக்கப்பட்டுள்ளனர்.*[5]

முஸ்லிம்களுக்கென தனி நாடு உருவாக்கப்பட்ட போதிலும், இந்தியா இன்னமும் பெரும் பகுதி முஸ்லிம்களின் தாயகமாகவே திகழ்கிறது. இந்தியாவிலேயே இருந்தவர்களின் தேசப்பற்று தொடர்ந்து இந்து வலதுசாரிகளால். அமைப்புகள் அல்லது இந்துத்துவா முகாம்களால் கேள்விக்குள்ளாக்கப்படுகிறது. ராஷ்டிரிய ஸ்வயம்சேவக் சங்கப் பரிவாரத்தின் புனித நூலான, RSS சித்தாந்தவாதி எம்.எஸ். கோல்வால்கர் எழுத்துகளின் தொகுப்பான 'சிந்தனைக் கொத்தில்' 'உள்நாட்டு அபாயங்கள்' என்ற தலைப்பில் ஒரு நீண்ட அத்தியாயம்

உள்ளது. அது இந்திய முஸ்லிம்களை முதல் அச்சுறுத்தல் எனக் குறிப்பிடுகிறது.[6] பின்வரும் கூற்றுடன் அந்த அத்தியாயம் துவங்குகிறது:

> வெளியில் இருந்து வரும் ஆக்கிரமிப்பாளர்களை விட உள்நாட்டிற்குள் இருக்கும் தேசவிரோத சக்திகள்தான் நாட்டின் பாதுகாப்பிற்கு மிகப் பெரிய அச்சுறுத்தலை ஏற்படுத்துகின்றன என்பது உலகின் பல நாடுகள் கற்றுக்கொண்ட துயரமான வரலாற்றுப் பாடமாகும்.[7]

கோல்வால்கர் தொடர்ந்து.

> இன்றளவும் கூட ஏராளமானோர் குறிப்பிடுகின்றனர். 'இப்போது முஸ்லிம்கள் பிரச்சினையே இல்லை. பாகிஸ்தானை ஆதரித்த கலகக்கூட்டம் மொத்தமும் வெளியேறிவிட்டது. மீதமுள்ள முஸ்லிம்கள் நம் நாட்டிற்கு அர்ப்பணிப்புடன் உள்ளனர். எல்லாவற்றிற்கும் மேலாக, அவர்கள் செல்ல வேறு இடம் ஏது, அவர்கள் விசுவாசமாக இருக்க வேண்டிய கட்டாயத்தில் உள்ளனர்'... பாகிஸ்தான் உருவான ஒரே இரவில் அவர்கள் தேசபக்தர்களாக மாறிவிட்டார்கள் என்று நம்மை நாமே ஏமாற்றிக் கொண்டு அதை நம்புவது தற்கொலைக்குச் சமம். மாறாக, பாகிஸ்தான் உருவானதன் மூலம் முஸ்லிம்களின் அச்சுறுத்தல் நூறு மடங்கு அதிகரித்துள்ளது, அது நம் நாட்டின் மீதான எல்லா எதிர்கால மூர்க்கத்தனமான நடவடிக்கைகளுக்கும் உத்வேகம் அளிக்கும்.[8]

கோல்வால்கரின் கூற்றுப்படி, எல்லா இந்திய முஸ்லிம்களும் ஐந்தாம் படையினர் அல்லது பாகிஸ்தானின் ஏஜெண்ட்கள்.

> நாட்டிற்குள் முஸ்லிம் செல்வாக்கு மண்டலங்கள் பல உள்ளன, அதாவது, பல 'குட்டி பாகிஸ்தான்'கள் உள்ளன... இதுபோன்ற 'செல்வாக்கு மண்டலங்கள்'தான் இந்த மண்ணில் பரவலான பாகிஸ்தான் ஆதரவு சக்திகள் வலைப்பின்னலின் முக்கிய மையங்களாக மாறியுள்ளன. தீர்மானமாகக் குறிப்பிட்டால், நாட்டின் எல்லா இடங்களிலும், டிரான்ஸ்மிட்டர் மூலம் பாகிஸ்தானுடன் தொடர்ந்து தொடர்பில் இருக்கும் முஸ்லிம்கள் இருக்கிறார்கள்...[9]

சுதந்திரத்திற்குப் பிந்தைய நிலைமைகளை விவரித்து கோல்வால்கர் இவ்வாறு குறிப்பிடுகிறார்:

டெல்லியில் இருந்து ராம்பூர் மற்றும் லக்னோ வரை, முஸ்லிம்கள் ஒரு ஆபத்தான சதித்திட்டத்தைத் தீட்டுவதில் மும்முரமாக உள்ளனர், அவர்கள் ஆயுதங்களைக் குவித்துக்கொண்டும், தங்கள் ஆட்களை அணிதிரட்டிக் கொண்டும், பாகிஸ்தான் நம் நாட்டின் மேல் போர் தொடுக்க முடிவு செய்யும் தருவாயில் உள்ளிருந்து தாக்குவதற்கான நேரத்தை எண்ணிக் காத்திருக்கின்றனர்.[10]

அவரைப் பொறுத்தவரை எந்த முஸ்லிமும் நம்பகமானவர் அல்ல.

முஸ்லிம்கள். அரசின் உயர் பதவிகளிலோ அல்லது அதற்கு வெளியிலோ இருந்தாலும், செயலூக்கமாகத் தேச விரோத மாநாடுகளில் வெளிப்படையாகப் பங்கேற்கிறார்கள். அவர்களின் பேச்சுகள் வெளிப்படையான எதிர்ப்பையும் எழுச்சியையும் பிரகடனப்படுத்துகின்றன.[11]

ஆகவே, இந்திய முஸ்லிம்கள் விசுவாசமற்றவர்களாகவும், சுதந்திர இந்தியாவிற்குக் கடுமையான அச்சுறுத்தலாகவும்.இருக்கின்றனர். ஆர்எஸ்எஸ் இன்னும் ஒரு படி மேலாக போய் டெல்லிக்கு அருகில் உள்ள சில பகுதிகளில் உள்ள முஸ்லிம்களைத் 'துடைத்தெறிய' திட்டமிட்டது. ஒன்றுபட்ட மாகாணத்தின் (தற்போது உத்தரப்பிரதேசம்) முதல் உள்துறைச் செயலாளரான ராஜேஷ்வர் தயாள், ICSஇன் சுயசரிதையில் உள்ள பின்வரும் பத்தி, ஆர்எஸ்எஸ்ஸின் இத்தகைய கொடிய சதித் திட்டங்களுக்கும், செயல்பாடுகளுக்கும் நம் கண்முன் உள்ள சாட்சியாகும். விவரிப்பு சிறிது நீண்டதுதான் என்றாலும் விவரிப்பு அதிர்ச்சியூட்டும் உண்மைகளை கொண்டுள்ளதன் காரணமாக முழுமையாக மறுபிரசுரம் செய்யப்பட்டுள்ளது.

உ.பி. அமைச்சரவையின் காலதாமதம் மற்றும் தயக்கத்தின் காரணமாக, பயங்கரமான விளைவுகளுக்கு வழிவகுத்த, மிக மோசமானதோர் அத்தியாயத்தை நான் பதிவு செய்ய வேண்டும். வகுப்புவாதக் கலவரத்தின் பதற்றம் சற்றும் குறையாமல் உச்சத்தில் இருந்தபோது, அனுபவ முதிர்ச்சியும், திறமையும் வாய்ந்த, மேற்கு எல்லையின் துணைக் காவல் கண்காணிப்பாளர் பி.பி. எல். ஜெட்லி, மிகவும் ரகசியமாக என் வீட்டிற்கு வந்திருந்தார். பத்திரமாகப் பூட்டப்பட்ட இரண்டு பெரிய இரும்பு டிரங்குப் பெட்டிகளை, அவருடன் வந்த இரண்டு அதிகாரிகள் கொண்டு வந்திருந்தனர். டிரங்கு பெட்டிகள் திறக்கப்பட்டபோது, மாகாணத்தின் மேற்கு மாவட்டங்கள் முழுவதும், வகுப்புவாதப் படுகொலையை (இன அழித்தொழிப்பை) அரங்கேற்றும் கொடிய

சதித்திட்டத்தின் மறுக்கமுடியாத ஆதாரங்கள் நிரம்பி இருந்தன. பெட்டிகள் முழுவதும் அந்தப் பரந்த பகுதியிலுள்ள ஒவ்வொரு நகரம் மற்றும் கிராமத்திலுள்ள முஸ்லிம் குடியிருப்புப் பகுதிகள் மற்றும் வீடுகளைப் பிரதானமாகக் குறியிட்ட, மிகத் துல்லியமான, தொழில்முறை நேர்த்தியான வரைபடங்களால் நிரம்பியிருந்தன. பல்வேறு இடங்களுக்குச் செல்வதற்கான விரிவான வழிமுறைகளும், பிற விஷயங்களும் சேர்ந்து அதன் அபாயகரமான நோக்கத்தைத் தெளிவாக உணர்த்தியது.

இந்த விவரங்களால் பெரிதும் கலவரமடைந்த நான், காவல்துறையினரை உடனடியாக பிரிமியரிடம் (அக்காலத்தில் முதலமைச்சர் அவ்வாறே அழைக்கப்பட்டார்) அழைத்துச் சென்றேன். அங்கு, ஒரு தாழிடப்பட்ட தனி அறையில், ஜெட்லி ட்ரங்க் பெட்டிகளில் இருந்த ஆதாரங்களின் அடிப்படையில் தான் கண்டறிந்தவை குறித்த முழு அறிக்கையையும் தயார் செய்தார். ஆர்எஸ்எஸ் (ராஷ்ட்ரிய ஸ்வயம்சேவக் சங்கம்) வளாகங்களில் சரியான சமயத்தில் மேற்கொள்ளப்பட்ட சோதனைகள் மிகப்பெரிய சதித்திட்டத்தை வெளிச்சத்திற்குக் கொண்டு வந்தன. மொத்தச் சதிதிட்டமும் அந்த அமைப்பின் தலைவரின் நேரடி வழிகாட்டுதல் மற்றும் மேற்பார்வையின் கீழ் அரங்கேற்றப்பட்டது அம்பலமானது. ஜேட்லியும் நானும் அந்தப் பகுதியிலேயே அதுவரை இருந்த பிரதானக் குற்றவாளியான திரு. கோல்வால்கரை உடனடியாகக் கைது செய்யுமாறு அழுத்தம் கொடுத்தோம்.

பந்த்ஜி [ஜிபி பேன்ட்; ஒன்றுபட்ட மாகாணத்தின் அப்போதைய ப்ரிம்யர்] அவரது கண்கள் மற்றும் காதுகளால் கண்ட, கேட்ட சாட்சியங்களை ஏற்றுக்கொள்ள முடியாமல், இருக்க முடியவில்லை என்பதோடு ஆழ்ந்த கவலையையும் வெளிப்படுத்தினார். ஆனால் நாங்கள் எதிர்பார்த்தது போல் அதன் தலைவரை உடனடியாகக் கைது செய்ய ஒப்புக்கொள்வதற்குப் பதிலாக, ஒருவேளை [ரஃபி அகமது] கித்வாய் செய்திருக்கக்கூடிய, இந்த விஷயத்தை அமைச்சரவையின் அடுத்த கூட்டத்தின் பரிசீலனைக்கு வைக்கும்படி கேட்டுக்கொண்டார். ஆர்.எஸ்.எஸ.ஸின் வேர்கள் நாட்டின் அரசியலுக்குள் ஆழமாக வேரூன்றி விட்டதால், இது அவர்களுக்குச் சுவையான செய்தியாக இருந்திருக்கத் துளியும் வாய்ப்பில்லை. மறைமுகமாகவும், வெளிப்படையாகவும் ஆர்எஸ்எஸ் அனுதாபிகள் காங்கிரஸ் கட்சியிலும், ஏன் அமைச்சரவையிலும் கூட இடம்

பெற்றிருந்ததால் வேறு அரசியல் நிர்ப்பந்தங்களும் இருக்கவே செய்தன. மேல்சபையின் தலைமை அதிகாரி ஆத்மா கோவிந்த் கெர் ஆர்எஸ்எஸ் ஆதரவாளர் என்பதும், அவருடைய மகன்கள் வெளிப்படையாக ஆர்எஸ்எஸ் உறுப்பினர்கள் என்பதும் ஊர் அறிந்த விஷயம்.

அமைச்சரவைக் கூட்டத்தில் வழக்கமான ஒத்திவைப்பு முயற்சிகளும், பொருத்தமற்ற வெற்றுப் பேச்சுகளுமே நிறைந்திருந்தது. மாகாணம் முழுவதும் பற்றி எரியூட்டக்கூடிய ஒரு சதித்திட்டத்தைக் காவல்துறை கண்டறிந்துள்ளது என்பது குறித்தோ, சம்பந்தப்பட்ட அதிகாரிகள் பாராட்டுக்குரியவர்கள் என்பது குறித்தோ துளியும் கண்டுகொள்ளப் படவில்லை. ஆனால் கூட்டத்தின் இறுதியில், சேகரிக்கப்பட்ட ஆதாரங்களின் உள்ளடக்கம் மற்றும் தீவிர தன்மையைத் சுட்டிக்காட்டி, அதற்கு உரிய விளக்கம் கோரி திரு.கோல்வால்கருக்கு ஒரு கடிதம் வழங்க தீர்மானிக்கப்பட்டது. அப்படியொரு கடிதம் அனுப்பப்பட்டால், அதனை மாகாண முதல்வர் அவர்களே அளித்தால்தான் உரிய முக்கியத்துவம் இருக்குமென நான் வற்புறுத்தினேன். எனது வற்புறுத்தால், பண்டிட்ஜி என்னையே ஒரு வரைவைத் தயாரிக்கச் சொன்னார், நான் அவருடைய சொந்தப் பாணியை அடியொற்றியே நகலைத் தயார் செய்தேன். கடிதம் உடனடியாக வழங்கப்பட வேண்டும், இதற்காக இரண்டு போலீஸ் அதிகாரிகளும் நியமிக்கப்பட்டனர்.

ஆனால், கோல்வால்கருக்கு ஏற்கெனவே தகவல் கிடைத்துவிட்டது, அவரை அப்பகுதியில் எங்கும் காணமுடியவில்லை. தெற்கு வரை அவரைத் தேடும் பணி தொடர்ந்தது, ஆனால் பயணத்தில் பலரும் உதவ அவர் அங்கிருந்து தப்பிச் சென்றுவிட்டார். வாரங்கள் கடந்தன, இந்தப் பயனற்ற துரத்தல் இடம் விட்டு இடம் தொடர்ந்தது.

முடிவாக 1948ஆம் ஆண்டு ஜனவரி 30ஆம் தேதி வந்தது, அமைதியின் தூதரான. மகாத்மா, ஓர் ஆர்எஸ்எஸ் வெறியனின் துப்பாக்கிக் குண்டுக்குப் பலியானார். துயர அத்தியாயம் என் இதயத்தை நோய்வாய்ப்படுத்தியது.[12]

முஸ்லிம்களின் தேசப்பற்று இந்துத்துவா முகாமைச் சார்ந்தவர்களால் மட்டுமே சந்தேகிக்கப்படவில்லை. மாறாக ஒரு சமூகமாக, இந்திய முஸ்லிம்களின் தேசப்பற்றைச் சந்தேகிப்பவர்களின் பட்டியலில்

காங்கிரஸின் உயர்மட்டத் தலைவர்களும் இருந்தனர் என்பதை மேற்கண்ட விவரிப்பு தெளிவாகக் காட்டுகிறது. 1947 ஜூன் முதல் வாரத்தில் நாக்பூரில் ஹிந்துஸ்தான் சேவாதள உறுப்பினர்களிடம் பேசிய மத்திய மாகாணத்தின் பிரிமியரும் மூத்த காங்கிரஸ் தலைவருமான பண்டிட் ரவிசங்கர் சுக்லா, சுதந்திரத்திற்குப் பிந்தைய இந்தியாவில் இந்திய முஸ்லிம்கள் "இந்துஸ்தானத்தில் அவர்களது குடியுரிமை மற்றும் உரிமைகளை இழந்து, அன்னியர்கள் போல் நடத்தப்படுவார்கள்." அதற்கான சாத்தியக்கூறுகள் இருப்பதாக எச்சரிக்கும் அளவிற்குச் சென்றார். இதைத்தான் ஆர்எஸ்எஸ்ஸும் கோரி வந்தது. ஆயினும், இந்தச் செய்தி நாட்டில் அதிர்வலைகளை ஏற்படுத்தியது. ஒரு முன்னணி ஆங்கிலத் தேசிய நாளிதழ் அதன் தலையங்கத்தில் இதனை 'வருந்தத்தக்க கருத்து' என்று தலைப்பிட்டு இவ்வாறு விவரித்தது,[13]

> *இது ஒரு பொறுப்பற்ற ஆலோசனையும் வருத்தப்படக்கூடிய ஒன்றும் கூட. ஏனெனில் ஒரு பொறுப்புள்ள காங்கிரஸ் தலைவரிடமிருந்து, அதற்கு மேலாக ஒரு முக்கிய இந்திய மாகாணத்தின் ப்ரிமியரிடம் இருந்து இது போன்ற கருத்து வெளிப்பட்டிருக்கிறது. இது தவறு, அநியாயம் மற்றும் நாட்டுக்கே மிக மோசமான தீங்கும் கூட. அத்தகைய மோசமான கருத்துக்கு அவர் எங்கிருந்து நியாயம் கற்பிப்பார்? ...பண்டிட் சுக்லா வெளிப்படுத்தியதைப் போன்ற கருத்துக்கள் இந்திய ஒற்றுமைக்குப் பெரும் ஊறுகளை விளைவிக்கும்.*[14]

ஜின்னா தலைமையிலான முஸ்லிம் லீக் ஒருபுறம், தாங்கள்தான் ஒட்டுமொத்த இந்திய முஸ்லிம்களைப் பிரதிநிதித்துவப்படுத்துவதாகவும், முஸ்லிம்கள் நலன்களின் ஒற்றைப் பாதுகாவலர் எனவும் தொடர்ந்து சுய தம்பட்டம் அடித்துகொண்டு இருந்தது என்றால், மறுபுறம் இந்திய முஸ்லிம்களின் தேசப்பற்றைச் சந்தேகிக்கும் வகுப்புவாத இந்துக்களும், அச்சில் வார்த்தது போல் ஒட்டுமொத்த முஸ்லிம்களும் பாகிஸ்தானுக்கான கோரிக்கையை ஆதரிப்பதாக நம்பினர். ஒட்டுமொத்த முஸ்லிம்களையும் ஒற்றை அணியாகக் கருதும் இந்தக் குறுகல்வாதம், பொதுப்புத்தி வரலாற்றின் பக்கங்கள் முழுவதும் நிரம்பி வழிகிறது. எங்கும் உள்ளது போலவே, இந்திய முஸ்லிம்களும் சமூக, அரசியல், பொருளாதாரம் மற்றும் மத நம்பிக்கைகள் மற்றும் பழக்கவழக்கங்களின் அடிப்படையில் கூடப் பிளவு பட்டுள்ளனர். பெரும்பாலான சமயங்களில் இந்தக் கூறுகளில் உள்ள சிறுவேறுபாடுகள் கூட எல்லைமீறிச் சென்றுள்ளன. இது

பொதுவான நலன்கள் மற்றும் விருப்பம் கொண்டதோர் ஒற்றைச் சமூகம் அல்ல, மாறாக "ஏற்றத்தாழ்வு, வேற்றுமை மற்றும் பல்வேறு அடுக்குகள் நிறைந்த சமூகப் பிரிவாகும்."[15]

பிரிவினை - ஒரு பிளவுவாதத் திட்டம் மட்டுமின்றி, அது குறித்த விவாதம் முஸ்லிம்களிடையே கூர்மையான பிளவுகளுக்கு வழிவகுத்ததோடு, ஒற்றை முஸ்லிம் சமூகம் என்ற கருத்தையும் பொய்யாக்கியது. இந்திய முஸ்லிம்களில் கணிசமான பிரிவினர், பாகிஸ்தான் உருவாவதற்கான கருத்தில் வேறுபட்டதோடு அல்லாமல் அதனை எதிர்க்கவும் செய்தனர். முஷிருல் ஹசன் பின்வருமாறு குறிப்பிடுகிறார்.

'தேசியவாத முஸ்லிம்கள்'[16] என்ற பதத்தின் பிரத்தியேகப் பயன்பாடு, வகுப்புவாத அடிப்படையில் ஒருங்கிணைக்கப்பட்ட பெரும்பான்மை சமூகம் எனவும், அதில் விரல்விட்டு எண்ணக்கூடியவர்களே மேலோங்கிய தேசியவாத கருத்தால் ஒருங்கிணைக்கப்பட்டவர்கள் என்ற போலிப் புனைவிற்கு எதிரான பதில் வினையாகும். (காந்தி, நேரு, தாஸ் மற்றும் போஸ் ஆகியோரின் செயல்பாடுகளை லஜபதிராய், மாளவியா, ஜெயகர் மற்றும் கேல்கர் ஆகியோரின் செயல்பாடுகளிலிருந்து வேறுபடுத்த தேசியவாத இந்து' என்ற பதம் பயன்படுத்தப் படவில்லை என்பதைக் கவனத்தில் கொள்க). தேசியவாதி என்று அழைக்கப்படுபவருக்கும் வகுப்புவாதவாதி என்று அழைக்கப்படுபவருக்கும் இடையிலான எல்லைக் கோடு அவ்வப்போது மெல்லியதாகியது என்பதையும் குறிப்பிட வேண்டும்.[17]

முன்னணி இந்து தேசியத் தலைவர்கள் பாலகங்காதர திலக், லஜபதிராய், மதன் மோகன் மாளவியா, எம்.எஸ்.அனி, பி.எஸ். மூன்ஜே, எம்.ஆர். ஜெயகர் மற்றும் என்.சி.கேல்கர், சுவாமி ஷர்தானந்த் போன்றவர்கள் (அவர்களில் பலர் காங்கிரஸ் தலைவர்களாகவும் இருந்தனர்) அனைவரையும் உள்ளடக்கிய ஒன்றுபட்ட இந்தியாவுக்காகப் போராட முனைந்தவர்கள் அல்ல, மாறாகப் பிரத்தியேகமான இந்து தேசத்தைக் கட்டியெழுப்புவதில் உறுதியாக இருந்தவர்கள். இந்தியா முதலில் ஒரு இந்து தேசம், அது அவ்வாறே உருவாக்கப்பட வேண்டுமென்றும் அவர்கள் நம்பினர். இருப்பினும், அவர்கள் சிறந்த இந்திய தேசியத் தலைவர்களாகவே வலம் வந்தனர். உண்மையில், பெரும்பான்மைச் சமூகம் அதன் வகுப்புவாதத்தை, தேசியவாதப் போர்வைக்குள் மறைத்து வைத்துக்

கொள்ளும் வாய்ப்பை எப்போதும் பெற்றிருந்தது. அதற்கு ஒரு தெளிவான உதாரணத்தைக் காண்போம், மதன் மோகன் மாளவியா, 1909, 1918 மற்றும் 1933ஆம் ஆண்டுகளில் ஒன்றுபட்ட இந்தியாவை வலியுறுத்திய இந்திய தேசிய காங்கிரஸின் தலைவராக இருந்தார். அதேசமயம் அவர் 1923, 1924 மற்றும் 1936ஆம் ஆண்டுகளில் இந்தியா இந்துக்களுக்கு மட்டுமே என முழங்கிய இந்து மகாசபாவின் அமர்வுகளுக்கும் தலைமை தாங்கினார். அபாயகரமான பிரிவினை முழக்கமான 'இந்தி-இந்து-இந்துஸ்தான்'[18] என்பதை உருவாக்கியவர் இவரே. அவர் வகுப்புவாத வெறுப்புணர்வை விதைத்த. வரலாறுகள் இருந்தபோதும் தொடர்ந்து அவர் மாபெரும் இந்தியத் தேசியத் தலைவராகவே அறியப்பட்டார். ஆர்எஸ்எஸ், காங்கிரஸ் இரண்டுமே அவரை ஒரு முன்னணி இந்தியத் தேசியவாதியாக கருதுகின்றன.

பல சமயங்கள் கொண்ட இந்தியாவை ஏற்றுக்கொண்டவர்களா அல்லது முஸ்லிம்களுக்கான தாயகமாக பாகிஸ்தானை உருவாக்க முயன்றவர்களா என்கிற அடிப்படையில் முஸ்லிம் தலைவர்களை வகைப்படுத்த முடியுமானால், அதே வகைப்பாடு இந்துத் தலைவர்களுக்கும் பொருந்தும். இந்திய தேசியத்தை நாம் படிக்கும்போது, இந்துக்கள் அனைவரும் தேசியவாதிகள் போலவும், வெகு சில முஸ்லிம்கள் மட்டுமே தேசப்பற்றாளர்கள் எனவும், மீதமுள்ளவர்கள் தேசவிரோத முஸ்லிம் லீக்குடன் இருந்ததாகவும் நமக்குப் பொதுவாகப் போதிக்கப்பட்டது. இது குறித்து சரியான புரிதலை ஏற்படுத்த, இந்தியச் சூழலில் தேசியவாதம் என்றால் என்ன என்பதை நாம் வரையறுக்க வேண்டும். இந்திய தேசியவாதம் என்பது பல மதங்கள் அடங்கிய, மதச்சார்பற்ற தேசிய அரசை உருவாக்குவது எனக் கருதினால், இந்த உறுதிப்பாட்டை ஏற்றுக் கொண்டவர்களை மட்டுமே தேசியவாதிகள் அல்லது தேசப்பற்றாளர்கள் என்று அழைக்கலாம். ஆனால் வகுப்புவாத இந்துக்கள் அல்லது இந்து தேசியவாதத் தலைவர்கள் பற்றி நாம் விவாதிக்கும்போது இது அரிதான ஒன்றாகவே இருக்கும். பன்முகக் கலாச்சார இந்தியாவிற்கு எதிராக அவர்கள் உறுதியாக இருந்தபோதிலும், அவர்கள் இன்றும் தேசியத் தலைவர்களாகவே போற்றப்படுகின்றனர். ஆனால் உண்மையில், அவர்களும் முஸ்லிம் லீக் போலவே தேசப்பற்றற்றவர்களாகவும், தேச விரோதிகளாகவும் இருந்தனர்.

தேசபக்த முஸ்லிம்கள்

இந்த அளவுகோலின்படி எல்லா இந்துத் தலைவர்களும் தேசப்பற்றுடையவர்களும் அல்ல, அதேபோல் எல்லா முஸ்லிம்களும் தேச விரோதிகளும் அல்ல. ஏராளமான முஸ்லிம்கள் தனிநபர்களாகவும், வெகுஜன அமைப்புகளாகவும் இரு தேசக் கோட்பாட்டையும், பாகிஸ்தான் உருவாக்கத்தையும் தங்களின் அனைத்து ஆற்றலையும் கொண்டு கடுமையாக எதிர்த்தனர், பெரும்பாலான சமயங்களில் தங்கள் இன்னுயிரையும் விலையாகக் கொடுத்தனர். அனைவரையும் உள்ளடக்கிய ஒன்றுபட்ட இந்திய சுதந்திரப் போராட்டத்தின் வெளிப்பாடாகவும், உருவாக்கமாகவும் பிரிவினைக்கு எதிரான முஸ்லிம்கள் அல்லது தேசபக்த முஸ்லிம்கள் இருந்தனர். முஷிருல் ஹசன் கருத்துப்படி,

> பெரும்பாலான தேசியவாத முஸ்லிம்கள் ரவுலட் சத்தியாகிரக நாட்களில் இருந்தே தேசிய இயக்கத்துடன் தொடர்பு கொண்டிருந்தனர், ஆனால் 1920களின் மத்தியில் இருந்துதான் இந்தப் பதம் வழக்கத்திற்கு வந்தது... இந்தியத் தேசியம் மற்றும் காங்கிரஸ் கட்சியில் உறுதியாகவும் அதே நேரம் குறுகிய பிரிவினைவாத, வகுப்புவாத சிந்தனைகளால் தூண்டப்படாதவர்களின் சித்தாந்தம் மற்றும் அரசியலை விவரிப்பதற்குத்தான் இந்திய தேசிய முஸ்லிம்கள் என்கிற பதம் பொருந்தும்.[19]

தேசப்பற்றுள்ள முஸ்லிம்களில் பல பிரிவுகள் இருந்தன. சிறந்த, அர்ப்பணிப்பு மிக்க இஸ்லாமிய அறிஞர்களாக அங்கீகரிக்கப்பட்ட பல முஸ்லிம்கள் தேசப்பற்றாளர்களாகவே இருந்தனர், ஆனால் அவர்களின் அறைகூவல்கள் முஸ்லிம்களுக்காக மட்டுமல்லாமல் ஒட்டுமொத்த இந்தியாவிற்குமாக இருந்தது. அவர்கள் நாட்டின் முக்கிய காங்கிரஸ் பிரமுகர்களாகவும் இருந்தனர். இவர்களில் ஹக்கிம் அஜ்மல் கான், எம்.ஏ. அன்சாரி மற்றும் மௌலானா அபுல் கலாம் ஆசாத் போன்றோர்களைக் குறிப்பிடலாம்.[20]

'நல்ல முஸ்லிம்களாக' இருந்தவர்கள் அல்லது அதனையும் ஏற்காதவர்கள் மற்றொரு வகை தேசப்பற்றுள்ள முஸ்லிம்கள் ஆவர். இவர்கள் சற்றே கூடுதலாகவோ, குறைவாகவோ முஸ்லிம் பின்னணியில் இருந்த மதச்சார்பற்ற நபர்களாக அறியப்பட்டனர். அவர்களுள் முஸ்லிம் வழக்கறிஞர்கள் மற்றும் பிற தொழில் வல்லுநர்களான சைபுதீன் கிட்ச்லேவ், ஆசஃப் அலி, அப்பாஸ் தயப்ஜி மற்றும் யூசுப் மிஹிர் அலி போன்றவர்களைக் குறிப்பிடலாம்.

சில தேசப்பற்று முஸ்லிம்கள் தங்கள் மதத்தின் மூலம் இந்தியத் தேசியம் குறித்த படிப்பினைகளைப் பெற்றனர்; அவ்வாறில்லாத மற்றவர்களும் இருந்தனர். சுதந்திரத்திற்கு முந்தைய முஸ்லிம் அரசியல் நிபுணர் ஸ்மித்தின் கருத்துப்படி,

அவர்கள் தேசியவாதிகளாகவும், முஸ்லிம்களாகவும் இருந்துள்ளனர். அவர்களில் சிலர் முஸ்லிம்களாக இருந்ததால் தேசியவாதிகளாக இருந்தனர்: அவர்கள் இஸ்லாம் குறித்தான விளக்கங்களிலிருந்து உதாரணமாக, இஸ்லாம் சுதந்திரம், சமத்துவம், நீதி, ஒட்டுமொத்த மனிதகுலத்தின் ஒற்றுமை மற்றும் அவர்களின் கௌரவத்திற்கான மதம் என்பதிலிருந்து இந்தியத் தேசியம் குறித்த ஈடுபாட்டை வளர்த்துக் கொண்டனர். மற்றவர்கள் முஸ்லிமாக இருந்தும் இந்திய தேசியவாதிகளாக இருந்துள்ளனர்: அவர்கள் முஸ்லிம் லீக்கின் பிரச்சாரத்தை அறிந்திருந்தனர் அதனால் அதன் வகுப்புவாதத்தை இகழ்ந்தனர், மேலும் தாங்கள் இஸ்லாமியப் பிற்போக்குவாதிகளாக இருப்பதை விடக் குறைந்தபட்சம் இந்திய சுதந்திரம் மற்றும் மனிதகுல முன்னேற்றத்திற்குப் பாடுபடத் தீர்மானித்தனர்.[21]

அதேசமயம் முஸ்லிம் சமூகத்தில் பிறந்தவர்கள் என்கிற வகையில் மட்டும் முஸ்லிம்களாக இருந்து உண்மையில் மத நம்பிக்கை அற்ற பலரும் முஸ்லிம் தேசப்பற்றாளர்கள் இருந்தனர். இந்த வகைப்பாட்டில் இருந்தவர்கள்,

இளம் முஸ்லிம் அறிவுஜீவிகள் மற்றும் மாணவர்கள் ஆவர். இவர்கள் வகுப்புவாதிகளால் வசீகரிக்கப்படாமல், மார்க்சிய சிந்தனையால் வசீகரிக்கப்பட்டவர்கள், அல்லது எல்லாச் சந்தர்ப்பத்திலும் மதத்தைப் பிற்போக்குத்தனமாகவும் பிளவுபடுத்தும் காரணியாகக் கருதி எதிர்த்தவர்கள் மற்றும் இவையேதும் இல்லாதவர்களும் இருந்தனர்.[22]

தேசப்பற்றுள்ள முஸ்லிம்கள் சகவாழ்வுத் தத்துவம் மற்றும் பிரிவினையற்ற மத நம்பிக்கை ஆகியவற்றில் ஏற்பட்ட புரிதலால் வழிநடத்தப்பட்டனர். அவர்கள்,

வகுப்புவாதத்தை அல்லாது, நம்பிக்கையைப் பிரதிநிதித்துவப்படுத்தும், எண்ணிக்கை அல்லாது மதிப்புகளைப் பிரதிநிதித்துவப்படுத்தும், கூட்டத்தை அலலாது செயல்திறனைப் பிரதிநிதித்துவப்படுத்தும் நபர்களால் வழிநடத்தப்பட வேண்டும் எனக் கருதினர். கூட்டாக வாழும் அனுபவம் இந்துக்களையும் முஸ்லிம்களையும் ஒரே

குடிமக்களாக வடிவமைத்துள்ளது என்றும், அதன் உண்மை மற்றும் வரலாற்று தர்க்கத்தை ஏற்று அதற்கேற்பத் தங்கள் எதிர்காலத்தை வடிவமைத்துக்கொள்ள வேண்டுமென்றும் அவர்கள் உறுதியாக நம்பினர்.[23]

சில தேசப்பற்றுள்ள முஸ்லிம்கள் வஹாபி இயக்கத்திலும், 1857ஆம் ஆண்டு முதல் இந்திய சுதந்திரப் போரிலும் தங்களை இணைத்துக் கொண்டவர்களாக இருந்தனர்.[24] பிரிவினைக்கு எதிரான முஸ்லிம்கள் நாட்டின் சுதந்திரத்திற்கான போராட்டத்தில் பங்கேற்க எந்த முன்நிபந்தனையையும் விதிக்கவில்லை. ஆழ்ந்த மதநம்பிக்கையுடைய முஸ்லிம்கள் வெளிநாட்டு நுகத்தடியிலிருந்து தாங்கள் விடுபட்டவுடன், உள்நாட்டுப் பூசல்களைத் தீர்த்துக்கொண்டு, அனைவருக்குமான எதிர்காலத்தை வடிவமைத்துக்கொள்ள முடியும் என்று நம்பினர். மேலும்,

தேசியவாத முஸ்லிம்கள் நாடு சுதந்திரம் அடைந்த பிறகு சமூகப் புரட்சி ஏற்பட வேண்டும் என்பதில் உறுதியாக இருந்தனர் ஏனெனில் அந்தச் சமூகப் புரட்சி மட்டுமே பெரும்பான்மை இந்திய முஸ்லிம்களின் வாழ்வில் குறிப்பிடும்படியான மாற்றங்களை ஏற்படுத்தும் என நம்பினர்.[25]

இந்தியாவிலுள்ள முஸ்லிம்களின் ஒற்றுமையையும், ஒட்டுமொத்த நாட்டையும் சிதைத்துவிடும் என்பதாலும், அரசியலில் இந்தியாவின் சர்வதேசப் பாத்திரத்தை முடக்கி, சுற்றியுள்ள முஸ்லிம் நாடுகளுக்கு உதவும் என்பதாலும் தேசப்பற்றுள்ள முஸ்லிம்களில் ஒரு பகுதியினர் பாகிஸ்தான் உருவாக்கம் குறித்த யோசனையைக் கண்டித்தனர்.[26]

தேசப்பற்றுள்ள முக்கிய முஸ்லிம் தலைவரான ஆசஃப் அலியின் கூற்றுப்படி, இந்தியப் பிரிவினை முற்றிலும் நடைமுறைக்கு முரணானது மட்டுமல்லாமல் அது இந்திய முஸ்லிம்களின் ஒட்டுமொத்த நலன்களுக்கு ஊறு விளைவிக்கக் கூடியது. அவரைப் பொறுத்தவரை, தேசப்பற்றுள்ள முஸ்லிம்கள் வெறுமனே முஸ்லிம் லீக்கை விமர்சித்து எதிர்மறை அரசியலில் ஈடுபடாமல்.

முஸ்லிம் பெரும்பான்மை மாகாணங்களுக்கு முழு சுயாட்சியைப் பெறுவது மட்டுமல்லாமல், இந்துப் பெரும்பான்மை மாகாணங்களிலும், மத்திய அரசாங்கத்திலும் முஸ்லிம்களுக்கு அனைத்துச் சாத்தியமான வகையிலும் பாதுகாப்பை உறுதி செய்யும் செயல்திட்டம் ஒன்று ஏற்படுத்தப்பட வேண்டும்.[27]

உண்மையில், இந்திய சுதந்திரப் போராட்ட வீரர்களான தேசப்பற்றுள்ள முஸ்லிம்கள்,

> தீவிரவாத இந்துக்கள் மற்றும் தீவிரவாத முஸ்லிம்கள் என இருவரின் கோபத்திற்கும் ஆளானார்கள். முன்னவர்களால் முஸ்லிம் லீக்கின் ஐந்தாம் படையாகச் சந்தேகிக்கப்பட்டனர், அதேசமயம் பிந்தையவர்களால் இந்துக்களின் பரிவாரங்களைச் சார்ந்தவர்களாக வகைப்படுத்தப்பட்டனர். ஒவ்வொரு முறையும் நியாயமான கருத்து வேறுபாடுகளை எழுப்பும் போதெல்லாம், அவர்களின் தேசப்பற்றைக் கேள்விக்குள்ளாக்கும் வாய்ப்பை காங்கிரஸுக்குள் இருந்த தீவிரவாத இந்துக்கள் தவறவிடவில்லை. அவர்களின் நிலைப்பாடு கடினமானது என்ற போதிலும் முஸ்லிம் தேசியவாதிகள் தங்கள் நாட்டின் சுதந்திரத்திற்காக இயன்ற அனைத்துத் தியாகங்களையும் செய்ததோடு, மிகவும் கடினமான சூழ்நிலைகளிலும் தாங்கள் கொண்ட பற்றினால் அசாத்தியச் துணிச்சலை வெளிப்படுத்தினர். தவறான கற்பிதங்கள் கொண்ட விமர்சகர்களின் கீழ்த்தரமான கேலியையும் குற்றச்சாட்டுகளையும் அவர்கள் எதிர்கொண்டபோதும், அவர்கள் உறுதியாக ஏற்றுக் கொண்ட பாதையில் இருந்து ஒருபோதும் விலகாமல், ஒவ்வொரு கேலியையும், ஒவ்வொரு விஷத் தாக்குதலையும் அவமதிப்பையும் புறம்தள்ளினர்.[28]

தேசப்பற்றுள்ள முஸ்லிம்கள் ஒட்டுமொத்த பிரிட்டிஷாரையும் இந்தியர்களின் இந்தியாவையும் பின்வருமாறு கருதினார்.

> இந்துக்கள் அல்லது இங்கு வாழும் மற்றவர்களுடையது போலவே இந்திய முஸ்ஸல்மான்களின் [sic] சட்டப்படி அகற்ற முடியாத, மாற்ற முடியாத தாயகம் இந்தியா. இந்துக்களின் பாரம்பரிய, பிரத்தியேகமான தாயகம் இந்தியா என்பதையும், முஸ்லிம்கள் நாட்டின் பிற மக்கள் பிரிவினரின் தயவையும் கனிவையும் எதிர்பார்க்க வேண்டிய அந்நியர்களின் மிச்ச சொச்சங்கள் மட்டுமே என்ற கருத்தையும் அவன் கடுமையாக எதிர்க்கிறான். அவன் அந்நிய ஆதிக்கத்திலிருந்து நாடு விடுவிக்கப்படுவதைக் காண விழைகிறான், அந்த இலக்கை அடைய அவன் எல்லாத் தியாகங்களையும் செய்துள்ளான். இன்னமும் செய்யத் காத்திருக்கிறான். அவனைப் பொறுத்தவரை விடுதலை என்பது ஒரு பிரிவினருக்கு முழு விடுதலையையும், மற்ற சிறுபான்மையினர் அவர்களுக்கு கீழ்ப்படிதலையும் குறிக்காது; மாறாக அது ஒவ்வொரு இந்திய குடிமகனின் முழுமையான விடுதலையையும்

சமத்துவத்தையும் குறிக்கும். அவன் அரசியல், மதம் மற்றும் சமூக விடுதலை மட்டுமல்லாமல் இல்லாமை மற்றும் சுரண்டலில் இருந்து பொருளாதார விடுதலையையும் அடைய விழைகிறான். இந்தக் கோட்பாடுகள் அடிப்படையில், மொத்த நாட்டின் விடுதலைக்கான சுதந்திரமான அரசியல் அமைப்பு வேண்டும்...[29]

தேசப்பற்றுள்ள முஸ்லிம்கள், தெளிவற்ற, கொடூர நோக்கத்தின் அடிப்படையிலான புதிய ஏகாதிபத்திய ஒழுங்கமைவின் இந்து மற்றும் முஸ்லிம் ஆதரவாளர்களிடமிருந்து தங்களைத் தனிமைப்படுத்திக் கொண்டனர். பிறக்கப்போகும் தலைமுறைகள் அமைதியான, வலிமையான மற்றும் வளமான இந்தியாவை அடைய வேண்டுமென்று அவர்கள் விரும்பினர், அதில் இந்துக்கள், முஸ்லிம்கள் மற்றும் பலர் சகோதரர்களாகவும் சமத்துவமாகவும் வாழ்ந்து, தங்கள் உழைப்பின் பலனையும், தங்கள் நாட்டின் பொது வளங்களையும் முழுமையாக அனுபவிக்க வேண்டும்.”[30]

தன்னிகரற்ற தேசப்பற்றாளரான மௌலானா அபுல் கலாம் ஆசாத் அவர்களின் வரிகளில் இந்தத் தொலைநோக்குப் பார்வையைக் காணலாம்.

பாகிஸ்தான் என்ற வார்த்தையே ஜீரணிக்க இயலாதது. அது உலகின் சில பகுதிகள் தூய்மையானவை என்றும், பிற தூய்மையற்றவை என்றும் அறிவுறுத்துகிறது. பிரதேசங்களைத் தூய்மையானதாகவும், தூய்மையற்றதாகவும் பிரிப்பது இஸ்லாத்திற்கு எதிரானது மட்டுமல்லாமல் இஸ்லாத்தின் அடிப்படை உணர்வையே மறுதலிப்பதாகும். இஸ்லாம் அத்தகைய பிரிவினையை அங்கீகரிக்கவில்லை, ‘அல்லா. உலகம் முழுவதையும் எனக்காக மசூதியாக்கியுள்ளார்’ என்று இறைத்தூதர் கூறுகிறார்.[31]

தொடர்ந்து அதனை வலியுறுத்திய அவர்,

ஒரு முஸ்லிம் என்ற முறையில், இந்தியா முழுவதையும் எனது தேசமாகக் கருதி அதன் அரசியல் மற்றும் பொருளாதாரத்தை வடிவமைப்பதில் பங்கெடுக்கும் உரிமையை விட்டுக்கொடுக்க நான் ஒரு போதும் தயாராக இல்லை. என்னுடைய பூர்வீகச் சொத்தை விட்டுவிட்டு, அதில் ஒரு துண்டால் திருப்தி அடைவது கோழைத்தனத்தின் உறுதியான அறிகுறியாக எனக்குத் தோன்றுகிறது.[32]

கூட்டு இந்திய நாகரீகத்தைப் பற்றிக் குறிப்பிடுகையில், இந்திய தேசியத்தின் ஒப்பிலாத் தலைவரான அல்லா பக்ஷ் இவ்வாறு அடிக்கோடிட்டுக் காட்டுகிறார்,

இந்திய குடிமக்கள், முஸ்லிம்கள், இந்துக்கள் மற்றும் இந்த நிலத்தில் வசிக்கும் பிறர், தாய்நாட்டின் ஒவ்வொரு அங்குலத்தையும் அதன் அனைத்துச் செல்வங்களையும், கலாச்சாரப் பொக்கிஷங்களையும் ஒரே மாதிரியாகப் பகிர்ந்துகொள்கிறார்கள் … இந்து, முஸ்லிம் அல்லது பிற இந்திய குடிமக்கள், இந்தியா முழுமைக்கும் அல்லது எந்தக் குறிப்பிட்ட பகுதிக்கும் தனியுரிமை கோரி தாங்களே உரிமையாக்கிக் கொள்வது ஒரு கேடுக்கெட்ட செயலாகும்.

நாடு பிரிக்க முடியாத முழுமையான ஒன்றாக, ஒருங்கிணைக்கப்பட்ட, கூட்டு அலகாக நாட்டின் அனைத்துக் குடிமக்களுக்கும் சொந்தமானது மட்டுமல்லாமல் மற்ற இந்தியர்களைப் போலவே இந்திய முஸ்லிம்களின் மறுக்கப்பட முடியாத மற்றும் சட்டரீதியான பாரம்பரிய உரிமையாகும். பிரிக்கப்பட்ட அல்லது துண்டாடப்பட்ட பகுதிகள் அல்ல, மாறாக ஒட்டுமொத்த இந்தியாவும் அனைத்து இந்திய முஸ்லிம்களின் தாயகம், இந்த தாயகத்தின் ஒரு அங்குலத்தையும் பறிக்க எந்த இந்து அல்லது முஸ்லிம் அல்லது வேறு எவருக்கும் உரிமையில்லை. …நமது நியாயமான தேவைகளுக்கு ஏற்ப, இந்த நாடு முழுவதிலும் உள்ள இந்துக்கள் மற்றும் நமது நாட்டின் பிற குடிமக்களுடன் சகல துறையிலும், சகல பிரிவுகளிலும் சம பங்காளிகளாக இருக்கிறோம். எந்த அதிகாரமும் அல்லது எந்தத் தீய அல்லது மதிகெட்ட, இயற்கைக்கு மாறான உணர்ச்சிப் பிரச்சாரங்களினால் இந்த நிலையை மாற்ற முடியாது. பூமியிலுள்ள எந்தச் சக்தியும் யாருடைய நம்பிக்கையையும் பற்றுறுதியையும் பறிக்க முடியாது, அதேபோல் இந்திய நாட்டின் குடிமகனாக இந்திய முஸ்லிம்களின் நியாயமான உரிமைகளைப் பறிக்க பூமியில் எந்த சக்தியும் அனுமதிக்கப்படாது. இந்தியர்களாகிய நாம் நமது சக நாட்டவர்களைப் போல் நாமும் சம உரிமைகள் மற்றும் பொறுப்புகள் இரண்டையும் கொண்டுள்ளோம், மேலும் இம்மியளவும் நமது உரிமைப் பறிப்புக்கு ஆளாகமாட்டோம், அதேபோல் நாட்டிற்கான நமது பொறுப்புகள் எதையும் ஒரு கணமும் தட்டிக்கழிக்க மாட்டோம்.[33]

உண்மை என்னவெனில், பிரிவினையை எதிர்த்த முஸ்லிம்களிடையே இருந்த இத்தகைய பன்முகத் தன்மை, நம்மிடையே ஒன்றைச் சொல்ல

முனைகிறது. அது ஜின்னாவும், முஸ்லிம் லீக்கும் இந்தியாவில் உள்ள அனைத்து முஸ்லிம்களையும் பிரதிநிதித்துவப்படுத்தியதாக நம்மிடையே சொல்லப்படும் கதை, ஒரு பொய். பிரித்தானிய இந்தியாவின் பிரிவினையை எதிர்த்த பலதரப்பட்ட மக்கள் பிரிவுகளிலும், பரந்துபட்ட அரசியல் வகை பிரிவுகளிலும் என முஸ்லிம்களும் இருந்தனர். அடுத்த அத்தியாயங்களில் நாம் காண்பது போல், இந்தியா என்பது இரண்டு அல்லது அதற்கு மேற்பட்ட, வேறுபட்ட தேசிய இனங்களின் இயற்கைக்கு மாறான கலவை என்று முஸ்லிம் லீக் மட்டும் நம்பவில்லை, மாறாக இரு தேசக் கோட்பாட்டிற்கு வரிந்து கட்டிக்கொண்ட ஏராளமான சக இந்து கூட்டாளிகளும் இருந்தனர். உண்மையில், அவர்கள்தான் இரு நாடு கோட்பாட்டின் முதல் சொந்தக்காரர்கள்.

அடிக்குறிப்புகள்:

4. *Prelude to Partition: The Indian Muslims and the Imperial system of control 1920-1932*' in Page, David & others, Partition Omnibus, Oxford UP, Delhi, 2011, p. xxxi-xxxii.
5. மே.கு.நூல்
6. கோல்வால்கரின் வகைப்பாட்டின்படி, கிறிஸ்தவர்கள் மற்றும் கம்யூனிஸ்டுகள் முறையே அச்சுறுத்தல் எண் 2 மற்றும் 3 ஆக உள்ளனர்.
7. Golwalkar, M.S., *Bunch of Thoughts*, Sahitya Sindhu Prakashana, Bangalore, first edition 1966, p. 177.
8. மே.கு.நூல் pp. 177-8.
9. மே.கு.நூல் pp. 186.
10. மே.கு.நூல் pp.182.
11. மே.கு.நூல் pp. 187.
12. Dayal, Rajeshwar, *A Life of Our Times*, Orient Longman, Delhi, 1998, pp. 93-4.
13. *The Bombay Chronicle*, June 9, 1947.
14. Editorial in The Bombay Chronicle, June 9, 1947
15. Hasan, Mushirul, *Legacy of a Divided Nation: India's Muslims since Independence*, C. Hurst & Co, Delhi 1997, p 6, 98, 236, 52.
16. பிரிவினைக்கு எதிராகப் போராடியவர்களை விவரிக்க ஹசன் 'தேசியவாத முஸ்லிம்கள்' என்ற வார்த்தையைப் பயன்படுத்தினாலும், நான் 'தேசபக்த முஸ்லிம்கள்' என்ற வார்த்தையை விரும்புகிறேன். இது மதத் தேசியவாதத்தின் குறுங்குழுவாத

மற்றும் வகுப்புவாத கருத்துகளைக் குறிக்கும் 'இந்து தேசியவாதம்' மற்றும் "முஸ்லிம் தேசியவாதம்" போன்ற சொற்களிலிருந்து இந்தக் கருத்தை வேறுபடுத்தும்

17. Cited in Hasan, Mushirul, M. A. Ansari: *Gandhi's Infallible Guide*, Manohar, Delhi, 2010, p. 206
18. Gangadharan, K. K., *Indian National Consciousness: Growth & Development*, Kalamkar, Delhi, 1972, p. 97.
19. Hasan, Mushirul, "Congress Muslims and Indian Nationalism: Dilemma and Decline 1928–1934", *Occasional Papers on History and Society* XXIII, NMM&L, Delhi, pp. 10–11.
20. Smith, Wilfred Cantwell, *Modern Islam in India: A Social Analysis*, Victor G. Ltd, London, 1946, p. 211.
21. மே.கு.நூல். ப. 209
22. மே.கு.நூல். ப. 212–13
23. Hasan, Mushirul & Rakhshanda Jalil, *Partners in Freedom: Jamia Millia Islamia*, Niyogi Books, Delhi, 2006, p. 164
24. ஆயுள் தண்டனை விதிக்கப்பட்ட 1857 சுதந்திரப் போராட்ட வீரர்களை அடைக்க அந்தமானில் செல்லுலார் சிறை (காலா பானி) நிறுவப்பட்டது என்பது குறிப்பிடத்தக்கது. இவர்களில் பலர் முன்னணி முஸ்லிம் உலமாக்கள் (மதகுருக்கள்) அல்லாமா பஸ்லி ஹக் கைராபாதி (விடுவிக்கப்பட்ட டெல்லி அரசாங்கத்திற்கான அரசியலமைப்பை உருவாக்கியவர், 1861இல் செல்லுலார் சிறையில் இறந்தார்), மௌலானா லியாகத் அலி மற்றும் மௌலானா முகமது ஜாபர் அலி தானேஸ்வரி ஆகியோர் ஆவர். See: Majumdar, RC, Penal Settlements in Andamans, Government of India, Delhi, p. 144.
25. *The Bombay Chronicle*, October 15, 1945.
26. மே.கு.
27. *The Bombay Chronicle*, September 3, 1945
28. *The Bombay Chronicle*, August 8, 1942.
29. *The Bombay Chronicle*, August 8, 1942.
30. மே.கு.
31. Azad, *Maulana Abul Kalam Words of Freedom: Ideas of a Nation*, Penguin, Delhi, 2010, p. 32
32. மே.கு...பக். 34
33. *The Hindustan Times*, April 28, 1940

அத்தியாயம் 2

இந்தியப் பிரிவினை:
செயல்பாட்டுக்கு வந்த இரு தேசக் கோட்பாடு

வரலாற்று ரீதியாக எப்போதும் இந்துக்கள், முஸ்லிம்கள் உட்பட பல மதங்களைப் பின்பற்றுபவர்களின் தாயகமாக இந்தியத் துணைக் கண்டம் இருந்து வருகிறது. ஐநூறு ஆண்டுகளுக்கும் மேலாக இந்தியாவின் பெரும்பகுதியை முஸ்லிம் பெயர்களைக் கொண்ட ஆட்சியாளர்கள் ஆட்சி செய்தபோதிலும், பல மதங்களைப் பின்பற்றுபவர்கள் பொதுவாக ஒன்றாக நிம்மதியாக வாழ்ந்தனர், அத்துடன் பெரும்பாலான இந்தியர்கள் தொடர்ந்து இந்துக்களாகவே இருந்தனர். இது இரு சமூகத்தினருக்கும் இடையே இருந்த பதற்றங்களையும் சச்சரவுகளையும் குறைத்து மதிப்பிடுவதற்காக அல்ல, ஆனால் அது தேசிய அளவில் இந்துக்களுக்கும் முஸ்லிம்களுக்கும் இடையிலானதாக ஒருபோதும் இருந்ததில்லை.

முன்-நவீன இந்தியாவில் இந்துக்களும் முஸ்லிம்களும் இணைந்து ஒற்றை தேசிய இனத்தை உருவாக்கவில்லை என்றால், அவர்கள் "ஒருபடித்தான சமூகங்களையும் உருவாக்கவில்லை."[34] வலுவான மத அடையாளங்கள் இருந்தபோதிலும், சமூக அமைப்பு அப்படித் தான் இருந்தது என்பதைக் கவனத்தில் கொள்ள வேண்டும். அதாவது

ஓர் உயர் வகுப்பு முஸ்லிம் ஒரு அடித்தட்டு முஸ்லிமுடன் கொண்டிருந்த உறவை விட ஒரு உயர் வகுப்பு இந்துவுடன் கலாச்சார ரீதியாக மிகவும் நெருக்கமாக இருந்தார். அதேபோல ஒரு பஞ்சாபி இந்து ஒரு வங்காள இந்துவை விட, ஒரு பஞ்சாபி முஸ்லிமுடன் கலாச்சார ரீதியாக நெருக்கமாக இருந்தார்; அதுபோலவே இது வங்காள இந்துவுக்கும், பஞ்சாபி முஸ்லிம் மற்றும் வங்காள முஸ்லிமுக்கும் இடையிலுள்ள உறவிலும் நிச்சயம் பொருந்திப்போகும்.[35]

உண்மையில், வர்க்கம் சார்ந்த அல்லது வகுப்பு ரீதியிலான நெருக்கம், மத ரீதியான உறவுகளைக் கடந்தது. முஸ்லிம்களுக்கு மத ரீதியிலான உறவை விடப் பல்வேறு நலன் சார்ந்த வகுப்பு உறவுகள் சாத்தியமென்றால், இந்துக்களும், குறிப்பாகச் சாதி அமைப்பின் கடுமையான, தான்தோன்றித்தனமான, சில சமயங்களில் கொடூரமான பிளவுகளால் முஸ்லிம்களை விடக் கூடுதலாகவே பிளவுற்று இருந்தனர். ஆளும் உயர் வகுப்பின் ஒரு பகுதியாக இருந்த முஸ்லிம் அதிகாரிகளும், நிலப்பிரபுக்களும் சாமானிய முஸ்லிம்களை விட இந்து உயர் வகுப்பினருடன் வலுவான தொடர்புகளைக் கொண்டிருந்தனர், "முஸ்லிம்கள் தங்கள் மதத்தைத் தவிர தங்களுக்குள் பொதுவான வேறெந்த ஒற்றுமையையும் கொண்டிருக்கவில்லை; இந்துக்களோ தங்கள் நம்பிக்கை அடிப்படையில் கூடப் பிளவுபட்டிருந்தனர்."[36]

ஆனால் 1857-59 சுதந்திரப் போரில் இந்தியர்களின் தோல்விக்குப் பின்னர் இது கணிசமாக மாறியது. இந்திய தேசியத்தை இந்து மற்றும் முஸ்லிம் வகையினமாகப் பிரிக்கும் செயல்முறை 19ஆம் நூற்றாண்டின் இறுதிக்கு முந்தைய காலாண்டில் துவங்கியது. பெருமளவில் இது, முதல் சுதந்திரப் போரில் இந்தியப் புரட்சியாளர்களின் தோல்வியினால் ஏற்பட்ட ஒரு துரதிர்ஷ்டவசமான விளைவாகும். ஆங்கிலேயர் ஆட்சிக்கு எதிராக இந்துக்களும் முஸ்லிம்களும் ஒன்றாக அணிதிரண்டு, வீரத்துடன் போராடினர், ஆனால் பரிதாபமாகத் தோற்றனர். இந்தத் தோல்வி இரண்டு வேறுபட்ட ஆனால் ஒன்றோடொன்று பின்னிப் பிணைந்த போக்குகளை உருவாக்கியது. முதலாவதாக, பெரும்பாலும் தோளோடு தோள் நின்று செயல்பட்ட இரு சமூகங்களின் உயரடுக்குகளும், வெற்றியாளரின் பார்வையில் உகந்த இடத்தைப் பெறுவதற்காகப் போட்டியிடத் துவங்கினர். இரண்டாவதாக, இந்து-முஸ்லிம் ஒற்றுமை தங்களின் ஆட்சியின் அடித்தளத்தையே அசைக்கக் கூடியது என்பதையும், அது தகர்க்கப்பட வேண்டும் என்பதையும் காலனித்துவ ஆட்சியாளர்கள் உணர்ந்தனர். 'பிரித்தாளும் கொள்கையை' இன்னும் வீரியத்துடன் பின்பற்றத் தொடங்கினர். இவ்விரு போக்குகளும், புத்துயிர் பெற்ற மதச்சார்பற்ற இந்தியத் தேசியத்தின் வளர்ச்சியைத் தடுத்ததுடன், மூர்க்கத்தனமான இந்து, முஸ்லிம் வகை தேசியவாதங்கள் மட்டுமே தழைக்கக்கூடிய ஒரு சூழ்நிலையையும் உருவாக்கின.

இரு பெரிய சமூகங்களின் மூர்க்கத்தனமான வகுப்புவாதம் இந்துக்கள் மற்றும் முஸ்லிம்கள் மத்தியில் இரு தேசியம் (அல்லது இரு தேசியங்கள்) என்கிற கோட்பாட்டை உருவாக்கியது. முன்னணி

இந்து தேசியவாதியான பாய் பர்மானந்த் (1876-1947) இந்துக்களும் முஸ்லிம்களும் இருவேறு தேசிய இனத்தவர் என்பதை நிரூபிக்க வரலாற்றை நாடினார். இந்துக்கள் மற்றும் முஸ்லிம்களின் சமரசமற்ற தன்மையை அடிக்கோடிட்டுக் காட்டும் வகையில், அவர் இவ்வாறு குறிப்பிட்டார்,

வரலாற்றில், இந்த மண்ணின் (முஸ்லிம்களுக்கு எதிராக) கௌரவத்திற்காகவும் சுதந்திரத்திற்காகவும் போராடிய பிருத்வி ராஜ், பிரதாப், சிவாஜி மற்றும் பெராகிபீர் ஆகியோரின் நினைவை இந்துக்கள் போற்றுகிறார்கள், அதேசமயம் முகமது பின் காசிம் போன்ற இந்திய ஆக்கரமிப்பாளர்களையும், அவுரங்கசீப் போன்ற ஆட்சியாளர்களையும் முகமதியர்கள் தேசிய நாயகர்களாகக் கருதுகின்றனர்.[37]

முஸ்லிம் லீக்கும் உள்ளபடியே சற்றும் சளைக்கவில்லை. அதன் தலைவரான முகமது அலி ஜின்னா ஏறக்குறைய பாய் பர்மானந்தின் வாதத்தையே கடன் வாங்கி வாதிட்டார்.

இந்துக்களும் முஸ்லிம்களும் இரண்டு வெவ்வேறு மெய்யியல், சமூகப் பழக்கவழக்கங்கள் மற்றும் கலை, பண்பாட்டைச் சேர்ந்தவர்கள். அவர்கள் திருமண உறவுகள் கொள்வதும் இல்லை, ஒன்றாக உணவருந்துவதும் இல்லை, இன்னும் சொல்லப்போனால், அடிப்படையில் அவர்கள் முரண்பட்ட சிந்தனைகள் மற்றும் கருத்தாக்கங்களை அடிப்படையாகக் கொண்ட இரண்டு வெவ்வேறு நாகரிகங்களைச் சேர்ந்தவர்கள். அவர்களின் வாழ்க்கை குறித்தும், வாழ்வியல் குறித்தும் வேறுபட்ட அம்சங்களைக் கொண்டவர்கள். இந்துக்களும் முஸ்லிம்களும் வெவ்வேறு வரலாற்று ஆதாரங்களில் இருந்து உத்வேகம் பெற்றவர்கள் என்பது தெளிவாகிறது. அவர்களுக்கு வெவ்வேறு காவியங்கள் உள்ளன, அவர்களின் கடவுள்களும் வேறுபட்டவர்கள் என்பதுடன் வெவ்வேறு அத்தியாயங்களைக் கொண்டவர்கள்.[38]

இரு தேசக் கோட்பாட்டிற்கான முஸ்லிம் லீக்கின் தொடர் வலியுறுத்தலும் பாகிஸ்தானுக்கான அதன் கோரிக்கையும் வெற்றி பெற்றது. இந்தியா ஆகஸ்ட் 14-15, 1947இல் பிரிந்தது, முஸ்லிம்களின் தாயகம் என அழைக்கப்பட இடமளித்தது. இஸ்ரேலுக்கு அடுத்து மதத்தின் பெயரால் உருவாக்கப்பட்ட ஒரே நாடு பாகிஸ்தான் என்பது குறிப்பிடத்தக்கது. இந்தியா விடுதலையும், பாகிஸ்தானின் உருவாக்கமும் அந்தந்த நாடுகளின்

குடிமக்களுக்கு மிகுந்த மகிழ்ச்சியாகவும், கொண்டாட்டமும் நிறைந்த தருணமாக இருந்திருக்க வேண்டும். மாறாக அது, இரு தேசக் கோட்பாட்டின் அடிப்படையிலான பிரிவினை என்பதன் காரணமாக வரலாறு காணாத வன்முறை மற்றும் காட்டுமிராண்டித்தனத்தால் சின்னாபின்னமாக்கப்பட்டது. வரலாற்றாசிரியர் யாஸ்மின் கான் கருத்துப்படி,

> *வன்முறை நிறைந்த இருபதாம் நூற்றாண்டின் தரவரையறைகளின்படி கூட, இந்தியப் பிரிவினை அதன் கொடூரப் படுகொலைகள், அதில் கொல்லப்பட்டவர்களின் எண்ணிக்கைக்காகவும் - ஐந்து லட்சத்திலிருந்து பத்து லட்சம் ஆண்கள், பெண்கள் மற்றும் குழந்தைகள் - மற்றும் அதன் கண்மூடித்தனமான வன்முறை வெறியாட்டத்திற்காகவும் நினைவுகூரப்படுகிறது. குறிப்பாக, மூர்க்கத்தனமான வன்முறை வெறியாட்டக் களமாக இருந்த பஞ்சாப் மாகாணத்தில், ஒரு சமூகத்தைச் சேர்ந்த ஆண்கள் பிற சமூகத்தைச் சேர்ந்த பெண்களைச் சிதைப்பது, உடல் உறுப்புகள் சிதைப்பது, பாலியல் பலாத்காரம் செய்தல் ஆகியவற்றுடன் தனிப்பட்ட கொலைகளும் தொடர் நிகழ்வாக இருந்தன... இந்தக் கொலைகள் கண்மூடித்தனமாகவும், சில்லிட வைப்பவையாகவும் இருந்ததோடு காட்டுமிராண்டித்தனத்தையும் நவீனச் சமூகம் எனச் சொல்லப்படுவதையும் இணைத்தது. ஒரு முழுக் கிராமமும் மழுங்கிய பண்ணைக் கருவிகளால் வெட்டிக் கொல்லப்படலாம் அல்லது ஒரு கொட்டகையில் சிறைவைக்கப்பட்டு உயிருடன் எரிக்கப்படலாம் அல்லது கலவரத்திற்காக ஆயுதம் ஏந்திய கும்பலின் இயந்திரத் துப்பாக்கிகளால் சுவர்களோடு சேர்த்துச் சுடப்படலாம். குழந்தைகள், முதியவர்கள் மற்றும் நோயாளிகள் என யாரையும் விட்டுவைக்கவில்லை... வாழ்வாதாரத்தை அழிக்கும் நோக்கத்துடன் திட்டமிடப்பட்ட வகையில் அபகரிப்பும், சூறையாடலும் துல்லியமாக நடந்தேறியது. கொலை செய்வதல்ல நோக்கம், மாறாக மக்களைத் துண்டாடுவதே என்பது புலனாகியது.*[39]

பிரிவினையின் போது இந்தியத் துணைக் கண்டம் “பாலியல் காட்டுமிராண்டித்தனத்தைக் கண்டது: சுமார் 75,000க்கும் மேற்பட்ட பெண்கள் தங்கள் மதத்தைச் சாராத ஆண்களால் கடத்தப்பட்டு பாலியல் வன்கொடுமைக்கு உள்ளாக்கப்பட்டதாக நம்பப்படுகிறது...”[40] பிரிவினையின் போது நடந்த காட்டுமிராண்டித்தனத்தின் சாட்சியான ஷேக் அப்துல் மஜீத், பிரிவினைக்கு ஒரு மாதத்திற்குப் பிறகு நடந்த பயங்கரத்தைப் பின்வரும் வார்த்தைகளில் விவரித்தார்:

கொல்வது கொலை ஆகாது, கொள்ளையடிப்பது திருட்டு ஆகாது, தீயிட்டுக் கொளுத்துவது தீ வைப்பு ஆகாது, அபகரிப்பு சட்டவிரோத ஆக்கிரமிப்பு ஆகாது, கட்டாய மதமாற்றம் மத உரிமையில் குறுக்கீடு ஆகாது; அப்பாவி ஆண்கள், பெண்கள் மற்றும் குழந்தைகளின் படுகொலைகள் சட்டம் ஒழுங்கைக் காப்பவர்களின் பார்வையில் கொடூரமானதாகத் தோன்றவில்லை. வன்கொடுமைகள், மிருகத்தனங்கள், சித்திரவதை படுகொலைகள், காட்டுமிராண்டித்தனங்கள் இன்னும் விவரிக்க இயலாத பல கொடுமைகள் பழிவாங்கும் செயல்களாக நியாயப்படுத்தப் படுகின்றன. சுமார் பத்து இலட்சம் பேர் கொல்லப்பட்டோ, ஊனமுற்றோ அல்லது காயமடைந்தோ இருக்க வேண்டும். பல கோடி மதிப்புள்ள சொத்துக்கள் நாசமானது; கிராமங்கள், நகரங்கள் மற்றும் சிறந்த நகரக் குடியிருப்புகள் தீக்கிரையாகின; மேலும் நாசமாக்கப்பட்டவைகளை முழுமையாக மீண்டும் கட்டியெழுப்ப இரண்டு தலைமுறைகளாலும் இயலாது. பல இலட்சக்கணக்கானோர் வீடற்ற அகதிகள் ஆக்கப்பட்டனர், மேலும் பல இலட்சக்கணக்கானோர் பாதுகாப்பிற்காக அனைத்துத் திசைகளிலும் தப்பி ஓடத் தயாராக இருந்தனர்... இதைத்தான் இந்துஸ்தானின் சுதந்திரம் என்றும் பாகிஸ்தானின் சுதந்திரம் என்றும் அழைக்கின்றனர்.[41]

பல நூற்றாண்டுகளாகக் கிராமங்களிலும், நகரங்களிலும், பெருநகரங்களிலும் அக்கம்பக்கமாக வாழ்ந்து வந்த இந்துக்கள், முஸ்லிம்கள் மற்றும் சீக்கியர்கள் வெறிபிடித்த மிருகங்களாக மாறி விட்டதாகத் தோன்றியது. அந்த வன்முறை,

தனித்துவமான, முன்னெப்போதுமில்லாத ஒரு பேரழிவாக, யூகிக்க முடியாத அளவுக்குப் பெரிதாக, தான்தோன்றித்தனமான வகையில், அறிவுக் கேடான காட்டுமிராண்டித்தனமானதாக இருந்தது. ஆறு பயங்கரமான வாரங்களுக்கு, இடைக்காலத்தில் ஏற்பட்ட பிளேக்கின் அழிவுகளைப் போல, கொலைவெறியானது வட இந்தியா முழுவதும் பரவி கிடந்தது. அதன் வீச்சிலிருந்து விடுபட எந்தச் சரணாலயமும் கிடையாது, அந்த வைரஸ் தொற்றாத எந்த மூலை முடுக்கையும் காண இயலாது.[42]

பிரிவினை, உலக வரலாற்றில் மிகப்பெரிய மக்கள் இடப்பெயர்வுகளில் ஒன்றாகும்.[43] துண்டாடப்பட்ட பஞ்சாபில் மட்டும் சுமார் 1.2 கோடி மக்கள் இடம்பெயர்ந்தனர், மேலும் சுமார் 2 கோடி பேர் துணைக்கண்டம் முழுவதுமாக இடம்பெயர்ந்தனர், இது இருபதாம்

நூற்றாண்டில் மக்களின் மிகப்பெரிய இடப்பெயர்வுகளில் ஒன்றாகும். அனைத்துக் கட்சிகளின் தலைவர்களும், பிரிட்டிஷ் ஆட்சியாளர்களும் மக்கள் இடப்பெயர்வு இருக்காதென்று உறுதியளித்த போதிலும், வரலாறு காணாத இக்கட்டாய இடம்பெயர்வு நடந்தேறியது.

இனப் படுகொலைகளைத் தவிர்ப்பதற்காக இந்தியா துண்டாடப்பட்டது, ஆனால் அது கற்பனையிலும் கண்டிராத மாபெரும் கொலை வெறியாட்டம் அரங்கேறியது. தன்னிகரில்லா சோஷலிசத் தலைவர் ராம் மனோகர் லோஹியா கருத்துப்படி,

> *பெண்கள், குழந்தைகள் மற்றும் ஆண்கள் கொல்லப்பட்டனர். கொலையாளிகள் இன்னும் புதுப் புது வழிகளில் கொலை மற்றும் கற்பழிப்புகளை அரங்கேற்றிப் பரிசோதனை செய்வதாகத் தோன்றும் அளவிற்குக் காட்டுமிராண்டித்தனம் அரங்கேறியது... இது நிர்பந்தப்படுத்தியோ அல்லது விருப்பத்தின் பெயரிலோ நடந்தேறிய வரலாற்றில் மிகப்பெரும் இடப்பெயர்வாக இருக்கக் கூடும்.*[44]

ஈவிரக்கமற்ற கொலையாளிகள் எப்படிக் கொலை மற்றும் கற்பழிப்புகளைப் புதிய வகைகளில் பரிசோதித்தனர் என்பதைக் குற்றவாளிகள் வரிசையில் முன்னணியில் இருந்தவரிடம் இருந்து அறியலாம். ஆஃப் பிட்டி எனத் தலைப்பிடப்பட்ட ஒரு மூத்த ஆர்.எஸ்.எஸ் பிரச்சாரக் (பிரச்சாரகர் அல்லது முழு நேர ஊழியர்) கிருஷ்ண கோபால் ரஸ்தோகியின் சுயசரிதையில் இருந்து இதைக் காண்போம். ரூர்க்கிக்கும் ஹரித்வாருக்கும் (இப்போது உத்தரபிரதேசத்தில்) இடையே உள்ள காலியார் நகரில் முஸ்லிம்களுக்கு எதிராக ஆயுதமேந்திய இந்துக்களின் கும்பலை அவர் தனிப்பட்ட முறையில் வழிநடத்திய ஒரு சம்பவத்தை விவரிக்கையில், அவர் ஒரு இளம் இஸ்லாமியப் பெண்ணைக் கூட விட்டுவைக்கவில்லை என்பதை எந்த வருத்தமும் இல்லாமல் கூறினார். இதயத்தை உறைய வைக்கும் ரஸ்தோகியின் வரிகளின் படி:

> *அது முஸ்லிம்கள் வசித்த ஒரு பழைய பகுதி. அவர்கள் கத்திகள், ஈட்டிகள், துப்பாக்கிகளுடன் ஆயுதம் ஏந்தியபடி எந்தச் சூழ்நிலையையும் சந்திக்க முழுமையாகத் தயாராக இருந்தனர். அவர்கள் சில இந்துக்கள் வசிக்கும் பகுதிகளைத் தாக்க முனைந்திருப்பதை அறிந்ததும், சில நன்கு அறியப்பட்ட குண்டர்கள் உட்பட 250 பேரை ஒருங்கிணைத்துக் காலியாரில் சூறையாடினேன். அப்போது ஒரு விசித்திரமான சம்பவம் நடந்தது.*

நாங்கள் ஒரு வீட்டில் ஆண்களைக் கொன்று குவித்துக் கொண்டிருந்தபோது, ஓர் அழகான இளம் பெண்ணைக் கண்டோம். என் தலைமையிலான அடியாட்கள் உடனடியாக அவள் மேல் ஈர்க்கப்பட்டனர். இளம் பெண்ணை அடைய அவர்கள் தங்களுக்குள் சண்டையிடவும் தொடங்கினர். நான் மிகவும் மோசமான சூழ்நிலையை எதிர்கொண்டேன், என்ன செய்வது என்று தெரியவில்லை. தாக்குதல் நடத்தியவர்களை உண்மையான பிரச்சினைகள் மீது கவனத்தைத் திருப்ப நான் என்னால் இயன்ற வரை முயற்சித்தேன். நான் அவர்களை மோசமாக வசைபாடினேன், மிரட்டினேன், ஆனால் அவர்கள் என் பேச்சைக் கேட்கவில்லை. திடீரென்று ஒரு யோசனை தோன்றியது. இந்தப் பிரச்சினைக்குக் காரணம் இந்தப் பெண்தான் எனவே அவள் கொல்லப்பட வேண்டும். நான் என் துப்பாக்கியை எடுத்து அவளைச் சுட்டேன். அவள் இறந்தாள். என் கூட்டாளிகள் அதிர்ச்சியடைந்து தங்கள் பணிக்குத் திரும்பினர். ஒரு பெண்ணைத் தாக்குவது எங்கள் கொள்கைக்கு எதிரானது என்றாலும், அது அவசரகாலத்தில் செய்யப்பட்டது, நான் இன்றும் அதற்காக வருந்துகிறேன்.[45]

பிரிவினையின் காரணமாக அப்பாவிப் பொது மக்கள் பாதிப்புக்கு உள்ளாகினர். பிரிவினைக்குக் காரணமானவர்களுக்கு எந்தக் குற்ற உணர்ச்சியும் இல்லை. அரசியல் ஆய்வு அறிஞரும் பஞ்சாப் பிரிவினை குறித்த வரலாற்று ஆசிரியருமான இஷ்தியாக் அகமது பஞ்சாப் பிரிவினை குறித்த தனது முக்கியப் படைப்பில் இவ்வாறு குறிப்பிடுகிறார்,

பஞ்சாபைப் துண்டாடுவதற்கான முடிவு பஞ்சாபி மக்களால் அல்லது அதன் மேல்தட்டு வர்க்கத்தினர் கூட எடுக்கப்படவில்லை, மாறாக மத்திய அளவில், டெல்லி பிரிட்டிஷ் காலனித்துவ அரசாங்கம், இந்திய தேசிய காங்கிரஸின் அதிகார மையம் மற்றும் முஸ்லிம் லீக் ஆகியவற்றால் எடுக்கப்பட்டது என்பதைக் கட்டாயம் குறிப்பிடவேண்டும்...[46]

காலனித்துவ ஆட்சியாளர்களின், குறிப்பாக மவுண்ட்பேட்டன் பிரபு மற்றும் அவரது ஆலோசகர்களின் திறமையின்மையும் குறுகிய பார்வையும் நிலைமையை மோசமாக்கியதோடு வன்முறை வெறியாட்டத்தைத் தீவிரப்படுத்தியது. குறிப்பாக இந்தியாவைப் துண்டாட மவுண்ட்பேட்டனால் நியமிக்கப்பட்ட சிரில் ராட்க்ளிஃப், துளியும் தொழில் நேர்த்தியில்லாமல் தனது பணியைச் செய்தார்.

ராட்க்ளிஃப்,

மவுண்ட்பேட்டனின் அசாத்தியமான காலக்கெடுவுக்குள், பணிகளை நிறைவேற்றும் அவசரத்தில் விவரங்களைக் குழப்பிக் கொண்டார், அதனால் பேரரசின் இறுதி ஆட்டத்தின் பகடைக் காய்களாக வங்காள மற்றும் பஞ்சாப் மக்கள் ஆயினர்.[47]

இந்தியா எது? பாகிஸ்தான் எது? இந்தியர் யார், பாகிஸ்தானியர் யார்? எதுவும் தெளிவாக இல்லை. பிரதேசங்களின் பகிர்வு மிக அவசரகதியிலும், பொறுப்பற்ற முறையிலும் செய்யப்பட்டது. சில பகுதிகளில் தேசம் மாறிக்கொண்டே இருந்தது, இதனால் அதிகக் குழப்பமும், உயிர்ச் சேதங்களும் ஏற்பட்டன.

பேராசிரியர் இஷ்தியாக் அகமது பஞ்சாப் பிரிவினையை அடிப்படையாகக் கொண்டு புனையப்பட்ட தனது தலைசிறந்த படைப்பில், பிரித்தானிய ஆட்சியாளர்களின் உறுதியற்ற தன்மையும், முதிர்ச்சியற்ற பார்வையும் எவ்வாறு பிரிவினைத் துயரத்தின் தீவிரத்தையும், வன்முறைவெறியாட்டத்தின் வீரியத்தையும் அதிகரித்தது என்பதைத் துல்லியமாக விவரித்தார். அவரைப் பொறுத்தவரை,

பிரிவினைச் செயல்முறையின் மோசமான அம்சம் என்னவென்றால், இந்தியாவிற்கும் பாகிஸ்தானுக்கும் இடையிலான சர்வதேச எல்லையை வரையறுக்கும் ராட்க்ளிஃப் நிர்ணயம், ஆகஸ்ட் 14 மற்றும் ஆகஸ்ட் 15 ஆகிய தேதிகளில் முறையே பாகிஸ்தானும் இந்தியாவும் சுதந்திரமடைந்த பிறகு ஆகஸ்ட் 17 அன்று பகிரங்கப்படுத்தப்பட்டது. அது மிகவும் பொருத்தமற்ற சமயம், திடீரென்று பல இலட்சகணக்கான மக்கள் எல்லை நிர்ணயக் கோட்டின் தவறான பக்கத்தில் இருக்க நேர்ந்தது.[48]

யாஸ்மின் கான், இஷ்தியாக் அகமதின் கருத்துக்கு வலு சேர்ப்பது போல் இவ்வாறு குறிப்பிடுகிறார்:

புதிய தேசங்கள் நடைமுறைக்கு வந்த இரண்டு நாள்களுக்குப் பிறகு வரை உண்மையான நிர்ணயக் கோடு பொதுமக்களுக்கு அறிவிக்கப்படவில்லை, ஆகஸ்ட் 17 அன்று அவசரகதியில் 'சிறுபான்மை' மற்றும் 'பெரும்பான்மை' என மக்கள்தொகை கணக்கெடுப்பு அடிப்படையிலான வரைபடங்களைக் கொண்டு எல்லைகள் நிர்ணயிக்கப்பட்டன. எல்லைக்கோடு வகுக்கப்படவுள்ள தொலைவு; பிரிக்கப்பட வேண்டிய நிலங்களையும்,

கிராமங்களையும், சமூகங்களையும் ஏகாதிபத்திய வரைபடத் தயாரிப்பாளரான பிரிட்டிஷ் நீதிபதி சிரில் ராட்க்ளிஃப் பார்வையிடவில்லை அல்லது ஆய்வு செய்யவில்லை, அவர் பணியை நிறைவேற்றுவதற்காக ஜூலை 8 அன்று இந்தியாவிற்கு வந்து ஆறு வாரங்கள் மட்டுமே நாட்டில் தங்கியிருந்தார்.[49]

இதுபோன்ற நூற்றுக்கணக்கான உதாரணங்களில் இரண்டு எடுத்துக்காட்டுகள், ஒன்று மேற்கு இந்தியாவிலுள்ள ப்ரீத் நகர் (அமிர்தசரஸில் இருந்து சில கிலோமீட்டர் தொலைவில் உள்ளது), மற்றொன்று கிழக்கு இந்தியாவிலுள்ள வங்காளத்தின் மால்டா மாவட்டம். இவை முதலில் பாகிஸ்தானின் ஒரு பகுதியாக அறிவிக்கப்பட்டது, இதனால் பெரும்பாலான முஸ்லிம் அல்லாதவர்கள் அந்தப் பகுதிகளிலிருந்து வெளியேறினர். சில நாள்களுக்குப் பிறகு இரண்டுமே இந்தியாவின் ஒரு பகுதியாக அறிவிக்கப்பட்டதனால் தலைகீழ் இடபெயர்வுக்கு வித்திட்டது. இந்தத் தாமதமும், குழப்பமும் அதிக இரத்தக்களரியையும், வேதனையையும் ஏற்படுத்தியது.[50]

டபிள்யூ. எச். ஆடன் (1907-73) ஒரு இடதுசாரி ஆங்கிலோ-அமெரிக்கக் கவிஞர், தனது அரசியல் மற்றும் சமூகம் சார்ந்த கவிதைகளால் அறியப்படுபவர். பின்வரும் கவிதையில் சிரில் ராட்க்ளிஃப் மேற்கொண்ட இந்தியாவைப் பிரிக்கும் வேலையை அற்புதமாக நையாண்டி செய்தார்:

பணி ஏற்ற போது சிறிதேனும் சார்பற்றவராய் இருந்தார்,
இந்த நிலம் குறித்து மருந்துக்கும் அறியாதவர் பிரிவினைக்கு அழைக்கப்பட்டார்
தீவிரமாய் முரண்படும் இரு பிரிவு மக்களும்,
அவர்களின் வெவ்வேறு உணவு முறைகளும் பொருந்தாத கடவுள்களும்...
காலம் குறித்து லண்டனில் அவருக்கு விவரித்தார்கள், அது 'குறைவாக உள்ளதென்றும்', 'காலம் மிகக் கடந்துவிட்டதென்றும்'
பரஸ்பர நல்லிணக்கம் அல்லது அறிவுப்பூர்வமான விவாதத்திற்குச் செல்ல.
பிரிந்து செல்வது மட்டுமே இப்போதுள்ள ஒரே தீர்வு.
அவருடைய கடிதத்திலிருந்தே அனைத்தும் அறிந்துகொள்வீர்கள் என வைஸ்ராய் எண்ணுகின்றார்,
நன்றாக இருப்பீர்கள் அவருடைய சகவாசம் குறைவாக உள்ள போது அதனால் உங்களுக்கு நாங்கள் வேறு தங்குமிடத்தை ஏற்பாடு செய்துள்ளோம்.

நாங்கள் உங்களுக்கு இரண்டு முஸ்லிம்கள், இரண்டு இந்துக்களை என
நான்கு நீதிபதிகளை வழங்கக்கூடும்
ஆலோசனை செய்ய மட்டும். ஆனால் இறுதி முடிவு உங்கள் வசம் மட்டுமே.

வாயில்கள் அடைத்த தனிமையான மாளிகையில்,
இரவு பகலாகக் காவல்துறையினர்
கொலையாளிகளை விரட்ட தோட்டங்களில் ரோந்து இருக்க
களம் கண்டார் லட்சக்கணக்கானோரின் தலைவிதியைத் தீர்க்கும் பணியில்.
காலாவதியாகிவிட்ட வரைபடங்களே அவர் வசம்,
துல்லியமில்லாத, நிச்சயம் தவறான மக்கள்தொகை கணக்கெடுப்பு அறிக்கைகள்,
ஆனால் அவற்றைச் சரிபார்க்கவும் நேரமில்லை, தேர்ந்தெடுத்த
பகுதிகளை ஆய்வு செய்யவும் நேரமில்லை,
வானிலையோ கிலியூட்டும் அளவு வெப்பம்,
அதனோடு வயிற்றுப்போக்கும் அவரைத் தொடர்ந்து உந்தித் தள்ளின,
ஆனால் ஏழே வாரங்களில் முடிந்தது, எல்லைகளும் தீர்மானிக்கப்பட்டது,
நல்லதோ கெட்டதோ துண்டாடப்பட்டது ஒரு கண்டம்.

அடுத்த தினமே விரைந்தார் இங்கிலாந்துக்குக் கப்பலில்,
விரைவில் இதனையும் மறக்கக் கூடும். நல்ல வழக்கறிஞர்கள் போல.
கிளப்பில் குறிப்பிட்டது போல் இனி திரும்பமாட்டார்,
சுடப்படலாம் என அஞ்சுவதால்.

வகுப்புவாதப் பிரச்சினையைத் தீர்ப்பதற்காகப் பிரிவினை ஏற்பாடானது, ஆனால் ராட்கிளிஃப் அமுல்படுத்திய பிரிவினை மேற்கு வங்காளத்தில் ஐம்பது இலட்சத்திற்கும் மேற்பட்ட முஸ்லிம்களையும் (மொத்த மக்கள்தொகையான 2.1 கோடியில்) பாகிஸ்தானின் கிழக்குப் பகுதியில் 1.1 கோடி இந்துக்களையும் (மொத்த மக்கள்தொகையான 3.9 கோடியில்) கைவிட்டுச் சென்றது.[51] மத அடிப்படையில் இந்தியா மற்றும் பாகிஸ்தானாகத் துணைக் கண்டத்தைப் பிரித்தது 'அகதிகளை உருவாக்கும் செயல்முறைக்கு' ஒரு சிறந்த உதாரணம். இது இலட்சக்கணக்கான இந்துக்கள், சீக்கியர்கள் மற்றும் முஸ்லிம்களை எல்லைக்கோட்டின் 'தவறான' பக்கத்தில் தவிக்க விட்டுவிட்டு, வரலாற்றில் முன்னெப்போதும் கண்டிராத ஒரு மாபெரும் புலப்பெயர்வுக்கு வழி வகுத்தது.[52]

கொலை, கற்பழிப்பு மற்றும் பிற வெறிச்செயல்களினால் ரத்த ஆறு ஓடிய போதிலும் சில விதிவிலக்குகள் இருக்கவே செய்தன

என்பதும் உண்மை. பஞ்சாபி கவிஞர் அமர்ஜித்சந்தன் விவரித்த இது போன்ற ஒரு நிகழ்வு உங்கள் பார்வைக்கு.

மொத்தக் காட்டுமிராண்டித்தனத்திற்கும் இடையில், விவேகமான சில குரல்கள் சுற்றி ஒலித்துக்கொண்டிருந்தன. சீக்கிய, இந்து மற்றும் முஸ்லிம் பின்னணியைக் கொண்ட பஞ்சாபி கம்யூனிஸ்டுகள் அப்பாவி மக்களின் உயிரைக் காப்பாற்றும் அமைதிக் குழுக்களில் தீவிரமாகப் பணியாற்றினர். தோழர் கெஹல் சிங் அவர்களில் ஒருவர். அமிர்தசரஸ் மாவட்டத்தில் முஸ்லிம்கள் படுகொலைகளுக்கு மூளையாகச் செயல்பட்ட அகல் சேனாவைச் சேர்ந்த சில சீக்கியத் தலைவர்களால், ஒருநாள் மாலை சைக்கிளில் வீட்டுக்குச் சென்று கொண்டிருந்த கெஹல் சிங் ஜீப்பில் கடத்தப்பட்டார். அவர் புர்ஜ்பூலா சிங்கில் சித்திரவதை செய்யப்பட்டார்; அவரது தலைமுடி வெட்டப்பட்டு, அவரது உடல் துண்டு துண்டாக வெட்டப்பட்டு, பின்னர் பொற்கோவிலின் லங்கர் சமூகச் சமையலறையில் எரியும் உலையில் வீசப்பட்டதாகக் கூறப்படுகிறது. அதுவே ஒரு சிறந்த மனிதாபிமானி மற்றும் குர்முக்-உண்மையான சீக்கியருக்கு ஏற்பட்ட முடிவு. நன்கு அறியப்பட்ட குற்றவாளிகள் என்றபோதிலும் ஒருபோதும் நீதியின் முன் கொண்டு வரப்படவில்லை,[53]

தாக்குதலுக்கு உள்ளான முஸ்லிம்களைக் காப்பாற்ற முன்வந்தது தோழர் கெஹல் சிங் என்ற ஒருவர் மட்டும் அல்ல. இந்து-சீக்கியப் படைகளால் கொல்லப்படாமல் தங்களைப் பாதுகாத்துக் கொண்டு, அமிர்தசரஸ் நகரத்தைச் சேர்ந்த பல முஸ்லிம்கள் பாகிஸ்தானுக்குப் புலம் பெயர்ந்தார்கள். அவர்கள் இந்திய கம்யூனிஸ்ட் கட்சியின் உறுப்பினராக இருந்த சீக்கியரான பவா கன்ஷாமுக்குத் தங்கள் வாழ்நாள் முழுவதும் நன்றியுடன் இருந்தனர். அவர் தனது வீட்டில் நூற்றுக்கணக்கான முஸ்லிம்களுக்கு அடைக்கலம் கொடுத்தார். பிரிவினை வன்முறையின் போது எல்லையின் இருபுறமும் கம்யூனிஸ்டுகள் ஆற்றிய போற்றுதலுக்குரிய பங்களிப்பு குறித்து நேரில் கண்ட பெரும்பாலான சாட்சியங்கள் காணக் கிடைக்கின்றன.

பேராசிரியர் இஷ்தியாக் அகமது 2016ஆம் ஆண்டின் மத்தியில் மூத்த சோசலிஸ்ட், ஓவியர்-கலைஞர் மற்றும் பாகிஸ்தானின் சிற்பி ராணா முஹம்மது அசார் கானை நேர்காணல் செய்தார். கான் மற்றும் அவரது குடும்பத்தினர் கிழக்கு பஞ்சாபில் ஹோஷியார்பூர் அருகேயுள்ள ஒரு கிராமத்தில் இருந்து குடிபெயர்ந்தனர். வகுப்புவாத வெறுப்பு உச்சத்தில் இருந்தபோது, ஒரு துணிச்சலான சீக்கியர் எப்படி

அவர்களுக்கு உதவ முன்வந்தார் என்ற அற்புதமான நிகழ்வை அவர் விவரித்தார். அவரின் கூற்றுப்படி:

> *முஸ்லிம்களின் மிக நெருங்கிய நண்பரான ஷர்னா என்ற குடும்பப்பெயர் கொண்ட சீக்கியர் ஒருவர் இருந்தார். சீக்கிய ஜாதாக்கள் ஹோஷியார்பூரின் கிராமங்கள் மற்றும் அதன் சுற்றுவட்டாரங்களில் முஸ்லிம்களை வேட்டையாடத் தொடங்கியபோது அவர் தனது கைத்துப்பாக்கியை அவர்களிடம் கொடுத்தார். நாங்கள் புறப்படும்போது, நாள் முழுவதும் சரக்குகளை லாரிகளில் ஏற்றிச் செல்ல உதவினார். பிரிவினைக்குப் பிறகு ஷர்னா, பாரம்பரிய இசையின் புகழ்பெற்ற மையமான ஷாம் சுராசியில் உள்ள ஒரு முஸ்லிம் புனிதரின் ஆலயத்தின் அறங்காவலர் ஆனார். எனது உறவினர் அசம் கான் மற்றும் பலர் சர்தார் ஷர்னாவைப் பல வருடங்களுக்குப் பிறகு சந்தித்தனர். துரதிர்ஷ்டவசமாக ஷர்னாவை காலிஸ்தான் ஆதரவு சீக்கிய பயங்கரவாதிகள் கொன்றனர்.*[54]

1947-ல் டெல்லி வெகுஜனக் கொலைகள் மற்றும் கற்பழிப்புகளின் கூடாரமாக மாறியபோது அமைதியை மீட்டெடுப்பதற்காக மகத்தான பணியைச் செய்த அனிஸ் கித்வாய், டெல்லி மற்றும் அதனைச் சுற்றியுள்ள பகுதிகளில் தனி ஒருவராகக் கடத்தப்பட்ட பல முஸ்லிம் பெண்களை மீட்டெடுத்த 'ஹரிஜன் பாபாவை' [தலித் முதியவர்] தனது நினைவுக் குறிப்புகளில் குறிப்பிடுகிறார். அவரின் கூற்றுப்படி.

> *சிலர் [கடத்தப்பட்ட பெண்கள்] சமூக சேவகர்களால் மீட்கப்பட்டனர், சிலர் ஜமியத் [ஜாமியத் உலமா-இ-ஹிந்த்] ஆர்வலர்களால் மீட்கப்பட்டனர், சிலர் காவல்துறையினரால் மீட்கப்பட்டனர். ஆனால் கணிசமான எண்ணிக்கையிலானோர் தனியாகப் போராடிய ஒருவரால் மீட்கப்பட்டனர். இந்த உன்னதமான ஜாதவ்(தாழ்த்தப்பட்ட சமூகத்தைச் சார்ந்தவர்), கடத்தப்பட்ட ஏராளமான சிறுமிகளை மீட்டு, ரகசியமாக அவர்களது வீடுகளுக்குத் திருப்பி அனுப்பினார். நான் அவருடைய பெயரை அறிந்துகொள்ள விரும்பியபோதும், அது என்றென்றும் ரகசியமாகவே இருந்தது,*[55]

காக்ஸர் என்பது இனயதுல்லா கான் மஷ்ரிக்கியால் உருவாக்கப்பட்ட ஒரு போர்க்குணமிக்க இஸ்லாமியக் குழுவாகும், இது முஸ்லிம் லீக்கைக் கடுமையாக எதிர்த்தது. லாகூரிலுள்ள சில காக்சர்கள் முஸ்லிம் லீக்கில் இணைந்தபோதிலும் ராவல்பிண்டியில் இருந்தவர்கள் தங்கள் தளபதி அஷ்ரப் கானுக்கு விசுவாசமாக

இருந்தனர். அவர் முஸ்லிம்களின் வன்முறைத் தாக்குதல்களில் இருந்து இந்துக்களையும் சீக்கியர்களையும் காப்பாற்ற அவர்களுக்கு ஊக்கமளித்தார். பிரிவினையால் பாதிக்கப்பட்ட சீக்கியரான அமர் சிங், ராவல்பிண்டியில் இருந்து இந்தியாவுக்கு வருவதற்காக மீட்பராக இருந்த காக்சர்களைப் பின்வருமாறு நினைவு கூர்கிறார்: "நான் நிச்சயம்... கக்சர்களுக்கு, குறிப்பாக அவர்களின் தலைவரான அஷ்ரப் கானுக்கு நன்றி செலுத்த வேண்டும். அவரும் அவரது தோழர்களும் பல சீக்கியர்களையும், இந்துக்களையும் காப்பாற்றினர்."[56]

பிரிவினையின் போது, 'எதிரி' நோயாளிகள் சிகிச்சையில் இருந்த மருத்துவமனைகள் வகுப்புவாதக் கொலைக் கும்பல்களின் சிறப்பு இலக்குகளாக இருந்தன. 1947ஆம் ஆண்டில், டெல்லியிலுள்ள அரசு நிறுவனமான சப்தர்ஜங் மருத்துவமனையில் அனுமதிக்கப்பட்ட எண்ணற்ற முஸ்லிம் நோயாளிகள் படுகொலை செய்யப்பட்டனர். அதேவேளை, வன்முறையால் பாதிக்கப்பட்ட முஸ்லிம்கள் அனுமதிக்கப்பட்ட அமிர்தசரஸில் இருந்த, இரண்டு இந்து மருத்துவச் சகோதரர்களுக்குச் சொந்தமான மருத்துவமனை, இந்து-சீக்கிய கும்பலின் தாக்குதலுக்கு உள்ளானது. டாக்டர் ப்ரோஷோத்தம் தத் மற்றும் அவரது சகோதரர் டாக்டர் நரேன் தாஸ் ஆகியோர் தங்கள் துப்பாக்கிகளைக் கொண்டு கொலைக் கும்பலை பின்வாங்கச் செய்தார்கள். ஆக்ரோஷமான கும்பலிடம் டாக்டர் ப்ரோஷோத்தம் பின்வருமாறு கூறினார்,

> உங்களின் இந்த நடத்தை மிகவும் கோழைத்தனமானது... இப்போதும் நீங்கள் மனந்திருந்தி, இவர்களை விட்டுத் திரும்பிச் செல்லலாம். ஆனால், நாங்கள் இரு சகோதரர்களும் உயிருடன் இருக்கும் வரையிலும், எங்கள் துப்பாக்கிகளில் தோட்டாக்கள் இருக்கும் வரையிலும் மருத்துவமனையில் அனுமதிக்கப்பட்டுள்ள ஒரு முஸ்லிம் நோயாளியும் தீண்ட உங்களை அனுமதிக்க மாட்டோம்.[57]

இந்த இரண்டு சகோதரர்களின் தலையீட்டால் கும்பல் தப்பி ஓடியது. ஜீலம் மாவட்டத்திலுள்ள குஜ்ஜால் கிராமத்தில் ஏழு முஸ்லிம் சகோதரர்கள் இருந்தனர், அனைவரும் முன்னாள் ராணுவத்தினர். ஒரு முஸ்லிம் கும்பல் கிராமத்தைத் தாக்கியபோது, 70 சீக்கியர்கள் சாஹ்னிகளுக்குச் சொந்தமான பெரிய வீட்டில் தஞ்சம் புகுந்தனர்.

ஏழு சகோதரர்களின் தாய் அவர்களிடம் "நீங்கள் என் மார்பில் இருந்து பருகிய பாலுக்காக முன்னோக்கிச் சென்று இந்தச்

சீக்கியர்களைக் காப்பாற்றுமாறு அவர்களை உத்வேகப்படுத்தினார்". சாஹ்னியின் வீட்டுக் கூரையில் தங்கள் துப்பாக்கிகளுடன் குறி வைத்துக் காத்திருந்த சகோதரர்கள், சீக்கியர்களைத் தாக்கத் துணிந்தால், அவர்கள் மீது துப்பாக்கிச் சூடு நடத்தப்படும் என்று தாக்குதல் நடத்தியவர்களை எச்சரித்தனர், தாக்க வந்த கும்பல் கலைந்து சென்றது. சீக்கியர்கள் முதலில் சக்வாலுக்கும் பின்னர் பாட்டியாலாவுக்கும் சென்றடைந்தனர். சாஹ்னிக்குச் சகோதரர்களில் ஒரு பெயர் நினைவிருக்கிறது: அது போஸ்டன் கான்.[58]

கிழக்கு பஞ்சாபின் ஃபெரோஸ்பூரிலிருந்து பாகிஸ்தானுக்கு மற்ற முஸ்லிம்களுடன் குடிபெயர்ந்தபோது உயிர் பிழைத்த மாலிக் முஹம்மது அஸ்லாமின் பிரிவினை நினைவுக் குறிப்பு மிகவும் மனதை வருடுவதாய் இருந்தது. அது இரண்டு இந்து நண்பர்கள் பெரும் ஆபத்தை எதிர்கொண்டு, அவர்களில் ஒருவர் உயிர்த் தியாகம் செய்து தாக்குதலுக்கு உள்ளான முஸ்லிம்களைக் காப்பாற்றிய மற்றொரு உண்மை நிகழ்வு. ஆகஸ்ட் 17, 1947இல், லாலா துனி சந்த், மாலிக் முஹம்மது அஸ்லாமின் தந்தையிடம் ஆர்எஸ்எஸ் மற்றும் சீக்கியர்களின் தாக்குதல் திட்டம் பற்றித் தெரிவித்தார், சுமார் 300 முஸ்லிம்கள் உள்ளூர் மசூதியில் தஞ்சம் புகுந்தனர், இது ஒரு காவல் நிலையத்திற்கு அருகாமையில் இருந்ததால் தேர்ந்தெடுக்கப்பட்டது.

அஸ்லாமின் விவரணைப்படி, காவல் நிலையத் தலைமை அதிகாரி திரிலோக் நாத், ஆயுதமேந்திய முஸ்லிம் காவலர்களை மசூதிக்கு வெளியே நிறுத்தினார். பஞ்சாபில் பல போலீஸ் அதிகாரிகள் கலவரக்காரர்களின் ஆதரவாளர்களாக மாறிய போதும் நாத் அதற்கு விதிவிலக்காக இருந்தார். மசூதி தாக்கப்படாததற்கு நாத்தின் நடுநிலைமையே காரணம் என அஸ்லாம் குறிப்பிடுகிறார்.

கலவரக்காரர்களின் முற்றுகையில் இருந்தபோது, நீரிழிவு நோயாளியான அஸ்லாமின் தந்தைக்குத் தேவையான இன்சுலின் ஊசியை மசூதிக்குக் குடும்பத்தினர் கொண்டு வராததால், அவர் கவலையடைந்தார். லாலா துனி சந்தின் மகன் அமர்நாத் இதை அறிந்ததும், அதிகாலை 3 மணியளவில், ஊரடங்கு உத்தரவின் கீழ் நகரம் இருந்த போதும் அமர்நாத் தனது தந்தையின் மருந்துக் கடையில் இருந்து இன்சுலின் எடுக்க முன்வந்தார். ஆனால் சென்ற அமர்நாத் திரும்பவே இல்லை. முஸ்லிம்களுக்கு உதவியதற்காக அமர்நாத் ஆர்எஸ்எஸ் அமைப்பால் சுட்டுக் கொல்லப்பட்டதை அஸ்லாம் பின்னர் அறிந்துகொண்டார். அவரது வாய்மொழி சாட்சியத்தில் அவர் கூறியதாவது:

அந்த இரவு எனக்கு இன்னும் நினைவிருக்கிறது எனது தந்தைக்குத் தேவையான மருந்தைக் கொண்டு வர அமர்நாத் தாமாக முன்வந்து தனது கடைக்குச் சென்றார், ஆனால் அவரது சொந்தச் சமூகத்தைச் சேர்ந்த வெறியர்களால் கொல்லப்பட்டார். அவரின் தந்தையும், தாயும் கூடக் கொல்லப்பட்டிருக்க வேண்டும்,

அஸ்லாமின் தந்தைக்கு உடல்நிலை சரியில்லாமல் போனதால் பாகிஸ்தானுக்கு நடந்தே செல்லும் பயணத்தில் இணைய முடியவில்லை. அவரும் இறந்துவிட்டார்.[59]

நரேலாவின் பகுதியை (டெல்லியின் புறநகர்ப் பகுதி) சார்ந்த சுவாமி சரூபானந்தின் வீரச் செயல்களை அஷ்ரஃப் விவரிக்கிறார், அவருடைய சிறிய ஆசிரமம் முஸ்லிம் விவசாயக் குடும்பங்களின் புகலிடமாக மாறியது. கொள்ளையர்களிடமிருந்து பல நாள்கள் அவர்களைக் காத்தார். வன்முறை தணிந்ததும், காங்கிரஸின் அனுதாபியான சுவாமிஜி, உத்தரபிரதேசத்தில் உள்ள தங்கள் உறவினர்களின் வீடுகளுக்குத் தற்காலிகமாகச் செல்லுமாறு பரிந்துரைத்ததோடு அவர்கள் தாக்கப்படாமல் இருக்க யமுனைக் கரையின் குறுக்கே வரை அவர்களுடன் வந்தார். இயல்பு நிலை திரும்பியவுடன் அவர்கள் திரும்புவதற்கு வசதி செய்து தருவதாக உறுதியளித்தார்.

பயங்கரமான பிரிவினை வன்முறையின் போது நிகழ்ந்த மற்றொரு மத நல்லிணக்கச் சம்பவத்தை அஷ்ரஃப் முன்வைக்கிறார், அது தயா அல்லது புகழ்பெற்ற திரைப்பட ஆளுமையும் அரசியல்வாதியுமான, சுனில் தத் தந்தையின் மூத்த சகோதரர் பற்றியதாகும். அவர் ஜீலம் நகருக்கு அருகிலுள்ள குர்த் கிராமத்தைச் சேர்ந்தவர். அப்பகுதியின் பெரிய நிலப்பிரபுவாக இருந்த அவர்தான் சுனிலை வளர்த்து வந்தார். இராணுவம் அப்பகுதியில் இருந்து இந்துக்களை வெளியேற்றியபோது, தத்தின் மாமா செல்ல மறுத்து, பக்கத்து கிராமமான நவன் கோட்டிற்குக் குடிபெயர்த்தார், அங்கு தத்தின் தந்தையின் வகுப்புத் தோழரான யாகூப் வசித்து வந்தார். ஒரு உள்ளூர் மௌலவி, தத் அப்பகுதியில் இருப்பதாகத் தகவல் கிடைத்ததும், முஸ்லிம் அல்லாதவர்கள் யாரும் அந்தப் பகுதியில் தங்க அனுமதிக்கக் கூடாது என்று ஆணையிட்டார். எதிர்பார்த்தது போல், ஒரு முஸ்லிம் கலவரக் கும்பல் வீட்டின் மீது பாய்ந்தது. “ஆனால் யாகூப்பும் அவரது சகோதரர்ககளும் தங்கள் விருந்தினர்கள் தங்கள் உயிரை விட உயர்ந்தவர்கள் என்று கூறி தங்கள் துப்பாக்கிகளை எடுத்தனர்”, இஷ்தியாக் அகமதிடம் இறப்பதற்கு முன் தன் வாய்மொழி வாக்குமூலமாக தத் இதைக் குறிப்பிட்டார்.

யாகூப், தத்தின் மாமாவிடம், ஜீலமில் உள்ள அகதிகள் முகாமுக்கு நள்ளிரவில் செல்ல ஒரு குதிரையைக் கொடுத்தார்.[60]

இன்சமாம்-உல்-ஹக் ஒரு சிறந்த கிரிக்கெட் வீரராக அறியப்படுகிறார், ஆனால் பிரிவினையின்போது ஹன்சி, ஹிசாரில் (இப்போது ஹரியானாவில்) இருந்த அவரது பெற்றோர்களைக் கோயல்ஸ் என்ற ஒரு இந்து குடும்பம் கொலைகாரக் கும்பலிடம் இருந்து காப்பாற்றி அடைக்கலம் அளிக்காவிட்டால் அவர் பிறந்திருப்பாரா என்பது உறுதியில்லை, இதற்கு நன்றி தெரிவிக்கும் வகையில், கிரிக்கெட் வீரரின் திருமணத்திற்கு கோயல்ஸின் மகள் புஷ்பா கோயலை இன்சமாமின் பெற்றோர் அழைத்திருந்தனர். "என்னுடைய சொந்தக் குடும்பத்திற்குத் திரும்பி வருவது போல் இருந்தது," என்று குறிப்பிட்ட அவர், "முல்தானுக்குச் சென்றதை என்னால் மறக்கவே முடியாது என்றார்.[61]

கொடூரமான பிரிவினை வன்முறையின் போது தங்களது செயற்கரிய செயல்களின் மூலம் மனிதர்களாக இருப்பதன் அர்த்தத்தை உணர்த்திய பஞ்சாபின் மாவீரர்களை இந்தியா மற்றும் பாகிஸ்தான் ஆகிய இரு நாடுகளும் தற்போது மறந்துவிட்டதாகவே தெரிகிறது.

இந்தியப் பிரிவினை துயரம் மனிதனால் ஏற்படுத்தப்பட்டது. நச்சுத்தன்மை வாய்ந்த இரு தேசக் கோட்பாடே, பிரிவினையைத் துண்டிய சித்தாந்தம் ஆகும். மத அடிப்படையிலான தேசியவாதம் ஒரு தொன்மையான நாகரிகத்திற்கு அழிவை ஏற்படுத்தியது. பாதிக்கப்பட்டவர்கள் புதிய எல்லைகளைத் கடந்தனர், பிரிவினைத் திட்டத்தில் பாதிக்கப்பட்டவர்களுக்கு எந்தப் பங்கும் இல்லை. அவர்கள் குற்றவாளிகளும் அல்ல, ஆனால் யாரோ சிலரின் குற்றங்களுக்கு அவர்கள் பெரிய விலையைக் கொடுத்தனர். வரலாறு காணாத குழப்பத்தையும் இரத்தக்களரியையும் ஏற்படுத்திய, இரு தேசக் கோட்பாட்டை உயர்த்திப் பிடித்த அல்லது கோட்பாட்டிற்கு அடிபணிந்த பிரிவினையின் குற்றவாளிகள், புதிய எல்லையின் இருபுறமும் ஆட்சிக் கட்டிலில் அமர்ந்திருக்கின்றனர் என்பது துயரத்தை மேலும் அதிகரிக்கிறது.

அடிக்குறிப்புகள்:

34. Bipin Chandra, "Historians of modern India and communalism," in Romila Thapar and others, Communalism and the Writings of Indian History, PPH, Delhi, 1999, p. 41.
35. மே.கு. p. 53.
36. Francis Robinson in Bipin Chandra, Communalism in Modern India, Vikas, Delhi, 1984, p. 14.
37. Bhai Parmanand in a pamphlet titled "The Hindu National Movement," cited by B.R. Ambedkar, Pakistan or the Partition of India (Bombay: Government of Maharashtra, 1990), 35-36, first published December 1940, Thackers Publishers, Bombay.
38. ஜின்னாவின் உரையின் முழு வடிவம் t http://www.columbia.edu/itc/mealac/pritchett/00islamlinks/txt_jinnah_lahore_1940.html
39. Khan, Yasmin, The Great Partition: The Making of India & Pakistan, Penguin, Delhi, 2007, p. 6.
40. Butalia, Urvashi, The Other Side of the Silence: Voices from the Partition of India, Penguin, Delhi, 1998.
41. Cited in Candidus, "Indian Political Notes: Aftermath of mass killings", The Times of India, September 25, 1947, p. 6.
42. Lapierre, Dominique, Larry Collins, Freedom At Midnight, Vikas, Delhi, 2012,p. 439.
43. Zamindar, Vazira Fazila-Yacoobali, The Long Partition: And the Making of Modern South Asia: Refugees, Boundaries, Histories, Penguin, Delhi, 2008, p. 6.
44. Lohia, Rammanohar, Guilty Men of India's Partition, BR Publishing, Delhi, 2012, p. 44.
45. Khushwant Singh's Weekly Column, Hindustan Times, Delhi, May 12, 2001. இதழில் மேற்கோள் காட்டப்பட்டுள்ளது. இந்தச் சுயசரிதை அப்போதைய ஆர்.எஸ்.எஸ் தலைவர் கே.எஸ்.சுதர்சன் அவர்களின் பாராட்டு முன்னுரையுடன் வெளியிடப்பட்டது. தேசிய ஜனநாயகக் கூட்டணி ஆட்சியின் போது (2002) 50க்கும் மேற்பட்ட எம்.பி.க்களின் எதிர்ப்புகளை மீறி முரளி மனோகர் ஜோஷி தலைமையிலான இந்திய அரசின் மனிதவள மேம்பாட்டு அமைச்சகத்தின் இரண்டு குழுக்களில் ரஸ்தோகி நியமிக்கப்பட்டார் என்பது குறிப்பிடத்தக்கது.
46. Ahmed, Ishtiaq, The Punjab Bloodied, Partitioned and Cleansed, Rupa, Delhi, 2011, p. xxxv. பேராசிரியர் இஷ்டியாக்கின் புத்தகம் பிரிவினையின் மீதான ஒரு வலுவான குற்றச்சாட்டாகும். அனுபவ ஆய்வுகளை அடிப்படையாகக் கொண்ட அவரது அற்புதமான பணி, பிரிவினையின் வன்முறையின் பாதிப்பை பஞ்சாப் எதிர்கொண்டது மற்றும் பிரிவினையின் மோசமான அம்சங்கள் பஞ்சாபில் அரங்கேறின என்பதையும் காட்டுகிறது. பஞ்சாப் முழுவதும் காங்கிரஸ் கட்சியிலோ அல்லது கக்சார்கள் மற்றும் மஜ்லிஸ்-இ-அஹ்ரார் போன்ற பிற பிரிட்டிஷ் எதிர்ப்புக்

கட்சிகளிலோ தேசபக்த முஸ்லிம்கள் அதிக எண்ணிக்கையில் இருந்தனர் என்ற உண்மையையும் இந்தப் புத்தகம் உறுதிப்படுத்துகிறது. பஞ்சாப் யூனியனிஸ்ட் கட்சியும் இந்தியப் பிரிவினைக்கு எதிராக இருந்தது என்பதையும், பிரிவினையை எதிர்த்த பஞ்சாப் பிரதமர் சர் கிசிர் திவானாவை ஜின்னாவும் முஸ்லிம் லீக்கும் எவ்வாறு மிரட்டினார்கள் என்பதையும் இந்தப் புத்தகம் எடுத்துக்காட்டுகிறது.

47. Chatterji, Joya, The Spoils of Partition: Bengal and India, 1947-67, Cambridge UP, Delhi, 2008, p. 20.

48. Ahmed, Ishtiaq, The Punjab Bloodied, Partitioned and Cleansed, Rupa, Delhi, 2011, p. xxxv.

49. Khan, Yasmin, The Great Partition: The Making of India & Pakistan, Penguin, Delhi, 2007, p. 3.

50. Hasan, Mushirul (ed.), India Partitioned: The Other Face of Freedom, vol. 1, Roli Books, 2012, p. 35.

51. Chatterji, Joya, The Spoils of Partition: Bengal and India, 1947-67, Cambridge UP, Delhi, 2008, p. 57.

52. மே.கு... பக்.105.

53. Chandan, Amarjit, 'Gehal Singh: A Martyr Of The Supreme Cause', http://www.sacw.net/article9597html

54. http://www.thefridaytimes.com/tft/friendship-in-a-time-of-mass-murder/

55. Kidwai, Anis, In Freedom's Shade, Penguin, Delhi, 2011, p 146. It was originally written in Urdu. The English translation is by Ayesha Kidwai.

56. Ajaz, "Remembering Punjab's little-known Schindlers, who saved many during Partition violence." அஷ்ரஃப், அஜாஸில் மேற்கோள் காட்டப்பட்டது. இந்தியாவைச் சேர்ந்த புகழ்பெற்ற பத்திரிகையாளரான அஜாஸ் அஷ்ரஃப், பிரிவினைச் செய்திகளைச் சேகரிப்பதில் முன்னோடியான பணியைச் செய்துள்ளார். இதில் இந்துக்கள், முஸ்லிம்கள் மற்றும் சீக்கியர்கள் மத்தியில் வகுப்புவாத வெறுப்புக்கு அப்பாற்பட்டு எழுந்த சாதாரண மக்கள் தங்கள் சொந்தச் சமூகங்களிடமிருந்து கடுமையான அச்சுறுத்தல்களையும் மீறி வகுப்புவாத வன்முறையால் பாதிக்கப்பட்டவர்களுக்கு உதவினார்கள், பெரும்பாலும் தங்கள் உயிரையே விலையாகக் கொடுத்தனர். காண்க: http://scroll.in/article/813945/a-list-of-the-little-known-schindlers-of Punjab-who-saved-many-during-Partition-violence.

57. மே.கு...

58. மே.கு...

59. மே.கு...

60. மே.கு...

61. மே.கு...

அத்தியாயம் 3

இரு தேசக் கோட்பாடு:
தோற்றம் மற்றும் இந்து-முஸ்லிம் வகைப்பாடுகள்

இரு தேசக் கோட்பாட்டிற்காகக் கொடிபிடித்தவர்கள் மதம்தான் தனி நபருக்கு அடிப்படை அடையாளத்தை வழங்குகிறது என்று கூறுகின்றனர். இந்தக் கண்ணோட்டத்தின்படி மத வேறுபாடுகள் இயற்கையானது, அடிப்படையானது மற்றும் முதன்மையானது. எனவே இந்தியாவில் வசிக்கும் இந்துக்கள் மற்றும் முஸ்லிம்கள் (அல்லது சீக்கியர்கள், ஜைனர்கள், பௌத்தர்கள் மற்றும் கிறிஸ்தவர்கள்) வெவ்வேறு தேசியங்களைச் சேர்ந்தவர்கள். பலர் விளக்கியுள்ளபடி,⁶² எந்தவொரு தேசியவாதப் பிரச்சாரமும் சில வகையான மிகைப்படுத்தலையே நம்பியிருக்கும். ஒரு நாட்டின் எல்லைகளுக்குள் ஒற்றைக் கலாச்சாரமே உள்ளது என்ற தேசியத்தின்-அரசின் கட்டுக்கதை எப்போதும் தவறானது மட்டுமின்றி தேசியங்கள்-அரசுகள் எப்போதும் மக்கள்தொகையில் கணிசமான பகுதியினரின் நலன்களை நசுக்கும் அதேவேளையில், மேட்டுக்குடியினரின் தேவைகளைப் பூர்த்தி செய்வதன் மூலம் மட்டுமே நீடித்திருக்க முடியும். இரு தேசக் கோட்பாட்டின் வினோதமான அம்சம் என்னவென்றால், அது தேசியத் தொன்மத்தை மதத்தின் அடிப்படையில் மட்டுமே வரையறுக்கிறது.

இரு தேசக் கோட்பாட்டின் முஸ்லிம் வகைப்பாடு

இந்தியாவிற்குள் முஸ்லிம்கள் ஒரு தனித் தேசியத்தைச் சார்ந்தவர்கள் என்ற கருத்தியல் உருவாகக் கிட்டத்தட்ட பத்தாண்டுகள் பிடித்தது. முதல் கட்டத்தில், முஸ்லிம்கள் இந்துக்களிடமிருந்து அடிப்படை வேறுபாடுகளுடன் ஒரு தனி தேசிய இனத்தைச் சேர்ந்தவர்கள் என்றும் பெரும்பான்மையினரிடமிருந்து பாதுகாப்பு தேவையென்றும் கூறப்பட்டது. இந்தக் கட்டத்தில் முஸ்லிம்களுக்குத் தனித் தாயகம் வேண்டுமென்ற கோரிக்கை எழவில்லை.

இரண்டாவது கட்டத்தில், முஸ்லிம்கள் தனித் தேசியத்தைக் கொண்டிருப்பதால், அவர்கள் தங்கள் தாயகத்தை, அதாவது பாகிஸ்தானை அமைத்துக்கொள்ள முழு உரிமையும் உண்டு என்று வாதிடப்பட்டது. பாகிஸ்தானுக்கான கோரிக்கையின் பின்னணியில் உள்ள கருத்து என்னவென்றால், முஸ்லிம்கள் இந்தியாவில் சிறுபான்மைச் சமூகம் அல்ல, மாறாக ஒரு தனித்துவமான தேசிய இனத்தைச் சார்ந்தவர்கள், எனவே அவர்களுக்கென்று ஒரு தேசிய அரசு இருக்க வேண்டும்.[63]

இரு தேசக் கோட்பாட்டிற்கு முஹம்மது இக்பாலின் பங்களிப்பு

கவிஞரும் தத்துவஞானியுமான சர் முஹம்மது இக்பால், அலகாபாத்தில் (டிசம்பர் 29, 1930) நடைபெற்ற அகில இந்திய முஸ்லிம் லீக்கின் 25வது அமர்வில் தலைமை உரை ஆற்றியபோது, அதற்கான முதல் காயை நகர்த்தினார், அவர் குறிப்பிட்டதாவது

> நாங்கள் 7 கோடி பேர் அதுமட்டுமின்றி இந்தியாவிலுள்ள பிற சமூக மக்களை விட நாங்களே அதிக ஒற்றைத் தன்மையுடன் இருக்கிறோம். நவீன வார்த்தைகளில் சொல்வதானால் இந்தியாவிலுள்ள முஸ்லிம்கள் மட்டுமே இந்திய மக்கள் பிரிவினரின் தேசிய இனம் என்ற பதத்திற்குப் பொருத்தமானவர்கள்.[64]

இந்த அனுமானங்களின் அடிப்படையில், மேலும் அவர்.

> இந்தியாவிற்குள் ஒரு முஸ்லிகளுக்கான இந்தியாவை உருவாக்க வேண்டும் என்ற முஸ்லிம்களின் கோரிக்கை முற்றிலும் நியாயமானது. தில்லியில் நடைபெற்ற அனைத்துக் கட்சி முஸ்லிம் மாநாட்டின் தீர்மானம், ஒரு முரண்பாடற்ற முழுமை என்கிற இந்த உன்னத இலட்சியத்தால் முழுமையாக உத்வேகம் பெற்றது என நான் நம்புகிறேன். தனித்துவங்கள் உடைய முழுமையின் அந்தந்தக் கூறுகளை முடக்குவதற்குப் பதிலாக, அதற்குள் பொதிந்துள்ள சாத்தியக்கூறுகளை முழுமையாகச் செயல்படுத்துவதற்கான வாய்ப்புகளை அவர்களுக்கு வழங்குகிறது. மேலும் இத்தீர்மானத்தில் இணைக்கப்பட்டுள்ள முஸ்லிம் கோரிக்கைகளை இச்சபை உறுதியாகப் பரிசீலித்து நிறைவேற்றும் என்பதில் எனக்கு எந்தச் சந்தேகமும் இல்லை.[65]

1929ஆம் ஆண்டு ஜனவரி மாதம், டெல்லியில் நடைபெற்ற புதிய அரசியலமைப்பில் முஸ்லிம்களுக்குப் போதுமான பாதுகாப்புடன் கூடிய கூட்டாட்சி முறையைக் கோரிய, அகில இந்திய முஸ்லிம்

மாநாட்டைப் பற்றி இக்பால் குறிப்பிடுகிறார். இந்தியாவின் மேற்குப் பகுதியில் முஸ்லிம்கள் பெரும்பான்மையாக உள்ள மாகாணங்களைச் சுயாட்சி பெற்ற ஒற்றை அலகாக ஒன்றிணைக்க வேண்டுமென்று அவர் கோரியது அவரது உரையின் மிக முக்கியமான அம்சமாகும். அவரைப் பொறுத்தவரை,

> பஞ்சாப், வடமேற்கு எல்லைப்புற மாகாணம், சிந்து மற்றும் பலுசிஸ்தான் ஆகிய மாநிலங்களை ஒன்றிணைத்து ஒற்றை மாநிலமாகக் காண விரும்புகிறேன். பிரிட்டிஷ் பேரரசிற்குள்ளோ அல்லது வெளியிலோ சுயாட்சி பெற்ற ஒருங்கிணைந்த வடமேற்கு இந்திய முஸ்லிம் மாநிலத்தை உருவாக்குவதே முஸ்லிம்களின், குறைந்தபட்சம் வடமேற்கு இந்திய முஸ்லிம்களின் இறுதி இலக்காக எனக்குத் தோன்றுகிறது.[66]

முஸ்லிம்கள் ஒரு தேசிய இனத்தைச் சார்ந்தவர்கள் என்று கூறும் அதே வேளையில், இக்பால் முஸ்லிம்கள் முழுவதும் ஒற்றைத் தன்மையற்றவர்கள் என்ற ஆபத்தையும் உணர்ந்திருந்தார். அவரைப் பொறுத்தவரை,

> முஸ்லிம் சமூகம் தனது மத உள்ளுணர்வை இழந்து வருகிறது. இது [இழப்பு] தனிநபர்களும் குழுக்களும் சமூகத்தின் பொதுவான சிந்தனை மற்றும் செயல்பாட்டிற்குப் பங்களிக்காமல் தனித்த பாதை உண்டாக்குவதைச் சாத்தியமாக்குகிறது. பல நூற்றாண்டுகளாக மதம் சார்ந்து நாம் செய்து வந்ததையே இன்று அரசியலிலும் செய்துகொண்டிருக்கிறோம்.[67]

1930இல் இக்பால் முஸ்லிம்களைத் தனி தேசிய இனமாக அறிவித்து வரலாற்றுச் சிறப்பு மிக்க உரையை முன்வைத்த, அலகாபாத் முஸ்லிம் லீக்கின் கூட்டத்தில் 75 பேர் கூட இல்லை[68] என்பது குறிப்பிடத்தக்கது. அத்துடன்,

> முஸ்லிம் லீக் அமைப்பிலிருந்து இந்தத் தீர்க்கமான அறைகூவல் விடுக்கப்பட்டபோதும், அலகாபாத் அமர்வில் இத்திட்டத்தை அங்கீகரித்து யாரும் எந்தத் தீர்மானத்தையும் கொண்டுவரவில்லை.[69]

இக்பாலின் மேற்கூறிய உரையிலிருந்துதான் இரு தேசக் கோட்பாடு மற்றும் பாகிஸ்தான் பற்றிய கருத்தாக்கங்கள் பிறந்தன என்பது பொதுவான கருத்தாக உள்ளது. இது முற்றிலும் சரியல்ல. முஸ்லிம்கள் தனித் தேசிய இனமென்று பேசினார். ஆனால்,

இந்தியப் பிரிவினைக்கு எதிரான முஸ்லிம்கள் | 63

பிரிவினையை ஆதரிக்கவில்லை அத்துடன் சுயாட்சி என்பதன் மூலம் அவர் முழு விடுதலையைக் குறிப்பிடவில்லை. அவர் முஸ்லிம்கள் ஒருங்கிணைப்பை தான் முதன்மையாகச் சிந்தித்தார். ஆனால் இந்தியாவின் மற்ற பகுதிகளிலிருந்து முஸ்லிம் அரசு பிரிந்து செல்ல வேண்டுமென்று அவர் முன்மொழியவில்லை. மேலும் அவர் கிழக்கு இந்தியாவின் முஸ்லிம்களைப் பற்றி மௌனமே சாதித்தார்.[70]

எவ்வாறாயினும், "ஒன்றுபட்ட இந்தியா உள்நாட்டுப் போருக்குத் தான் வழிவகுக்கும்" என்று இக்பால் உறுதியாகக் கருதினார்.[71]

ரஹ்மத் அலியின் பாகிஸ்தான் யோசனை

1933ஆம் ஆண்டுதான் முஸ்லிம்களின் இரு தேசக் கோட்பாடு உறுதியான வடிவம் பெற்றது. பஞ்சாபி முஸ்லிமும், கேம்பிரிட்ஜ் பல்கலைக்கழகத்தில் இளங்கலை பட்டதாரி மாணவரான சௌத்ரி ரஹ்மத் அலிதான் பஞ்சாப், வடமேற்கு எல்லைப்புற மாகாணம் (NWFP), (ஆப்கானிஸ்தான் மாகாணம்), காஷ்மீர், சிந்து மற்றும் பலுசிஸ்தான் ஆகிய பகுதிகளை உள்ளடக்கிய பாகிஸ்தான் என்ற தனி முஸ்லிம் தேசத்தை உருவாக்க வேண்டுமென்ற கருத்தை முன்வைத்தார். ஜனவரி 28, 1933 தேதியிட்ட **இப்போது இல்லையெனில் எப்பொழுதும் இல்லை** (Now or Never) என்ற அறைகூவல் மூலம் (ஒரு துண்டுப்பிரசுரமாகவும் வெளியிடப்பட்டது) பாகிஸ்தானின் திட்டத்தை முன்வைத்த முதல் முஸ்லிம் ரஹ்மத் அலி ஆவார். பாகிஸ்தான் பற்றிய ரஹ்மத் அலியின் கருத்து இக்பாலின் யோசனையிலிருந்து வேறுபட்டது, ஏனெனில் அவர் அந்த மாகாணங்களை ஒன்றிணைத்து ஒரே மாநிலமாக அகில இந்தியக் கூட்டமைப்பின் ஓர் அலகாக உருவாக்க முன்மொழிந்தார், அதேசமயம் ரஹ்மத் அலி இந்த மாகாணங்கள் தங்களுக்கென ஒரு தனித்த சுதந்திரக் கூட்டமைப்பைக்கொண்டிருக்க வேண்டுமென்று முன்மொழிந்தார். ரஹ்மத் அலி இத்துடன் நிற்கவில்லை. அவர் பாகிஸ்தான், ஹைதரிஸ்தான், உஸ்மானிஸ்தான், சித்திக்ஸ்தான், ஃபரூகிஸ்தான், மாப்லிஸ்தான் போன்றவற்றைக் கோரித் துண்டுப் பிரசுரங்களைத் தொடர்ந்து வெளியிட்டார். இதற்கு ஒருபடி மேலே போய் இந்தியத் துணைக் கண்டத்தைத் 'தீனியா கண்டம்' என்று மறுபெயரிட வேண்டுமென்றும் கோரினார். அவர் பாகிஸ்தான் தேசிய இயக்கம், ஹைடெரிஸ்தான் தேசிய இயக்கம் மற்றும் ஆல்-தினியா மில்லி இயக்கம் ஆகியவற்றையும் நிறுவினார். அவரது கருத்துப்படி இஸ்லாமிய அரசுகளில் சிறுபான்மையினர் யாரும்

இருக்கக்கூடாது. பாகிஸ்தான் என்ற வாரப் பத்திரிகையையும் வெளியிடத்தொடங்கினார்.[72]

ரஹ்மத் அலியின் பார்வை, கிட்டத்தட்ட பாய் பர்மானந்தின் கண்ணோட்டத்தைப் பிரதிபலித்தது,

> நமது மதம், கலாச்சாரம், வரலாறு, பாரம்பரியம், இலக்கியம், பொருளாதார அமைப்பு, மரபுரிமை விதிகள், வாரிசுரிமை மற்றும் திருமணம் ஆகியவை இந்துக்களிடமிருந்து அடிப்படையிலேயே வேறுபட்டவை. இந்த வேறுபாடுகள் பரந்த அடிப்படைக் குணாம்சத்துடன் மட்டும் நின்றுவிடவில்லை. அதையும் தாண்டி வெகு நீண்டது. அவை நம் வாழ்வின் மிகச்சிறிய விஷயங்கள் வரை நீள்கிறது. நாங்கள், முஸ்லிம்கள் மற்றும் இந்துக்கள், ஒன்றாக உணவருந்துவதில்லை; எங்களுக்குள் திருமண உறவு கொள்வதுமில்லை. எங்கள் மதப் பழக்கவழக்கங்கள் மற்றும் நாள்காட்டிகள், எங்கள் உணவு மற்றும் உடை கூட வேறுபட்டவை. இந்த மறுக்க முடியாத உண்மைகளின் பின்னணியில், பாகிஸ்தான் தேசியக் கோட்பாட்டை அழித்து, அரசியல் ரீதியாகவும், உடல் ரீதியாகவும் எங்களை ஒன்றிணைக்க முயற்சிப்பது மிகவும் மோசமான பேரழிவாக இருக்கும்',[73]

ரஹ்மத் அலி தேசப்பற்றுள்ள முஸ்லிம்களை விரும்பவில்லை, அவரைப் பொறுத்தவரை அவர்கள், "இந்து ஆதரவாளர்கள். என்றாலும் பிரிட்டிஷ் எதிர்ப்பாளர்கள். அவர்களின் கொள்கை இந்து முதலாளித்துவத்திற்கும் இந்து தேசியவாதத்திற்கும் அடிபணிந்துள்ளது".[74] சுவாரஸ்யமாக, அவர் முன்மொழிந்த பாகிஸ்தானில் ஒரு 'ஜனநாயக மற்றும் சோசலிச' ஆட்சிமுறை வேண்டும் என திடமாக நம்பினார்.[75]

கண்டுகொள்ளப்படாத ரஹ்மத் அலியின் பார்வை

ரஹ்மத் அலி வெளியிட்ட இப்போது இல்லையெனில் எப்பொழுதும் இல்லை என்ற துண்டுப் பிரசுரம் அக்காலத்து அனைத்து முஸ்லிம் அமைப்புகளாலும் புறக்கணிக்கப்பட்டது. ஆகஸ்ட் 1933இல் இந்திய அரசியலமைப்புச் சீர்திருத்தங்களுக்கான பாராளுமன்றக் கமிட்டிக்கான முஸ்லிம் பிரதிநிதிகளால் இந்தத் திட்டம் 'கற்பனையானது மற்றும் நடைமுறைக்குச் சாத்தியமற்றது' என்று பரிந்துரைக்கப்பட்டது,[76] இது 'பொறுப்பானவர்களால்' முன்வைக்கப்படாத 'ஒரு கத்துக்குட்டி யோசனை' என்று விவரிக்கப்பட்டது.[77] ரஹ்மத் அலியுடன் நேரடியாக உரையாடிய புகழ்பெற்ற துருக்கிய எழுத்தாளர் ஹாலிட் எடிப்,

பாகிஸ்தான் தேசிய இயக்கம் வெளிநாட்டில் தங்கியிருந்த பஞ்சாபி முஸ்லிம் மாணவர்கள் வெகு சிலரால் ஆதரிக்கப்படுகிறது என்ற கருத்தைக் கொண்டிருந்தார்.[78]

ஒரு முக்கிய முஸ்லிம் லீக் தலைவரான காலிக்குஸ்ஸாமான் கூட, "அதை [ரஹ்மத் அலியின் பாகிஸ்தான் திட்டத்தை] யாரும் கவனத்தில் கொள்ளவில்லை என ஒப்புக்கொண்டதோடு... ஆற்றலும் செயல்திறனும் கொண்ட ஒருவர், இந்தியாவிலுள்ள அவரது சொந்த மக்களால்... பிரித்தானியராகக் கைக்கூலி எனத் தூற்றப்படுவது எனக்கு வருத்தமளிக்கிறது" என்றார்.[79] ரஹ்மத் அலி 1947இல் பஞ்சாப் மற்றும் வங்காளப் பிரிவினையைப் பெரும் துரோகம் எனக் குறிப்பிட்டார். மாபெரும் துரோகம் என்ற துண்டுப் பிரசுரத்தையும் கொண்டுவந்தார். பாகிஸ்தான் உருவான பின்னர், அவர் லண்டனில் இருந்து அங்கு வந்து குடியேறியபோது, அவர் வரவேற்கப்படவில்லை மாறாக அவரைப் போலீசார் தொடர்ந்து கண்காணித்து வந்தனர். அவர் பாகிஸ்தானை விட்டு வெளியேற வேண்டிய நிர்ப்பந்தம் ஏற்பட்டது. பின்னர் லண்டனில், பிப்ரவரி 3, 1951 அன்று கொண்டாடப்படாமலே இறந்து போனார்.[80]

ரஹ்மத் அலியின் வாழ்க்கை சர்ச்சைக்குரியது. கேம்பிரிட்ஜில் எந்தவொரு குறிப்பிட்ட படிப்பையும் தொடராத ரஹ்மத் அலி உதவிகள் பெற வழிகள் ஏதும் இல்லை என்பது அனைவரும் அறிந்ததே. ஆனால் சற்றே ஆடம்பரமான பொழுதுபோக்குக் கொண்டாட்டங்களுக்கும், பிரச்சார நடவடிக்கைகளுக்கும் அவரிடம் ஏராளமான நிதி இருந்தது. அவர் தொடர்ந்த பணிக்கான தூண்டுதலையும் நிதியையும் இந்திய அலுவலகத்தில் இருந்து பெற்றார். கன்சர்வேடிவ் கட்சியிலுள்ள சர்ச்சில்-லார்ட் லாயிட் குழுவால் அவர் இந்திய முஸ்லிம்களின் பிரதிநிதியாகப் போற்றப்பட்டார்.[81]

அதன் பின்னர் ரஹ்மத் அலியின் திட்டம் தொடர்பாக எந்தத் தொடர் இயக்கமும் இல்லை, ஆனால் முஸ்லிம் லீக் ஆதரவாளர்கள் முஸ்லிம்கள் ஒரு தனித் தேசியம் என்பதை அடிக்கோடிட்டுக் காட்டும் கட்டுரைகளைத் தொடர்ந்து வெளியிட்டு வந்தனர். முஸ்லிம் லீக்கின் அரவணைப்பில் இருந்த, உஸ்மானியா பல்கலைக்கழகத்தின் (ஹைதராபாத் மாநிலம்) அப்துல் லத்தீப், *இந்தியாவின் கலாச்சார பிரச்சினைகள்* (1938) மற்றும் *இந்தியாவில் முஸ்லிம் பிரச்சினை* (1939) ஆகிய இரண்டு தலைப்புகளில் புத்தகங்கள் கொண்டு வந்தார், இதில் ஒன்றிணைந்த இந்தியத் தேசம் என்ற கருத்தாக்கம் நிராகரிக்கப்பட்டிருந்தது. இந்தியாவில் வகுப்புவாதப் பிரச்சினை

அரசியல் சார்ந்தது அல்ல மாறாகக் கலாச்சாரம் சார்ந்தது என்று அவர் வாதிட்டார்."[82]

1938 அக்டோபரில் ஜின்னா தலைமையில் நடைபெற்ற சிந்து மாகாண முஸ்லிம் லீக்கில் இந்த யோசனை மேலும் உருப்பெற்றது. இது நிச்சயம் தவிர்க்க முடியாத ஒன்று எனத் தீர்மானிக்கப்பட்டது

> பரந்த இந்தியக் துணைக் கண்டத்தின் அமைதியை நிலைநாட்டவும், தடையற்ற பண்பாட்டு வளர்ச்சிக்காகவும், இந்துக்கள் மற்றும் முஸ்லிம்கள் என அழைக்கப்படும் இரு தேசிய இனங்களின் பொருளாதாரம், சமூக முன்னேற்றம் மற்றும் அரசியல் சுயநிர்ணய உரிமை ஆகியவற்றின் நலன்களுக்காகவும், இந்தியாவை முஸ்லிம் மாநிலங்களின் கூட்டமைப்பு மற்றும் முஸ்லிம் அல்லாத மாநிலங்களின் கூட்டமைப்பு என இரண்டு கூட்டமைப்புகளாகப் பிரிக்கலாம்...[83]

இது வரை பிரிவினைக் கோரிக்கையை முஸ்லிம் லீக் எழுப்பவில்லை என்பது குறிப்பிடத்தக்கது. 1939 செப்டம்பரில் லீக்கின் செயற்குழு கூடியபோது இந்த யோசனை ஒரு உணர்ச்சி சார்ந்த பிரச்சினையாக மாறியது. அது தீர்மானித்தது என்னவெனில் நடைமுறையிலுள்ள அரசியலமைப்பு முறையின் விளைவாக,

> முஸ்லிம் சிறுபான்மையினர் மீது இந்துக்களின் ஆதிக்கத்தையும், அவர்களின் வாழ்க்கையையும், சுதந்திரத்தையும், சொத்துக்களையும், கௌரவத்தையும் ஆபத்தில் தள்ளியுள்ளது, அவர்களின் மத உரிமையும் கலாச்சாரமும் கூடப் பல்வேறு மாகாணங்களில் காங்கிரஸ் அரசாங்கத்தின் கீழ் ஒவ்வொரு நாளும் தாக்குதலுக்கு உள்ளாகி அழிக்கப்பட்டு வருகிறது. இந்திய மக்கள் சுரண்டப்படுவதை முஸ்லிம் இந்தியா எதிர்க்கிறது. சுதந்திர இந்தியாவை ஆதரித்து மீண்டும் மீண்டும் பிரகடனம் செய்து வருகிறது. அதே சமயம் முஸ்லிம்கள் மற்றும் பிற சிறுபான்மையினர் மீது இந்து பெரும்பான்மையினர் ஆதிக்கம் செலுத்துவதையும், முஸ்லிம் இந்தியாவை அடிமைப் படுத்துவதையும் அது சம அளவில் எதிர்க்கிறது. பல்வேறு தேசிய இனங்களைக் கொண்டுள்ள இந்த நாட்டு மக்களின் மேதைமைக்கு அத்தகைய அரசியலமைப்பு சிறிதும் பொருத்தமற்றது.[84]

இரு தேசக் கோட்பாடு குறித்து ஜின்னா

1930களின் இறுதியில் ஜின்னாவும் முஸ்லிம் லீக்கும் 'நமது நாடு' மற்றும் 'பொதுவான தாய்நாடு' என்ற முழக்கத்தை முற்றிலுமாகக் கைவிட்டனர். இப்போது முஸ்லிம்கள் 'சிறுபான்மையினர்' அல்ல, மாறாக முழுமையான தேசிய இனம்.[85] மார்ச் 22, 1940 அன்று முஸ்லிம் லீக்கின் லாகூர் மாநாட்டில் தலைமை உரையாற்றிய போது அவர் குறிப்பிட்டதாவது:

> இந்தியாவில் உள்ள பிரச்சினை மதங்களுக்கு இடையிலானது அல்ல, மாறாக அது ஒரு சர்வதேசப் பிரச்சினையாக வெளிப்பட்டிருக்கிறது, அதனை அவ்வாறே அணுகவும் வேண்டும். பிரித்தானிய அரசாங்கம் உண்மையிலேயே அக்கறையுடனும் நேர்மையுடனும் இந்தத் துணைக் கண்ட மக்களின் அமைதியையும், மகிழ்ச்சியையும் பாதுகாக்க வேண்டுமென்றால். பெரிய தேசிய இனங்களைத் தாயகத்திலிருந்து பிரிந்து செல்ல அனுமதித்து இந்தியாவைத் 'தன்னாட்சி பெற்ற தனி நாடுகளாகப் பிரிப்பது மட்டுமே நம் அனைவருக்கும் உள்ள ஒரே வாய்ப்பு.[86]

பாய் பர்மானந்த் மற்றும் ரஹ்மத் அலியுடன் கைக்கோத்துக் கொண்ட ஜின்னா, இந்து மதமும் இஸ்லாமும் இரண்டு வெவ்வேறு மதங்கள் மட்டுமல்ல,

> உண்மையில், இரு வேறுபட்ட, தனித்துவமான சமூகக் கட்டமைப்புகள்; என்றாவது இந்துக்களும் முஸ்லிம்களும் சேர்ந்து ஒரு பொது தேசியத்தை உருவாக்க முடியும் என்பது ஒரு கனவு; ஒற்றை இந்திய தேசம் என்ற தவறான கண்ணோட்டம் வரம்பு கடந்து வெகுதூரம் சென்றாகிவிட்டது, நமது பிரச்சினைகளுக்கு இதுவே ஊற்றுக்கண்ணாகும், மேலும் நமது தப்பெண்ணங்களைச் சரியான நேரத்தில் திருத்திக்கொள்ளத் தவறினால் அது இந்தியாவை அழிவுப் பாதைக்கே இட்டுச் செல்லும். இந்துக்களும் முஸ்லிம்களும் சமூகம், கலாச்சாரம், இலக்கியம் என இரு வேறுபட்ட மதத் தத்துவங்களைச் சார்ந்தவர்கள். அவர்கள் தங்களுக்குள் திருமணம் செய்துகொள்வதும் இல்லை, ஒன்றாக உணவருந்துவதும் இல்லை, உண்மையில் அவர்கள் இரண்டு முரண்பட்ட சிந்தனைகள் மற்றும் கோட்பாடுகளை அடிப்படையாகக் கொண்ட வெவ்வேறு நாகரிகங்களைச் சேர்ந்தவர்கள். அவர்களின் வாழ்க்கை முறையும், வாழ்க்கை குறித்த பார்வையும் வேறுபட்டவை. இதன்படி இந்துக்களும் முஸ்லிம்களும் வெவ்வேறு வரலாற்று

(தோற்றுவாய்களில்) ஆதாரங்களில் இருந்து உத்வேகம் பெறுபவர்கள் என்பது தெளிவாகிறது. இருவருக்கும் புராணங்கள் வெவ்வேறானவை, கடவுள்களும் அவர்களின் கதைகளும் வெவ்வேறானவை. பெரும்பாலும் ஒருவரின் நாயகர் மற்றவருக்கு எதிரியாக இருப்பார், அதுபோலவே அவர்களின் வெற்றிகளும் தோல்விகளும் ஒன்றுடன் ஒன்று முரண்பட்டிருந்தன. அத்தகைய இரண்டு தேசியங்களை, ஒன்றை எண்ணிக்கையில் சிறுபான்மையாகவும், மற்றொன்றை பெரும்பான்மையாகவும் ஒரே தேசத்தில் பிணைப்பது பெரும் அதிருப்தியை அதிகரிக்க மட்டுமே வழிவகுக்கும்....[87]

தனது கருத்தை மாற்றிக்கொண்டு அவர் பின்வருமாறு அறிவித்தார்,

பொதுவாகக் கூறப்படுவது போல் அல்லது புரிந்துகொள்ளப்படுவது போல் முசல்மான்கள் சிறுபான்மையினர் அல்ல... ஒரு தேசியத்திற்கான எந்தவொரு வரையறையின்படியும் முசல்மான்களும் ஒரு தேசிய இனமே, ஆகவே அவர்கள் தங்களுக்கென தாயகத்தை, ஆட்சிப் பரப்பை, அரசைக் கொண்டிருக்க வேண்டும். விடுதலை பெற்ற, சுதந்திரமான மக்களாக அண்டை நாடுகளுடன் அமைதியாகவும், இணக்கத்துடனும் வாழ விரும்புகிறோம். எமது ஆன்மிகம், கலாச்சாரம், பொருளாதாரம், சமூகம் மற்றும் அரசியல் வாழ்க்கையை நாங்கள் சிறப்பாகச் கருதும் வழியிலும், எமது சொந்த இலட்சியங்களுக்கு ஏற்பவும், எமது மக்களின் மேதைமைக்கு ஏற்பவும் மக்களை முழுமையாக வளர்த்தெடுக்க விழைகிறோம்.[88]

ஒட்டுமொத்த வாதமும் “இந்துக்களும் முஸ்லிம்களும் முற்றிலும் சமரசம் செய்ய முடியாத உலகக் கண்ணோட்டத்தையும், வரலாற்றையும், இலட்சியத்தையும் கொண்ட இரண்டு வெவ்வேறு தேசிய இனங்கள்” என்ற தர்க்கத்தைச் சுற்றியே சுழன்றது.[89]

இதில் சுவாரசியமான விஷயம் என்னவெனில் அக்டோபர் 1937 வரை, ஜின்னாவே முஸ்லிம்களை ஒரு சிறுபான்மைச் சமூகம் என்று குறிப்பிட்டாரே தவிர, ‘ஒரு தேசிய இனம்’ என்று குறிப்பிடவில்லை. லீக்கின் லக்னோ அமர்வில் “அனைத்திந்திய முஸ்லிம் லீக் உறுதியாகவும் நிச்சயமாகவும் முசல்மான்கள் மற்றும் பிற சிறுபான்மையினர் உரிமைகளையும், நலன்களையும் பாதுகாக்கும் எனக் குறிப்பிட்டார். மேலும் அவர்: “முஸ்லிம் சமூகத்தின் ஒற்றுமையை வலுப்படுத்துவதற்கும், மாகாண அரசாங்கங்களில்

முஸ்லிம்களுக்குக்குரிய சரியான மற்றும் போதிய பங்கைப் பெறுவதற்கும் முஸ்லிம்கள் தங்களை ஒன்றுபட்ட அமைப்பாக அணிதிரட்டிக் கொள்வது மிக அவசியம் என்றார்.[90]

மார்ச் 23, 1940 அன்று லாகூர் கட்சி மாநாட்டில் நிறைவேற்றப்பட்ட 'பாகிஸ்தான் தீர்மானத்தில்' தான் பாகிஸ்தான் திட்டம் பற்றித் தெளிவாக விவரிக்கப்பட்டது:

> பின்வரும் அடிப்படைக் கொள்கைகளின் அடிப்படையில் அரசியலமைப்புச் சட்டம் வடிவமைக்கப்படாவிட்டால், எந்தவொரு அரசியலமைப்புத் திட்டமும் இந்த நாட்டில் செயல்படுத்தப்படாது அல்லது முஸ்லிம்களால் ஏற்றுக் கொள்ளப்படாது என்பது அகில இந்திய முஸ்லிம் லீக்கின் இந்த அமர்வின் பரிசீலிக்கப்பட்ட பார்வையாகத் தீர்மானிக்கப்படுகிறது, அதாவது புவியியல் ரீதியாக ஒன்றிணைந்த பகுதிகளை, தேவைப்படும் பிரதேச மறுசீரமைப்புகளுடன் சிறு மண்டலங்களாகப் பிரிக்க வேண்டும், **அதாவது இந்தியாவின் வடமேற்கு, கிழக்கு மற்றும் பிற மண்டலங்களில் உள்ளது போல் முஸ்லிம்கள் எண்ணிக்கையில் பெரும்பான்மையாக உள்ள பகுதிகளை ஒன்றிணைத்துத் தனித் தேசமாக உருவாக்கப்படுவதோடு அவை தன்னாட்சி மற்றும் இறையாண்மை கொண்டதாக இருக்க வேண்டும்**"[91] [முக்கியத்துவம் சேர்க்கப்பட்டது]

1941இல் நடைபெற்ற முஸ்லிம் லீக்கின் மெட்ராஸ் அமர்வு, ஜின்னா அறிவித்தது போல், நாட்டின் பிரிவினையைத் தவிர வேறு எதையும் முஸ்லிம் லீக் ஏற்காது என்று தெளிவுபடுத்தியது:

> எந்தச் சூழ்நிலையிலும் ஓர் அனைத்திந்தியத் தன்மை கொண்ட ஒற்றை மத்திய அரசை முன்வைக்கும் அரசியலமைப்பை நாங்கள் விரும்பவில்லை. முஸ்லிம் லீக்கின் சித்தாந்தம், இந்திய முஸ்லிம்கள் ஒரு சுதந்திரமான தேசிய இனம் என்ற கோட்பாட்டின் அடிப்படையிலானது. ஆகவே அவர்களின் தேசிய மற்றும் அரசியல் அடையாளத்தையும், சித்தாந்தத்தையும் சமரசத்திற்கு உள்ளாக்கும் எந்தவொரு முயற்சியும் எதிர்க்கப்படும்.[92]

கராச்சியில் நடைபெற்ற அகில இந்திய முஸ்லிம் லீக்கின் 31வது அமர்வில் ஜின்னா உரையாற்றும் போது பாகிஸ்தானின் கோரிக்கையைக் குரான் மற்றும் கடவுளின் தனித்துவத்துடன் ஒப்பிட்டுப் பேசினார். அவர் அந்த மக்கள் திரள் மத்தியில் குறிப்பிட்டதாவது:

முஸ்லிம் இந்தியாவின் காகித-நங்கூரமாக உன்னதமான குரான் விளக்குகிறது. நாம் தொடர்ந்து முன்னேறிச் செல்லச் செல்ல, மென்மேலும் தனித்துவமானவையே நிறைந்திருக்கும் - ஒரே கடவுள், ஒரே மறைநூல், ஒரே இறைத்தூதர் மற்றும் ஒரே தேசம் இருக்கும் என உறுதியாக நம்புகிறேன்.[93]

ஏப்ரல் 8-9, 1946இல் டெல்லியில் நடைபெற்ற முஸ்லிம் லீக் சட்டமன்ற உறுப்பினர்களின் மாநாட்டில்தான் இந்தியப் பிரிவினைக்கான முஸ்லிம் லீக்கின் இறுதித் திட்டம் வெளியிடப்பட்டது. அதன் தீர்மானம்:

> இந்துக்களின் ஆதிக்கத்தில் இருந்து முஸ்லிம் இந்தியாவைக் காப்பாற்றிக் கொள்வதற்கும், அவர்களின் அறிவாற்றலுக்கு ஏற்ப தங்களை வளர்த்துக்கொள்வதற்கு முழு வாய்ப்பை வழங்குவதற்கும், வடகிழக்கு மண்டலத்தில் வங்காளத்தையும், அஸ்ஸாமையும், பஞ்சாப், மற்றும் வடமேற்கு எல்லைப்புற மாகாணம், வடமேற்கு மண்டலத்தில் சிந்து மற்றும் பலுசிஸ்தான் ஆகிய பகுதிகளை உள்ளடக்கிய ஒரு இறையாண்மை கொண்ட சுதந்திர தேசத்தை உருவாக்குவது அவசியமென்று முஸ்லிம்கள் உறுதியாக நம்புகிறார்கள். [இந்தப் பகுதிகள் பாகிஸ்தான் என்று அழைக்கப்பட வேண்டும்).[94]

1930 வரை பாகிஸ்தான் குறித்த கருத்தோ அல்லது இரு தேசக் கோட்பாடோ முஸ்லிம்களிடையே ஒரு பிரச்சினையாகவே இருக்கவில்லை என்பது குறிப்பிடத்தக்கது. விவாதத்தைத் தொடங்கி வைத்த இக்பாலே கூட இந்த யோசனைக்குப் புதிதாக மாறி இருந்தார். அவர் ஒரு தீவிர இந்தியத் தேசியவாதி. அவரது ஆரம்பகாலக் கவிதைகள், இமயமலை, நயா ஷிவாலா மற்றும் பல அவரது [இந்திய] தேசப்பற்றை வெளிப்படுத்துகின்றன.[95] இரு தேசக் கோட்பாடு குறித்த இக்பாலின் தீவிரப் பிரச்சாரம் இந்திய முஸ்லிம்களின் பெரும் பகுதியினரை ஈர்க்கவில்லை. அதை முஸ்லிம் லீக் கூட கண்டுகொள்ளவில்லை. ஜின்னாவும் இதற்கு விதிவிலக்கல்ல. அவர் ஒரு காங்கிரஸ் சித்தாந்தவாதியாகப் பயணத்தைத் துவக்கி, நீண்ட காலம் வரை ஒன்றுபட்ட தேசியவாதத்தில் உறுதியாக இருந்தார். 1930களின் பிற்பகுதியில்தான் அவர் இரு தேசக் கோட்பாட்டிற்கு மாறினார். அவரது மாற்றம் பாகிஸ்தான் கருத்தாக்கத்தைப் பிரபலப்படுத்துவதில் பெரும் பங்கு வகித்தது. இருப்பினும், வெறும் உணர்ச்சிவசத்தினால் இயங்கும் ஓர் இயக்கம் உள்ளார்ந்த வரம்புகளைக் கொண்டிருக்கும் என்பதை அவர் விரைவில் உணர்ந்தார். பிரிவினையை முன்னிட்டு, இந்திய யூனியன்

அரசியல் நிர்ணயச் சபையின் முஸ்லிம் லீக் உறுப்பினர்களிடையே உரையாற்றிய ஜின்னா, உணர்ச்சிவசப்படுவது முஸ்லிம்களுக்கு உதவாது என்று வலியுறுத்தினார். அவர்கள் உணர்வுகளால் இழுத்துச் செல்லப்படக்கூடாது மாறாக விவேகத்துடன் முடிவுகளை எடுக்க வேண்டும்.[96] இது தாமதமாகப் பெற்ற ஞானமாகும்; மதம் மற்றும் அரசியலின் கூட்டுக்கலவை ஏற்கெனவே பகுத்தறிவை வென்றுவிட்டது.

இரு தேசக் கோட்பாட்டின் இந்து வகைப்பாடு

தோற்றம்

இரு தேசக் கோட்பாட்டின் முஸ்லிம் கருத்தாளர்கள் தோன்றுவதற்கு வெகு முன்னமே, இந்து தேசியவாதிகள் இந்தக் கருத்தை முன்வைத்தனர் என்கிற உண்மையைப் புறந்தள்ளிவிட முடியாது. இரு தேசக் கோட்பாட்டின் முஸ்லிம் லீக் கருத்தாளர்கள் பல பத்தாண்டுகள் தாமதமாக வந்தவர்கள். உண்மையில், அவர்கள் இந்துத்துவக் கருத்துப் பேழையிலிருந்து பெருமளவு கடன் பெற்றவர்கள். இரு தேசக் கோட்பாட்டைப் பொருத்தமட்டில் 19ஆம் நூற்றாண்டின் இறுதியில், வங்காளத்தில் இந்து தேசியவாதிகளால்தான் இதற்கான காய்கள் நகர்த்தப்பட்டுக் கொண்டிருந்தன. அவர்களுள் அரவிந்தோ கோஷின் தாய்வழிப் பாட்டனாரான ராஜ் நரேன் பாசு (1826-1899), மற்றும் அவரது நெருங்கிய சகாவான நபா கோபால் மித்ரா (1840-94) ஆகியோரைத்தான் இந்தியாவில் இரு தேசக் கோட்பாடு மற்றும் இந்து தேசியவாதத்தின் பிதாமகர்கள் என அழைக்கலாம். படித்த, உயர் சாதி, இந்துப் பூர்வீக மக்களிடையே, தேசிய உணர்வுகளை வளர்ப்பதற்காகப் பாசு ஒரு சமூகத்தை நிறுவினார், உண்மையில் அது இந்து மதத்தின் மேன்மையைப் போதிப்பதற்காகவே செயலாற்றியது. இந்து மதத்தில் சாதிவெறி நிலவும் போதிலும், அது கிறிஸ்தவ அல்லது இஸ்லாமிய நாகரிகத்தால் எட்டப்பட்டதை விட மிக உயர்ந்த சமூக இலட்சியத்தை முன்வைக்கிறது என்று பிரகடனப்படுத்தும் கூட்டங்களை அவர் ஏற்பாடு செய்தார். பாசு மற்ற மதங்களை விட இந்து மதம் மேன்மையானது என நம்பியதோடு மட்டுமல்லாமல், சாதியத்தின் மீது ஆழ்ந்த நம்பிக்கையும் கொண்டிருந்தார். மகா ஹிந்து சமிதி (அனைத்திந்திய இந்துக்கள் சங்கம்) என்ற யோசனையை முதன்முதலில் உருவாக்கி, இந்து மகாசபையின் முன்னோடியான பாரத தர்ம மகாமண்டலத்தை உருவாக்க உதவினார். இந்த அமைப்பின் மூலம் இந்துக்கள் இந்தியாவில் ஆரிய தேசத்தை நிறுவ முடியுமென்று அவர் நம்பினார்.[97] ஒரு சக்திவாய்ந்த இந்து தேசம்

இந்தியாவை மட்டுமல்ல, உலகம் முழுவதையும் முந்துவதை அவர் உருவகப்படுத்திக் கொண்டார். மேலும் அவர் ஊகித்தது,

> *உன்னதமான மற்றும் புத்திசாலித்தனமான இந்துத் தேசம் துயில் கலைத்து சுயமாய் உணர்வு பெற்று, தெய்வீக வலிமையுடன் முன்னேற்றத்தை நோக்கி விரைகிறது. புத்துயிர் பெற்ற இத்தேசம் தனது அறிவு, ஆன்மீகம் மற்றும் கலாச்சாரத்தால் மீண்டும் உலகை ஒளிரச் செய்வதையும், இந்து தேசத்தின் பெருமை மீண்டும் உலகம் முழுவதும் பரவுவதையும் நான் காண்கிறேன்.*[98]

நாபா கோபால் மித்ரா ஆண்டுதோறும் இந்து மேளாவை (fete) நடத்தத் தொடங்கினார். வங்காள ஆண்டின் கடைசி நாளில் நடைபெற்ற இக்கூட்டத்தில் பிராமண இந்து பெங்காலி வாழ்க்கையிலுள்ள அனைத்து அம்சங்களின் மேன்மையையும் தவறின்மையையும் எடுத்துக்காட்டியதோடு, 1867லிருந்து 1880கள் வரை இடையில் தடையின்றித் தொடர்ந்தது. மித்ரா இந்துக்கள் மத்தியில் தேசிய உணர்வையும் ஒற்றுமையையும் மேம்படுத்துவதற்காக ஒரு தேசிய சங்கத்தையும் ஒரு தேசிய நாளிதழையும் தொடங்கினார். மித்ரா தனது நாளிதழில் இந்துக்கள் தாங்களாகவே ஒரு தேசிய இனத்தை உருவாக்கிவிட்டதாக வாதிட்டார். அவரைப் பொறுத்தவரை, "இந்தியாவில் தேசிய ஒருமைப்பாட்டின் அடிப்படை இந்து மதம். இந்து தேசியம் இந்தியாவின் அனைத்து இந்துக்களையும் அவர்களின் பிராந்தியம் அல்லது மொழிக்கு அப்பாற்பட்டு அரவணைக்கிறது."[99]

வங்காளத்தில் இந்து தேசியவாதத்தின் எழுச்சியை உன்னிப்பாகக் கவனித்து வருபவரான ஆர்.சி.மஜும்தார், "நாபா கோபால் ஜின்னாவின் இரு தேசக் கோட்பாட்டை அரை நூற்றாண்டுக்கும் முன்பே கடைவிரிக்கத் துவங்கினார்" என்ற உண்மையைப் கண்டடைவதில் சிரமம் ஏதும் இல்லை.[100] அதுமுதல் இந்தியா முழுவதும் "உணர்வுப்பூர்வமாகவோ அல்லது இயல்பாகவோ, தேசியவாதத்தின் மீது இந்துத்துவ முத்திரை ஆழமாகப் பதிந்துவிட்டது."[101]

இந்தியாவிலுள்ள இந்து மற்றும் முஸ்லிம் சமூகங்கள் உண்மையில் இரு வேறு தேசிய இனங்கள் என வட இந்தியாவில் ஆர்ய சமாஜம் ஆக்ரோஷமாகப் பிரச்சாரம் செய்தது. பாய் பர்மானந்த் (1874-1947), வட இந்தியாவில் ஆர்ய சமாஜத்தின் தலைமை வழிகாட்டிகளில் ஒருவராகவும், காங்கிரஸ் மற்றும் இந்து மகாசபை இரண்டின் தலைவராகவும் இருந்தவர், கடந்த காலத்தில் இரு சமூகத்திற்கும் இடையிலான வேறுபாடுகளை மையப்படுத்திப் பெருமளவில்

முஸ்லிம்-எதிர்ப்புக் கட்டுரைகளை உருவாக்கினார். இந்துக்கள் மற்றும் முஸ்லிம்களின் சமரசமற்ற தன்மையை இவ்வாறு ஒரு துண்டுப்பிரசுரம் விவரிக்கிறது:

வரலாற்றில், இந்த மண்ணின் (முஸ்லிம்களுக்கு எதிராக) கௌரவத்திற்காகவும் சுதந்திரத்திற்காகவும் போராடிய பிருத்வி ராஜ், பிரதாப், சிவாஜி மற்றும் பெராகிபீர் ஆகியோரின் நினைவை இந்துக்கள் போற்றுகிறார்கள், அதேசமயம் முகமது பின் காசிம் போன்ற இந்திய ஆக்கரமிப்பாளர்களையும், அவுரங்கசீப் போன்ற ஆட்சியாளர்களையும் முகமதியர்கள் தேசிய நாயகர்களாகக் கருதுகின்றனர்.[102]

இந்து ராஷ்டிரம் சிறுபான்மையினருக்கு இடமளிக்கக் கூடாது என்ற விரிவான கோட்பாடுகளை முன்வைத்த வி.டி. சாவர்க்கர் (1883 - 1966) மற்றும் எம். எஸ். கோல்வால்கர் (1906 - 73) ஆகியோருக்கு வெகு காலத்திற்கு முன்பே பாய் பரமானந்த்தான் முஸ்லிம்கள் அரபு நாடுகளில் தோன்றிய மதத்தைப் பின்பற்றுவதால், இந்தியாவில் இந்து மதத்தையும் இஸ்லாமையும் பின்பற்றுபவர்கள் இருவேறு தேசிய இனம் என்று பிரகடனம் செய்தார். பாய் பர்மானந்த் உருது மொழியில் பிரபலமான இலக்கியங்களை எழுதுவதில் நிபுணத்துவம் பெற்றவர், அதில் இந்துக்கள்தான் இந்தியாவின் உண்மையான குமாரர்கள் எனவும், முஸ்லிம்கள் வெளிநாட்டவர்கள் என்பதை அதிகம் வலியுறுத்தி வந்தார்.[103] 1908-09 ஆண்டுகளின் துவக்கத்தில் பாய் பரமானந்த் இரு குறிப்பிட்ட பிராந்தியங்களில் இந்துக்கள் மற்றும் முஸ்லிம் மக்களின் ஒட்டுமொத்த இடப்பெயர்வுக்கு அறைகூவல் விடுத்தார். அவரது சுயசரிதையில் விரிவாக விவரித்துள்ள அவரது திட்டத்தின் படி,

சிந்துக்கு அப்பால் உள்ள பிரதேசத்தை ஆப்கானிஸ்தானுடன் இணைத்துவிட்டு, வடமேற்கு எல்லைப்புற மாகாணத்தை மாபெரும் முசல்மான் ராஜ்யமாக உருவாக்க வேண்டும். இப்பகுதியிலிருந்து இந்துக்கள் வெளியேற வேண்டும், அதே நேரத்தில் இந்தியாவின் மற்ற பகுதிகளில் உள்ள முஸ்ஸல்மான்கள் இந்தப் பிரதேசத்திற்குச் சென்று குடியேற வேண்டும்,[104]

ஏஜி நூரானியின் கூற்றுப்படி, ஒரே சமயத்தில் காங்கிரஸ், இந்து மகாசபை மற்றும் ஆர்ய சமாஜ் ஆகியவற்றின் புகழ்பெற்ற தலைவரான லஜ்பத் ராய் (1865-1928),

முகமது அலி ஜின்னா 1939இல் தனது நச்சுத்தன்மை வாய்ந்த இரு தேசக் கோட்பாட்டை முன்மொழிவதற்கும் முன்பே, 1940இல் இந்தியாவின் சீரழிந்த பிரிவினையைக் கோருவதற்கும் நீண்ட காலத்திற்கு முன்பே, இந்தக் கோட்பாட்டை வெளிப்படையாக வாதிட்டார்...[105]

1899இல், லஜ்பத் ராய் ஹிந்துஸ்தான் ரிவ்யூவில் இந்தியத் தேசிய காங்கிரஸைப் பற்றிய ஒரு கட்டுரையை வெளியிட்டார், அதில் அவர் "இந்துக்கள் தங்களுக்குள்ளே ஒரு தேசியத்தைக் கொண்டவர்கள், ஏனெனில் அவர்கள் அனைவரையுமே பிரதிநிதித்துவப் படுத்துகிறார்கள் என்றார்.[106]

1924 வாக்கில் அவர் தனது இரு-தேசக் கோட்பாட்டை முன்வைப்பதில் மிகவும் தெளிவாக இருந்தார். அதில் அவர் இந்தியாவில் பிரிவினை எவ்வாறு செயல்படுத்தப்பட வேண்டும் என்ற விவரங்களையும் கூடத் தெளிவாக விளக்கியிருந்தார். அவர் குறிப்பிட்டதாவது:

*எனது திட்டத்தின் கீழ் முஸ்லிம்களுக்கென நான்கு முஸ்லிம் மாநிலங்கள் இருக்கும்: (1) வடமேற்கு எல்லையின் பதான் மாகாணம் (2) மேற்கு பஞ்சாப் (3) சிந்து மற்றும் (4) கிழக்கு வங்காளம். **இந்தியாவின் வேறு எந்தப் பகுதியிலும், ஒரு மாகாணத்தை உருவாக்கும் அளவுக்கு அடர்த்தியாகப் பெரும் எண்ணிக்கையில் முஸ்லிம் சமூகங்கள் இருந்தால், அவர்களுக்கும் அவ்வாறே அமைக்கப்பட வேண்டும். ஆனால் இது ஒன்றுபட்ட இந்தியா அல்ல என்பதைத் தெள்ளத் தெளிவாகப் புரிந்துகொள்ள வேண்டும். இதன் பொருள் இந்தியாவை முஸ்லிம் இந்தியா என்றும், முஸ்லிம் அல்லாத இந்தியா என்றும் சரியாகப் பிரிக்க வேண்டும்.**[107] [அழுத்தம் மூலத்தில் உள்ளது போல்]*

லஜபதி ராய் பஞ்சாப் பிரிவினையைப் பின்வரும் வார்த்தைகளில் முன்மொழிந்தார்.

இந்துக்கள் மற்றும் சீக்கியர்களின் உணர்வுகளைக் காயப்படுத்தாமல் முஸ்லிம்கள் தீர்மானமான பெரும்பான்மைப் பகுதிகளைப் பெறுவதற்கு ஒரு பரிகாரம் கண்டறியப்பட வேண்டும் என்று நான் பரிந்துரைக்கிறேன். எனது முன்வைப்பு என்னவென்றால், பஞ்சாப் இரண்டு மாகாணங்களாகப் பிரிக்கப்பட வேண்டும், முஸ்லிம்கள் பெரும்பான்மையாக உள்ள மேற்கு பஞ்சாப், முஸ்லிம் ஆளும் மாகாணமாக இருக்க வேண்டும்; மேலும்

இந்து-சீக்கியர் பெரும்பான்மையாக உள்ள கிழக்கு பஞ்சாப், முஸ்லிம் அல்லாதவர்கள் ஆளும் மாகாணமாக இருக்கும்.[108]

இரு தேசக் கோட்பாட்டிற்காகக் கொடிப் பிடித்த முஸ்லிம்கள், லஜபதி ராய் உள்ளிட்ட சிலரால் முன்வைக்கப்பட்ட கோட்பாடுகள் பற்றிய போதிய விவரங்களை அறிந்திருந்தனர் என்றோ, மேலும் அவர்களின் அடிச்சுவடுகளையே பின்பற்றினர் என நம்புவது நிச்சயம் சரியாக இருக்காது.

டாக்டர் பி.எஸ். மூன்ஜே மற்றுமொரு முக்கிய காங்கிரஸ் தலைவர் (ஹிந்து மகாசபையை நிறுவுவதிலும் சமமாக ஈடுபட்டவர், பின்னர் ஆர்எஸ்எஸ் உதயமாவதற்கும் உதவியவர்) அவர் மார்ச் 1940இல் முஸ்லிம் லீக்கின் பாகிஸ்தான் தீர்மானத்திற்கு மிக நீண்ட காலத்திற்கு முன்பே இந்துப் பிரிவினைவாதத்திற்குக் கொடி பிடித்து முன்னெடுத்துச் சென்றார். 1923இல் அவத்தில் நடைபெற்ற இந்து மகாசபையின் மூன்றாவது அமர்வில் உரையாற்றிய அவர் பின்வருமாறு அறிவித்தார்:

எவ்வாறு இங்கிலாந்து ஆங்கிலேயர்களுக்கும், பிரான்ஸ் பிரெஞ்சுக்காரர்களுக்கும், ஜெர்மனி ஜெர்மனியர்களுக்கும் சொந்தமோ அது போல, இந்தியா இந்துக்களுக்குச் சொந்தமானது. இந்துக்கள் அணிதிரண்டால், அவர்கள் ஆங்கிலேயர்களையும் அவர்களின் கைக்கூலிகளான முஸ்லிம்களையும் மண்டியிடச் செய்வார்கள்... இனி இந்துக்கள் தங்கள் சொந்த உலகத்தை உருவாக்குவார்கள், அது சுத்தி (அதாவது சுத்திகரித்தல் என்று பொருள், இந்தப் பதம் முஸ்லிம்கள் மற்றும் கிறிஸ்தவர்களை இந்துவாக மாற்றுவதற்குப் பயன்படுத்தப்பட்டது) மற்றும் சங்கதன் [அமைப்பாக்குதல்] மூலம் தழைத்தோங்கும்,[109]

மூன்ஜே, பிரித்தானிய, பிரெஞ்சு மற்றும் ஜெர்மனியர்களின் தேசிய அடையாளங்களை, மத அடையாளத்துடன் இணைத்துக் குழப்பினார் என்பது இங்கே கவனிக்கத்தக்கது. மாறாக, இங்கே இந்து என்பது ஒரு மத அடையாளம்.

கதர் கட்சி வட்டாரங்களில் நன்கு அறியப்பட்ட பெயரான லாலா ஹர் தயாள் (1884-1938) அவர்களும் கூட வியப்பளிக்கும் வகையில், முஸ்லிம் லீக் முஸ்லிம்களுக்குத் தனித் தாயகம் வேண்டும் என்ற கோரிக்கைக்கு நீண்ட காலத்திற்கு முன்பே, இந்தியாவில் இந்து தேசம் அமைக்கப்பட வேண்டுமென்று கோரிக்கை விடுத்தது மட்டுமல்லாது, ஆப்கானிஸ்தானைக் கைப்பற்றி இந்துமயமாக்க

வேண்டும் என்று வலியுறுத்தினார். 1925இல் கான்பூரின் பிரதாப் இதழில் வெளியிடப்பட்ட ஒரு குறிப்பிடத்தக்க அரசியல் அறிக்கையில், அவர் குறிப்பிட்டதாவது:

இந்துஸ்தான் மற்றும் பஞ்சாப் பகுதி இந்து இனத்தின் எதிர்காலம் கீழ்க்காணும் நான்கு தூண்களின் மீது நிறுவப்பட்டிருப்பதாக நான் அறிவிக்கிறேன்: (1) இந்து சங்கதன் [அமைப்பு], (2) இந்து ராஜ், (3) முஸ்லிம்களைச் சுத்தி செய்தல் [முஸ்லிம்களை இந்து மதத்திற்கு மாற்றுதல்], மற்றும் (4) ஆப்கானிஸ்தானையும் அதன் எல்லைகளைக் கைப்பற்றிச் சுத்தி செய்தல் ஆகும். இந்துத் தேசம் இந்த நான்கு விஷயங்களையும் நிறைவேற்றாத வரை, நம் குழந்தைகள் மற்றும் பேரக்குழந்தைகளின் பாதுகாப்பு எப்போதும் ஆபத்தில் இருக்கும், அத்துடன் இந்து இனத்தின் பாதுகாப்பும் சாத்தியமற்றது. இந்து இனத்திற்கு ஒரேயொரு வரலாறு மட்டுமே, அதன் வழிப்பாட்டு முறைகள் ஒரே மாதிரியானவை. ஆனால் முசல்மான்களும் கிறிஸ்தவர்களும் இந்துஸ்தானிடமிருந்து வெகு தொலைவுக்குச் சென்றுவிட்டனர், ஏனெனில் அவர்களின் மதங்கள் அந்நியமானவை. அத்துடன் அவர்கள் பாரசீக, அரபு மற்றும் ஐரோப்பிய மதவழிபாட்டு முறைகளையே நேசிக்கிறார்கள். எனவே, ஒருவர் கண்ணிலிருந்து தூசியை அகற்றுவது போல, இந்த இரண்டு மதங்களில் உள்ளவர்களைச் சுத்தி செய்யப்பட வேண்டும். முன்பு இந்தியாவின் ஒரு பகுதியாக ஆப்கானிஸ்தான் மற்றும் எல்லைப்புற மலைப்பகுதிகள் இருந்தன. ஆனால் தற்போது இஸ்லாத்தின் ஆதிக்கத்தின் கீழ் உள்ளன [...] நேபாளத்தில் இந்து மதம் இருப்பது போல, ஆப்கானிஸ்தானிலும் எல்லைப்புறப் பகுதியிலும் இந்து வழிபாட்டுத் தலங்கள் இருக்க வேண்டும்; இல்லையேல் விடுதலை பெற்றும் பயனில்லை.[110]

சாவர்க்கர் மற்றும் கோல்வால்கரின் பங்களிப்பு

இந்தியாவை, இந்துத் தேசமாக அறிவிப்பது, அதிலிருந்து முஸ்லிம்களையும் கிறிஸ்தவர்களையும் அப்புறப்படுத்துவது போன்ற கருத்துகள் அனைத்தும், 1923ஆம் ஆண்டிலேயே விநாயக் தாமோதர் சாவர்க்கரின் சர்ச்சைக்குரிய புத்தகமான ஹிந்துத்வாவில் மேலும் உறுதிப்பட்டது. இந்துத் தேசம் குறித்த அவரது வரையறையின்படி, முஸ்லிம்களும் கிறிஸ்தவர்களும் இந்துப் பண்பாட்டுப் பாரம்பரியத்துடன் ஒன்றிணையாமலும், இந்து மதத்தைத் தழுவாமலும், இந்து தேசத்திலிருந்து விலகியே இருக்கின்றனர். சாவர்க்கர் ஆணையிட்டார்:

கிறிஸ்தவ, முகமதிய சமூகங்கள், மிகச் சமீபம் வரை இந்துக்களாக இருந்தவர்கள், அத்துடன் பெரும்பாலான சந்தர்ப்பங்களில் அவர்களின் முதல் தலைமுறையினராக இருக்கக்கூடியவர்கள் தங்களின் புதிய அடையாளத்துடனே தங்களை வெளிப்படுத்திக் கொள்வதையே விரும்புகின்றனர், நமக்குப் பொதுவான தாய்நாடாக இருந்தாலும், அவர்களுக்கும் கிட்டத்தட்ட பரிசுத்தமான இந்து இரத்தமும், இந்துப் பெற்றோராக இருந்தாலும், அவர்களை இந்துக்களாக அங்கீகரிக்க முடியாது. ஏனெனில், அவர்கள் புதிய வழிபாட்டு முறையை ஏற்றுக்கொண்டதிலிருந்து அவர்கள் இந்து சுத்தியை [கலாச்சாரம்] முழுவதுமாக ஏற்றுக்கொள்ள தகுதியற்றவர்கள் ஆகிவிட்டனர்.

மேலும் அவர்கள் இந்து மதத்திலிருந்து முற்றிலும் மாறுபட்ட ஒரு கலாச்சார அமைப்புக்குச் சொந்தமானவர்கள் அல்லது தங்களை அவ்வாறு கருதுகிறவர்கள். அவர்களின் தெய்வங்களும், அவர்களின் தெய்வ வழிபாடும்- அவர்களின் திருவிழாக்களும் அவர்களின் பண்டிகைகளும், அவர்களின் இலட்சியங்களும், அவர்களின் வாழ்க்கைக் கண்ணோட்டமும், இப்போது நம்முடன் தொடர்பற்றதாகப் போய்விட்டது.[111]

பின்னர், இந்துத்துவ அரசியலின் பிதாமகரான சாவர்க்கர், மிகவும் விரிவான இரு தேசக் கோட்பாட்டை உருவாக்கினார். 1937ஆம் ஆண்டு அகமதாபாத்தில் நடந்த இந்து மகாசபையின் 19வது அமர்வில் தலைமை உரையை நிகழ்த்தியபோது, சாவர்க்கர் தீர்மானகரமாக அறிவித்தார்.

இயல்பிலேயே, இந்தியாவில் எதிரெதிரான இரண்டு தேசிய இனங்கள் அக்கம்பக்கமாக வாழ்கின்றன, ஆனால் பல்வேறு சிறுபிள்ளைத்தனமான அரசியல்வாதிகள் இந்தியா ஏற்கெனவே ஓர் இணக்கமான தேசமாக ஒன்றிணைந்துவிட்டது என்றோ அல்லது அவ்வாறு ஒன்றிணைக்க முடியும் என்று நம்புவதன் மூலமோ பெரும் தவறை இழைக்கிறார்கள். இவை உண்மையில் அர்த்தம் அற்றவை, ஆனால் தங்கள் கற்பனைகளை உண்மையாகக் கருதுகின்றனர் சிந்திக்காத நண்பர்கள்... நாம் இந்த விரும்பத்தகாத உண்மைகளைத் துணிச்சலுடன் எதிர்கொள்வோம். இன்றைய இந்தியாவை ஒரு ஒன்றுபட்ட தேசியாமாகவும், ஒற்றைத் தன்மை உடையதாகவும் கருத முடியாது, ஆனால் அதற்கு நேர்மாறாக இந்தியாவில் பிரதானமாக இரண்டு தேசிய இனங்கள் உள்ளன: இந்துக்கள் மற்றும் முஸ்லிம்கள்.[112]

இந்துத்துவா சித்தாந்தவாதிகளால் பரப்பப்பட்ட இந்த இரு தேச அரசியல் கோட்பாடு 1939இல் எம்.எஸ்.கோல்வால்கரின் நாம் அல்லது நமது வரையறுக்கப்பட்ட தேசியத்தின் வரவுக்குப் பின்னர் மேலும் உத்வேகம் பெற்றது. இந்தியாவில் சிறுபான்மையினரின் பிரச்சினையைச் சமாளிக்க கோல்வால்கர் பரிந்துரைத்த மந்திரம் ஒட்டுமொத்த மதமாற்றம் அல்லது இன அழிப்பு ஆகும். அவரைப் பொறுத்தவரை, "பழைய தேசங்கள் தங்கள் சிறுபான்மையினரின் பிரச்சினையை" எந்தவொரு தனித்துவமான கூறுகளையும் தங்கள் அரசியலில் அங்கீகரிக்காததன் முலம் தீர்த்துக்கொண்டன. 'புலம்பெயர்ந்தவர்களான' முஸ்லிம்களும், கிறிஸ்தவர்களும், 'தேசிய இனம்' என்கிற அடிப்படையில் பெரும்பான்மைச் சமூக மக்களுடன் இயல்பாகத் தங்களை இணைத்துக்கொள்ள வேண்டும். யூதர்களை ஒழித்துக்கட்டிய நாஜி ஜெர்மனி மற்றும் பாசிச இத்தாலியின் பாணியில் இந்தியாவில் இருந்து சிறுபான்மையினரை ஒழித்துக்கட்டுவதற்கான கோல்வால்கரின் உறுதியான பிரகடனத்தின் மூலம், இந்திய முஸ்லிம்களையும் கிறிஸ்தவர்களையும் அவர் எச்சரித்தார்:

> அவர்கள் அவ்வாறு செய்யவில்லை எனில், அந்நியர்கள் போலத் தேசத்தின் அனைத்து விதிகள் மற்றும் மரபுகளுக்குக் கட்டுப்பட்டு, துயரத்தில், எந்தச் சிறப்புப் பாதுகாப்பிற்கும் தகுதியற்றவர்களாகவும், எந்தச் சலுகை அல்லது உரிமைகளுக்கும் தகுதியற்றவர்களாகவும் வாழ நேரிடும். தேசிய இனத்தில் தங்களை இணைத்துக்கொண்டு அதன் கலாச்சாரத்தை ஏற்றுக்கொள்வது அல்லது தேசிய இனம் அனுமதிக்கும் வரையில் அதன் தயவில் வாழ்வது, அத்துடன் தேசிய இனம் விரும்பும் சமயத்தில் நாட்டை விட்டு வெளியேறுவது என்கிற இரண்டு வாயில்கள் மட்டுமே அந்நிய சக்திகளுக்குத் திறந்திருக்கும். இதுவே சிறுபான்மையினரின் பிரச்சினையில் சரியான பார்வை. அதுவே தர்க்கரீதியான, சரியான தீர்வு. அது மட்டுமே தேசத்தின் ஆயுளை ஆரோக்கியமாகவும், இடையூறு இன்றியும் வைத்திருக்கும். உடலுக்குள் புற்றுநோய் தோன்றுவது போல், தேசத்திற்குள் மற்றொரு தேசத்தை உருவாக்கும் அரசியல் அபாயத்திலிருந்து தேசத்தைப் பாதுகாக்கும். புத்திசாலித்தனமான பழைய நாடுகளின் அனுபவத்தால் அங்கீகரிக்கப்பட்ட, இந்தக் கண்ணோட்டத்தில் இருந்து, ஹிந்துஸ்தானில் உள்ள அந்நிய இனங்கள் இந்துக் கலாச்சாரத்தையும் மொழியையும் ஏற்றுக்கொள்ள வேண்டும், இந்து மதத்தை மதிக்கவும் மரியாதை செய்யவும் கற்றுக்கொள்ள வேண்டும், இந்து இனத்தையும், கலாச்சாரத்தையும்

அதாவது இந்து தேசியத்தை மகிமைப்படுத்துவதைத் தவிர வேறெந்தச் செயலிலும் ஈடுபடக்கூடாது. தனித்துவத்தை விட்டுக்கொடுத்துவிட்டு இந்து இனத்தில் இணைய வேண்டும், இல்லையெனில் இந்துத் தேசியத்திற்கு முழுமையாக அடிபணிந்து, கோரிக்கைகள் எழுப்ப வாய்ப்பற்றவர்களாக, எந்தச் சலுகைகளுக்கும் தகுதியற்றவர்களாக, எந்தவித முன்னுரிமைக்கும் தகுதியற்றவர்களாக, குடிமக்களின் உரிமைகளுக்குக் கூடத் தகுதியற்றவர்களாக, நாட்டில் வாழலாம். குறைந்தபட்சம், இதைத் தவிர்த்து அவர்கள் பின்பற்றுவதற்கு வேறெந்த வழியும் இல்லை. நாம் பழைய தேசியத்தினர்; நம் நாட்டில் வாழத் தீர்மானித்த அந்நிய இனங்களைப் பழைய தேசங்கள் எவ்வாறு கையாண்டதோ அது போன்றே நாமும் கையாள்வோம். அவர்களை எதிர்கொள்வோம்.[113]

இரு தேசக் கோட்பாடு குறித்து அம்பேத்கர்

ஆகவே, சந்தேகமின்றி இரு தேசக் கோட்பாடு முஸ்லிம் பிரிவினைவாதிகளின் புதிய கண்டுபிடிப்போ அல்லது ஏகபோகமோ அல்ல. காலக்கிரமப்படி, முதலில் இந்து வகை மாதிரி தோன்றியது பின்னர் முஸ்லிம் வகை மாதிரி அதைத் தீவிரமாகப் பின்பற்றியது. சுதந்திரத்திற்கு முந்தைய இந்தியாவில் நிலவிய இந்து-முஸ்லிம் வகுப்புவாத அரசியலைக் கூர்மையாக அவதானித்தவரும், விமர்சித்தவருமான பி.ஆர். அம்பேத்கர், கீழ்க்கண்ட தீர்க்கமான பார்வையைக் கொண்டிருந்தார்,

வித்தியாசமாகத் தோன்றினாலும், திரு. சாவர்க்கரும், திரு. ஜின்னாவும் இரு தேசமா அல்லது ஒன்றுபட்ட தேசமா என்ற பிரச்சினையில் ஒருவரையொருவர் எதிர்ப்பதாகத் தோன்றினாலும், உண்மையில் அவர்கள் இருவரும் அவ்விடயத்தில் ஒன்றுபட்டுள்ளனர். இருவரும் ஒப்புக்கொள்கிறார்கள், ஒப்புக்கொள்வது மட்டுமல்லாமல், இந்தியாவில் இரண்டு தேசியங்கள் உள்ளன - ஒன்று முஸ்லிம் தேசிய இனம் மற்றொன்று இந்துத் தேசிய இனமென்று வலியுறுத்துகின்றனர். இரு தேசிய இனங்களும் வாழ்வது குறித்த விதிமுறைகள் மற்றும் நிபந்தனைகளில் மட்டுமே வேறுபடுகின்றனர்.[114]

இந்திய முஸ்லிம்களைப் பற்றிய சாவர்க்கரின் வடிவமைப்புகள் தர்க்கரீதியிலானவை அல்ல" என்று விவரித்த அம்பேத்கர் சாவர்க்கரிடம் ஒரு கேள்வியை எழுப்பினார்.

திரு. சாவர்க்கர் முஸ்லிம்கள் ஒரு தனி தேசியம் என்பதை ஒப்புக்கொள்கிறார்... அவர் தேசியக் கொடியை அவர்கள் வைத்திருக்க அனுமதிக்கிறார். ஆனாலும், அவர் முஸ்லிம் தேசியத்தின் தனித் தேசிய தாயகத்திற்கான கோரிக்கையை எதிர்க்கிறார். இந்துத் தேசிய இனத்திற்குத் தேசியத் தாயகம் வேண்டும் என அவர் கோரினால், முஸ்லிம் தேசிய இனத்தின் தேசியத் தாயகம் என்ற உரிமையை எப்படி மறுக்க முடியும்?[115]

அம்பேத்கர் இவ்வாறு எச்சரித்தார். சாவர்க்கரின் இந்துத்துவா அகராதியின்படி.

இந்து தேசிய இனம் அதன் பெரும்பான்மை காரணமாக அதிகாரத்தைத் தன்வசப்படுத்திக்கொள்ளும், முஸ்லிம் தேசிய இனம் இந்து தேசிய இனத்திற்குக் கீழ்ப்படிந்து அவர்களின் தயவில் வாழும் நிலைக்குத் தள்ளப்படும்.[116]

இந்தியாவின் நவீனக் கடந்த காலம் பற்றி விவாதிக்கப்படும்போது, இரு தேசக் கோட்பாட்டை ஏற்றுக்கொண்டு அதன் மூலம் இந்தியாவில் பிளவுபடுத்தியவர்கள் மீது பழி சுமத்தும்போது, நாம் இந்த முடிவுக்குக் காரணமானவர்கள் இந்து மற்றும் முஸ்லிம் பிரிவினைவாதிகள் என்பதை நாம் மறந்துவிடக்கூடாது. பின்னவர்கள் பிரிவினையை நிகழ்த்தியவர்கள் எனில் முன்னோர்கள்தான் அதற்கான நிகழ்ச்சி நிரலை அமைத்துக்கொடுத்தவர்கள். ஆனால், அடுத்துவரவுள்ள அத்தியாயங்களில் நாம் கண்டறிய உள்ள உண்மை இந்து-முஸ்லிம் பிரிவினைக் கோட்பாட்டின் துவக்கம் நூறு ஆண்டுகள் கூடப் பழமையானது அல்ல என்பதாகும்.

அடிக்குறிப்புகள்:

62. தேசியவாதம் 'இயற்கையாவே' இருப்பது என்ற கோட்பாடு ரவீந்திரநாத் தாகூர் உட்பட பலரால் வலுவாக எதிர்க்கப்பட்டது. அவரது விமர்சனம் இந்தக் குறிப்பிட்ட அம்சத்துடன் மட்டும் நின்றுவிடவில்லை. தேசியவாதம் என்ற கருத்தாக்கத்தையே முற்றிலுமாக நிராகரிக்க வேண்டுமென்று வாதிடும் அளவிற்கு அவர் சென்றார். "தேசம் என்கிற கருத்துரு மனிதன் கண்டுபிடித்த மிகவும் சக்திவாய்ந்த போதைப் பொருட்களில் ஒன்றாகும். அதன் வாசத்திற்கு அடிமையாகி ஒட்டுமொத்த மக்களும் அதன் தார்மீக வக்கிரத்தைப் பற்றிச் சிறிதும் அறியாமலேயே, மிகவும் மூர்க்கமான தன்னல வேட்கையின் முறையான திட்டத்தைச் செயல்படுத்த முடியும், உண்மையில், அது சுட்டிக்காட்டப்பட்டால் அதன் அபாயகரமான கோபத்தை உணர முடியும்." [Tagore, Rabindranath, Nationalism (London: Macmillan, 1950), 42–43.] 'அதன் வரலாற்றைத்

தவறாகப் புரிந்துகொள்வது தேசியமாக இருப்பதன் ஒரு பகுதி' என்று கூறிய ரெனானைப் பற்றி ஈ.ஜே.ஹாப்ஸ்வாம் குறிப்பிடுகையில், தேசியவாதம் வெளிப்படையாக, அத்தகையதாக இல்லாத போதிலும் அதீத நம்பிக்கையைக் கோருகிறது என்று அவர் வாதிட்டார். அவரைப் பொறுத்தவரை, 1870 முதல் 1914 வரை மிக விரைவாக வேரூன்றிய தேசியவாதம் "சமூக மற்றும் அரசியல் மாற்றங்கள் இரண்டின் உருவாக்கம் ஆகும், வெளிநாட்டவர்களுக்கு எதிரான முழக்கங்களைப் பிரகடனப்படுத்ந ஏராளமான வாய்ப்புகளை வழங்கிய ஒரு சர்வதேசச் சூழ்நிலையை பற்றிக் குறிப்பிடத் தேவையில்லை." [E.J. Hobsbawm, Nationsand Nationalism since 1870, Cambridge UP, Cambridge, 1990, p. 109.] ஹாப்ஸ்வாமின் கூற்றுப்படி, மரபு குறித்த தேடல் தேசியவாதக் கட்டுமானத்தின் இன்றியமையாத பகுதியாகும். பொது விழாக்கள் மற்றும் தேசிய அடையாளங்களைப் பெருமளவில் உற்பத்தி செய்வது முதன்மையான முன்னுரிமையாக உள்ளது. "தொன்றுதொட்ட அல்லது பழமையானவை என்று கூறப்படுகின்ற மரபுகள் பெரும்பாலும் மிகவும் சமீபத்தியவை அல்லது சில நேரங்களில் கட்டமைக்கப்பட்டவை ஆகும்." (Hobsbawm, E.J. & Terence Ranger (eds.), The Invention of Tradition, Cambridge UP, Cambridge, 1983, p. 1.]

இந்திய தேசியவாதத்தின் விஷயத்திலும் இதைத் தொடர்புபடுத்த முடியும், இங்கு இந்து தேசியவாதத்தின் ஆரம்பக்காலத்தில் கொடி பிடித்தவர்கள் மதச் சடங்குகளைக் கண்டுபிடித்ததோடு மத அடையாளங்களைக் கட்டமைப்பு செய்யவும், மீட்டெடுக்கவும் கோரினர். உண்மையில், கட்டுக்கதை உருவாக்கம் என்பது மரபு தேடல் குறித்த செயல்முறையின் ஒரு பகுதியாகும். தேசியவாத உணர்வுகளைக் கட்டியெழுப்புவதில் அல்லது பரப்புவதில் கட்டுக்கதை மிக முக்கியப் பங்கை வகிக்கிறது. இந்தக் கருப்பொருளில் முன்னோடி ஆய்வுகளைச் செய்த ஹோஸ்கிங் மற்றும் ஷாஃப்ளின் ஆகியோரின் கூற்றுப்படி, "கட்டுக்கதை என்பது கலாச்சார மறுஆக்கத்தில் உள்ள பல முக்கியமான கருவிகளில் இதுவும் ஒன்றாகும். இது நிலைப்படுத்துதல் மற்றும் தகவல்களைச் சேமிப்பதற்கான வழிமுறையாகச் செயல்படுகிறது. ஒரு சமூகத்தின் உறுப்பினர்களாக அவர்கள் பரந்த அளவில், ஒரு மனநிலையைப் பகிர்ந்து கொள்கிறார்கள், அவர்கள் ஒரே சிந்தனை-உலகில் இருக்கிறார்கள் என்பதை அங்கீகரிப்பதற்கான வழிமுறையை இது வழங்குகிறது. கட்டுக்கதை ஊடாகச் சமூகத்திற்குள்ளும் ஏனைய சமூகங்களுடனும் எல்லைகள் நிறுவப்படுகின்றன. கட்டுக்கதையில் பங்கு கொள்ளாதவர்கள் வரையறையின்படி விலக்கப்படுகிறார்கள்." (Geoffrey Hosking and George Schopflin (eds.), Myths of Nationbood, Hurst And Co., London, 1997), pp. 19. 20.). இவ்வாறு, ஒரு தேசத்தை அடையாளம் காண அல்லது கட்டமைக்க கட்டுக்கதை ஒரு முக்கியக் கருவியாக மாறுகிறது. இது ஒரு வரலாற்று உண்மையல்ல, மாறாக அது சமூகத்தின் சொந்த அனுமானம் என்பதால் இது கட்டுக்கதை என்று குறிப்பிடப்படுகிறது. "கட்டுக்கதை அறிவாளிகளையும் அறிவு சார் ஏகபோகத்தையும் உருவாக்குகிறது, அது உலகத்தை ஒழுங்குபடுத்துவதற்கும், உலகக் கண்ணோட்டங்களை வரையறுப்பதற்கும் ஒற்றை வழியை நிறுவ முற்படுகிறது. ஒரு சமூகம், சமூகமாக நிலைத்திருக்க, இந்த ஏகபோகம் இன்றியமையாதது, மேலும் அந்தச் சமூகத்தின் தனிப்பட்ட உறுப்பினர்கள் இந்தக் கட்டுக்கதையைப் பரந்த அளவில் ஏற்றுக்கொள்ள வேண்டும். கட்டுக்கதை பொய் அல்லது ஏமாற்று

ஆகியவற்றுடன் ஒத்ததல்ல என்பதை இங்கே கவனிக்கத் தவறக்கூடாது. ஒரு சமூகத்தின் உறுப்பினர்கள் தாங்கள் ஏற்றுக்கொள்ளும் கட்டுக்கதை கண்டிப்பாகத் துல்லியமானது அல்ல என்பதை அறிந்திருக்கலாம், ஆனால், கட்டுக்கதை வரலாறு அல்ல என்பதால் அது ஒரு பொருட்டல்ல. கட்டுக்கதையின் உள்ளடக்கம்தான் முக்கியமே தவிர வரலாற்று பார்வையில் அதன் துல்லியம் முக்கியமானது அல்ல. [மே.கு. 25.] கட்டுக்கதை என்பது ஒரு கூட்டாக கொடுக்கப்பட்ட தலைமையை திட்டமிட்டு உருவாக்குவது. இது மேலிருந்து கீழாக வளப்படுத்தப்படுகிறது. இது "சமூகத்திலுள்ள அரசியல் மற்றும் அறிவார்ந்த உயரடுக்கினர், சமூகத்தின் கவனத்தைப் பெறக்கூடியவர்கள், ஊடகத்தைக் (மக்களின் தகவல் பரிமாற்றத்தை) கட்டுப்படுத்துபவர்கள், அரசியல்வாதிகள், மன்னர், அதிகாரப் பிரிவினர், அத்துடன் மதகுருக்கள், எழுத்தாளர்கள் உள்ளிட்ட பலரின் வேலையாகும்". [மே.கு. 25.] இருப்பினும், எல்லாவற்றையும் ஒரு கட்டுக்கதையாக மாற்ற முடியாது என்ற உண்மையை நாம் இங்கே மறந்துவிடக்கூடாது. "கருத்தை அமைப்பாக்குவதிலும், அணிதிரட்டுவதிலும் திறம்பட நிரூபிக்கக்கூடிய கட்டுக்கதைகள் மட்டுமே வெற்றி பெற முடியும், அது சமூகத்தில் எதிரொளிக்கப்படுவது அவசியம் ஆகும். எதிர்வினையை வெளிக்கொணரத் தவறும் எந்தவொரு கட்டுக்கதையும் சமூகத்திற்கு அந்நியமானதாக இருக்கிறது, அல்லது அது பயன்படுத்தப்படும் நேரத்தில் பொருத்தமற்றதாக இருக்கிறது, அல்லது, பிரச்சாரம் செய்யப்பட்டவர்களில் ஒரு சிறிய பிரிவினரை மட்டுமே எதிர்வினையாற்றத் தூண்டுகிறது எனக் கருதப்படும்." [மே.கு. பக். 25–26]

ஒரு கட்டுக்கதை எவ்வாறு திறம்படப் பயன்படுத்தப்படுகிறது என்பதைத் தேசியவாதிகளின் 'பொற்காலத்திற்கு'த் திரும்புவதற்கான அழைப்பின் ஊடே புரிந்துகொள்ள முடியும், இது பல வகையான தேசியவாதங்களால் குறிப்பாகத் தேசியவாதம் மத மறுமலர்ச்சிக்கு ஒத்ததாகக் கருதப்படுகிற தேசியவாதங்களால் பின்பற்றப்பட்ட ஒரு பண்பாகும். 'பொற்காலம்' என்ற கட்டுக்கதை இந்தத் தேசியவாதிகளின் சில அடிப்படையான தத்துவார்த்த பலவீனங்களைக் களையவும் உதவியது. முதலாவதாக, இது நம்பகத்தன்மைக்கான தேடலைத் திருப்திப்படுத்துகிறது; இரண்டாவதாக, இது தலைமுறைகளுக்கு இடையில் தொடர்ச்சியின் உணர்வை நிறுவுகிறது; மூன்றாவதாக, இது சமூகத்தின் உறுப்பினர்களுக்கு அவர்களின் கடந்த கால மகத்துவம் அல்லது கண்ணியத்தை நினைவூட்டுகிறது. இந்தப் 'பொற்காலம்' தேசத்தின் தலைவிதியை நிர்ணயிக்கும் வழிகாட்டியாகவும், முன்மாதிரியாகவும் செயல்படுகிறது. [Anthony Smith, "The "Golden Age" and National Renewal' in Geoffrey Hosking and George Schopflin (eds.), Myths of Nationbood, Hurst & Co., London, 1997, p. 59.]

கார்ல் மார்க்ஸ், லூயி போனபார்ட்டின் பதினெட்டாவது புரூமேர் (1852) என்ற அவரது முக்கியப் படைப்பில், தேசியவாதப் பிரச்சினையை நேரடியாகக் கையாளாவிட்டாலும், ஆளும் வர்க்கங்கள் அவற்றின் தற்போதைய அகநிலை விருப்பங்களை நியாயப்படுத்துவதற்கு வரலாறு எவ்வாறு ஒரு முக்கியமான கருவியாக மாற்றப்பட்டது என்பதை விளக்கினார். அவர் குறிப்பிட்டதாவது: "இறந்துபோன தலைமுறைகளின் மரபு உயிரோடிருப்பவர்களின் மூளையில் ஒரு கொடுங்கனவைப் போலக் கனக்கிறது. அவர்கள் தம்மையும் பொருட்களையும் புரட்சிகரமாக்குவதில் ஈடுபட்டிருப்பதாகத் தோன்றும் போது, இதுவரை இல்லாத

ஒன்றை உருவாக்குவதில் ஈடுபட்டிருப்பதாகத் தோன்றும் போது, துல்லியமாக அத்தகைய புரட்சிகர நெருக்கடிக் காலகட்டங்களில், அவர்கள் கடந்த காலத்தின் ஆன்மாக்களைத் தங்கள் சேவைக்கு ஆவலுடன் தூண்டி, உலக வரலாற்றின் புதிய காட்சியை இந்தக் காலங்காலமாக மதிக்கப்படும் மாறுவேடத்திலும் கடன் வாங்கிய மொழியிலும் முன்வைப்பதற்காக அவர்களிடமிருந்து பெயர்கள், போர் முழக்கங்கள் மற்றும் ஆடைகளைக் கடன் வாங்குகிறார்கள்." [Marx, Karl, The Eighteenth Brumaire of Louis Bonaparte, in Karl Marx-Frederick Engels Collected Works, vol. 11, Progress Publishers, Moscow, 1979), p. 130.], பக்கம் 130.] எனவே, தேசியவாதம் மற்றும் இரு தேசக் கோட்பாடு வரலாற்று ரீதியானது எனக் கோரினாலும் அவை நவீன உருவாக்கங்களே என முன்வைக்கப்படுகிறது.

63. இப்பிரச்சினை பற்றிய விரிவான விவாதத்திற்கு காண்க, Ansari, Shaukatullah, Pakistan: The Problem of India, Minerva, Lahore, 1944.

64. Cited in Naim, C. M (ed.), Iqbal, Jinnah and Pakistan, Jinnah Publication House, Delhi, 1982, p. 205.

65. மே.கு., பக். 195.

66. Cited in Naim, C. M (ed.), Iqbal, Jinnah and Pakistan, Jinnah Publication House, Delhi, 1982, pp. 195-6...

67. மே.கு., பக். 206.

68. Hasan, Mushirul, "Congress Muslims and Indian Nationalism: Dilemma and Decline 1928-1934," NMM&L Occasional Papers on History and Society XXIII. This paper was presented at the international conference held at the Department of History, University of Sydney on 13-15 February 1985.

69. Khaliquzzaman, Choudhry, Pathway to Pakistan, Longman, Lahore, 1961, pp. 108-9.

70. Ansari, Shaukatullah, Pakistan: The Problem of India, Minerva, Lahore, 1944, p. 3.

71. The Tribune, December, 31, 1930.

72. Rahmat Ali published 3 pamphlets titled The Millat and the Mission (1942), The Millat and Her Minorities (1943) and The Millat and Her Ten Nations (1944).

73. 13 Cited in Edib, Halide, Inside India, George Allen & Unwin, London. 1937, pp. 361-62.

74. மே.கு... பக். 354.

75. மே.கு... பக். 358.

76. Talbot, Ian, Freedom Cry: The Popular Dimension in the Pakistan Movement and Pakistan Experience in North-West India, OUP, Karachi, 1996, p. 5.

77. Proceedings of the Parliamentary Committee on Indian Constitutional Reforms 1933 cited in Farooqi, M., Pakistan: Policies that Led to Break-up, CPI, Delhi, 1972, pp. 16-17.
78. Edib, Halide, Inside India, George Allen & Unwin, London. 1937, p. 362.
79. Khaliquzzaman, Choudhry, op. cit., p. 200.
80. மே.கு., 1961, p. 201.
81. Ansari, Shaukatullah, Pakistan: The Problem of India, Minerva, Lahore, 1944, pp. 6-7.
82. Sherwani, Latif Ahmed, The Pakistan Resolution, Quaid-i-Azam Academy; Karachi, 1986, p. 8.
83. மே.கு... பக். 10.
84. Cited in Ansari, Shaukatullah, Pakistan: The Problem of India, Minerva, Lahore, 1944, p. 11.
85. Sherwani, Latif Ahmed, The Pakistan Resolution, Quaid-i-Azam Academy, Karachi, 1986, p. 14.
86. Visit following Link for full version of Jinnah's address: http://www.columbia.edu/itc/mealac/pritchett/00islamlinks/txt_jinnah_lah ore_1940.html
87. மே.கு...
88. மே.கு...
89. Ahmed, Ishtiaq, "The 1947 Partition of India: A Paradigm for Pathological Politics in India and Pakistan," Asian Ethnicity, vol. 3, Number 1, March 2002.
90. Ansari, Shaukatullah, Pakistan: The Problem of India, Minerva, Lahore, 1944,p. 19.
91. Naim, C.M. (ed.), op. cit., p. 208.
92. Ansari, Shaukatullah, op. cit., p. 13.
93. The Bombay Chronicle, December 27, 1943.
94. Cited in Naim, C. M (ed.), op. cit., pp. 209-210.
95. Manzooruddin Ahmad cited in Naim, C. M (ed.), op. cit., p. 50.
96. The Bombay Chronicle, August 4, 1947.
97. Singh, Nagendra K., Encyclopedia of the Indian Biography, APH Publications, Delhi, 2000, pp. 588-590.
98. Cited in Majumdar, R. C., History of the Freedom Movement in India, Vol. I, Firma KL Mukhpadhyay, Calcutta, 1971, pp. 295-6.
99. மே.கு., p. 8.
100. மே.கு...

101. மே.கு...
102. Parmanand, Bhai in pamphlet titled, "The Hindu National Movement', cited in B.R. Ambedkar, Pakistan or the Partition of India, Government of Maharashtra, Bombay, 1990, pp. 35-6 (first Published December 1940, Thackers Publishers, Bombay).
103. Parmanand, Hamare Qaumi Hero, Hindu Bookshop, Lahore, n.d.
104. Parmanand, Bhai, The Story of My Life, S. Chand, Delhi, 1982, p. 36.
105. Noorani, A. G., "Parivar & Partition," Frontline, Chennai, August 22, 2014, p. 52.
106. மே.கு... பக். 53.
107. Rai, Lala Lajpat, "Hindu-Muslim Problem XI", The Tribune, Lahore, December 14, 1924, p. 8.
108. Cited in A.G. Noorani, op. cit., p. 54.
109. Cited in Dhanki, J.S., Lala Lajpat Rai and Indian Nationalism, S Publications, Jullundur, 1990, p. 378.
110. Cited in Ambedkar, B.R., Pakistan or the Partition of India, Government of Maharashtra, Bombay, 1990, p. 129.
111. A Maratha [V.D. Savarkar), Hindutva, VV Kelkar, Nagpur, 1923, p. 88.
112. Savarkar, V.D., Samagra Savarkar Wangmaya: Hindu Rashtra Darshan, [Collected works of Savarkar in English] vol. 6, Maharashtra Hindu Sabha, Poona, 1963, p. 296.
113. Golwalkar, M.S., We Or Our Nationbood Defined, Bharat Publications, Nagpur, 1939, pp. 47-8.
114. B. R. Ambedkar, Pakistan or the Partition of India, Government of Maharashtra, Bombay, 1990 (reprint of 1946 edition), p. 142.
115. மே.கு., பக்.143
116. மே.கு...

அத்தியாயம் 4

1857 இந்திய சுதந்திரப் போர்: மீறப்பட்ட இரு தேசக் கோட்பாடு

நமது நாட்டில் இந்துக்களும் முஸ்லிம்களும் கடந்த காலத்தில் எப்போதும் ஒன்றுபட்டு இருந்ததில்லை என்று மதவாத அரசியலுக்குக் கொடி பிடிப்பவர்களும், இரு தேசக் கோட்பாட்டின் பிரச்சாரகர்களும் கூறுகின்றனர். வரலாற்று ரீதியாக அவையிரண்டும் இரண்டு தனித்தனி தேசிய இனங்களாக இருந்தன என்று அவர்கள் வலியுறுத்துகின்றனர். ஆனால் 1857இல் ஆங்கிலேய ஆட்சிக்கு எதிராக இந்திய மக்கள் திரளாகக் கிளர்ந்து எழுந்த போது எதார்த்தம் இதுவாக இருக்கவில்லை. பிரிட்டிஷாரால் 'பெரும் கலகம்' என்று வர்ணிக்கப்பட்ட, முதல் இந்திய சுதந்திரப் போரின் போது (1857-62), அதற்குப் பின்னால் ஏற்பட்ட வகுப்புவாதப் பிளவுப் போக்கில் இருந்து, முற்றிலும் மாறுபட்ட சூழல் நிலவியது. உலகத்தின் பல்வேறு பகுதிகளில் கிடைத்த, கிளர்ச்சி காலத்தின் அதிகாரப்பூர்வ ஆவணங்களான அரசிதழ்கள், அறிக்கைகள், குறிப்புகள், தனிப்பட்ட விவரிப்புகள் மற்றும் செய்தித்தாள்கள் போன்றவை, இந்தப் போரில் இந்து-முஸ்லிம் ஒற்றுமையின் அற்புதமான வீர வரலாற்றினைப் பறைசாற்றுகின்றன."[117] இந்த இரு சமூகங்களின் பரந்த பிரிவுகளும் கிழக்கிந்திய கம்பெனி ஆட்சிக்கு எதிராக உறுதியாக ஒன்றுபட்டனர் என்ற யதார்த்தத்தை இந்த ஆவணங்கள் மீண்டும் மீண்டும் வலியுறுத்துகின்றன. அவர்கள் ஒற்றுமையுடனும் உறுதியுடனும் போராடித் தங்கள் உயிரையும் வாழ்வையும் ஒன்றாகத் தியாகம் செய்தனர்.

வி.டி. சாவர்க்கர் கூட (பின்னாளில் அவர் இந்துப் பிரிவினைவாதத்தின் கதாநாயகனாக ஆனதுடன் பிரித்தானிய ஆட்சியாளர்களின் பிரித்தாளும் சூழ்ச்சி விளையாட்டில் உதவவும் ஒப்புக்கொண்டார்)".[118] 1857இல் பெரும் இந்து-முஸ்லிம் ஒற்றுமை இருந்ததையும் ஒப்புக்கொண்டார்.

1857 எழுச்சி குறித்து 1907இல் எழுதப்பட்ட அவரின் படைப்பான, *இந்திய விடுதலைப் போர்*, இந்துக்களும் முஸ்லிம்களும் தங்களுக்கிடையிலான ஒற்றுமைதான் இந்தியா தாய்நாட்டின் விடுதலைக்கான முன்நிபந்தனை என்பதை உணர்ந்திருந்தனர் என்கிற உண்மையை விவரித்தது.

'1857 தியாகிகளுக்கு' அர்ப்பணிக்கப்பட்ட 1857 குறித்த அவரது படைப்பில் உள்ள நீண்ட தியாகிகளின் பட்டியலில் மங்கள் பாண்டே, ராணி லக்ஷ்மி பாய், நாரா சாஹேப், மௌல்வி அகமது ஷா, அசிமுல்லா கான், டாடியா தோப்பே பகதூர்ஷா ஜாபர், பேகம் ஜீனத் மஹால் மற்றும் பல இந்துக்கள் மற்றும் முஸ்லிம்களின் பெயர்களும் சேர்ந்தே இடம்பெற்றிருந்தன. முஸ்லிம்களும் இந்துக்களும் ஒன்றிணைந்து போரிட வேண்டும் என்பதற்காக அவர்களை ஒன்றிணைத்த நானா மற்றும் அசிமுல்லாவின் கொள்கைகளுக்காகச் சாவர்க்கர் அவர்களைப் போற்றினார்.

> *தங்கள் நாட்டின் சுதந்திரத்திற்காகத் தோளோடு தோள் நின்றனர், விடுதலை பெற்றதும், இந்திய ஆட்சியாளர்கள் மற்றும் இளவரசர்களின் கீழ் ஐக்கிய இந்திய தேசத்தை உருவாக்க எண்ணினர்.*[119]

கிழக்கிந்திய கம்பெனி ஆட்சிக்கு எதிரான போரின் வரைபடத்தை வடிவமைத்த நானாவின் நெருங்கிய, நம்பிக்கைக்குரிய, சிறந்த இராணுவ தந்திரோபாய வல்லுநரான அசிமுல்லா கானுக்கு மொத்தப் பெருமையும் சேர்த்து பின்வரும் வார்த்தையில் குறிப்பிடுகிறார்.

> *1857 புரட்சிப் போரில் முக்கியமான கதாபாத்திரங்களில் மறக்க முடியாத ஒருவர் அசிமுல்லா கான். சுதந்திரப் போர் பற்றிய சிந்தனையை முதன்முதலில் உருவாக்கிய கூரிய சிந்தனையாளர்கள் மற்றும் அறிவாளிகளில், அசிமுல்லாவுக்கு ஒரு முக்கிய இடம் கொடுக்கப்பட வேண்டும். புரட்சியின் பல்வேறு கட்டங்களில் உருவாக்கப்பட்ட பல திட்டங்களில், அசிமுல்லாவின் திட்டங்கள் சிறப்புக் கவனத்திற்குரியவை.*[120]

சாவர்க்கர், விடுதலையை நேசிக்கும் இந்து-முஸ்லிம் புரட்சியாளர்களின் ஒற்றுமையைப் பாராட்டியது மட்டுமின்றி, மௌல்வி அஹ்மத் ஷாவின் ஜிகாத் [எதிர்ப்பு] உணர்வைப் போற்றும் அளவிற்குச் சென்றார். அவர் எழுதியதாவது:

சிறந்த, புனிதமான அஹ்மத் ஷா, லக்னோ மற்றும் ஆக்ராவின் ஒவ்வொரு மூலையிலும் ஜிகாத்-சுதந்திரப் போரின் வலைப்பின்னலைச் சிறப்பாகவும், புத்திசாலித்தனமாகவும் நெய்திருந்தார். ஜெகதீஷ்பூரின் மாவீரன் குமார் சிங், நானாவுடனான ஆலோசனைக்குப் பின்னர் தனது மாகாணத்தின் தலைமைப் பொறுப்பை ஏற்று, போருக்கான பொருட்களைச் சேகரிப்பதில் மும்முரமாக இருந்தார். ஜிகாத்தின் விதைகள் பாட்னாவில் எவ்வளவு வேரூன்றியுள்ளன என்றால் முழு நகரமும் புரட்சிகரக் கட்சியின் வழக்கமான புகலிடமாக இருந்தது. ஸ்வதேஷ் மற்றும் ஸ்வதர்மத்திற்காக, மௌலவிகள், பண்டிதர்கள், ஜமீந்தார்கள், விவசாயிகள், வணிகர்கள், வக்கீல்கள், அனைத்துச் சாதி, சமய மாணவர்களும் தங்கள் உயிரைக் கொடுக்கத் தயாராக இருந்தனர்,[121]

சமகால ஆவணங்கள் என்ன சொல்கின்றன?

அசிமுல்லா கான் எழுதிய 1857ஆம் ஆண்டின் புரட்சி கீதத்தின் ஊடே புரட்சியாளர்களிடையே காணப்பட்ட வகுப்பு ஒற்றுமையின் ஆழத்தை அறியலாம். உருது மொழியில் இருந்த அது இவ்வாறு தொடங்குகிறது,

ஹம் பார்ன் இஸ் கே மாலிக், ஹிந்துஸ்தான் ஹமாரா
பாக் வதன் பேட் கௌம் கா ஜன்னத் சே பீ பியாரா

[நாமே அதன் எஜமானர், ஹிந்துஸ்தான் நம்முடையது...
நமது தேசம் புனிதமானது, சொர்க்கத்தை விடவும் பிரியமானது]

யெப் பாமாரி மில்கியாத் ஹிந்துஸ்தான் ஹமாரா
இஸ் கீ ரூபனியத் சே ரோஷன் பே ஜக் சாரா.

[நமக்குச் சொந்தமானது, ஹிந்துஸ்தான் நம்முடையது.
அதன் ஆன்ம ஒளியால் உலகம் ஒளிர்கிறது.]

கித்னா கதீம் கிட்னா நயீம், சப் துனியா சே நியாரா
கர்தீ பார் ஜார்கேஸ் ஜிஸ்ஸே கீ தாரா.

[எத்தனை பழையது, எவ்வளவு இனியது, உலகினிலே சிறந்தது
கங்கை யமுனை பாய்ச்சலில், வளம் கொழிக்குது நமது நிலம்.]

ஊபர் பர்ஃபீலா பர்வத் பெப்ரே-தார் ஹமாரா
நீச்சே சபில் பெர் பஜ்தா சாகர் கா நக்காரா.

[மேலே, பனி படர்ந்த மலைகள், எங்கள் காவல் கோபுரங்கள்.
கீழே கரைகளை அடித்து, கடல் எழுப்பும் தாளம்.]

இஸ் கீ கானென் உகல் ரபீன் சனா, பீரா, பாரா
இட்ஸ் கீ ஷான் ஷௌகத் கா துனியா மேன் ஜெய்காரா.

[சுரங்கங்களில் நிரம்பி வழிகிறது தங்கம், வைரம் மற்றும் பாதரசம்.
எங்களின் சிறப்பும், கம்பீரமும் உலகினில் சிறந்தது.]

ஆயா ஃபிராங்கர் டோர் சே, ஐசா மந்தர் மாறா
லூட்டா டோனோன் ஹத்துன் சே பியாரா வதன் ஹமாரா

[அன்று தூரத் தேசத்தில் இருந்து ஆங்கிலேயர் வந்தனர், மந்திர
வித்தைகள் புரிந்து. எங்கள் அன்புக்குரிய தேசத்தைக் களவாடினர்,
இரு கைகளாலும் இயன்றவரை.]

ஆஜ் ஷாஹிடோன் நே தும்கோ, ஏபில்-இ-வதன் லால்கான்சா
டோடோ குலாமீ கீ ஐன்ஜீரன் ஹர்சன் அங்காரா,

[இன்று, தேசத்தினரை அறைகூவி அழைக்கின்றனர் தியாகிகள்:
நெருப்பை உமிழ்ந்திட, அடிமைச் சங்கிலியை உடைத்திட.]

ஹிந்து-முஸ்ஸல்மான்-சீக் ஹமாரா பாய் பியாரா-பியாரா
யேப் ஹே ஆசாதி கா ஜந்தா இஸ்ஸே சலாம் ஹமாரா.

[நேசத்திற்குரிய இந்து, முஸ்லிம், சீக்கிய சகோதரர்களே!
இது நமது சுதந்திர கொடி, போற்றி வணங்கிடுவோம்!.][122]

மே 11, 1857இல் இந்தியாவின் சுதந்திர ஆட்சியாளராக பகதூர் ஷா ஜாபரை அறிவித்த புரட்சிகர இராணுவம், 80 சதவீதத்திற்கும் அதிகமான இந்து சிப்பாய்களைக் கொண்டிருந்தது என்பதை இன்றைய இந்தியாவில் வகுப்புவாத அரசியலுக்குக் கொடி பிடிப்பவர்களிடம் சொல்ல வேண்டும். இந்த முடிவிற்கு நானா சாஹேப், டாடியா தோபே மற்றும் லக்ஷ்மி பாய் ஆகியோர் முக்கியக் காரணமாயிருந்தனர். இந்த இரு சமூகத்தினரிடையே ஏதேனும் மனக்கசப்பு இருந்திருக்குமேயானால், பெரும்பான்மையான இந்துக்களைக் கொண்ட இராணுவம் ஒரு முஸ்லிமைத் தனது ஆட்சியாளராகத் தேர்ந்தெடுத்தது விவேகமான முடிவாக இருந்திராது. முஸ்லிம்கள், இந்துக்கள் மற்றும் சீக்கியர்களின் கூட்டுக் குழுவான

பக்த் கான், சிர்தாரி லால், கவுஸ் முகமது மற்றும் ஹீரா சிங் ஆகியோரின் கைகளில்தான் புரட்சிப் படையின் தலைமை இருந்தது என்பதை அறிந்துகொள்வது ஆர்வமூட்டுவதாக இருக்கும்.

இந்த கிளர்ச்சியின் போது நீடித்த இந்து-முஸ்லிம் ஒற்றுமை குறித்த செய்தி இந்த 'கலகத்தை' ஒடுக்கக் கடுமையாக உழைத்த பிரிட்டிஷ் அதிகாரிகளின் கவனத்தை ஈர்க்காமல் இல்லை. குவாலியரில் ராணி ஜான்சியைத் தோற்கடிப்பதில் முக்கியப் பங்கு வகித்த மூத்த இராணுவ அதிகாரி தாமஸ் லோவ் இதனைப் பின்வருமாறு ஒப்புக்கொண்டார்.

> *சிசுக்கொலைகாரர்களான ராஜ்புத்திரர்கள், மதவெறி கொண்ட பிராமணர்கள், வெறிப்பிடித்த முஸ்ஸல்மான், மற்றும் ஆடம்பர ஆசைக்கொண்ட, ஆர்வமுடைய கொழுத்த மஹரத்தா ஆகிய அனைவரும் இலட்சியத்திற்காக ஒன்றாக இணைந்திருந்தனர்; அவர்களுள் பசுவைக் கொல்பவர்களும், பசுவை வழிபடுபவர்களும், பன்றியை வெறுப்பவர்களும், பன்றியை உண்பவர்களும், அல்லாஹ்வைக் கடவுள் எனக் கூக்குரலிடுபவர்களும் முகமதை தீர்க்கதரிசி என்பவர்களும் பிராம் [பிரம்மாவின்] மந்திரங்களை முணுமுணுப்பவர்களும் இருந்தனர்,*[123]

வில்லியம் ஹோவர்ட் ரஸ்ஸல் லண்டனின் தி டைம்ஸ் இதழுக்காகக் 'கலகம்' குறித்த செய்திகளைச் சேகரித்திட வந்திருந்தார். புரட்சியாளர்களால் பிர்ஜேஸ் காதர் என்ற முஸ்லிம், அரசராக அறிவிக்கப்பட்ட ஆவத்தைக் கைப்பற்றுவதற்கான படையெடுப்பின் போது அவர் ஒரு வருடத்திற்கும் மேலாக பிரிட்டிஷ் இராணுவத்தினருடன் இருந்தார். மார்ச் 2, 1858 தேதியிட்ட ஒரு செய்தியில் ரஸ்ஸல், இந்துக்கள் மற்றும் முஸ்லிம்களிடையே களத்தில் நிலவிய ஒற்றுமையை அடிக்கோடிட்டுக் காட்டினார்:

> *அனைத்து வகையிலும் சேர்த்துக் குறைந்தபட்சம் 60,000 நிரந்தர வீரர்களும், சுமார் 70,000 நுஜீப்கள் [தற்காலிக] போராளிகள் மற்றும் வெடிமருந்து தயாரிப்பவர்கள் இருக்கிறார்கள் என்று கூறப்படுகிறது. ஆவத் பகுதியைச் சார்ந்த முசல்மான்கள், இந்துக்கள் என அனைத்துப் பெரிய தலைவர்களும் அங்கு ஒன்றாக சேர்ந்து அவர்களது இளவரசரான பிரிஜேஸ் காதர் அவர்களுக்காக இறுதி வரை போரிடச் சூளுரைத்துள்ளனர். அவர்களின் குதிரைப்படை மிகப் பெரியது, நகரம் முழுவதும் மக்களால் நிரம்பி வழிகிறது, பணிகள் தொடர்ந்து உறுதிப்படுத்தப்படுகின்றன. ஆவத் முழுவதும்*

எதிரியின் கைகளில் உள்ளது, நாம் நமது துப்பாக்கி முனையளவு களத்தையே தக்கவைத்திருக்கிறோம்.[124]

இந்துக்களும் முஸ்லிம்களும் ஒன்றாகப் போராடிய நிகழ்வுகள் குறித்த ஆவணங்கள்தான் கலகம் குறித்து ஆவணக் காப்பகங்களில் நிரம்பி வழிகின்றன. 1857 செப்டம்பரில் டெல்லியைக் கைப்பற்றிய பிரிட்டிஷ் ராணுவத்தின் முன்னணித் தளபதியான சார்லஸ் ஜான் கிரிஃபித்ஸ், 'கலகத்தின்' போது ஆங்கிலேயருக்கு எதிராக இந்துக்களும் முஸ்லிம்களும் முழுமையாக ஒன்றுபட்டிருந்தனர் என்பதை ஒப்புக்கொண்டார். அவரது சுயசரிதையின் படி:

போராட்டத்தின் போது எழுந்த உணர்ச்சிகள், போராளிகளின் நெஞ்சில் கனன்றுகொண்டிருந்த கடுமையான வெறுப்பு, போரின் கொடிய நிகழ்வுகள் என இடைவிடாமல் கிட்டத்தட்ட இரண்டு ஆண்டுகள் நீடித்து, வரலாற்றில் இணையாகக் குறிப்பிட இயலாத வகையில், ஹிந்துஸ்தானின் சமவெளிகளையும் நகரங்களையும் இரத்த வெள்ளத்தில் மூழ்கடித்தது. இந்துக்கள் மற்றும் முகமதியர்கள் இடையே மத துவேஷம் ஒருபுறம் இருந்தாலும், தங்கள் எதிரி மதத்தினர் உடனான கசப்பான பகைமையை ஒதுக்கிவிட்டு, நூறு ஆண்டுகளாக ஆதிக்கம் செலுத்துகிற, நாட்டின் பெரும்பகுதியைத் தனது கட்டுப்பாட்டுக்குள் வைத்துள்ள அந்த இனத்தைத் தங்களுடைய தாய் நாட்டை விட்டு விரட்டும் முயற்சியில் ஒன்றிணைந்தனர்.[125]

கிளர்ச்சியின் போது ஆவத்தின் வருவாய்த் தலைவராக எம்.ஆர்.குபின்ஸ் இருந்தார். அவரது விவரிப்பும் அப்பகுதியில் இந்துக்களுக்கும் முஸ்லிம்களுக்கும் மத்தியில் வலுவான ஒற்றுமை நிலவியதை உறுதிப்படுத்துகிறது. ஒரு சம்பவத்தை நினைவு கூர்ந்து விவரிக்கும் அவர் குறிப்பிடுகிறார்:

ஜூன் 1, 1857இல், மெயின்புரியின் புறப்பகுதியில் பிரிட்டிஷ் இராணுவம் கிளர்ச்சிப் படையினரை எதிர்கொண்டது, அதில் கிளர்ச்சியாளர்கள் வெற்றி பெற்றனர். கிளர்ச்சிப் படைத் தளபதி போர் தொடங்குவதற்கு முன்பு தனது சிப்பாய்களிடம் பேசும்போது, இந்துக்களும் முசல்மான்களும் ஒன்று எனவும், டெல்லி மன்னர்தான் அவர்களின் அரசர் என்றும் பிரகடனப்படுத்தியதுடன், தாங்கள் அவருக்காக அணிவகுத்துச் செல்வோம் எனக் குறிப்பிட்டார், என்ற உண்மையைத் தப்பி வந்த பிரிட்டிஷ் இராணுவ வீரர்கள் விவரித்துனர்".[126]

மேலும். 1857ஆம் ஆண்டு மத்தியில் லக்னோவில் பிரிட்டிஷ் படைகளைச் சுற்றி வளைத்த இளம் பிரிஜேஸ் காதரின் ஆவத் கிளர்ச்சிப் படை, குமண்டி சிங் தலைமையில் இருந்தது என்பதையும் அவர் மூலம் நாம் அறிந்துகொள்கிறோம்.[127]

இந்தியாவில் பிரிட்டிஷ் ஆயுதப் படைகளின் தலைவராக உயர்ந்த ஜெனரல் பிரெட் ராபர்ட்ஸ், 1857இல் லக்னோவைக் கைப்பற்ற பிரிட்டிஷ் படையினர் முயன்ற போது உடனிருந்தார். லக்னோவின் புறநகர்ப் பகுதியில் நடந்த ஒரு போரைப் பற்றிய அவரது விவரிப்பு, இந்து-முஸ்லிம் கிளர்ச்சியாளர்கள் எவ்வாறு ஒன்றாகப் போராடி ஒன்றாக மடிந்தனர் என்பதை விவரிக்கிறது. தோல்வியுற்ற போதிலும், அவர்கள் நெஞ்சுரத்துடன், ஒற்றுமையாக, மனம் தளராமல் இருந்தனர். ராபர்ட்ஸின் கருத்துப்படி, நவம்பர் 25, 1857 அன்று நடந்த போருக்குப் பிறகு,

> *இந்துக்கள் மற்றும் முஸ்லிம்கள் என 2000 கிளர்ச்சியாளர்கள் களத்தில் இறந்தனர் அல்லது இறந்துகொண்டிருந்தனர். இப்படியொரு காட்சியை நான் பார்த்ததில்லை. அவர்கள் உண்மையில் குவியல் குவியலாகக் கிடந்தனர், அங்கு நான் சென்றபோது, சிலர் இறந்துகிடந்தனர், என்றாலும் பலர் மிகவும் காயமடைந்து, நெரிசலில் இருந்து எழ முடியாதிருந்தனர். இத்தனை பேர் எப்படி ஒன்று கூடினார்கள் என்பதை என்னால் புரிந்துகொள்ள முடியவில்லை. களத்தைக் கடக்க அவர்கள் மீது தான் நடக்க வேண்டியிருந்தது. அவர்கள் இறக்கும் போதும், "எங்களால் நிற்க முடிந்தால், நாங்கள் உன்னைக் கொன்று விடுவோம்" என எங்களைச் சபித்துத் தங்கள் வெறுப்பைக் கொட்டித் தீர்த்தனர்.*[128]

இந்து-முஸ்லிம் ஒற்றுமை: மத்திய இந்தியா மற்றும் ராஜஸ்தான்

ராணி லக்ஷ்மி பாய் புரிந்த கடும் போர் பற்றியும், பெரும் தியாகம் குறித்தும் இந்தியாவின் வீடுகள் தோறும் பல கதைகள் உள்ளன. ஆனால் பொதுவாக அறியப்படாதது என்னவென்றால், அவரது பீரங்கிப் படைகளின் தளபதி குலாம் கவுஸ் கான் ஒரு முஸ்லிம், அதுமட்டுமின்றி அவரது காலாட்படையும் குதா பக்ஷா என்ற மற்றொரு முஸ்லிமால் வழிநடத்தப்பட்டது. அவர்கள் இருவரும் ஜூன் 4, 1858இல், ஃபிரேஞ்சர் மற்றும் குவாலியரின் சிந்தியாக்களின் கூட்டுப் படைக்கு எதிராக ஜான்சி கோட்டையைப் பாதுகாக்கும் முயற்சியில் தியாகிகள் ஆயினர். ராணியின் தனிப்பட்ட பாதுகாப்பு அதிகாரி ஒரு முஸ்லிம் பெண், முண்டர் [முன்சார்]. கூஞ்ச் மற்றும்

கல்பி போர்களில் ஜான்சி ராணிக்கு அடுத்தபடியாக அவள் எப்போதும் போரிட்டதைக் காண முடியும். அவர் ராணியுடன், ஜூன் 18, 1858 அன்று குவாலியரின் கோட்டா-கி- சராய் போரில் உயிரிழந்தார்.[129]

அப்போதைய மத்திய மாகாணத்தின் (இப்போது மத்தியப் பிரதேசம்) மால்வா பகுதி மற்றொரு யுத்த களமாகத் திகழ்ந்தது, அங்கு பிரிட்டிஷ் மேலாதிக்கத்திற்கு எதிராக மிகப் பெரிய, முக்கியப் போர்கள் நடந்தன. டாடியா டோபே, ராவ் சாஹேப், லக்ஷ்மி பாய், ஃபெரோஸ்ஷா மற்றும் புகழ்பெற்ற அறிஞரான மௌல்வி ஃபசல் ஹக்[130] ஆகியோரின் கூட்டுக் தலைமையின் கீழ், 70-80 ஆயிரம் போராளிகளைக் கொண்ட ஒரு பெரிய புரட்சிகர இராணுவத்தை அணிதிரட்ட முடிந்தது. அவர்கள் தலைமையிலான இந்தியக் கிளர்ச்சிப் படை, ஆங்கிலேயர்களுக்கும் அவர்களின் கைக்கூலிகளான உள்நாட்டு ஆட்சியாளர்களுக்கும் எதிராக எண்ணற்ற போர்களில் வெற்றி பெற்றது. இருப்பினும், டிசம்பர் 17, 1858 அன்று ரானோடில் நடந்த ஒரு முக்கியமான போரில், பிரிட்டிஷ் கைக்கூலி உள்ளூர் இளவரசரின் துரோகத்தால் டாடியா தோபே, ஃபெரோஸ்ஷா மற்றும் மௌல்வி தலைமையிலான புரட்சிகர இராணுவம் சுற்றி வளைக்கப்பட்டது. மௌலவி ஃபசல் ஹக் பிரித்தானியப் படைகள் முன்னேறிச் செல்லும் பாதையில் தடுப்பு அரணாக நின்றார். அவரும் அவரது 480 தோழர்களும் தங்கள் உயிரைக் கொடுத்தனர், அதன் காரணமாகவே டாடியா டோபே,[131] ராவ் சாஹேப்[132] மற்றும் ஃபெரோஸ்ஷா[133] உள்ளிட்ட பெரும் படையைக் காப்பாற்ற முடிந்தது" என்றனர்

இவ்வாறு, மௌலவி ஃபாஸல் ஹக் மற்றும் அவரது தோழர்களின் உன்னதத் தியாகத்தால் காப்பாற்றப்பட்ட டாடியா தோப் 1859ஆம் ஆண்டின் முற்பகுதி வரை தொடர்ந்து போராடினார். பின்னர் நார்வார் ஆட்சியாளர் மான் சிங்கின் துரோகத்தால் தான் ஆங்கிலேயர்களால் அவரைக் பிடிக்க முடிந்தது. இதனைப் தொடர்ந்து, ஏப்ரல் 18, 1859இல் அவரைத் தூக்கிலிட்டனர். ராவ் சாஹேப் (பாண்டுரங் சதாசிவ், நானா சாஹேப்பின் மருமகன்) அவர்களும் கூடத் தொடர்ந்து போராட்டத்தை நடத்தினார், ஆனால் 1862இல் ஜம்மு பிராந்தியத்தில் ஒரு மராட்டியத் தலைவர் காட்டிக் கொடுத்ததால் மட்டுமே அவரைப் பிடிக்க முடிந்தது. பின்னர் அவர் கான்பூரில் தூக்கிலிடப்பட்டார். ஃபெரோஸ்ஷா கிளர்ச்சியைத் தொடர்ந்தார், அவரை ஒருபோதும் பிடிக்க முடியவில்லை அத்துடன் இந்தியாவின் விடுதலைக்காக முஸ்லிம் ஆட்சியாளர்களின் உதவியை நாடி மேற்கு

ஆசியாவிற்குப் பயணம் செய்தார். அவர்களின் அக்கறையின்மையால் மனமுடைந்து மெக்காவுக்குச் சென்று 1887இல் மறைந்தார்.

கோட்டா மாநிலம் (இப்போது ராஜஸ்தானில் உள்ளது) ஆங்கிலேயர்களின் அடிவருடி மகாராவ் என்பவரால் ஆளப்பட்டது. பாரசீக, உருது மற்றும் ஆங்கிலம் ஆகிய மொழிகளில் சமப் புலமை பெற்றிருந்த சிறந்த இலக்கியவாதியான லாலா ஜெய்தயாள் பட்நாகர்[134] இந்த மாநிலத்தின் முன்னணி அரசவை உறுப்பினர் ஆவார். மகாராவ் ஆங்கிலேயர்களுக்கு ஒத்துழைக்கிறார் என்பதைக் கண்டறிந்ததும், அவர் இராணுவத் தலைவர் மெஹ்ராப் கானுடன்[135] கைகோத்து, மாநிலத்தில் புரட்சிகர அரசாங்கத்தை நிறுவினார். அண்டை நாட்டுக் கைக்கூலி இளவரசர்களின் உதவியுடன் கோட்டாவை பிரிட்டிஷ் படைகள் கைப்பற்றியபோதும், 1859 வரை அவர்கள் ஒன்றாக இப்பகுதியில் போரிட்டனர். ஓர் உளவாளியால் காட்டிக் கொடுக்கப்பட்ட இருவரும் செப்டம்பர் 17, 1860 அன்று கோட்டாவில் கைது செய்யப்பட்டுத் தூக்கிலிடப்பட்டனர்.

ஹரியானா

ஹன்சி நகரம் (இப்போது ஹரியானாவில் உள்ளது), எப்படி முஸ்லிம்களும் ஜைனர்களும் அந்நிய ஆட்சியை அச்சமின்றி எதிர்த்து நின்றனர், ஒன்றாகத் தங்கள் உயிரையும் தியாகம் செய்யத் துணிந்தனர் என்பதற்கு மற்றொரு இதயத்தை வருடும் உதாரணத்தை முன்வைக்கிறது. இந்த ஊரில் ஹுகும்சந்த் ஜெயின்[136] மற்றும் முனீர் பேக்[137] ஆகிய இரு நெருங்கிய நண்பர்கள் வசித்து வந்தனர். அவர்களின் இலக்கியப் படைப்புகளுக்காகவும், கணிதத்தின் மீதான காதலுக்காகவும் அறியப்பட்டவர்கள். அத்துடன் கிளர்ச்சியின் ஆரம்பக் கட்டத்திலேயே தங்களை இணைத்துக்கொண்டிருந்தனர். பகதூர்ஷா ஜாபரின் புரட்சிகர அரசாங்கம் அவர்களை ஆலோசகர்களாகத் தேர்ந்தெடுத்து, இன்று ஹரியானா என்று அழைக்கப்படும், டெல்லியின் மேற்குப் பகுதிக்குத் தளபதிகளாக நியமித்தது. அவர்கள் இப்பகுதியில் பல வெற்றிகரமான இராணுவ நடவடிக்கைகளை வழிநடத்தினர். ஆனால் பாட்டியாலா, நபா, கபுர்தலா, காஷ்மீர் மற்றும் பட்டோடி ஆட்சியாளர்களின் துரோகத்தால் ஒரு முக்கியமான போரில் தோற்கடிக்கப்பட்டு கைதுசெய்யப்பட்டனர்.

இரு மதங்களைச் சேர்ந்த மக்களின் இத்தகைய ஒற்றுமையைக் கண்டு கவலையும் திகிலும் அடைந்த பிரித்தானியர்கள், அவர்களை மிகக் கொடூரமாகவும், மோசமான முறையிலும் கொல்ல முடிவு

செய்தனர். ஜனவரி 19, 1858 அன்று ஹன்சியில் ஒரே மரத்தில் அவர்களைத் தூக்கிலிட்ட பிறகு அந்தந்த மதங்களின் வழக்கத்திற்கு மாறாக ஹுகும்சந்த் ஜெயின் புதைக்கப்பட்டார், முனீர் பேக் தகனம் செய்யப்பட்டார். வெவ்வேறு மதங்களைச் சேர்ந்த இந்த இரண்டு புரட்சியாளர்களின் ஒற்றுமையைக் கேலி செய்யவும், அவர்களின் தோழமையின் மீது வெறுப்பைக் காட்ட வேண்டும் என்ற வெளிப்படையான நோக்கத்துடன் செய்யப்பட்டது. ஆங்கிலேயர்கள் செய்த மற்றொரு அருவருக்கத்தக்க குற்றம் என்னவெனில், ஹுகம்சந்த் ஜெயின் 13 வயது மருமகன் இந்த நடவடிக்கைக்கு எதிர்ப்பு தெரிவித்தபோது, அவருக்கு எதிராக எந்தத் தண்டனையும் விதிக்கப்படாத போதும், அவரும் தூக்கிலிடப்பட்டார்.

ரோஹில்கண்ட்

ரோஹில்கண்ட் (இன்றைய பரேலி, ஷாஜஹான்பூர், பதாவுன் மற்றும் பிஜ்னூர்) பகுதித் தொடக்கத்தில் இருந்தே புரட்சியாளர்களின் வலுவான கோட்டையாகத் திகழ்ந்ததது. மே 11, 1857இல் டெல்லியில் சுதந்திர இந்திய அரசாங்கம் அறிவிக்கப்பட்ட உடனேயே, கான் பகதூர் கான்[138] அங்கு முகலாயப் பேரரசரின் வைஸ்ராயாக நியமிக்கப்பட்டார். கான் பொறுப்பேற்றவுடன், மாநில விவகாரங்களை வழிநடத்துவதற்காக இந்துக்கள் மற்றும் முஸ்லிம்கள் இருவரையும் உள்ளடக்கிய எட்டு உறுப்பினர்களைக் கொண்ட குழுவை நியமித்தார், குஷி ராம் அதன் துணைத்தலைவராக இருந்தார்.[139] தில்லியில் புரட்சிப் படையின் தலைமைத் தளபதி ஜெனரல் பக்த் உத்தரவுப்படி பசுவதையைத் தடை செய்தது போல், இந்த அரசும் உள்ளூர் இந்துக்களின் உணர்வுகளுக்கு மதிப்பளித்து பசுவதையைத் தடை செய்தது. கான் மற்றும் குஷி ராம் தலைமையிலான துருப்புக்கள் பல போர்களில் ஆங்கிலேயர்களையும் அவர்களது கைக்கூலிகளையும் தோற்கடித்தனர். ஆனால், சற்றேறக்குறைய ஒரு வருட ஆட்சிக்குப் பிறகு, பரேலியில் நடந்த ஒரு முக்கியமான போரில் தோற்கடிக்கப்பட்டனர். போராட்டத்தைத் தொடர்ந்த அவர்கள், நேபாளத்தை நோக்கிப் பின்வாங்கிய போதும் கைதுசெய்யப்பட்டனர். அவர்கள் இருவரும் பரேலிக்குக் கொண்டு வரப்பட்டு, 1860 மார்ச் 20 அன்று பழைய கோட்வாலிக்கு வெளியே நூற்றுக்கணக்கான ஆதரவாளர்களுடன் தூக்கிலிடப்பட்டனர்.

மேற்கு ஐக்கிய மாகாணம்

முதல் இந்திய சுதந்திரப் போரின் போது இந்து-முஸ்லிம் ஒற்றுமை நாட்டின் ஒரு குறிப்பிட்ட பகுதியிலோ அல்லது மக்கள்தொகையில்

ஒரு பிரிவினருடன் மட்டுமோ நின்றுவிடவில்லை. இந்த ஒற்றுமை நாடு முழுவதும், அனைத்து அடுக்குகளிலும் நிலவியது. இதுதான் கள எதார்த்தமாகவும், நிதர்சனமான உண்மையாகவும் இருந்ததால், இயற்கையாகவே பெண்களும் இதற்கு விதிவிலக்காக இருக்கவில்லை. முசாஃபர் நகர் மாவட்டத்தில் (இப்போது மேற்கு உத்தரப் பிரதேசத்தில் உள்ளது) தானா பவன் என்கிற சிறிய நகரத்தில், அடக்குமுறை ஆங்கிலேய ஆட்சிக்கு எதிராக ஆயுதம் ஏந்தியதற்காக வெவ்வேறு மதங்கள் மற்றும் சாதிகளைச் சேர்ந்த 14 துணிச்சலான பெண்கள் ஒன்றாகத் தூக்கிலிடப்பட்டனர் அல்லது உயிருடன் எரிக்கப்பட்டனர். அவர்களில் சிலரின் பெயர்களும் வீரச் செயல்களும் பின்வருமாறு. அஸ்காரி பேகம்,[140] 45 வயதான, ஒரு வசதியான குடும்பத்தைச் சேர்ந்தவர், அப்பகுதியில் கிளர்ச்சியை ஏற்பாடு செய்ததற்காக உயிருடன் எரிக்கப்பட்டார். மற்றொரு புரட்சிகரப் பெண், 28 வயது, ஆஷா தேவி[141], இந்து குஜார் குடும்பத்தைச் சேர்ந்த அவர் கிளர்ச்சிப் படையில் இருந்ததற்காகத் தூக்கிலிடப்பட்டார். மற்றொரு இளம் பெண் தியாகி பகவதி தேவி[142], ஃபிரேஞ்சர் ஆட்சிக்கு எதிராகப் பல போர்களில் போராடிய விவசாயிகளின் தியாகக் குடும்பத்தில் பிறந்தார். 24 வயது, ஹபீபா,[143] முஸ்லிம் குஜார் குடும்பத்தைச் சேர்ந்த அவர் அண்டைப் பகுதிகளை ஆங்கிலேயர்களின் கொடுங்கோன்மையிலிருந்து விடுவிக்கப் பல போர்களில் அச்சமின்றிப் போராடினார். அவர் பிரிட்டிஷ் தாக்குதலுக்குப் பதிலடி கொடுக்கும்ப் போது பிடிபட்டார். பின்னர் 1857இல் தூக்கு மேடையில் தூக்கிலிடப்பட்டார். இந்தப் பகுதியைச் சேர்ந்த மற்றொரு துணிச்சலான பெண்மணியின் பெயர் மாம் கவுர்.[144] மேய்ப்பர்களின் குடும்பத்தைச் சேர்ந்த அவர் 25 வயதில் தூக்கிலிடப்பட்டார். 26 வயது, உம்டா[145] இந்தப் பகுதியைச் சேர்ந்த மற்றொரு துணிச்சலான பெண், ஜாட் முஸ்லிம் குடும்பத்தில் பிறந்த அவர் பிரிட்டிஷ் படையெடுப்பை எதிர்த்துத் தனது உயிரைத் தியாகம் செய்தார். 1833இல் பிறந்த ராஜ் கவுர்[146], ஒரு சீக்கியக் குடும்பத்தில் பிறந்த அவர் தானா பவன் பகுதியில் ஆங்கிலேயர்களுக்கு எதிராகப் போராடி உயிரைத் தியாகம் செய்தார். ஜாட் குடும்பத்தைச் சேர்ந்த மற்றொரு துணிச்சலான பெண்ணான இந்தர் கவுர், ஆங்கிலேயர்களுக்கு எதிராகப் போராடித் தன் உயிரைக் கொடுத்தவர். 1819ஆம் ஆண்டு பிறந்த பக்தவாரி, இப்பகுதியைச் சேர்ந்த மற்றொரு துணிச்சலான பெண், ஆங்கிலேய ஆட்சியாளர்களுக்கு எதிராகப் போராடித் தன் இன்னுயிரை ஈந்தார்.

டெல்லி

தில்லியை மீண்டும் கைப்பற்றுவதை ஆங்கிலேயர்கள் ஒரு கௌரவப் பிரச்சினையாகக் கருதினர் (புரட்சியாளர்கள் மே 1857இல் பிரிட்டிஷ் பிடியிலிருந்து விடுவித்து அதை ஒரு சுதந்திர இந்தியாவின் தலைநகராக அறிவித்தனர்). ஆங்கிலேயர்களுக்கு எதிரான நடவடிக்கைகளின் மையமாகவும் அடையாளமாகவும் திகழும் டெல்லியை மீண்டும் கைப்பற்ற முடிந்தால், நாட்டின் பிற பகுதிகளில் எழும் கிளர்ச்சி அலைகளை அடக்குவது எளிது என்று பிரிட்டிஷ் ஆட்சியாளர்கள் சரியாகக் கணித்தனர். ஜூன்-செப்டம்பர் 1857இல், பிரிட்டிஷ் இராணுவம் தங்கள் முழு பலத்துடன் டெல்லியைச் சுற்றி வளைத்தது, ஆனால் தில்லியின் தடுப்பரணை உடைக்க முடியவில்லை, இது புரட்சிகர இராணுவத்தால் வீரத்துடன் பாதுகாக்கப்பட்டது, இது ஆங்கிலேயர்களால் பூராபியா சேனா (கிழக்கு இந்திய இராணுவம்) என்று கேலி செய்யப்பட்டது. இந்தப் புரட்சிகர இராணுவத்தின் பெரும்பகுதி இந்துக்களைக் கொண்டிருந்ததோடு முகமது பக்த் கான்,[147] சிங்காரி லால், கவுஸ் முகமது மற்றும் ஹீரா சிங் ஆகியோர் கூட்டாகத் தலைமை தாங்கினர். கான் தலைமைத் தளபதியாக இருந்தார். தற்கால பிரிட்டிஷ் ஆவணங்கள், புரட்சிகர இராணுவத்தின் அணிகள் மற்றும் டெல்லியில் குடியிருப்புவாசிகள் மத்தியில் உளவாளிகள் மூலம் வகுப்புவாதப் பிளவை உருவாக்க முயற்சித்த போதிலும், இந்தியர்கள் தங்கள் சுதந்திர இந்தியாவின் தலைநகரைப் பாதுகாப்பதில் ஒன்றுபட்டு நின்றனர். மத நல்லிணக்கத்தை நிலைநாட்டவும், தில்லி மக்களிடையே வகுப்புவாத மோதலை ஏற்படுத்துவதில் பிரிட்டிஷ் உளவாளிகள் வெற்றிபெறக் கூடாது என்பதற்காகவும், புரட்சிப் படையின் தலைமைத் தளபதி ஜெனரல் பக்த் கான், டெல்லியில் பசுவதைத் தடைப் பிரகடனத்தை வெளியிட்டார்.

முற்றுகையின் கீழ் டெல்லியில் என்ன வகையான மத நல்லிணக்கம் நிலவியது என்றும், இந்தக் கடுமையான நெருக்கடிக் காலங்களில் இந்துக்கள்-முஸ்லிம்கள் எவ்வாறு ஒருவருக்கொருவர் இணைந்து இருந்தனர் என்பதைப் பின்வரும் உதாரணத்தின் மூலம் கூடுதலாக அறியலாம். நகரச் சுவர்களுக்கு வெளியே ஆங்கிலேயர்களின் நிலைகளைத் தாக்கும் திறனை மேம்படுத்துவதற்காக, பயன்படுத்தப்படாமல் கிடந்த ஷாஜகான் காலத்தின் ஒரு பெரிய பீரங்கி வெளியே எடுக்கப்பட்டு, பழுதுபார்க்கப்பட்டு உபயோகத்திற்குக் கொண்டுவரப்பட்டது. இது ஷாஜஹானாபாத்தின் ஃபசீல் அல்லது மதில் சுவரில் பொருத்தப்பட்டது, ஆனால் பீரங்கி

முதல் குண்டைச் சுடுவதற்கு முன், பகதூர் ஷா ஜாபர் மற்றும் பிற இராணுவ அதிகாரிகள் முன்னிலையில், இந்து மதக் குருமார்கள் ஆரத்தி எடுத்து, மாலை அணிவித்து, வேத மந்திரங்களால் ஆசீர்வதித்தனர். இந்த விவரம் பிரிட்டிஷ் ஆட்சியாளர்களால் நகருக்கு அனுப்பப்பட்ட உளவாளியின் கடிதத்தில் காணக் கிடைக்கிறது.

அயோத்தியா

1992இல் பாபர் மசூதியை இந்துத்துவக் காவிக்கும்பல் இடித்த பிறகு, அயோத்தியில் இரு சமூகத்தினரிடையே பெரும் பகை ஏற்பட்டிருக்கிறது. ஆனால் 1857இல் காட்சி வேறாக இருந்தது. அயோத்தியிலும் அதன் சுற்றுவட்டாரத்திலும் சாதாரண முஸ்லிம்கள் மற்றும் இந்துக்கள் மட்டுமின்றி இரு சமூகத்தினரின் மதத் தலைவர்களும் கூட்டாகக் கிளர்ச்சியில் ஈடுபட்டுத் தங்கள் உயிர்களைத் தியாகம் செய்தனர். மேலும் ஹனுமான் கர்ஹியின் தலைமை மடாதிபதி பாபா ராம்சரண் தாஸ்[148] ஆங்கிலேயர் படையெடுப்பிற்கு எதிராக ஆயுதம் ஏந்தியபோது, அப்பகுதியின் நன்கு அறியப்பட்ட மௌலவி, மௌலானா அமீர் அலியும்[149] அவருடன் உடனடியாக இணைந்துகொண்டார். இருவருமே ஆங்கிலேயர்களுக்கு எதிராகத் துணிச்சலுடன் போரிட்டு, அவர்களுக்கு பலத்த இழப்புகளை ஏற்படுத்தினர். அவர்கள் அயோத்திக்கு அருகே நடந்த போரில் கைது செய்யப்பட்டு, பைசாபாத்தில் உள்ள குபீர் டீலாவிலுள்ள புளிய மரத்தில் ஒன்றாகத் தூக்கிலிடப்பட்டனர்.

அச்சன் கான்[150] மற்றும் ஷம்பு பிரசாத் சுக்லா[151] ஆகிய இருவரும் அயோத்தியின் ஔத் பகுதியில் ஆங்கிலேயர்களின் தாக்குதலுக்கு எதிராக ஆயுதமேந்திய படையை உருவாக்கிய வேறு இரு சிறந்த நண்பர்கள் ஆவர். அவர்கள் இப்பகுதியில் ராஜா தேபி பக்ஷின் புரட்சிப் படையை வழிநடத்தினர். அவர்களால் பல போர்களில் படையெடுத்து வந்த இராணுவத்தைத் தோற்கடிக்க முடிந்தது, ஆனால் அவர்கள் ஒரு உள்நாட்டு பிரிட்டிஷ் உளவாளியின் துரோகத்தால் பிடிபட்டனர். அவர்கள் நீண்டகாலச் சித்திரவதைக்கு உட்படுத்தப்பட்டதுடன், பிரிட்டிஷ் தளபதி அதனைப் பகிரங்கமாகச் செய்யுமாறும் கட்டளையிட்டார், இவ்வாறாக பிரிட்டிஷாருக்கு எதிராகக் கூட்டாகப் போராடும் அப்பகுதியின் இந்துக்கள் மற்றும் முஸ்லிம்களை அச்சுறுத்தினர்.

நாம் ஏற்கெனவே பார்த்தது போல், இந்தப் போரின் போது ஒன்றுபட்ட போராட்டங்கள் மற்றும் கூட்டுத் தியாகங்களின் முடிவில்லாத

பட்டியல் நீள்கிறது. இங்கே மீண்டும் மீண்டும் சொல்லப்படும் செய்திகள் அந்தக் காலத்தின் அதிகாரப்பூர்வ ஆவணங்களில் இருந்து எடுக்கப்பட்டவை.[152] ஒன்றிணைந்து போராடிய இப்போராட்டத்தின் ஒரு நூற்றாண்டுக்குள்ளே, இவ்விரு மதங்களைச் சேர்ந்தவர்களும் இருவேறு தேசிய இனங்களைச் சார்ந்தவர்கள் என்று முஸ்லிம் இந்துத் தலைவர்கள் கசப்பாக உரிமை கோருவதை எப்படி விளங்கிக்கொள்வது? இந்துக்களும் முஸ்லிம்களும் வரலாற்று ரீதியாகவும், சந்தேகமில்லாமலும் சண்டையிட்டுக் கொண்டிருந்த இரண்டு தனித்தனி தேசிய இனங்கள் என்ற கூற்றை நம்பித்தான் இரு தேசக் கோட்பாட்டின் அடித்தளம் உள்ளது. அப்படியானால், நாட்டின் விடுதலைக்காக இரு சமூகங்களும் ஒன்றாக வாழ்ந்து மடிந்ததற்கான ஆதாரங்களைக் கண்டறிய ஒருவர் வெறும் 150 ஆண்டுகள் மட்டுமே பின்னோக்கிச் செல்ல வேண்டும் என்றால், அது எத்தகைய பலவீனமான கூற்று. அப்போது இருவருக்குமிடையில் பிரிவினைப் பிரச்சினை இல்லை. புகழ்பெற்ற வரலாற்றாசிரியர் மிருதுளா முகர்ஜி, "1857ஆம் ஆண்டின் கிளர்ச்சியில் இந்துக்கள் மற்றும் முஸ்லிம்களின் செயல்பாடுகள், காலனித்துவத்திற்கு முந்தைய இந்தியச் சமூகத்தின் மத நல்லிணக்கத் தன்மையின் பிரதிபலிப்பாகும்" என்று கூறுவது முற்றிலும் சரியானது.[153]

அடிக்குறிப்புகள்:

117. இந்த காலனித்துவ எதிர்ப்பு விடுதலைப் போரில் சீக்கியர்களும் குறிப்பிடத்தக்க பங்கைக் கொண்டிருந்தனர். பார்க்க Islam, Shamsul, Rebel Sikhs in 1857, Pharos Media, Delhi.
118. For more details see Islam, Shamsul, Savarkar Unmasked, Pharos Media, Delhi, 2021.
119. V.D. Savarkar, The Indian War of Independence 1857, Rajdhani, Delhi, 1970, p. 76.
120. மே.கு... பக். 32.
121. மே.கு... பக். 88.
122. The appeared song immortal in Payaam-e-Azaadi, 1857. https://www.sarcajc.com/Revolt_of_1857-Flag_Song.html
123. Lowe,. Thomas, Central India During the Rebellion of 1857 and 1858: A Narrative of Operations of the British Forces from the Suppression of Mutiny in Aurangabad to the Capture of Gwalior under Major General Sir Hugh Rose, GCB and Brigadier Sir C. Stuart, KCB, Longman, London, 1860, p. 324.

124. Russell, William Howard, My Indian Mutiny Diary, (Edited by Miachel Edwardes with an essay on the Mutiny and its consequences), Cassell & Company, London, 1957, p. 52.
125. Griffiths, Charles John, A Narrative of the Siege of Delhi with an account of the Mutiny at Ferozepore in 1857, John Murray, London, 1910, p. v.
126. Gubbins, M. R., The Mutinies of Oudh, M. R. Bentley, London, 1858, p. 30.
127. மே.கு., 230.
128. Roberts, Fred, Letters Written During the Indian Mutiny, Macmillan & Co, London, 1924, pp. 103-104.
129. http://www.eklavya.org/lessonplanhistory1.html
130. Chopra, PN (ed.), Who is Who of Indian martyrs: 1857, Department of Culture (Government of India), Delhi, 1973, p. 41.
131. மே.கு., பக். 143.
132. மே.கு., பக். 125.
133. மே.கு., பக். 41.
134. மே.கு., பக். 63-63.
135. மே.கு., பக். 91.
136. மே.கு., பக். 56.
137. மே.கு., பக். 102.
138. மே.கு., பக். 73.
139. மே.கு., பக். 76.
140. மே.கு., பக். 16.
141. மே.கு., பக். 11.
142. மே.கு., பக். 21.
143. மே.கு., பக். 49.
144. மே.கு., பக். 87.
145. மே.கு., பக். 149.
146. மே.கு., பக். 118.
147. மே.கு., பக். 17.
148. Chopra, PN (ed.), Who is Who of Indian martyrs: 1857, Department of Culture Government of India), Delhi, 1973, p. 9.
149. மே.கு., பக். 120.
150. மே.கு., பக். 3.
151. மே.கு., பக். 139.
152. மேலும் விவரங்களுக்கு, Islam, Shamsul, 1857 kee Herat Angez Dastane, Pharos Media, Delhi, 2019.
153. The Indian Express, May 4, 2007.

அத்தியாயம் 5

இரு தேசக் கோட்பாட்டிற்கு எதிரான தேசப்பற்றுள்ள முஸ்லிம்களின் போராட்டம்

1947 இந்தியப் பிரிவினைக்குப் பின்னால் இருந்த உண்மையான குற்றவாளிகள் குறித்த தேடல் இன்றும் தொடர்கிறது. இந்திய சுதந்திரப் போராட்டம் மற்றும் பிரிவினை பற்றிய படைப்புகளிலும் இந்த வறட்சி நிலவுவது கண்கூடு. இந்து மற்றும் முஸ்லிம் வகுப்புவாத, கிரிமினல் சக்திகள், அப்பாவிக் குழந்தைகள், பெண்கள் மற்றும் ஆண்களைக் கொன்று குவிப்பதற்கும், எண்ணிலடங்கா கற்பழிப்பு மற்றும் பிற கொடூரமான குற்றங்களில் ஈடுபடுவதற்கான ஒரு வகையான உரிமமாக மாறிய இந்தத் துயரமான பிரிவினைக்கு, முகமது அலி ஜின்னா தலைமையிலான முஸ்லிம் லீக்தான் காரணம் எனத் தொடர்ந்து முன்வைக்கப்படும் வழமையான கற்பிதங்களைப் பற்றி முந்தைய பகுதிகளில் விரிவாகப் பார்த்தோம். இந்துத்துவா சிந்தனையைக் கொள்கையாகக் கொண்டவர்களும், முஸ்லிம் லீக்கைப் போலவே, இரு தேசக் கோட்பாட்டை ஏற்றுக்கொண்டு, 'இஸ்லாமிய அரசு' போன்ற ஒரு பிரத்யேக 'இந்து ராஷ்டிராவை'க் கோரியவர்கள் என்ற உண்மையை மூடி மறைக்கின்றனர். துரதிர்ஷ்டவசமாக, இந்துத்துவ சக்திகளின் சமீபத்திய எழுச்சியும் அதன் தொடர்ச்சியாக ஏற்பட்டுள்ள முஸ்லிம்-எதிர்ப்பு முழக்கங்களினால், இந்து நடுத்தர வர்க்கத்தினரிடையே இத்தகைய பேச்சுக்கள் நன்கு எடுபடுகின்றன. ஒன்றுபட்ட, மதச்சார்பற்ற இந்தியாவுக்காகத் தங்கள் உயிரைப் பணயம் வைத்துப் போராடிய, தேசப்பற்றுடைய முஸ்லிம்களுக்கு இந்தக் கதைகளில் இடமில்லை.

சிந்துவின் சூம்ரோ குலத்தில் பிறந்த அல்லா பக்ஷ் அத்தகைய ஒரு உதாரணம்தான். பெரும் நிலவுடைமையாளர் குடும்பத்தைச் சேர்ந்த இவர், அரசு கட்டுமான ஒப்பந்ததாரராகத் தொழிலில் ஈடுபட்டு வந்தார். அவரது அரசியல் வாழ்க்கை 1923இல் சுக்கூர் மாவட்ட வாரியத்தின்

உறுப்பினராகத் தேர்ந்தெடுக்கப்பட்டதில் இருந்து தொடங்கியது, பின்னர் அதன் தலைவராகவும் தேர்ந்தெடுக்கப்பட்டார். அவரது அரசியல் வாழ்க்கையில் ஏற்பட்ட பெரிய ஊக்கத்தின் காரணமாக, அவர் 1926இல் பம்பாய் சட்டமன்றக் குழுவின் உறுப்பினராகத் தேர்ந்தெடுக்கப்பட்டார். பின்னர் பம்பாய் பிரசிடென்சியில் இருந்து சிந்துவைப் பிரிக்கும் இயக்கத்திற்கும் தலைமை தாங்கினார். அவர் 1934இல் சிந்து மக்கள் கட்சியை உருவாக்கினார், அது பின்னர் 'இத்தேஹாத் அல்லது ஒற்றுமைக் கட்சி' என்று அறியப்பட்டது.

1936இல் பம்பாயிலிருந்து சிந்துவைப் பிரித்த பிறகும், அவர் தொடர்ந்து சிந்து சட்டமன்ற உறுப்பினராகத் தேர்ந்தெடுக்கப்பட்டார். அல்லா பக்ஷ் சிந்துவின் முக்கிய அரசியல் தலைவர் ஆவார், மார்ச் 23, 1938 முதல் ஏப்ரல் 18, 1940 வரையிலும் பின்னர் மார்ச் 7, 1941 முதல் அக்டோபர் 14, 1942 வரையிலும் என இரண்டு முறை பிரிமியராக (அன்றைய முதல்வர் இந்த பதவியால் அறியப்பட்டார்) அவர் பணியாற்றினார். அக்டோபர் 1942இல் அல்லா பக்ஷ் பிரிட்டிஷ் அரசாங்கத்தின் அடக்குமுறைக் கொள்கைக்கு எதிராக கான் பகதூர் மற்றும் ஆர்டர் ஆஃப் தி பிரிட்டிஷ் எம்பயர் (OBE) பட்டங்களைத் துறந்தார். அவர் பிரிமியர் பதவியில் இருந்தும் நீக்கப்பட்டார். இதனால், பதவியில் இருந்து நீக்கப்பட்ட இந்திய மாகாணத்தின் முதல் பிரிமியரானார் அல்லா பக்ஷ். அவர் மே 14, 1943 அன்று உள்ளூர் முஸ்லிம் லீக் தலைமையால் பணியமர்த்தப்பட்ட கூலிப்படையினரால் படுகொலை செய்யப்பட்டார். இந்த இரண்டு நிகழ்வுகளையும் புத்தகத்தில் பின்னர் விவாதிப்போம்.

அக்காலத்தில் அரிதாகவே காணப்பட்ட, எளிமையான வாழ்க்கை முறையாலும் ஜனநாயகச் சிந்தனைக்காகவும் அவர் பெரிதும் கவனிக்கப்பட்டார். அதிகாரத்தின் சின்னமான கொடியை அவர் தனது அதிகாரப்பூர்வ காரில் எப்போதும் பயன்படுத்தியதில்லை.[154] நீர்ப்பாசனத் துறையின் நியாயமற்ற உத்தரவுகளுக்கு எதிராக ஜமீன்தார்களின் உரிமைகளை அல்லா பக்ஷ் பாதுகாத்தார். அரசியல் கைதிகள் மற்றும் பொதுக் கைதிகள் மனிதாபிமானமற்ற முறையில் நடத்தப்பட்டதை அவர் கண்டித்தார்.[155] காவல்துறை அதிகமாக இருந்தால், குற்றச்செயல்கள் பெருகும் என்று அவர் நம்பினார். அவர் குறிப்பிட்டதாவது:

காவல்துறையில் சேருபவர்கள் மக்களுக்குச் சேவை செய்ய வேண்டும் என்பதற்காகத்தான் பணியில் சேருகிறார்கள் என்று தெரிந்தால், நீங்கள் விரும்பும் எண்ணிக்கையில் நியமித்துக்

கொள்ளுங்கள்' என்று நிச்சயமாகச் சொல்வேன். ஆனால் இவர்கள் பணியில் சேர்ந்தது மக்களுக்குச் சேவை செய்யவேண்டி அல்ல, கொள்ளையடிக்கவே. அதுதான் அவர்கள் பணியமர்த்தப்பட்டதன் பொருள்.[156]

கே.ஆர். மல்கானியின் கூற்றுப்படி, அவர் வழக்கமாகக் காதியை [கைத்தறி துணி] அணிவார். அவர் வதேராக்களிடமிருந்து (பெரிய நிலப்பிரபுக்களிடமிருந்து) மாஜிஸ்திரேட் அதிகாரங்களைத் திரும்பப் பெற்றார். காங்கிரஸின் உத்தரவைப் பின்பற்றி ஒவ்வொரு அமைச்சருக்கும் ரூ.500ஐ சம்பளமாக நிர்ணயித்தார். அவர் இரண்டு முறை பிரிமியராகப் பதவி வகித்தபோது உள்ளாட்சி அமைப்புகளுக்கு நியமனம் செய்யும் முறை முடிவுக்கு வந்தது. ஒரு சந்தர்ப்பத்தில், ஷிகர்பூரை வெள்ள நீர் சூழ்ந்த போது, அவர் தனது சொந்த நிலங்களின் பக்கம் கால்வாயை உடைத்து, வெள்ளத்தில் மூழ்கடித்து, நகரத்தைக் காப்பாற்றினார். இவை எல்லாவற்றிற்கும் மேலாக அவர் வகுப்புவாதச் சிந்தனையற்றவர் என்பதோடு அனைவரையும் உள்ளடக்கிய ஒன்றுபட்ட இந்தியாவை நம்பினார்.[157]

முஸ்லிம் லீக்கால் பரப்பப்பட்ட இரு தேசக் கோட்பாடு மற்றும் பாகிஸ்தான் உருவாக்கத் திட்டத்திற்கு எதிராக இந்திய முஸ்லிம்களை ஒருங்கிணைத்ததே அல்லா பக்ஷின் மிக முக்கியமான மற்றும் வரலாற்றுப் பங்களிப்பு. முஸ்லிம் லீக்கின் பிரிவினைக் கோரிக்கையை எதிர்க்கும்போது அவர் மூர்க்கத்தனமானவராகவே அறியப்பட்டார். அவர் பாகிஸ்தான் எதிர்ப்பு இயக்கத்தின் கொள்கைகளை வகுத்ததோடு மட்டுமல்லாமல், முஸ்லிம் லீக்கின் பிளவுபடுத்தும் அரசியலுக்குச் சவால் விடுப்பதற்கும், எதிர்ப்பதற்கும் தேசப்பற்றுள்ள இந்திய முஸ்லிம்களை ஒரே அமைப்பின் கீழ் ஒருங்கிணைத்தார். ஆசாத் முஸ்லிம் மாநாடு (சுதந்திர முஸ்லிம்கள் மாநாடு) அவரது சிந்தனையில் உதித்ததாகும். இவ்வமைப்பு இந்திய முஸ்லிம்களின் பரந்த பிரிவினருக்குப் புத்துயிர் அளிக்கும், உற்சாகமளிக்கும் செயல்முறையைத் துவங்கியதோடு முஸ்லிம் லீக்கின் அரசியலை எதிர்ப்பதில் பெரும் தியாகங்களையும் செய்தது.

ஆசாத் முஸ்லிம் மாநாடு

பிரிவினைக்கு முன்னர், முஸ்லிம் லீக்கின் பிளவுபடுத்தும் திட்டங்களுக்கு எதிராக அல்லா பக்ஷ் நாடு தழுவிய அளவில் சக்திவாய்ந்த, மிகப்பெரிய எதிர்ப்பைக் கட்டமைத்தார். முஸ்லிம் லீக் போதித்த பிளவுபடுத்தும் இரு தேச அரசியலுக்கு எதிராக அல்லா

பக்ஷின் மிகப் பெரிய பங்களிப்பு, அவர் நாடு தழுவிய அளவில் பெரும்பான்மையான முஸ்லிம்களைப் பிரதிநிதித்துவப்படுத்தியதாக கருதப்படும் முக்கிய தேசப்பற்றுள்ள முஸ்லிம் அமைப்புகள் மற்றும் முஸ்லிம் தலைவர்களுடன் கைகோத்து, அவர்களை ஆசாத் முஸ்லிம் மாநாடு (சுதந்திர முஸ்லிம்கள் மாநாடு) என அழைக்கப்படும் ஒற்றை அமைப்பின் கீழ் கொண்டு வந்ததாகும். 'சுதந்திர' என்பது முஸ்லிம் லீக் மற்றும் காங்கிரஸிலிருந்து சுயாதீனமான ஒரு தனி அமைப்பைக் கொண்டிருந்தது என்பதைக் குறிக்கிறது. பாகிஸ்தான் எதிர்ப்பு மாநாடு, லாகூரில் முஸ்லிம் லீக் பாகிஸ்தான் தீர்மானத்தை நிறைவேற்றிய (மார்ச் 23, 1940) கிட்டத்தட்ட ஐந்து வாரங்களுக்குள் கூட்டப்பட்டது என்பது குறிப்பிடத்தக்கதாகும். முஸ்லீம் லீக்கின் பாகிஸ்தான் திட்டத்திற்கு எதிராக முஸ்லிம் பிற்படுத்தப்பட்ட வகுப்பினர் மற்றும் தொழிலாள வர்க்க அமைப்புகளின் மிகப்பெரிய ஒருங்கிணைப்பு இதுவாகும். முக்கியமாக முஸ்லிம் லீக்கிற்கு ஆதரவாக இருந்த அப்போதைய பிரிட்டிஷ் பத்திரிகைகள் கூட, இம்மாநாடு இந்திய முஸ்லிம்களைப் பெரும்பான்மையாகப் பிரதிநிதித்துவப்படுத்தியது என்பதை ஒப்புக்கொள்ள வேண்டியிருந்தது.[158]

அடுத்த அமர்வை 1940, ஏப்ரல் 27-30 வரை டெல்லியில் நடத்தியது (ஏப்ரல் 29 அன்று முடிவடைய இருந்தது, ஆனால் மிகப்பெரிய பங்கேற்பு மற்றும் பணியின் அழுத்தம் காரணமாக மேலும் ஒரு நாள் நீட்டிக்கப்பட்டது), இதில் இந்தியாவின் கிட்டத்தட்ட அனைத்துப் பகுதிகளிலிருந்தும் 1,400 பிரதிநிதிகள் கலந்துகொண்டனர்.[159] இந்த மாநாட்டில் கலந்துகொண்ட முக்கிய முஸ்லிம் அமைப்புகள் அகில இந்திய ஜமியத்துல் உலமா, அகில இந்திய மொமின் மாநாடு, அகில இந்திய மஜ்லிஸ்-இ-அஹ்ரார், அகில இந்திய ஷியா அரசியல் மாநாடு, குதாய் கித்மத்கர்ஸ், பெங்கால் கிரிஷக் ப்ரோஜா கட்சி, அகில இந்திய முஸ்லிம் பாராளுமன்ற வாரியம், அன்புமன் -இ-வதான், பலுசிஸ்தான், அகில இந்திய முஸ்லிம் மஜ்லிஸ் மற்றும் ஜமியத் அஹ்ல்-இ-ஹதீஸ் ஆகும். ஆசாத் முஸ்லிம் மாநாட்டில் முறையாகத் தேர்ந்தெடுக்கப்பட்ட பிரதிநிதிகள், ஐக்கிய மாகாணம், பீகார், மத்திய மாகாணம், பஞ்சாப், சிந்து, வடமேற்கு எல்லைப்புற மாகாணம், மெட்ராஸ், ஒரிசா, வங்காளம், மலபார், பலுசிஸ்தான், டெல்லி, அஸ்ஸாம், ராஜஸ்தான், காஷ்மீர், ஹைதராபாத் மற்றும் பல பூர்வீக மாநிலங்கள் எனக் கிட்டத்தட்ட இந்தியா முழுவதையும் உள்ளடக்கிய பல பகுதிகளிலிருந்தும் கலந்துகொண்டனர்.[160] சந்தேகத்திற்கு இடமின்றி இதன் பிரதிநிதிகள் 'பெரும்பான்மை

இந்திய முஸ்லிம்களை'ப் பிரதிநிதித்துவப்படுத்தினர் என்பதை வில்பிரட் கான்ட்வெல் ஸ்மித் ஒப்புக்கொண்டார்.[161]

பம்பாயில் இருந்து வரும் முன்னணி ஆங்கில நாளிதழ் பின்வருமாறு குறிப்பிட்டது,

> முஸ்லிம் மாநாட்டையொட்டி இன்று, இருபது ஆண்டுகளுக்கு முந்தைய கிலாபத் நாள்களை நினைவுபடுத்தும் காட்சிகள் அரங்கேறின. முஸ்லிம் தொண்டர்களின் குழுக்கள் பிரகாசமான சீருடை அணிந்து, 'சுதந்திரம் எங்கள் பிறப்புரிமை' என்கிற பெரிய பதாகைகளுடனும் தேசபக்திப் பாடல்களைப் பாடியபடி பேருந்துகளில் நகரைச் சுற்றி வருகின்றன. பெரும் எண்ணிக்கையிலான தலைவர்களின் வருகை இயற்கையாகவே தன்னெழுச்சிகளுக்கும் வழிவகுத்தது. நாடு முழுவதிலுமிருந்து கிடைத்த வரவேற்பில் மாநாட்டின் ஏற்பாட்டாளர்கள் மிகுந்த திருப்தி அடைந்துள்ளனர். "அமோக வரவேற்பு உள்ளது. இது எனது எல்லா எதிர்பார்ப்புகளையும் விஞ்சியுள்ளது" என்று டாக்டர் அஷ்ரப் (தேசியவாத முஸ்லிம் தலைவர்) உரையின் போது குறிப்பிட்டார். மாநாடு மற்றும் அதன் நோக்கங்களுடன், ஜின்னா லீக்கைத் தவிர, நாடு முழுவதும் உள்ள அனைத்து முக்கிய முஸ்லிம் அமைப்புகளும் ஆர்வத்துடன் தங்களை அடையாளப்படுத்திக் கொண்டதில்தான் மாநாட்டின் மகத்தான வெற்றி அடங்கியுள்ளது.[162]

அகில இந்திய சுதந்திர முஸ்லிம் மாநாட்டின் தலைவர் அல்லா பக்ஷ் மற்றும் அவரது கட்சியினர் மற்றும் பங்கேற்பாளர்களுக்கு உற்சாக வரவேற்பு அளிக்கும் வகையில் கலைநயத்துடன் வடிவமைக்கப்பட்ட வாயில்களால் டெல்லி நகரம் முழுவதும் அலங்கரிக்கப்பட்டிருந்தது. வரலாற்றுச் சிறப்பு மிக்க ஜமா மசூதியில் இருந்து பேரணியாகச் செல்ல ஏற்பாடு செய்யப்பட்டிருந்தது.[163] மாநாட்டில் கலந்துகொள்ள நாட்டின் பல்வேறு பகுதிகளில் இருந்து ஏராளமான இஸ்லாமிய மெய்யியல் மாணவர்கள் வந்திருந்தனர். சுதந்திர முஸ்லிம் மாணவர் மாநாட்டை நிறுவும் நோக்கில் அவர்கள் சுயாதீனமாக ஒரு மாநாட்டையும் நடத்தினர். டெல்லி அரபிக் கல்லூரியின் ஏராளமான மாணவர்கள் அகில இந்திய ஆசாத் முஸ்லிம் மாநாட்டிற்குத் தன்னார்வலர்களாகத் தங்கள் சேவைகளை வழங்கினர்.[164] அலிகார் முஸ்லிம் பல்கலைக்கழகத்தில் இருந்து 50க்கும் மேற்பட்ட மாணவர்கள் மாநாட்டில் கலந்துகொள்ள வந்திருந்தனர்.[165]

மாநாட்டின் பாகிஸ்தான் எதிர்ப்பு எழுச்சியைப் பொறுத்தவரை, நாட்டின் பல்வேறு பகுதிகளிலிருந்து ஆயிரக்கணக்கான பிரதிநிதிகளும் பங்கேற்பாளர்களும் மாநாட்டின் தொடக்கத்திற்கு முன்பே வரத் தொடங்கினர் . ஒரு பத்திரிகை செய்தியின்படி, இந்த மாநாடு "ஒரு மகத்தான வெற்றியாக அமையும், மேலும் இது இந்திய முஸ்லிம்கள் மத்தியில் உண்மையான தேசப்பற்று மற்றும் அரசியல் சிந்தனையின் புதிய அலையை உருவாக்க உறுதி பூண்டிருக்கிறது."[166] அல்லா பக்ஷ் வருகையின் போது முஸ்லிம் லீக் கறுப்புக் கொடியுடன் வரவேற்கத் திட்டமிட்டதாகவும் ஆனால் மாநாட்டிற்கு முஸ்லிம்களின் ஏகோபித்த ஆதரவைக் கண்ட பிறகு அந்த யோசனை கைவிடப்பட்டதாகவும் செய்தி குறிப்பிட்டது.[167]

பிரதிநிதிகள் தங்குவதற்கு மூன்று பெரிய ஹோட்டல்களை மாநாட்டு வரவேற்புக் குழு வாடகைக்கு எடுத்திருந்தது. பல்வேறு மாகாண மற்றும் மத்திய சட்டமன்றங்களின் சுயேச்சையான முஸ்லிம் உறுப்பினர்களுக்கு அழைப்பிதழ்கள் வழங்கப்பட்டன, அவர்களில் பெரும்பாலானோர் மாநாட்டில் தாங்கள் இணைந்துகொள்வதற்கான விருப்பத்தையும் தெரிவித்திருந்தனர்.[168] ஜாமியா மில்லியா இஸ்லாமியாவின் முன்னாள் மாணவர் அமைப்பு, டெல்லி மாநாட்டை ஒட்டி முன்னாள் மாணவர்கள் பலர் மாநாட்டிற்கு வரக்கூடும் என்பதனால் அவர்களின் சந்திப்புக் கூட்டத்தை ஏற்பாடு செய்ய முடிவு செய்திருந்தது. தில்லி மதர்ஸா அரபி மாணவர்களின் கூட்டத்தில், மாநாட்டின் நோக்கத்திற்கு ஆதரவு தெரிவித்தும், மாநாட்டை மாபெரும் வெற்றியடையச் செய்வதற்குத் தன்னார்வத் தொண்டு செய்வது எனத் தீர்மானம் ஏகமனதாக நிறைவேற்றப்பட்டது. மாநாட்டில் கலந்துகொள்ளுமாறு முஸ்லிம் பெண்களுக்கு வேண்டுகோள் விடுக்கப்பட்டதுடன் அவர்கள் பெருமளவில் கலந்துகொள்வார்கள் என்று எதிர்பார்க்கப்பட்டது. பந்தலில் சுமார் 5,000 பெண்கள் தங்கும் வகையில் சிறப்பு ஏற்பாடுகள் செய்யப்பட்டிருந்தன.[169] இந்த மாநாட்டில் முஸ்லிம் சமூகத்தின் நிலை, அந்தஸ்து, சுதந்திரப் போராட்டத்தில் தாங்கள் ஆற்றப் போகும் பாத்திரம் போன்றவை பற்றி மிக முக்கியத்துவம் வாய்ந்த முடிவுகள் எடுக்கப்படவுள்ளது குறித்து சாமானிய முஸ்லிம்கள் மத்தியில் பெரும் எதிர்பார்ப்பு உண்டாகி இருந்தது.[170]

தி ஹிந்துஸ்தான் டைம்ஸ் படி,

> மாநாட்டின் தலைவராகத் தேர்ந்தெடுக்கப்பட்ட, 'கதர்' உடையணிந்து கான் பகதூர் அல்லா பக்ஷுக்கு மரியாதை செலுத்தும்

KHAN BAHADUR Allah Baksh, President of the All-India Azad Moslem Conference (garlanded) on his arrival at Delhi. Below: Khan Bahadur Allah Baksh (back of car, centre) during the procession.

கல்கத்தாவிலிருந்து வெளிவரும் தி ஸ்டேட்ஸ்மேன் (ஏப்ரல் 29, 1940) நாளிதழிலிருந்து மறுபிரசுரம் செய்யப்பட்டுள்ள இப்படத்தின் தலைப்பு: அகில இந்திய ஆசாத் முஸ்லிம் மாநாட்டின் தலைவர் கான் பகதூர் அல்லா பக்ஷ் டெல்லி வந்திறங்கிய போது மாலையுடன் வரவேற்கப்பட்டார்.

வகையில், ஏப்ரல் 26ஆம் தேதி மதியம் டெல்லி வீதிகளில் மாபெரும் ஊர்வலம் நடத்தப்பட்டது. இவ்வகையிலான ஊர்வலம் டெல்லியில் நடைபெறுவது இதுவே முதல்முறை. ஊர்வலம் ஜமா மஸ்ஜிதில் முடிவடைந்தது, அதன் எதிரே ஒரு பொதுக் கூட்டமும் நடைபெற்றது. அதில் தலைவராகத் தேர்ந்தெடுக்கப்பட்டவர் உரையாற்றினார். அப்போது இம்மாநாடு இந்திய முஸ்லிம்களுக்குச் சரியான திசைவழியைக் கொடுக்கும் என்று பார்வையாளர்களுக்கு உறுதியளித்தார். முஸ்லிம்கள் எந்த வகையிலும் தங்கள் இந்து சகோதரர்களுக்குப் பின்தங்கியிருக்கவில்லை என்பதையும், இந்தியாவுக்குச் சுதந்திரம் கிடைத்திடவேண்டி சமமான உத்வேகத்துடன் இருப்பதையும் கண்டு அவர் மகிழ்ச்சியடைந்தார். முஸ்லிம் பொதுமக்களால் ரசனையுடன் அலங்கரிக்கப்பட்ட ஊர்வலத்தின் பாதை முழுவதும் பழைய

> *கிலாபத் போராட்ட நாள்களை நினைவூட்டும் காட்சிகளால் நிரம்பி இருந்தது. ஒரு சாதாரண மதிப்பீட்டின்படி, ஏறக்குறைய 50,000 முஸ்லிம்கள் ஊர்வலத்தில் ஓரிடத்திலோ அல்லது முழுமையாகவோ கலந்துகொண்டனர், மேலும் ஏராளமான பெண்கள் உட்பட பலர் வழித்தடத்தில் உள்ள வீடுகளின் மேல்தளத்தில் இருந்து பேரணியைக் கவனித்தனர். சுட்டெரிக்கும் வெயிலையும் பொருட்படுத்தாமல், கான் பகதூர் அல்லா பக்ஷ வரவேற்க, மனிதத் தலைகள் நிறைந்த ஒரு மாபெரும் கடல் போல் தோற்றமளித்தது.*[171]

பிரமாண்ட ஊர்வலத்தின் நிறைவில் செய்தியாளர்களிடம் உரையாற்றிய அல்லா பக்ஷ, “இந்த ஊர்வலத்தின் உற்சாகமான காட்சிகள், இந்து சகோதரர்களைப் போலவே அடிமைத்தனத்தின் விலங்குகளை உடைத்திட இந்திய முஸ்லிம்களின் பெரும் பகுதியினர் ஆர்வமாக இருப்பதைக் குறிக்கிறது.” அல்லா பக்ஷ இந்தச் சந்தர்ப்பத்தில் சாமானிய முஸ்லிம்களின் எழுச்சிக்கு அறைகூவல் விடுத்ததோடு,

The main gate of the Pandal where the All-India Independent Muslim Conference is meeting in Delhi.

ஹிந்துஸ்தான் டைம்ஸ் (ஏப்ரல் 29, 1940) நாளிதழிலிருந்து மறுபிரசுரம் செய்யப்பட்டுள்ள இப்படத்தின் தலைப்பு: டெல்லியில் கூடும் அகில இந்திய ஆசாத் முஸ்லிம் மாநாட்டின் பந்தலின் நுழைவு வாயில்.

"GAMA'S CHALLENGE"

"It is better to put communalists in a cage so that they may not spread the hymn of hatred between the Hindus and the Muslims."—Khan Bahadur Allah Bux.

ஹிந்துஸ்தான் டைம்ஸ் (ஏப்ரல் 27, 1940) நாளிதழிலிருந்து மறுபிரசுரம் செய்யப்பட்டுள்ள இப்படத்தின் தலைப்பு: "வகுப்புவாதிகளைக் கூண்டில் அடைத்து வைப்பது நல்லது ஏனெனில் அப்போதாவது அவர்கள் இந்து மற்றும் முஸ்லிம் மக்களிடையே வகுப்புவாத விஷத்தைத் தூவாமல் இருப்பார்கள்"
– கான் பகதூர் அல்லா பக்ஷ்.

ஆசாத் முஸ்லிம் மாநாடு அவர்களுக்குச் சரியான வழியைக் கொடுக்கும் என்று நம்பிக்கையூட்டினார்.[172] மாநாட்டிற்கு முஸ்லிம் மக்கள் அளித்த பெரும் வரவேற்பினைத் தொடர்ந்து, 50,000 பேர் தங்கும் வகையில் முதலில் அமைக்கப்பட்ட பந்தலைப் பெரிதாக்க முடிவு செய்யப்பட்டது.[173]

மற்றொரு முன்னணி ஆங்கில நாளிதழின் படி:

> *ஊர்வலம் இருபதுக்கும் மேற்பட்ட வாயில்கள் வழியாகச் சென்றது. துர்க்மேன் கேட், சாவ்ரி பஜார், ஹவுஸ் காசி, லால் குவான் மற்றும் சாந்தினி சௌக் பகுதிகளைச் சேர்ந்த முஸ்லிம் கடைக்காரர்கள் தங்கள் கடைகளைப் பந்தல்கள் மற்றும் படங்களால் அலங்கரித்தனர், அத்துடன் எல்லா இடங்களில் தேசியக் கொடிகளும் நிறைந்திருந்தது. தில்லியில், ஒரு முக்கிய முஸ்லிம் லீக் தலைவர் அவர்களை நிகழ்ச்சியில் பங்கேற்க*

விடாமல் தடுக்க முயற்சித்தபோதிலும், ஒட்டுமொத்த தில்லி முஸ்லிம் மக்களும் குறிப்பிடத்தக்க உற்சாகத்தை வெளிப்படுத்தினர். ஊர்வலத்தில் பங்கேற்றவர்கள் இன்குலாப் ஜிந்தாபாத் [புரட்சி ஓங்குக], ஹிந்துஸ்தான் ஆசாத் [இந்தியா விடுதலை வேண்டும்], பாகிஸ்தான் முர்தாபாத் (பாகிஸ்தான் வீழவேண்டும்), அல்லா பக்ஷ் ஜிந்தாபாத் [அல்லாஹ் பக்ஷ் வாழ்க"] என முழக்கங்களை எழுப்பினர். ஊர்வலத்தின் ஒரு முனை ஜமா மசூதியில் இருக்கும்போது மறுமுனை லால் குவான் தாண்டி நீண்டது. தரிபா கலான் முஸ்லிம்களின் விடாப்பிடியான வேண்டுகோளை ஏற்று ஊர்வலம் எஸ்பிளனேட் சாலை வழியாகச் சென்று மாலை 4.45 மணியளவில் ஜமா மஸ்ஜிதை அடைந்து, ஜமா மசூதிக்கு வெளியே உள்ள பூங்காவில் மாபெரும் பொதுக்கூட்டமாக மாறியது. மாபெரும் கூட்டத்தினர் இடையே உரையாற்ற கான் பகதூர் அல்லா பக்ஷ் கூட்டத்திற்கு வந்தபோது அவருக்கு மிகப்பெரிய கரவொலி எழுப்பப்பட்டது. கான் பகதூரின் ஒரு பக்கத்தில், தேசியக் கொடி எப்போதும் பறந்துகொண்டிருந்தது.[174]

A view of the procession which was taken out in Delhi in honour of Khan Bahadur Allah Bux [illegible] dent of the All-India Independent Muslim Conference

தி இந்துஸ்தான் டைம்ஸில் (ஏப்ரல் 29, 1940) நாளிதழிலிருந்து மறுபிரசுரம் செய்யப்பட்டுள்ள இப்படத்தின் தலைப்பு: அகில இந்திய ஆசாத் முஸ்லிம் மாநாட்டின் தலைவரான கான் பகதூர் அல்லா பக்ஷ்-ஐ (முதல் காரில் நடுவில் அமர்ந்திருப்பவர்) கௌரவிக்கும் பொருட்டு டெல்லியில் நடத்தப்பட்ட ஊர்வலத்தின் காட்சி.

ஏப்ரல் 27, 1940இல் டெல்லியில் தொடங்கப்பட்ட அகில இந்திய சுதந்திர முஸ்லிம்கள் மாநாடு, மாநாட்டில் கலந்துகொண்ட பிரதிநிதிகள் மற்றும் பார்வையாளர்களின் எண்ணிக்கை மற்றும் அந்த நிகழ்வில் வெளிப்படுத்தப்பட்ட முஸ்லிம்களின் எழுச்சி ஆகியவற்றைக் கொண்டு மதிப்பிடப்பட்டால், ஒரு மாதத்திற்கு முன்பு லாகூரில் நடைபெற்ற முஸ்லிம் லீக் மாநாட்டை விட இது தான் நாடு முழுமையும் உள்ள முஸ்லிம்களின் கருத்துகளை பிரதிபலிக்கும் பிரதிநிதித்துவ அமைப்பாகும். பந்தலுக்கு உள்ளேயும் வெளியேயும் இருந்த சாதாரண முஸ்லிம்களும் இதே உணர்வைக் கொண்டிருந்தனர். குயின்ஸ் பூங்காவிலுள்ள மைதானம், காந்தி தொப்பி மற்றும் காதி அணிந்தவர்களின் பெரும் வரிசையை உயிரோட்டத்துடன் காட்சிப்படுத்திக் கொண்டிருந்தது. டெல்லியின் உத்வேகம் மிகுந்த மூத்த கலைஞரான மௌலானா அப்துல்லா அவர்களின் மேற்பார்வையின் கீழ் உருவான இந்தப் பந்தல், முகலாய இந்தோ-சராசனிக் கட்டடக்கலைகளைக் குறிக்கும் மூன்று வாயில்களைக் கொண்டிருந்தது. பிரதான வாயில் புனித குர்ஆன் வாசகங்களால் அலங்கரிக்கப்பட்டிருந்தது. பந்தலின் உட்புறம் தேச உணர்வூட்டும் வரிகளால் கலைநயத்துடன் அலங்கரிக்கப்பட்டிருந்தது.

மாநாட்டைப் பற்றி விரிவாகப் பதிவு செய்த *தி ஹிந்துஸ்தான் டைம்ஸ்* கருத்துப்படி,

> *மாலை 6 மணிக்கு. மாநாட்டு நடவடிக்கைகள் தொடங்கியபோது பந்தல் மூச்சு மூட்டும் அளவுக்கு நிரம்பி வழிந்தது. பெண்களுக்குத் தனிப் பகுதி ஒதுக்கப்பட்டிருந்தது. நுழைவுச் சீட்டுகளால் ஒழுங்குபடுத்தப்பட்டதன் காரணமாகப் பந்தலில் உள்ளே அனுமதிக்கப் பெற முடியாத ஒரு பெரிய கூட்டம், ஒலிவாங்கிகள் மூலம் ஒலிபரப்பப்பட்ட நிகழ்ச்சிகளை வெளியில் இருந்து கவனித்துக் கொண்டிருந்தது. பந்தலுக்கு உள்ளேயும் வெளியேயும், சேர்மன் மற்றும் தலைவரின் உரைகளை 50,000 க்கும் மேற்பட்ட முஸ்லிம்களின் கூட்டம் கேட்டுக் கொண்டிருந்தது ... நிகழ்வுகள் பாடல்களுடன் தொடங்கியது. குறிப்பாகத் தேசிய கவிஞர் சாகர் நிஜாமியின் இந்திய முஸ்லிம்களுக்குத் தாய்நாட்டின் தேசப்பற்று அறைகூவல் என்று நன்கு அறியப்பட்ட கவிதை விண்ணை முட்டும் அளவுக்கு ஆரவாரத்துடன் வரவேற்பைப் பெற்றது.[175] தங்கள் அன்புக்குரிய தாய்நாட்டை கூறுப்போட முயல்பவர்களுக்கு எதிராக போர் தொடுப்போம் என்று கவிஞர் அறிவித்த போது மக்கள் கூட்டம் உச்சக்கட்டத்தை எட்டியது.[176]*

மற்றொரு பத்திரிகைச் செய்தி, மாநாட்டின் துவக்கம் மிகவும் உயிரோட்டமான காட்சிகளால் நிரம்பி இருந்தது எனக் குறிப்பிட்டிருந்தது. தலைவர் அல்லா பக்ஷின் வருகைக்கு நீண்ட நேரத்திற்கு முன்பே, நாட்டின் ஒவ்வொரு பகுதியிலிருந்தும் வந்திருந்த ஆயிரக்கணக்கான பிரதிநிதிகள் மற்றும் பார்வையாளர்கள், அழகாக அலங்கரிக்கப்பட்ட பந்தலில் கூடியிருந்தனர். மாநாட்டின் ஒரு குறிப்பிடத்தக்க அம்சம், பர்தா அணிந்த ஏராளமான பெண்கள் கலந்துகொண்டது. 'தேச ஒற்றுமையின் மூலம் தேச விடுதலை' என்பது மாநாட்டின் முக்கிய முழக்கமாக இருந்தது, இம்முழக்கம் மேடையிலும், அதன் பக்கங்களிலும் பெரிய எழுத்துகளில் பொறிக்கப்பட்டு, பிரதானமாக வெளிப்படுத்தப்பட்டது. 'நாங்கள் இந்தியர்கள், இந்தியா எங்கள் வீடு', 'இஸ்லாமிய நாடுகளின் சுதந்திரம் இந்தியாவின் சுதந்திரத்தில் அடங்கியுள்ளது'. இதுபோன்ற பல வரிகள் பந்தலுக்குள் நுழைந்ததும் ஒவ்வொருவரின் கவனத்தையும் பெற்றது.

ஒரு மணி நேரத்திற்கும் மேலாக, மேடையில் இருந்து தேசப்பற்றையும், வகுப்பு ஒற்றுமையையும் முன்னிறுத்திக் கவிதைகளும் பாடல்களும் பாடப்பட்டன, இது மாபெரும் கூட்டத்தினரிடையே பெரும் உற்சாகத்தைத் தூண்டியது. இந்தப் பாடல்கள் தாய்நாட்டிற்கு மரியாதை செலுத்தியதுடன், ஒற்றுமை மற்றும் சுதந்திரத்திற்காகப் பாடுபடுவதற்கும், நாட்டைத் துண்டாட நினைப்பவர்களுக்கு எதிராகப் போராடுவதற்கும் உறுதியை வெளிப்படுத்தியது. இஸ்லாத்தின் இருண்ட மற்றும் மிகவும் கடினமான நாள்களில் கூட பாகிஸ்தான் போன்ற முஸ்லிம்களுக்கு ஒரு தனித் தாயகத்தை உருவாக்குவது பற்றி நபிகள் நாயகம் நினைக்கவில்லை என்று கூறும் ஒரு பாடல் அன்புடன் பாராட்டப்பட்டது. நாட்டைப் பிளவுபடுத்துவதாகப் பேசுபவர்கள் உண்மையில் தங்களைப் பெற்றெடுத்த இந்தியத் தாயின் சுதந்திரத்தை ஒத்திவைப்பதை நோக்கமாகக் கொண்டுள்ளனர் என்று ஒரு சிறுவனின் பாடல் வரிகள் குறிப்பிட்டது.[177]

கவிதைகள் வாசிக்கப்பட்டதும், வரவேற்புக் குழுத் தலைவர் முகமது ஜான் எழுந்து தனது உரையை ஆற்றி, தனித் தேர்தல் முறைக்கு முஸ்லிம்கள் முற்றுப்புள்ளி வைக்க வேண்டும் என்று அழைப்பு விடுத்தது பலத்த வரவேற்பைப் பெற்றது. பிரிவினைத் திட்டம் முற்றிலும் நடைமுறைக்குச் சாத்தியமற்றது என்பதுடன் அபத்தமானது என்று அவர் வகைப்படுத்திய போது மக்கள் மீண்டும் ஆரவாரம் செய்தனர். பின்னர் டெல்லி குடிமக்கள் சார்பாக அல்லா

பகைஷ வரவேற்று காங்கிரஸ் செயற்குழு உறுப்பினர் ஆசப் அலி உரையாற்றினார். அசாஃப் அலி, இந்தத் தனித்துவமான ஒன்றுகூடல் குறித்து தனது மகிழ்ச்சியை வெளிப்படுத்தினார். மிக நீண்ட காலத்திற்குப் பிறகு மிகப் பெரிய அளவில் முஸ்லிம் பிரதிநிதிகள் ஒரு பொது மேடையில், பொதுவான நோக்கத்திற்காகக் கூடியிருக்கின்றனர் என்று அவர் சுட்டிக்காட்டினார். முஸ்லிம்களின் சிந்தனை மற்றும் உணர்வுகளின் தற்போதைய போக்கைக் குறிப்பிடும் அளவுக்கு இது ஒரு சிறப்பான முக்கியத்துவத்தைக் கொண்டிருந்தது. மேலும் இது சந்தேகத்திற்கு இடமின்றி, காலத்தின் அழைப்பிற்குத் தக்க எதிர்வினை ஆற்றியுள்ளது. நாடும் முஸ்லிம்களும் இக்கட்டான காலகட்டத்தைக் கடந்து செல்கின்றனர் என்பதை அவர் இந்த மாபெரும் கூட்டத்திற்கு நினைவுபடுத்தினார். சுற்றிலும் பதற்றமும் பரபரப்பும் நிலவிக்கொண்டிருக்கிறது. காலத்தின் கோரிக்கை என்னவென்றால், அவரவர்களின் தனிப்பட்ட செயல்பாடுகளை நிரந்தரமாக ஒதுக்கிவிட்டு, ஒரு பொதுவான தளத்தில் ஒன்றிணைந்து, உரிய ஆலோசனைகளுக்குப் பிறகு, நாம் இந்தியாவிலும், உலகிலும் ஒரு கௌரவமான இடத்தைப் பெறுவதற்கான ஓர் உறுதியான, புத்திசாலித்தனமான நடவடிக்கையை எடுக்க வேண்டும். எந்த ஒரு தனி மனிதனும் இதுபோன்ற ஒரு சிக்கலான பிரச்சினையைத் தீர்க்க இயலாது. மொத்தப் பிரதிநிதிகளின் குழுவும் அவர்களின் ஞானத்தையும் தலைமைத்துவத்தையும் நிரூபிக்க வேண்டும். மாநாட்டின் முடிவுகள், ஒட்டுமொத்த சமூகத்தின் ஒன்றுபட்ட குரலைப் பிரதிபலிக்க வேண்டும் என்று ஆசாப் அலி வலியுறுத்தினார். அது இங்கு பிரதிநிதிப்படுத்தப்பட்டிருக்கிற இந்தியா முழுவதுமுள்ள கோடிக்கணக்கான முஸ்லிம்களின் முடிவாக இருக்கும்.[178]

மாநாட்டிற்குப் பின்புலமாக இருந்த முன்னணி ஆளுமைகளான ஷௌகத்துல்லாஹ் அன்சாரி, காங்கிரஸ் தலைவர் மௌலானா அபுல் கலாம் ஆசாத், மத்திய மாகாண முன்னாள் அமைச்சர் ஷெரீப், பர்மாவின் பிரதிநிதிகள் மற்றும் மறைந்த மௌலானா ஷௌகத் அலியின் மகன் ஜாஹித் அலி, குலாம் ஹுசைன் ஹிதாயத்துல்லா, பம்பாயின் முன்னாள் ஷெரீப் மற்றும் ஆகா கான் சுப்ரீம் கவுன்சில் மற்றும் ஜமியத் உலமா-இ-ஹிந்த், அஸ்ஸாம் ஆகியவற்றின் உறுப்பினரான முகமது போய் ரௌஜி ஆகியோரிடமிருந்து வந்திருந்த 200 அல்லது அதற்கும் மேற்பட்ட நல்வாழ்த்துச் செய்திகளைப் படித்தார். மௌலானா ஆசாத் தனது செய்தியில் வகுப்பு ஒற்றுமையை வலியுறுத்தியும் இந்திய அரசியலமைப்பு முன்னேற்றத்திற்குத் தடையாக உள்ள கறையை

அகற்றுமாறு முஸ்லிம்களுக்கு வேண்டுகோள் விடுத்தார். மாநாடு வெற்றியடைய வாழ்த்து தெரிவித்த அவர், தேசம், முஸ்லிம்களின் விடுதலை என்ற மகத்தான நோக்கத்திற்கு மாநாட்டு விவாதங்கள் உதவி புரியும் என்று நம்பிக்கை தெரிவித்தார்.

திரு. ரவுஜியின் செய்தி இவ்வாறு கூறியது:

திரு. ஜின்னா மற்றும் அவரது முஸ்லிம் லீக் தோழர்களால் ஆதரிக்கப்படும் வகுப்புவாதம் மற்றும் குறுகிய மனப்பான்மை மதவெறி சக்திகள் எதற்கும் அருகதை அற்றது. அவர்களை நாட்டில் தடையின்றி செயல்பட அனுமதித்தால், அதன் விளைவு ஒட்டுமொத்த நாட்டிற்கும், குறிப்பாக முஸ்லிம்களுக்கும் பேரழிவைத் தரும். 'ஆபத்தில் இஸ்லாம்' என்ற பெயரில் இதுவரை மக்களைச் சுரண்டி வருவதோடு அப்பாவி முஸ்லிம் மக்களின் உணர்வுகளை நாசம் செய்து வருகின்றனர். எனவே, தன் கடமையைச் செய்ய முன்வருவதும், வகுப்புவாதப் போக்கை ஒற்றைக் குரலில் கண்டிப்பதும், இந்திய முஸ்லிம்களின் ஒற்றைப் பிரதிநிதி என உரிமை கோரும் திரு ஜின்னாவையும் அவரது முஸ்லிம் லீக்கின் வாதத்தையும் உதறித் தள்ளுவதும் ஒவ்வோர் உண்மையான சுயமரியாதையுள்ள முஸ்லிமின் கடமை ஆகும்.

அசாமின் ஜமியத் உலமா-இ-ஹிந்த்ன் செய்தி, தலைவர், செயலாளர் மற்றும் உறுப்பினர்கள் லீக்கர்களால் தாக்கப்பட்டதால், அவர்களால் மாநாட்டில் கலந்துகொள்ள முடியவில்லை எனவும், மாநாடு வெற்றிபெற வாழ்த்துகிறோம் எனவும் குறிப்பிடப்பட்டிருந்தது.[179]

வங்காளத்தைச் சேர்ந்த முன்னணி அரசியல்வாதிகளான ஹுமாயுன் கபீர், நவாப்சாதா ஹசன் அலி சௌத்ரி, டாக்டர் அகமது, கல்கத்தா முன்னாள் மேயர் கே.எம். ஜகாரியா மற்றும் பலர் மாநாடு வெற்றிபெற கூட்டாக வாழ்த்து தெரிவித்து அனுப்பிய செய்தியில் மாநாடு வெற்றிபெற வாழ்த்துக்கள் தெரிவித்ததோடு,

இன்றைய இந்திய நாகரீகம் என்பது முஸ்லிம்கள் மற்றும் இந்துக்களின் கூட்டு முயற்சியால் உருவானது என்றும், அதன் ஒற்றுமை உணர்வைச் சீர்குலைக்கும் எந்தவொரு முயற்சியும் ஆயிரம் ஆண்டுக்கால வரலாற்றிற்குச் செய்யும் துரோகம் என்றும் இதுபோன்ற மாநாடுகள் அறிவிக்க வேண்டும். முஸ்லிம் லீக்கின் திட்டம் அல்லது இந்தியாவைப் பிளவுப்படுத்துவது உண்மையில் சொல்லப்போனால் இஸ்லாத்தின் மெய் உணர்வுக்கே எதிரானது...[180]

டெல்லியின் முன்னணி ஆங்கில நாளிதழில் வெளியான செய்தியில்,

டில்லியில் நடந்த பொதுக்கூட்டங்களின் முந்தைய சாதனைகள் அனைத்தும் சுதந்திர முஸ்லிம் மாநாட்டின் இரண்டாம் நாளிலேயே முறியடிக்கப்பட்டுவிட்டன. விசாலமான பந்தல் மனிதகுலத்தின் ஒரு பரந்த கூட்டத்தின் காட்சியை வழங்கியது. 75,000க்கும் குறையாமல் மக்கள் கலந்துகொண்டனர்... இந்த மாநாடு உண்மையிலேயே இந்திய முஸ்லிம்களை பிரதிநிதித்துவப் படுத்துவதாக இருந்தது, ஒவ்வொரு மாகாணத்தின் பிரதிநிதிகள் மற்றும் பார்வையாளர்களை கொண்டிருந்த அவர்கள், நாடு முழுமையான சுதந்திரத்தைப் பெற விரும்புகின்றனர்.[181]

அல்லா பக்ஷின் தலைமை உரை

இந்த வரலாற்றுச் சிறப்புமிக்க மாநாட்டிற்கு அல்லா பக்ஷ் தலைமை தாங்கினார், அவர் துவக்கத்திலேயே "இம்மாநாடுதான், இம்மாநாடு மட்டுமேதான் இன்றுள்ள அரசியல் முட்டுக்கட்டைக்கு ஒரு ஆக்கப்பூர்வமான திட்டத்தை உருவாக்கும் நிலையில் உள்ளது"[182] என்று அறிவித்தார். பல்வேறு மதங்களைச் சேர்ந்த இந்தியர்களுக்கு அழைப்பு விடுத்த அல்லா பக்ஷ் இவ்வாறு கூறினார்:

நமது நம்பிக்கைகள் எதுவாக இருப்பினும், நாம் நமது நாட்டில் முழுமையான இணக்கச் சூழ்நிலையில் ஒன்றாகச் சேர்ந்து வாழ வேண்டும். மேலும் நமது உறவுகள் ஒரு கூட்டுக் குடும்பத்தைச் சேர்ந்த பல சகோதரர்களின் உறவைப் போன்று இருக்க வேண்டும், அதிலுள்ள பல்வேறு உறுப்பினர்கள் தங்களுக்கு விருப்பமான நம்பிக்கையை, எந்தத் தடையும் இல்லாமல் சுதந்திரமாக வெளிப்படுத்த முடியும், அவர்கள் அனைவரும் தங்கள் கூட்டுச் சொத்தின் சம பலன்களை அனுபவிக்கவும் முடியும்,[183]

இந்தியாவிற்குச் சுதந்திரம் வழங்கக்கூடாது என்பதற்காகவே, ஆங்கிலேய ஆட்சியாளர்களால் முஸ்லிம்கள் பலிகடா ஆக்கப்படுவதாக அவர் வருத்தம் தெரிவித்தார். அவரைப் பொருத்தவரை,

நாட்டின் இறையாண்மைக்கும், முற்றிலும் சுதந்திரமான நாடாக இருப்பதற்கான இந்தியாவின் உரிமைக்கும் கடைசியாகச் சவால் விட்ட நாடாக பிரிட்டன்தான் இருக்க வேண்டும், அதனால் அதன் மக்கள் தங்கள் சொந்த அரசியலமைப்பை உருவாக்க விரும்பினால் அதை பிரிட்டன் தடுக்கக்கூடாது. இந்த நாகரீகம் முழுமையும் எதனை அடிப்படையாகக்கொண்டதோ, மேலும்

எதன் பாதுகாப்பிற்காக லட்சக்கணக்கான ஆங்கிலேயர்களும் பிரெஞ்சுக்காரர்களும் தங்கள் உயிரைக் கொடுக்கத் தயாராக உள்ளனரோ அதை உடனடியாகவோ அல்லது பின்னரோ பிரிட்டனால் அங்கீகரிக்காமல் இருக்க முடியாது.[184]

பிரித்தானிய ஆட்சியாளரின் பிரித்தாளும் கொள்கையின் ஒரு அங்கமாக மாறியுள்ள முஸ்லிம் லீக்கை விமர்சிக்கும் போது, அவர் இவ்வாறு கூறினார்:

எவ்வாறாயினும், அகில இந்திய முஸ்லிம் லீக்கின் விவேகமற்ற நடவடிக்கையால், இங்கிலாந்து, தற்போதைக்கு இந்திய முஸ்லிம்களைப் பகடைக்காய்களாக முன்னிறுத்தும் வழிமுறையைக் கண்டறிந்துவிட்டது, காங்கிரஸின் பிரதிநிதித்துவத்தை, பதினொன்றில் எட்டு மாகாணங்களில் அரசியலமைப்பு ரீதியாக கேள்விக்குள்ளாக்க இயலாது என்பதால், அது இன்னும் முஸ்லிம் லீக்குடன் அமைதி உடன்படிக்கை ஏற்பாடுத்தாததைக் காரணம் காட்டி, டொமினியன் அந்தஸ்து வழங்கப்படாமல் காலவரையின்றி ஒத்திவைக்கப்படும் என்று அறிவித்துள்ளது.

அல்லா பக்ஷ் பிரிட்டிஷ் ஆட்சியாளர்களுக்கும் நினைவூட்டினார்,

சிறிதளவு சமூக உணர்வும் சுயமரியாதையும் உள்ள எந்த முஸ்ஸல்மானாலும், தான் அரசியல் பலிகடா ஆக்கப்படுவதையும், அச்செயலின் தீய விளைவுகள் தன்னையும் தன் வருங்காலச் சந்ததியினரின் அரசியல் மற்றும் பொருளாதார எதிர்காலத்தையும் சீரழித்திட அனுமதிக்கப்படுவதை ஒரு கணம் கூடப் பொறுத்துக் கொள்ள முடியாது. இந்த முன்மொழிவு, இது போன்ற பிரதிநிதிகளின் கூட்டத்தால் உடனடியாகவும், அதிகாரப் பூர்வமாகவும் நிராகரிக்கப்படாவிட்டால், உலகின் முஸ்லிம் மற்றும் முஸ்லிம் அல்லாத பகுதிகளில் உள்ள நமது பிற இந்திய சமூகத்தினர்களுக்கு எல்லையற்ற தீங்கினை விளைவிக்கும் என்பதோடு உள்நாட்டில் அது இன்னும் கூடுதலாக இருக்கும் என்று கணிக்கப்படுகிறது.[185]

இந்திய முஸ்லிம்களின் ஒற்றைப் பிரதிநிதித்துவ அமைப்பாக லீக்கினர் உரிமை கொண்டாடுவதற்கு எதிராக அவர் வலியுறுத்துகிறார்,

ஓர் அரசியல் கட்சியாக காங்கிரஸின் மாகாணப் பிரதிநிதித்துவ குணாதிசயங்கள் விரிவானது; ஏழில் பெரும்பான்மையுடனும், எட்டாவது மாகாணத்தில் அதிகாரத்தைக் கட்டுப்படுத்துகிறது.

ஆனால், பொதுக் கூட்டங்களுக்கு அப்பால், லீக் பெரும்பான்மை இந்திய முஸ்லிம்களின் பிரதிநிதியாக அங்கீகரிக்கப்படுவதற்கு என்ன தகுதிகளை முன்வைக்கிறது? லாகூரில் அது அறிவித்துள்ள கொள்கையில் குறிப்பிட்டுள்ள பிரச்சினையில், லீக்கைப் பொது வாக்கெடுப்புக்கு அனுப்புவதே அதன் பிரதிநிதித்துவ குணாம்சத்தைச் சோதிப்பதற்கான ஒரே வழி. வடமேற்கில் சுமார் 10,000,000 பஞ்சாபி, சிந்தி, பதான் மற்றும் பலுச் முஸ்லிம்களையும், 1000 மைல்களுக்கு அப்பால் வடகிழக்கில் உள்ள சுமார் 25,000,000 அஸ்ஸாமிகள் மற்றும் பெங்காலி முஸ்லிம்களை உள்ளடக்கிய, இறையாண்மை கொண்ட அரசை உருவாக்கும் முற்றிலும் நடைமுறைக்கு உதவாத திட்டத்தை முன்வைத்ததன் மூலம், முஸ்லிம்கள் சிறுபான்மையினராக உள்ள மாகாணங்களில் அவர்களைத் திடீரெனக் கடலில் தத்தளிக்கவிட்டுள்ளது. இதனால் இதற்கு முன் எவ்வளவு ஆதரவைப் பெற்றிருந்தாலும் அதனை நிச்சயமாகச் சரிசெய்ய முடியாத அளவுக்குச் சேதப்படுத்திக் கொண்டுள்ளது.[186]

கிழக்கு பாகிஸ்தானின் எதிர்காலம் குறித்த அல்லா பக்ஷின் தீர்க்கதரிசன வார்த்தைகளைக் கவனியுங்கள்.

வடகிழக்கு பாகிஸ்தான் பத்து மடங்கு அற்புதமானது அத்துடன் பலநூறு மடங்கு நொறுங்கும் தன்மை உடையது. வடமேற்கு பாகிஸ்தான் அல்லது பஞ்சாப் உருவாவதற்கான திட்டம், குறைந்த பட்சம் அது மிகவும் சக்திவாய்ந்த ஆப்கானிஸ்தான், அல்லது ரஷ்ய, முஸ்லிம் அண்டை நாடுகளுடனான பிணைப்பிற்கான சாத்தியக்கூறுகளுடன் உள்ளது, ஆனால் வங்காளம் மற்றும் அஸ்ஸாம் பாகிஸ்தான் ஒரு தனிமைப் படுத்தப்பட்ட பிரதேசமாக இருக்கும், அதன் பாதுகாப்புக்கு இனத்தின் துணை இல்லை, எனவே, அதிக ஆர்வமுள்ள அண்டை நாடுகளால் விரைவாக உள்வாங்கப்பட அதிக காலம் பிடிக்காது.[187]

இரு தேசக் கோட்பாடு மற்றும் பாகிஸ்தான் திட்டத்தை ஆதரிப்பவர்களைக் கடுமையாக நிராகரித்து அவர் குறிப்பிட்டார்:

இந்தியாவின் பூர்வ குடிகளின் வழித்தோன்றல்களான 90,000,000 இந்திய முஸ்லிம்களில் பெரும்பாலோர் திராவிட மற்றும் ஆரியர்கள் போன்று எந்த வகையிலும் மண்ணின் மைந்தர்களைத் தவிர வேறு யாரும் இல்லை, மேலும் இந்த மண்ணின் பூர்வ குடிகளில் ஒருவராகக் கருதப்படுவதற்கு அவர்களுக்கு அதிக

உரிமை உள்ளது. வெவ்வேறு நாடுகளைச் சேர்ந்த ஒரே தேசிய இனத்தவர் ஏதாவது ஒரு மதத்தைத் தழுவிக் கொள்வதன் மூலம் தங்கள் தேசிய இன அடையாளத்தை இழந்துவிட முடியாது. இஸ்லாம் மதம் அதன் உலகளாவியப் பரவலில், உலகில் காணக்கூடிய பல தேசிய இனங்கள் மற்றும் பிராந்தியக் கலாச்சாரங்களுக்கு உள்ளேயும் வெளியேயும் பரவியிருக்க முடியும்.[188]

விசித்திரமான மற்றும் தீய எண்ணம் கொண்ட இரு தேசக் கோட்பாட்டைக் குறிப்பிடும் போது, இந்துக்கள் மற்றும் முஸ்லிம்களின் கூட்டுப் பாரம்பரியத்தின் நீண்ட வரலாற்றை வலியுறுத்திக் காட்டிய, அல்லா பக்ஷ பின்வருமாறு கூறினார்.

இந்தியக் குடிமக்களாக, முஸ்லிம்கள், இந்துக்கள் மற்றும் பிறர் இம்மண்ணில் வாழ்கின்றனர், அத்துடன் தாய்நாட்டின் ஒவ்வொரு அங்குலத்தையும் அதன் அனைத்து வளங்களையும் கலாச்சாரப் பொக்கிஷங்களையும் அவர்களின் உரிய, நியாயமான உரிமைகள் மற்றும் தேவைகளின் அடிப்படையில் மண்ணின் பெருமைமிக்க மைந்தர்களாகப் பகிர்ந்துகொள்கிறார்கள். இலக்கியத் துறையில் கூட, முஸ்லிம் கவிஞர்களால் எழுதப்பட்ட ஹீர் ரன்ஜா மற்றும் சாஸ்ஸி பண்ணு போன்ற பிரபல பழைய பாடல்களை, பஞ்சாபிலும் சிந்துவிலும் இந்துக்கள், முஸ்லிம்கள் மற்றும் சீக்கியர்கள் ஒன்றாகவும் பெருமையாகவும் பகிர்ந்துகொள்வதைக் காணலாம்; மேற்கோள் காட்டுவதற்காக ஒரேயொரு உதாரணத்தை மட்டும் குறிப்பிடுகிறேன்.

இந்து, முஸ்லிம் மற்றும் இந்தியாவின் பிற குடிமக்கள் இந்தியா முழுமைக்கும் அல்லது குறிப்பிட்ட ஒரு பகுதியின் மீது தமக்கென தனியுரிமை கொண்டாடுவது மிகத் தீய எண்ணமாகும். நாடு பிரிக்க முடியாத ஒரு முழுமையாகும், ஒரே கூட்டாட்சி என்கிற முறையிலும், கூட்டு அலகாகவும் இந்த நாட்டிலுள்ள அனைத்து மக்களுக்கும் ஒரே மாதிரியாகச் சொந்தமானது. மேலும் பிற இந்தியர்களைப் போலவே இந்திய முஸ்லிம்களின் பிரிக்க முடியாத மற்றும் விவரிக்க முடியாத பாரம்பரியமுமாகும்...

இந்திய முஸ்லிம்களின் குறிப்பிட்ட பிரிவினருக்குத் தனியான, வரையறுக்கப்பட்ட தாயகம் என்று பேசுபவர்கள், அவர்கள் விரும்பினால் இந்திய குடிமக்களாக வாழும் உரிமையிலிருந்து தங்களைத் தாங்களே பறித்துக்கொள்ளலாம். இந்தியாவின்

ஒவ்வொரு பகுதியிலும் வாழும் பெரும்பான்மையான இந்திய முஸ்லிம்கள், நாட்டில் தங்களுக்கு விருப்பமான இடத்தை வாழத் தேர்ந்தெடுக்கும் உரிமை கொண்டவர்கள், ஆகவே அவர்கள் கட்டாயமாக, ஊக்கத்துடன், திட்டவட்டமான வகையில் இத்தகைய அபத்தமான, தற்கொலைத் திட்டத்தை நிராகரித்து, தொடர்ந்து இந்தியப் குடிமக்களின் சாத்தியமான முழு உரிமைகளையும் கோருவதோடு, தாய்நாட்டின் மூலைமுடுக்குகளிலும் அவர்களுக்கான உரிமை கோருவார்கள். அப்பகுதியைச் சார்ந்த பெரும்பான்மை, இந்துக்களோ அல்லது பிறரோ, அங்கு வசிக்கும் ஒரு முஸ்லிம் அல்லது வசிக்கவோ, வணிகம் செய்யவோ தேர்ந்தெடுக்கும் பிராந்தியங்களில், பிற இந்திய குடிமக்கள் அனைவரும் அனுபவிக்கும் முழுமையான உரிமைகளில் இம்மியளவைக் கூட அவரிடமிருந்து பறிக்க உரிமை இல்லை. அதுபோலவே இந்து அல்லது மற்ற எந்தவொரு இந்தியரும், இந்தியாவில் ஏதோவொரு பகுதியில் கோடிக்கணக்கான இந்திய முஸ்லிம்களுக்கு மத்தியில் அவர் தனி ஒருவராக வாழ நேர்ந்தாலும், அவருக்கும் இதே சமமான குடியுரிமை உண்டு என்பது தெளிவு.

நமது நியாயமான தேவைகளுக்கு ஏற்ப ஒவ்வொரு துறையிலும், வாழ்க்கையின் ஒவ்வொரு கட்டத்திலும் இந்துக்கள் மற்றும் நம் நாட்டின் பிற குடிமக்களின் சமமான பங்காளிகளாக நாம் இருக்கிறோம், எந்த சக்தியும், எந்த ஒரு தவறாக அல்லது முட்டாள்தனமாகப் பரப்பப்படும் செயற்கை உணர்ச்சியும் இந்த நிலையை மாற்ற முடியாது. பூமியில் உள்ள எந்தச் சக்தியாலும் யாருடைய நம்பிக்கையையும் பற்றுறுதியையும் பறிக்க முடியாது, அதேபோல இந்தியக் குடிமக்கள் என்கிற முறையில் இந்திய முஸ்லிம்களின் நியாயமான உரிமைகளைப் பறிக்க பூமியில் உள்ள எந்தச் சக்தியும் அனுமதிக்கப்படாது. இந்தியர்களாகிய நாம் நமது சக குடிமக்களைப் போன்று சம உரிமைகள் மற்றும் பொறுப்புகள் இரண்டையும் கொண்டுள்ளோம், மேலும் நமது உரிமைகளில் இம்மியளவு பறிப்புக்கும் ஆளாக மாட்டோம், அல்லது நாட்டிற்கான நமது கடமைகள் எதையும் ஒரு கணம் கூடக் கைவிட மாட்டோம். பெரியோர்களே, உலகில் ஒரு சுதந்திரமான மற்றும் கௌரவமான நிலையை நமது நாடு அடைய நாம் உதவ வேண்டும் என்பதை இங்குக் கூடியிருக்கும் நாம் அனைவரும் ஏற்றுக்கொண்டுள்ளோம், மேலும் தாமதமின்றி இந்த இலக்கை அடைய நாம் அனைவரும் உறுதியாக இருக்கிறோம் என்று நான் நம்புகிறேன்.[189]

புனித மெக்காவிற்குப் புனித யாத்திரை செல்லும் ஒவ்வொரு முஸ்லிமும் அரேபியர்களால் இந்து என்று வர்ணிக்கப்படுவதையும், அனைத்து இந்திய முஸ்லிம்களும் ஈரான் மற்றும் ஆப்கானிஸ்தானில் ஹிந்துஸ்தானி என்று அழைக்கப்படுவதும், உலகம் முழுவதும் இந்தியர்கள் என்று நாம் அழைக்கப்படுவதை அல்லாஹ் பக்ஷ் நினைவுபடுத்தினார். மனித வாழ்வின் பல்வேறு நிலைகளில் இந்துக்களும் முஸ்லிம்களும் எவ்வாறு இறுகப் பின்னப்பட்டுள்ளனர் என்பதை விவரித்த பிறகு, அல்லா பக்ஷ் உறுதியாகக் கூறினார்

பிரிக்கப்பட்ட அல்லது துண்டாடப்பட்ட பிராந்தியம் அல்ல, மாறாக மொத்த இந்தியாவும் அனைத்து இந்திய முஸ்லிம்களின் தாயகமாக இருந்தது, வேறெந்த நாட்டையும் சேர்ந்த இந்து அல்லது முஸ்லிம்களுக்கும் நமது சொந்த மண்ணில் ஒரு அங்குலத்தைக் கூடப் பறிக்க உரிமை இல்லை.[190]

உலகப் போர் நிலைமையைக் குறிப்பிட்டு அல்லா பக்ஷ், சமகாலப் போரை ஒரு புதிய உலக ஒழுங்கின் பேறுகால வேதனை என்று விவரித்தார். நாஜி மற்றும் பாசிச ஆக்கிரமிப்பாளர்கள் மனிதச் சுதந்திரத்திற்கும் நாகரிகத்திற்கும் அச்சுறுத்தலாக இருப்பதாக அனைத்து நல்சிந்தனையாளர்களாலும் கண்டிக்கப்பட்டுள்ளனர் என்று அவர் கூறினார். சர்வாதிகாரச் சித்தாந்தங்களின் எழுச்சிக்கு எதிராக அவர் எச்சரித்துக் கூறினார்

இறுதியில் இவையனைத்தும் எங்கு இட்டுச் செல்லும் என்பதை யாராலும் தெளிவாகக் கணிக்க முடியாது, ஆனால், ஒரு விஷயம் சந்தேகத்திற்கு இடமின்றி உறுதியாக உள்ளது, ஆக்கிரமிப்பாளரின் கொடூரமான, இரக்கமற்ற வழிமுறைகள் தடுக்கப்படாவிட்டாலும், அனைத்துப் பேரரசுகளின் பேராசையான நிலவரைபடங்கள் ஜனநாயகப் பூர்வமாகவோ அல்லது சர்வாதிகார வழிமுறைகளிலோ தூக்கி எறியப்படாவிட்டால், மனிதகுலத்தின் மிகப் பெரும்பான்மையினர் ஏங்கிக்கொண்டிருக்கும் அமைதியும் ஒருபோதும் கண்களுக்குத் தென்படாது.[191]

ஜின்னாவின் பாகிஸ்தானுக்கான அறைகூவலில் பேரரசை நிர்மாணிக்கும் வடிவமைப்பை அல்லா பக்ஷ் உணர்ந்தார், மேலும் சாதாரண மக்களுக்குத் துன்பத்தை மட்டுமே ஏற்படுத்தும், எந்தவொரு மதத்தின் தலைவர்களாலும் சாம்ராஜ்யத்தைக் கட்டியெழுப்புவதற்கான எந்தவொரு திட்டத்தையும் நிராகரிப்பதில் திட்டவட்டமாக இருந்தார்,

அவரைப் பொறுத்தவரை ஜின்னாவின் திட்டம் கீழ்க்கண்ட நோக்கங்களைக் கொண்டது,

சேவையல்ல, அதிகாரம், இணக்கமான ஒத்துழைப்பு அல்ல, ஆதிக்கம், பொது வளம் மற்றும் பொருட்பலன்களின் அளவுமட்டத்தை உயர்த்துவது அல்ல, மாறாகக் கோடிக்கணக்கானவர்களின் உழைப்பில் ஒரு சில தனிநபர்களைச் செல்வந்தர்களாக்குவது... இந்து மற்றும் முஸ்லிம் வெகுஜனங்கள் தங்கள் கிராமங்கள் மற்றும் நகர்ப்புறச் சேரிகளின் தூசி மற்றும் அழுக்கில் உழல வேண்டும் என்பதே இதன் பொருள், இவை இப்போது வரை உலகின் அனைத்து இந்து, முஸ்லிம் மற்றும் பிரிட்டிஷ் பேரரசுகளின் வரலாற்றின் முக்கிய அம்சங்களாக இருந்து வந்துள்ளன."

பேரரசை நிர்மாணிப்பதை இஸ்லாம் அனுமதிக்கவில்லை என்பதை அவர் ஜின்னாவுக்கு நினைவூட்டினார். தனது இயற்கையான கொடைகளை முழுமையாக வளர்த்துக் கொள்வதிலிருந்தும், தனது திறமை மற்றும் உழைப்பின் பலன்களை அனுபவிப்பதிலிருந்தும் எவரையும் அது தடுக்கவில்லை. ஆனால் எல்லா வடிவங்களிலும், எல்லா வகையிலும் அது சுரண்டலைத் தடை செய்கிறது. முஸ்லிம் வெகுஜனங்கள் மீது மேலாதிக்கம், பலவந்தம் அல்லது சுரண்டலை எதார்த்தமாகக் கொண்ட அரசாங்க அமைப்பை உருவாக்கும் எந்த முயற்சியையும் அனுமதிக்க முடியாது என்பதைச் சம்பந்தப்பட்ட அனைத்துத் தரப்பினரும் கவனத்தில் கொள்ள வேண்டும்.[192]

முஸ்லிம் லீகை எதிர்த்த, அதன் வகுப்புவாத அரசியலுக்குச் சவால் விட்ட அல்லா பக்ஷ் போன்ற முஸ்லிம்கள் முழுமையான தயாரிப்புகளுடன் உரையாற்றினர் என்பது உருது மொழியில் அவர் ஆற்றிய தலைமை உரையின் பின்வரும் உள்ளடக்கங்களிலிருந்து தெளிவாகிறது. முஸ்லிம் லீகின் நிலைப்பாடுகளை எதிர்கொள்வதற்கான வரலாற்று வாதங்களை முன்வைத்த அவர், இங்கு எழுப்பப்பட்ட கருத்தியல் பிரச்சினைகளுக்குப் பதிலளிக்க அதன் தலைமைக்கு அழைப்பு விடுத்தார். மத அடிப்படையிலான அரசு என்ற கருத்தாக்கத்தைக் கண்டித்த அதே வேளையில், அவர் மிகவும் முக்கியத்துவம் வாய்ந்த அறிக்கையை வெளியிட்டார்,

இந்தியாவில் இந்து மற்றும் முஸ்லிம் ஆகிய இரு தேசிய இனங்கள் வாழ்கின்றன என்கிற தவறான புரிதலின் அடிப்படையில் இது உருவாகியுள்ளது. இதில் குறிப்பிடத்தக்க செய்தி என்னவெனில்

அனைத்து இந்திய முஸ்ஸல்மான்களும் இந்திய தேசத்தினர் என்பதில் பெருமிதம் கொள்கிறார்கள், அத்துடன் அவர்கள் சமய ரீதியாகவும், நம்பிக்கை ரீதியாகவும் இஸ்லாத்தைச் சார்ந்தவர்கள் என்பதில் சமமாகப் பெருமைகொள்கிறார்கள் என்று கூறுவது மிகப் பொருத்தமானது. இந்திய நாட்டினராக- முஸ்லிம்களாகவும், இந்துக்களாகவும், மண்ணில் வசிக்கும் பிறரும், தாய்நாட்டின் ஒவ்வொரு அங்குலத்தையும், அதன் பொருளியல், பண்பாட்டுச் செல்வங்களையும் இந்த மண்ணின் பெருமைமிகு மைந்தர்கள் என்கிற முறையில் உரிய நியாயமான உரிமைகள் மற்றும் தேவைகளுக்கு ஏற்ப பகிர்ந்துகொள்கிறார்கள்.[193]

வகுப்புவாதம்தான் முஸ்லிம்கள் மற்றும் இந்துக்கள் மத்தியில் ஆளும் சாதிகள் மற்றும் வர்க்கங்களை உருவாக்குகிறது என்பதை அவர் தெளிவுபடுத்தினார்:

தற்போதைய ஏகாதிபத்திய ஆட்சியாளர்களின் வாரிசுகளாக, இந்துக்கள் அல்லது முஸ்லிம்களிடையே ஆளும் வர்க்கத்தினராக மாற விரும்புகின்றவர்கள் மத்தியில்தான் இத்தகைய உணர்வுகளும் லட்சியங்களும் உள்ளன, அவர்கள் வரலாறு அல்லது பிற ஆதாரங்களில் இருந்து வெகு மக்களைக் கவரும் தரவுகளை மீட்டெடுப்பது அல்லது அதற்குச் சாக்குபோக்குகளைக் கண்டறிவது, அதன் மூலமாகக் குழுக்களின் ஆதரவைப் பெற்று சூழ்ச்சிகரமாகத் தங்களைத் தாங்களே அரசியல் சதுரங்க விளையாட்டில் முன்னிலைப்படுத்துவது, இதன்மூலம் மொத்த நாட்டிற்கும் அல்லது வரையறுக்கப்பட்ட பிராந்தியத்திற்குள், சாமானிய மக்களின் ஆட்சியாளர்களாக மாறவேண்டும் என்ற அவர்களின் நோக்கம் வெற்றிபெறச் சாத்தியமான வாய்ப்பை வழங்குகிறது.[194]

இஸ்லாமிய அரசை உருவாக்குவது தொடர்பாக முஸ்லிம் லீக்கிற்கு ஒரு முக்கியமான கேள்வியை முன்வைத்த அவர்:

சமூகத்தில், ஏகாதிபத்திய கட்டமைப்பு முஸ்லிம் மக்களின் வளமான வாழ்க்கையை உத்தரவாதப்படுத்தியிருந்தால், பேரரசுகள் அதன் சிதைவிற்கான ஒட்டுண்ணிகளை அவர்களே சுமக்கவில்லை என்றால், வலிமைமிக்க ஓமையாத், அப்பாஸிட், சரசெனிக், ஃபாத்திமிட், சாசானிக், மொகலா மற்றும் துருக்கியப் பேரரசுகள் ஒருபோதும் நொறுங்கியிருக்காது, அத்துடன் இஸ்லாமிய மதத்தைச் சார்ந்த, மனித இனத்தில் ஐந்தில் ஒரு பங்கினரை இன்றும்

தங்களை ஒட்டுமொத்தமாக ஆர்வமற்றவர்களாகவும், ஆதரவற்றவர்களாகவும் காணும் நிலையில் விட்டுச் சென்றிருக்காது. வரலாற்றின் மென்மையான பக்கங்களிலிருந்தோ அல்லது நவீன ஏகாதிபத்தியவாதிகளின் கிளர்ச்சியூட்டும் உதாரணங்களிலிருந்தோ தமது ஏகாதிபத்தியக் கனவுகளை அல்லது சுரண்டல், திணிப்பு, ஆதிக்கம் பற்றிய கனவுகளுக்கு ஊட்டமளிப்பதற்கான பொருட்களைத் தேர்ந்தெடுக்கின்ற, இதேபோன்ற கனவுகளைக்கொண்ட இந்துக்களும் தங்கள் இலட்சியங்களைக் கைவிடுவது நல்லது என அறிந்துகொள்வார்கள்.[195]

அல்லா பக்ஷ் தனது உரையில், முஸ்லிம் லீக்கால் வெறுக்கப்பட்ட ஒருங்கிணைந்த இந்தியக் கலாச்சாரத்தைப் பின்வரும் வார்த்தைகளில் வலுவாக உயர்த்திப் பிடித்தார்:

அவர்கள் முஸ்லிம் பண்பாட்டைப் பற்றிப் பேசும்போது, கடந்த 1000 ஆண்டுகளுக்கு மேலாக இந்துக்கள் மற்றும் முஸ்லிம்களின் தாக்கத்தினால் வடிவமைக்கப்பட்ட கலப்புப் பண்பாட்டை மறந்துவிடுகிறார்கள், அது ஒரு புது வகையான பண்பாட்டையும் நாகரிகத்தையும் இந்தியாவில் தோற்றுவித்துள்ளது, இதில் முஸ்லிம்கள் பெருமைப்படுவதுடன் அதன் செயலூக்கமிக்க பங்குதாரர்களாவும் இருக்கின்றனர். செயற்கையான அரசுகளை உருவாக்குவதன் மூலம் மட்டுமே தனிமைப்படுத்தப்பட்ட பகுதிகளுக்கு இப்போது திரும்பிச் செல்ல முடியாது. கலை, இலக்கியம், கட்டடக்கலை, இசை, வரலாறு, தத்துவம் மற்றும் இந்தியாவின் நிர்வாக அமைப்பு ஆகியவற்றில் ஆயிரம் ஆண்டுகளாக முஸ்ஸல்மான்கள் தங்கள் பங்களிப்பை வழங்கி வருகின்றனர். உலகப் பண்பாட்டு வரிசையில் மிக உன்னத இடத்தைப் பிடித்துள்ள தனித்துவமான, தன்னிகரில்லாத, ஒருங்கிணைக்கப்பட்ட, கூட்டுக் கலாச்சாரத்தில் இவர்களின் பங்கு அளப்பரியது.

இதையெல்லாம் விட்டுவிட்டு இந்தியாவின் இரு மூலைகளுக்குத் செல்ல முன்மொழியப்பட்டால், இடர்பாடுகளும் குப்பைகளும் தான் நமது மகத்தான பங்களிப்பின் மிச்சமாக இருக்கும் என்பதோடு இது நாகரீகத்திற்குப் பேரழிவைத் தரும் இழப்பாகவும் இருக்கும். அத்தகைய முன்மொழிவு தோல்வி மனப்பான்மையிலிருந்து மட்டுமே வெளிப்படும். மதிப்புக்குரியவர்களே! இந்தியா நமது தாய்நாடு. மேலும் வாழ்க்கையின் சாத்தியமான ஒவ்வொரு அங்கத்திலும், நமது நாட்டின் சுதந்திரம் என்கிற உன்னத

நோக்கத்திற்காக நாட்டின் பிற குடிமக்களுடன் சகோதரர்களாக இணைந்து செயல்படுகிறோம். மேலும் பொய்யான அல்லது தோல்வி மனப்பான்மையாலும் இந்த மகத்தான தேசத்தின் சம உரிமையுடைய மகன்கள் என்கிற பெருமைக்குரிய நிலையை விட்டுவிட நம்மை ஒருபோதும் வற்புறுத்த முடியாது.[196]

வகுப்புவாத அரசியல்வாதிகளை அம்பலப்படுத்துவதில் அல்லா பக்ஷ் உறுதியாக இருந்தார். அவர் ஒரு பத்திரிகை நிருபரிடம் பேசும் போது "வகுப்புவாதிகளைக் கூண்டில் அடைத்து வைப்பது நல்லது ஏனெனில் அப்போதாவது அவர்கள் இந்து மற்றும் முஸ்லிம் மக்களிடையே வகுப்புவாத விஷத்தைத் தூவாமல் இருப்பார்கள் என்றார்.[197] மாநாட்டின் அமர்வை நிறைவு செய்யும் தருவாயில், அல்லா பக்ஷ், பாகிஸ்தான் திட்டம் நடைமுறைச் சாத்தியமற்றது என்று அறிவித்தார். சமீப ஆண்டுகளில் முதன்முறையாக, ஏழு செல்வாக்கு மிக்க முஸ்லிம் அமைப்புகள் ஒரே மேடையில் வந்து, தங்கள் சமூகங்களைப் பாதிக்கும் பிரச்சினைகள் குறித்த தங்கள் கருத்துக்களை வெளிப்படுத்தியிருப்பதைக் காண இந்த மாநாடு தனக்கு ஒரு வாய்ப்பை வழங்கியதாக அவர் கூறினார். சுதந்திர இந்தியாவில் முஸ்லிம்கள் அச்சப்படத் தேவையில்லை என்றும், இந்துக்களுக்கும், முஸ்லிம்களுக்கும் உடன்பாடு ஏற்பட்டால் மட்டுமே சுதந்திரம் அவர்களுடையதாக இருக்கும் என்றும் அவர் உறுதியளித்தார். இறுதியாக, பல்வேறு சமூகங்களுக்கிடையேயான சுமூகமான, இணக்கமான உறவுகளுக்குக் கூட்டு வாக்காளர் தொகுதி முறை உகந்தது என்பதை அவர் மீண்டும் வலியுறுத்தினார். அனைவரும் தங்கள் இலக்கை அடையத் தங்களால் இயன்ற அளவு பாடுபட வேண்டுமென்று அறிவுறுத்தினார்.[198]

அல்லா பக்ஷ், வகுப்புவாதத்திற்கு எதிராக மக்களை விழிப்புடன் இருக்குமாறு அழைப்பு விடுத்ததுடன், வகுப்புவாத எதிர்ப்பு இயக்கத்தின் குறிக்கோள், "உரிய சுதந்திரத்தை அனுபவிக்கும் ஒரு வீரியமான, ஆரோக்கியமான, முற்போக்கான, மரியாதைக்குரிய இந்தியாவை உருவாக்குவதாக" இருக்க வேண்டும் என்று அறிவித்தார். அல்லா பக்ஷின் இந்தத் தீர்க்கதரிசன வார்த்தைகள் இன்றும் இந்தியாவின் பாதுகாப்பிற்கான திறவுகோலாக இருக்கின்றன. "வகுப்புவாதப் பிரச்சினைக்குத் தீர்வுகாண இதுவரை தங்களுடன் எந்தச் சமரச பேச்சுவார்த்தையும் நடத்த இயலவில்லை என்ற அடிப்படையில் இந்திய முஸ்லிம்களுக்கு காங்கிரஸ் மீது நியாயமான புகார் உள்ளது" என்று அவர் கூறிய புகார் சரியானதே (இது

இந்தியப் பிரிவினைக்கு எதிரான முஸ்லிம்கள் | 125

முஸ்லிம் லீக்கிற்கு எவ்வாறு முக்கியத்துவம் கிடைத்தது என்பதையும் வெளிச்சம் போட்டுக் காட்டுகிறது).[199]

ஆசாப் அலி நன்றி உரையாற்றுகையில், ஒருபோதும் சிறு தியாகமும் செய்யாத ஒருசிலர் எப்போதும் நிறைவேற்ற முடியாத பொய்யான வாக்குறுதிகளை அளித்து முஸ்லிம்களை தவறாக வழிநடத்துகின்றனர். முஸ்லிம்களுக்குத் தாங்கள் ஆற்ற வேண்டிய கடமையை அவர்கள் புறக்கணித்ததால், இந்தச் சீரழிவுக்கு நீங்கள் காரணமில்லையா என்று மேடையில் இருந்த தலைவர்களிடமும் மற்றவர்களிடமும் வினவினார். முஸ்லிம் அரசியலின் தற்போதைய போக்கு அவர்களின் செயலற்ற தன்மையின் விளைவு என்று அவர் நம்புவதாகவும் குறிப்பிட்டார், மேலும் இவர்கள் தான் முஸ்லிம்களை அரசியல் ரீதியாகத் தவறாக வழிநடத்துபவர்களுக்குக் களத்தைத் திறந்து வைத்திருந்தனர் என்றார். எவ்வாறாயினும், சுதந்திரத்தை விரும்பும் முஸ்லிம்கள் டெல்லியில் ஒரு பொது மேடையில் சந்தித்ததில்தான் மகிழ்ச்சி அடைவதாகவும், டெல்லியில் தொடங்கிய இவ்வியக்கம் ஒன்பது கோடி முஸ்லிம்களுக்கும் பரவுமென்று அவர் நம்பிக்கையை வெளிப்படுத்தினார்.

முடிவில், இந்தியாவின் ஒவ்வொரு அங்குல நிலமும் தங்களுக்கு சொந்தமானது என்று ஆசப் அலி கூறினார். இந்திய நாகரிகமும் பண்பாடும் இந்த நாட்டின் முஸ்லிம்கள் மற்றும் இந்துக்களின் பொதுவான பாரம்பரியம், கடந்த ஆயிரம் ஆண்டுகளில் அவர்கள் இணைந்து வாழ்ந்ததன் விளைவாகும். அல்லா-ஓ-அக்பர், இன்குலாப் ஜிந்தாபாத் (புரட்சி நீடூழி வாழ்க). என்ற முழக்கங்களுக்கு மத்தியில் மாநாடு அதிகாலை 3:30 மணியளவில் நிறைவுற்றது.[200]

டில்லியில் மாநாட்டில் நிறைவேற்றப்பட்ட தீர்மானங்களை ஆதரித்து மாகாண, மாவட்ட மாநாடுகளை நடத்துவதன் மூலம் நாடு முழுவதிலும் தீவிரமான பிரச்சாரம் மேற்கொள்ளப்படும் என்றும் மாநாட்டின் முடிவில் அறிவிக்கப்பட்டது. சௌகத்துல்லா ஷா அன்சாரியைச் செயலாளராகக் கொண்டு டெல்லியில் ஒரு முழு நேர அலுவலகம் திறக்கப்பட்டது. விடுதலை தினம் இந்தியா முழுவதும் கொண்டாடப்பட வேண்டும் என்றும், அங்கு மாநாட்டில் நிறைவேற்றப்பட்ட சுதந்திரத் தீர்மானம் வாசிக்கப்பட்டு, விளக்கப்பட்டு, ஏற்றுக்கொள்ளப்பட வேண்டும் என்றும் முடிவு செய்யப்பட்டது. இதற்கிடையில், முஸ்லிம் மக்களிடையே விநியோகிக்க, முஸ்லிம்களுக்கு எதிரான தற்போதைய அரசியல் சூழ்நிலையை விளக்கும் ஆவணங்களைத் தயாரிக்கத் தீர்மானித்தது.[201]

ஆசாத் முஸ்லிம் மாநாடு மிகுந்த உற்சாகத்துடனும் நம்பிக்கையுடனும் நிறைவுற்றது. தி ஹிந்துஸ்தான் டைம்ஸ் படி,

> காந்தி மைதானத்தில் நேற்று (மே 1) அதிகாலை சுமார் 3-30 மணியளவில், அகில இந்திய சுதந்திர முஸ்லிம் மாநாட்டின் நான்கு நாள் அமர்வின் விவாதங்கள் நிறைவடைந்தன. அதன் நிறைவு விழா, உத்வேகமூட்டும் காட்சிகளால் நிறைந்திருந்தது. டெல்லி மற்றும் வெளியூர்களில் இருந்து ஒரு லட்சத்துக்கும் மேற்பட்ட முகமதியர்கள் மாநாட்டில் கலந்துகொண்டனர். விவாதங்கள் அதிகளவில் இருந்ததால் அமர்வு முழுவதும் மிகுந்த ஆர்வத்துடன் கவனிக்கப்பட்டது. மாநாட்டின் நான்கு நாள்களிலும் பொது அமர்வுக்கு நேரங்கள் ஒதுக்கப்பட்டிருந்த போதிலும், வருகை நாளுக்கு நாள் அதிகரித்துக்கொண்டே சென்றது.[202]

மாநாட்டின் ஒரு குறிப்பிடத்தக்க அம்சம் என்னவென்றால், பிரிவினைத் திட்டத்தின் நியாயமற்ற தன்மையையும், அதிலுள்ள ஆபத்துகளையும் அம்பலப்படுத்துவதோடு மட்டும் நின்றுவிடவில்லை. அது ஒரு படி முன்னேறி, அனைத்து முஸ்லிம் அமைப்புகளையும் ஒன்றிணைத்து, முஸ்லிம் நலன்களைக் கருத்தில்கொண்டு, தேசிய ஒற்றுமையைப் பாதுகாப்பதற்கும், சுதந்திரத்தை வென்றெடுப்பதற்குமான ஒரு பொதுவான திட்டத்தை முன்வைத்ததன் மூலம் மிகச் சரியான ஒன்றைச் செய்துள்ளது.

முஸ்லிம் பத்திரிகைகளில் ஒரு பகுதியினர் மாநாட்டின் பிரதிநிதித்துவப் பிரச்சினையை எழுப்பி, முஸ்லிம் லீக் அழைக்கப்படவில்லை என்று வாதிட்டனர். மாநாட்டின் செய்தித் தொடர்பாளர் அதைக் கவனத்தில் கொண்டு பின்வரும் வார்த்தைகளில் பதிலளித்தார்:

> குறிப்பாக அகில இந்திய முஸ்லிம் லீக் பிரதிநிதிகளை மாநாட்டிற்கு அழைக்காததற்காக நாங்கள் கடுமையாகக் கண்டிக்கப்பட்டுள்ளோம். எனவே, அனைத்துக் கட்சிகளின் சுதந்திர முஸ்லிம் மாநாடு இந்திய முஸ்லிம் கருத்தைப் பிரதிநிதித்துவப் படுத்தவில்லை என்றும் தற்போதைய சூழ்நிலையில் தேவையற்றது என்றும் சில பத்திரிகைகளால் வாதிடப்படுகிறது.[203]

முஸ்லிம் லீக் ஏன் அழைக்கப்படவில்லை என்பதற்கான காரணங்களை அழுத்தமாக ஜாஃப்ரி முகமது எடுத்துரைத்தார். முதலாவதாக, அது சுதந்திரப் போராட்டத்தில் பங்கேற்கவில்லை. இரண்டாவதாக, அது இரு தேசக் கோட்பாட்டை ஏற்றுக்கொண்டுள்ளதால் நாட்டைப் பிளவுப்படுத்த முன்னிற்கிறது. மூன்றாவதாக, இது முஸ்லிம்

சமூகத்தின் 'பணம் படைத்தவர்களை' மட்டுமே பிரதிநிதித்துவப் படுத்துகிறது. அவரைப் பொறுத்தவரை,

> *இத்தகைய முக்கியமான மற்றும் தீர்க்கமான பிரச்சினைகளில் தான் மாநாட்டின் ஏற்பாட்டாளர்கள் அகில இந்திய முஸ்லிம் லீக்கின் தலைவர்கள் மற்றும் ஊக்குவிப்பாளர்களுடன் எப்போதும் முரண்படுகிறார்கள், இந்த நோக்கங்களை உறுதியான சொற்களில் வரையறுக்கவே டெல்லியில் அனைத்துக் கட்சி சுதந்திர முஸ்லிம்கள் மாநாடு கூட்டப்பட்டது.*[204]

ஆசாத் முஸ்லிம் மாநாட்டின் கீழ் கைகோத்த முஸ்லிம் அமைப்புகள் தனித்தனி அமைப்பாக லீக்கை விட பலவீனமானவை என்ற உண்மையை ஏற்றுக்கொண்ட பிரிவினைக்கு எதிரான முஸ்லிம்கள், ஆசாத் முஸ்லிம் மாநாட்டின் கீழ் அவர்கள் கைகோத்ததால் நிலைமை தலைகீழாக மாறியுள்ளது என வலியுறுத்தினர். அமைப்பின் துவக்க நாளிலிருந்தே முஸ்லிம் லீக் இயல்பாகவே அச்சமடைந்து அதன் மீது தாக்குதல்களை நடத்தியது.[205] உண்மையில் இந்த மாநாடு நடைபெற்றதே,

> *லீக்கிற்கு சவால் விடுத்துள்ளதோடு, திரு ஜின்னா மற்றும் அவரது சகாக்களின் இருப்பை அச்சுறுத்தியுள்ளது. லீக்கின் கருத்தை இந்திய முசல்மான்களின் குரலாக வெளி உலகிற்குப் பிரதிநிதித்துவம் செய்ய முயன்ற பிரிட்டிஷ் ஏகாதிபத்தியவாதிகளின் பொய்ப் பிரச்சாரத்தையும் இது சுக்குநூறாக உடைத்துள்ளது. இந்த இரண்டு சாதனைகளுக்கும் சொந்தக்காரரர் திரு அல்லா பக்ஷ்.*[206]

நாட்டின் நான்கு மூலைகளிலிருந்தும் முன்னணி செய்தித்தாள்கள் மாநாடு குறித்த பதிவைத் தலையங்கமாக வெளியிட்டிருந்தது. தில்லி, தி ஹிந்துஸ்தான் டைம்ஸ், தன் தலையங்கத்தில் மாநாட்டை விவரித்தது:

> *எந்த மாநாட்டின் தீர்மானம் இம்மாநாடு கூட்டப்படுவதற்குத் தூண்டுகோலாக இருந்ததோ, அந்த லாகூர் மாநாட்டை விட இங்கு இந்திய முஸ்லிம்களின் பிரதிநிதிகள் கூட்டம் மிகவும் அதிகமாக இருந்தது. வகுப்புவாத அடிப்படையில் நாட்டைப் பிளவுபடுத்துவது போன்ற ஒரு தீய நோக்கத்திற்கு இந்திய முஸ்லிம்களை உடன்பட வைக்க முயற்சித்ததன் மூலம், லீக்கின் லாகூர் அமர்வு சமூகத்திற்குள் புதைந்திருந்த தேசபக்தி மற்றும் சுதந்திரத் தாகம் உள்ளிட்ட அனைத்து உணர்வுகளையும் தூண்டியுள்ளது, அதுதான் இன்றைய மாநாட்டின் மையக்*

கருவாகவும் மாறியுள்ளது. முஸ்லிம் சமூகத்திற்கு அவப்பெயரை ஏற்படுத்தியுள்ளதுடன் வெளிநாட்டு ஆட்சியை நிலைநிறுத்த பிரிட்டிஷ் ஏகாதிபத்தியத்திற்கு ஓர் ஊன்றுகோலை வழங்கியுள்ள, லாகூர் மாநாடு, நவாப்கள், இளவரசர்கள், பிற்போக்குவாதிகள் மற்றும் சுயலாபம்-தேடுவோர் கூட்டத்தை விட, ஏழு சக்திவாய்ந்த முஸ்லிம் அமைப்புகளால் ஏற்பாடு செய்யப்பட்டு, நாடு முழுவதிலுமிருந்து பிரதிநிதிகள் கலந்துகொண்ட இன்றைய மாநாடு தான் இந்திய முஸ்லிம் வெகுமக்களின் மனதைப் பிரதிபலிக்கும் திறன் வாய்ந்தது. திரு. ஜின்னாவும் அவரது சகாக்களும் அறிவுக்கு ஒவ்வாத அளவு காங்கிரசின் மீது வெறுப்பைக் கொண்டிருந்தனர். இது தவிர்க்க முடியாத எதிர்வினைக்கு வழிவகுத்தது. சமூகத்தின் நலன்களையும், நாட்டின் நலன்களையும் தனிமனித வெறுப்பு மற்றும் காழ்ப்புணர்ச்சிக்கு அடிபணியச் செய்த ஒரு தலைமையை, சமூகத்தின் நல்மனம் படைத்தோர் கலகத்தில் கிளர்ந்தெழுந்து நிராகரிப்பதற்கு வெகுகாலம் பிடிக்காது.[207]

நாக்பூரின் ஹித்வாடாவின் கூற்றுப்படி,

டெல்லியில் கூடிய அகில இந்திய சுதந்திர முஸ்லிம் மாநாடு மாபெரும் அரசியல் முக்கியத்துவம் வாய்ந்த நிகழ்வாகும்.... இந்திய முஸ்லிம்களின் முழுமையான பிரதிநிதித்துவத்தை மாநாடு கொண்டிருந்தது என்று கூற முடியாவிட்டாலும், குறைந்தபட்சம் முஸ்லிம் லீகின் செல்வாக்குக்கு அப்பாற்பட்ட இந்திய முஸ்லிம்களைப் பிரதிநிதித்துவப்படுத்தியது என்பதை மறுக்க முடியாது. வங்காள கிரிஷாக் புரோஜா கட்சி, ஜாமியத் உலமா, மஜ்லிஸ்-இ-அஹ்ரார் மற்றும் மோமின்கள் போன்ற முக்கியமான முஸ்லிம் அமைப்புகள் இந்த மாநாட்டில் பங்கேற்றன. சிந்து மாகாணத்தின் முன்னாள் பிரிமியர் கான் பகதூர் அல்லா பக்ஷ் ஆற்றிய மாநாட்டின் தலைமையுரை, முஸ்லிம் லீகின் சமீபத்திய பிரச்சாரத்திற்குச் சரியான பதிலடியாக அமைந்தது. மாநாட்டில் நிறைவேற்றப்பட்ட தீர்மானங்கள் சுதந்திர முஸ்லிம்களின் அரசியல் நிலைப்பாட்டைச் சந்தேகத்திற்கு இடமின்றி வெளிப்படையாக அறிவித்துள்ளது.[208]

எம்.என்.ராய் தொகுத்த சுதந்திர இந்தியா,

இந்திய தேசத்தைப் பிளவுப்படுத்தும், தேசவிரோதத் திட்டத்திற்கு எதிராக முஸ்லிம்களின் கருத்து ஒற்றுமையை நாங்கள்

வரவேற்கிறோம்... சமீபத்தில் தில்லியில் நடைபெற்ற ஆசாத் முஸ்லிம் மாநாடு மிகவும் வெற்றிகரமான மாநாடு என்று அனைத்து அறிக்கைகளின் வாயிலாகத் தெரிகிறது.[209]

இந்த மாநாடு குறித்து பம்பாய் கிரானிக்கிள் தனது தலையங்கத்தில் எழுதியுள்ளதாவது,

கிலாபத் நாள்களில் மட்டுமே காணப்பட்ட, முஸ்லிம்களின் வெகுமக்கள் எழுச்சியை வெளிப்படுத்திய மாபெரும் கூட்டத்தை டெல்லியில் காண்பது அரிதான காட்சியாகவே இருந்தது. மாநாட்டின் அதிகாரப்பூர்வத் தீர்மானத்திற்கு உண்மையில் எந்த எதிர்ப்பும் இல்லை, மாறாகத் தீர்மானங்களில் இருப்பதை விட இன்னும் ஒருபடி மேலே செல்ல விரும்பிய இளம் புரட்சியாளர்களின் எதிர்ப்பு மட்டுமே இருந்தது. இந்த மாநாட்டிற்குப் பிறகு முஸ்லிம்களின் கருத்தைப் பிரதிநிதித்துவப்படுத்துவதாக முஸ்லிம் லீக் இனி உரிமை கொண்டாட முடியாது. ஜின்னாவுக்குப் பின்னால் உள்ள அமைப்பின் தன்மை மற்றும் அளவு என்னவாக இருந்தாலும், வேறுவிதமாகச் சிந்திக்கும் முஸ்லிம்களும், முஸ்லிம் அமைப்புகளும் ஏராளமாக உள்ளன என்பது இப்போது தெளிவாகியுள்ளது... நாட்டின் அனைத்து மாகாணங்களும் பிரதிநிதித்துவப்படுத்தப்பட்டதை மாநாட்டில் காண முடிந்தது. உண்மையில் முஸ்லிம் லீக்கைத் தவிர நாட்டின் அனைத்து முக்கிய முஸ்லிம் அமைப்புகளும் மாநாட்டின் நோக்கங்களுடன் தங்களை அடையாளப்படுத்திக் கொண்டன. இயல்பாகவே காங்கிரஸ் முஸ்லிம்கள் இதிலிருந்து விலகி நிற்கவில்லை என்றாலும், அவர்கள் எந்த முக்கியப் பங்கையும் எடுப்பதைத் தவிர்த்தனர், ஏனெனில் முதல் முறையாகக் கூட்டு விவாதப் பரிசோதனையை முயற்சிக்கும் சுயாதீன முஸ்லிம் அமைப்புகளே தலைமைப் பொறுப்பை ஏற்க வேண்டும் என்று அவர்கள் ஆர்வம் கொண்டிருந்தனர். முஸ்லிம்களின் கருத்தோட்டம் தங்களை உறுதிப்படுத்திக் கொள்வதற்கான ஒரு சந்தர்ப்பத்திற்காக மட்டுமே காத்திருக்கிறது என்பதை இந்த விவாதம் தெளிவாகக் காட்டியது. பாகிஸ்தான் பிரச்சினையைத் திணிப்பதில் திரு. ஜின்னா செய்த தவறு, நாட்டைச் சீர்குலைக்கும் அச்சுறுத்தலுக்கு எதிராக முஸ்லிம் அணிகளை ஒன்றிணைக்க உதவியது.[210] [வலியுறுத்தப்பட்டது]

கல்கத்தாவைச் சேர்ந்த ஆனந்த் பஜார் பத்திரிகா, தாங்கள் தான் முஸ்லிம்களின் ஒரே பிரதிநிதித்துவ அமைப்பு என்றும், அவர்களின் உரிமைகள் மற்றும் சலுகைகளின் ஒரே பாதுகாவலர் என்றும்

தம்பட்டம் அடித்துக்கொள்ள முஸ்லிம் லீக் பழகிவிட்டது என்ற உண்மையை அடிக்கோடிட்டுக் காட்டியது. எனினும், ஆசாத் முஸ்லிம் மாநாட்டின் விவாதங்களின் மூலம், மாநாடு தான் முஸ்லிம்களின் பிரதிநிதித்துவ அமைப்பு என்பதையும், முஸ்லிம்களின் உரிமைகள் மற்றும் நலன்களுக்காக மிகவும் உத்வேகத்துடன் போராடுவதையும் நிரூபித்துள்ளது. தேசப்பற்றுள்ள முஸ்லிம்கள் மீதான பிரிட்டிஷாரின் அணுகுமுறையைக் கண்டித்து அது எழுதியது:

வட்டமேஜை மாநாட்டில் தேசியவாத முஸ்லிம்கள் சார்பாக ஒருவரையாவது பிரதிநிதித்துவப்படுத்தப்பட வேண்டும் என்ற அவர்களின் கோரிக்கைகளை பிரிட்டிஷ் அரசாங்கம் கையாண்டதைப் போலவே ஆசாத் மாநாட்டின் கருத்துகளையும் பிரிட்டிஷ் அரசாங்கம் புறக்கணிக்க வாய்ப்புள்ளது. ஏற்கெனவே லார்ட் ஜெட்லாண்ட் இந்திய முசல்மான்களுக்கான ஒரே அமைப்பு என்ற சான்றிதழை லீக்கிற்கு வழங்கியுள்ளார், அதனால் அதன் பழைய தந்திரோபாயங்களில் எந்த மாற்றமும் இருக்கப் போவதில்லை. ஆனால் பிரிட்டிஷ் அரசாங்கம் இதனை நிச்சயம் ஏற்றுக்கொள்ளாது என்பதை மட்டும் உறுதியாக நம்பலாம்.[211]

பாட்னாவிலிருந்து வந்த சர்ச்லைட் எழுதியது. ஆசாத் முஸ்லிம் மாநாட்டில்

ஜின்னாவுக்குப் பதில் கிடைத்துள்ளது. தாய்நாட்டைக் குறிவைத்து அவர் அடித்த பயங்கர அடி கடைசியில் அவருடைய தலையிலேயே விழுந்துள்ளது. தற்பெருமை மயக்கத்திலும், ஆணவ வெறியிலும் அவர் தனது தாய்நாட்டிற்கும், தனது சமூகத்திற்கும் துரோகம் செய்ய முயன்றார். அதற்கு இப்போது முடிவு கட்டப்பட்டுள்ளது. இந்தியாவின் வீரமும், தேசபக்தியுமிக்க முஸ்லிம்களின் கௌரவத்தைக் களங்கப்படுத்த அவர் முயன்றார். தனது சமூகத்தினரை அவர்களது சொந்த நாட்டு விடுதலையின் எதிரிகளாக உலகிற்கு அம்பலப்படுத்தியதன் மூலம் தலைமைச் சர்வாதிகாரியின் அந்தஸ்துக்குத் தம்மை உயர்த்திக்கொள்ள விரும்பினார். தவிர்க்க இயலாத எதிர்வினையாக அவரே மற்றவர்களிடம் அம்பலப்பட்டிருக்கிறார். அவரது வாதம் நிராகரிக்கப்பட்டுள்ளது. டில்லியில் நடைபெற்ற அசாத் முஸ்லிம் மாநாட்டின் வாயிலாக இந்திய தேசிய முஸ்லிம்களின் குரல் ஒலித்துள்ளது. திரு. ஜின்னா கூறி வந்த அனைத்தையும் அது நிராகரித்துள்ளது.

இந்தக் குரல் சந்தேகத்திற்கு இடமின்றி உள்ளது, ஏனென்றால் இது மனிதனின் இதயத்தில் கடவுள் விதைத்துள்ள உன்னதமான உணர்வுகளில் ஒன்றுடன் ஒத்துப்போகிறது. திரு ஜின்னாவின் ஹிப்னாடிசம் செய்யப்பட்ட அடியாட்கள் என்ன சொன்னாலும், தங்களது குரலின் ஆற்றலைக் கண்டு உணர்ந்துள்ள தேசியவாத முஸ்லிம்கள் இனி அவர்களின் புகழ்ச்சிக்கும் முகஸ்துதிக்கும் மயங்கி ஒருபோதும் அமைதியாக இருக்கமாட்டார்கள். முஸ்லிம் மதப் பிற்போக்குவாதத்தின் சாவுமணி அடிக்கத் தொடங்கிவிட்டது. இந்திய தேசத்தின் ஒருங்கிணைந்த அங்கமாக, முஸ்லிம்களின் உண்மையான பிரதிநிதித்துவ அமைப்பான ஒரு புதிய லீக் உருவானதற்கான முன்னறிவிப்பும் இதுவே, இது கடந்த பல நூற்றாண்டுகளாக ஒட்டுமொத்தமாக ஒன்றிணைந்த சக்திகளை ஒன்றிணைக்கப் பாடுபடுமேயன்றி, சீர்குலைக்காது.[212]

ஆசாத் முஸ்லிம் மாநாட்டின் தேசபக்தியைப் பாராட்டி கூறியது:

டெல்லி ஆசாத் முஸ்லிம் மாநாட்டில் நிறைவேற்றப்பட்ட தீர்மானங்கள் சந்தேகத்திற்கிடமின்றி உள்ளது. இது இந்திய தேசியத்தின் எதார்த்தத்தைஃஹ தெளிவாக வலியுறுத்துகிறது. இது ஒட்டுமொத்த இந்தியாவின் சுதந்திரத்திற்காக உரத்து ஒலிக்கும் கோரிக்கை முழக்கமாகும். இந்திய முஸ்லிம்கள் தேசியத்தின் பரந்த வாழ்க்கைப்பரப்பில் தங்களை இணைத்துக்கொள்ளவும், அனைவரின் விடுதலைக்காக இந்த நாட்டில் வாழும் மற்றவர்களுடன் தோளோடு தோள் நின்று போராடவும் இது அறைகூவல் விடுக்கிறது.[213]

அல்லா பக்ஷின் தலைமையைப் பாராட்டியதோடு, டெல்லி மாநாட்டின் தலைவர்கள் இப்போது மக்களிடம் சென்று அவர்களின் சொந்த பலத்தை உணர்ந்துகொள்ள அவர்களுக்கு உதவ வேண்டும் என்று கோரிக்கை விடுத்தது.

நம்பிக்கைக்குரிய மற்றும் வரலாற்றுச் சிறப்புமிக்க வகையில் 1940 ஏப்ரலில் நடந்த ஆசாத் முஸ்லிம் மாநாடு இருந்தபோதிலும், அடுத்த இரண்டு ஆண்டுகளில் எந்த உத்வேகத்தையும் உருவாக்க முடியவில்லை. இதற்குப் பல காரணங்கள் இருந்தன. உள்ளூர் சிந்து அரசியலில் அல்லா பக்ஷின் ஈடுபாடு இயல்பாகவே கணிக்க முடியாததாகவும், எப்போதும் சவாலானதாகவும் இருந்தது, இது பிரிவினைக்கு எதிரான முஸ்லிம்கள் இயக்கத்தின் சூத்திரதாரியைச்

சிந்துவில் மட்டுப்படுத்தியது. அவர் மார்ச் 7, 1941இல் சிந்துவின் பிரிமியராக நியமிக்கப்பட்டார்.

அதே சமயத்தில், பிரிட்டிஷ் ஆட்சியாளர்களின் விரோதப் போக்கு, காங்கிரஸின் ஒத்துழைப்பின்மை மற்றும் இந்துத்துவா குழுக்களின் தாக்குதல்கள் என இவ்வியக்கம் கிட்டத்தட்ட முடங்கிப் போனது.

அல்லா பக்ஷ பிப்ரவரி 1942இல் 'எதிர்பாராத சூழ்நிலைகள்' மொத்த இயக்கத்தையும் செயலிழக்கச் செய்துவிட்டதாக ஒப்புக்கொண்டார், ஆனால் பிப்ரவரி 27 மற்றும் 28 அன்று கல்கத்தாவில் செயற்குழுவின் கூட்டம் கூட்டப்படும் என்று உறுதியளித்தார்.[214]

இந்தக் கூட்டத்தை 1942 நவம்பரில், டெல்லியில்தான் நடத்த முடிந்தது. அது ஒரு தீர்மானத்துடன் வெளிவந்தது:

ஆசாத் முஸ்லிம் மாநாட்டுச் செயற்குழுவின் இந்தக் கூட்டம், இந்தக் கடுமையான நெருக்கடியில் நாட்டிற்கும் சமூகத்திற்கும் தங்களது கடமையை உணர்ந்து, சமூகங்களுக்கிடையேயான ஒற்றுமை மற்றும் நம்பிக்கையை வலுப்படுத்துவதற்கான அனைத்து முயற்சிகளையும் ஒருமுகப்படுத்துமாறு இந்திய மக்களை அழைக்கிறது. இந்தியா ஒரு தேசமாக இந்துக்கள், முஸ்லிம்கள் மற்றும் பிறரின் பொதுவான தாய்நாடு. அதன் நலனை மேம்படுத்திப் பாதுகாக்க வேண்டிய கடமை அனைவருக்கும் உள்ளது. எனவே, இந்திய முஸ்லிம்கள் சுதந்திரத்தையும் தேசிய அரசாங்கத்தையும் விரும்பவில்லை என்ற பிரிட்டிஷாரின் வாதத்தின் அப்பட்டமான உள்ளீற்ற தன்மையை அம்பலப்படுத்த வேண்டியது முஸ்லிம்கள் மற்றும் அவர்களின் அமைப்புகளின் சிறப்புப் பொறுப்பாகும். முஸ்லிம்கள் பெரும்பான்மையாக வாழும் மாகாணங்களைப் போர் அபாயம் அச்சுறுத்துகிறது என்பதை நினைவில் கொள்ளும்போது இது அவர்களின் முக்கியக் கடமையாகும். ஆசாத் முஸ்லிம் மாநாட்டின் இக்கூட்டம், மக்களிடம் அதிகாரத்தை உடனடியாகக் கைமாற்றி, தற்காலிக கூட்டணி அரசை அமைக்கவேண்டி சுதந்திரப் பிரகடனத்திற்கான கோரிக்கையை வலியுறுத்தி, பொதுமக்களின் கருத்தைத் திறம்படத் திரட்டுமாறு முஸ்லிம்களுக்கு வேண்டுகோள் விடுக்கிறது.[215]

ஐக்கிய நாடுகள் சபை, பிரிட்டன், அமெரிக்கா, ரஷ்யா மற்றும் சீனா ஆகிய நாடுகள், இந்திய நிலைமையை அறிந்து கொள்ள ஒரு பிரதிநிதிக் குழுவை அங்கு அனுப்ப வேண்டும் என்று ஆசாத் முஸ்லிம் வாரியம் தீர்மானம் நிறைவேற்றியது. மற்றொரு

தீர்மானத்தின் மூலம், "சிந்து சட்டமன்றத்தின் பெரும்பான்மையான உறுப்பினர்களின் ஆதரவைப் பெற்றுள்ள," அல்லா பகைஷ் சிந்து பிரிமியர் பதவியிலிருந்து நீக்கம் செய்ததை வாரியம் கண்டனம் செய்தது.[216]

ஆசாத் முஸ்லிம் வாரியம் சாமானிய மக்கள் மற்றும் சமூக ரீதியாகத் தாழ்த்தப்பட்ட முஸ்லிம்களில் பெரும்பான்மையினரைப் பிரதிநிதித்துவப்படுத்துகிறது என்ற உண்மையை மீண்டும் வலியுறுத்தியது.[217] இந்திய முஸ்லிம்களின் பிரதிநிதியாக இருப்பதற்கான நம்பகத் தன்மையை இந்திய அரசுச் செயலர் அம்ரே பிரபு சந்தேகித்தபோது, அகில இந்திய சுதந்திர முஸ்லிம் மாநாட்டின் செயலாளரான சவுக்கத்துல்லா அன்சாரி பின்வரும் அறிக்கையை வெளியிட்டார்:

> *எம்பிக்கள் திரு. சோரன்சன் மற்றும் திரு சில்வர்மேன் ஆகியோருக்கு திரு அமெரி அளித்த பதிலின் கேபிள் அறிக்கை, அகில இந்திய ஆசாத் முஸ்லிம் மாநாடு என்று பொதுவாக அறியப்படும் சுதந்திர முஸ்லிம் கட்சிகளின் கூட்டமைப்பு தொடர்பாக எம்.பி.க்கள் கூறுவது முற்றிலும் உண்மைக்குப் புறம்பானது... இன்றளவும் கணிசமான இந்திய முஸ்லிம்களின் அரசியல் அபிப்பிராயத்தை லீக் பிரதிநிதித்துவப்படுத்துகிறது என்பது உண்மைதான் என்றாலும் ஆசாத் முஸ்லிம்களின் கூட்டமைப்பு இன்னும் கணிசமான பகுதி முஸ்லிம்களின் அரசியல் மற்றும் மதக் கருத்தை பிரதிபலித்துக் கொண்டிருக்கிறது.*[218]

ஆசாத் முஸ்லிம் மாநாடு முஸ்லிம் லீக்கின் இரு தேசக் கோட்பாடு மற்றும் பிரிவினைவாத அரசியலுக்கு எதிராக நடைபெற்ற இந்திய முஸ்லிம்களின் மிகப்பெரிய மாநாடு என்பதைச் சமகாலப் பதிவுகள் காட்டுகின்றன. முக்கியமாக, லாகூரில் முஸ்லிம் லீக் பாகிஸ்தான் தீர்மானத்தை நிறைவேற்றிய உடனேயே இது நடந்தது. முஸ்லிம்களில் பெரும் பகுதியினர் இரு தேசக் கோட்பாட்டை ஏற்கவில்லை என்பதையும், முஸ்லிம் லீக்கின் அரசியலை நேருக்கு நேர் சவால் விடுக்க அவர்கள் தயாராக இருப்பதையும் இந்த மாநாடு நிரூபித்தது.

அடிக்குறிப்புகள்:

154. See Soomro, Khadim Hussain, Allah Bux Soomro: Apostle of Secular Harmony, Sain Publishers, Sehwan Sharif (Sind, Pakistan), 2006.
155. See Bright, Jagat S., India's nationalist No 1: Mr Allah Bux, Hero Publications, Lahore, 1943, p. 28.
156. Bright, Jagat S., India's nationalist No 1: Mr Allah Bux, Hero Publications, Lahore, 1943, pp. 31-2
157. Malkani, K. R. The Sindh Story, Allied, Delhi, 1984, p. 119.
158. The Statesman, Calcutta, May 2, 1940.
159. The Hindustan Times, April 25, 1940.
160. நாட்டின் வரவேற்புக் குழுவிடம் உள்ள ஆவணங்களின்படி, முக்கிய மாகாணங்களிலிருந்து வந்த பிரதிநிதிகளின் எண்ணிக்கை பின்வருமாறு: ஐக்கிய மாகாணங்கள் 357, பஞ்சாப் 155, பீகார் 125, வங்காளம் 105, வடமேற்கு எல்லை மாகாணம் 35, சிந்து 82, பலுசிஸ்தான் 45, பம்பாய் 60, மத்திய மாகாணம் 12, மதராஸ் 5, ஒரிசா 5, அஜ்மீர் – மேவார் 12, அசாம் 25, தில்லி 112, இந்திய சமஸ்தானங்கள் 12. The Hindustan Times, April 28, 1940.
161. Smith, Wilfred Cantwell, Modern Islam in India: A Social Analysis, Victor G. Ltd, London, 1946, p. 231.
162. The Bombay Chronicle, April 27, 1940.
163. The Tribune, Lahore, April 23, 1940.
164. National Herald, April 23, 1940.
165. The Hindustan Times, April 28, 1940.
166. National Herald, April 21, 1940.
167. The Bombay Chronicle, Bombay, April 27, 1940.
168. The Tribune, April 24, 1940.
169. மே.கு.
170. The Hindustan Times, April 26, 1940.
171. The Hindustan Times, April 27, 1940.
172. The Bombay Chronicle, April 27, 1940.
173. The Tribune, April 24, 1940.
174. The Hindustan Times, April 27, 1940.
175. கவிதை மற்றும் இது போன்ற பிற கவிதைகளின் உரைக்கு, அத்தியாயம் 9 ஐப் பார்க்கவும்.
176. The Hindustan Times, April 28, 1940.
177. The Hindustan Times, April 28, 1940.
178. மே.கு.

179. மே.கு.
180. மே.கு. ஏப்ரல் 27, 1940.
181. மே.கு. ஏப்ரல் 27, 1940
182. The Sunday Statesman, April 28, 1940.
183. The Sunday Statesman, April 28, 1940; மற்றும் The Hindustan Times, April 28, 1940.
184. The Sunday Statesman, April 28, 1940.
185. The Sunday Statesman, April 28, 1940.
186. மே.கு.
187. மே.கு.
188. The Sunday Statesman, April 28, 1940.
189. The Sunday Statesman, April 28, 1940.
190. மே.கு.
191. மே.கு.
192. The Sunday Statesman, April 28, 1940.
193. ஆபீஸ் முகமது இப்ராஹிமின் தனிப்பட்ட நாளிதழ்.
194. மே.கு.
195. மே.கு.
196. மே.கு.
197. The Hindustan Times, April 27, 1940. This paper also published a cartoon on this statement of Allah Baksh which has been reproduced in the beginning of this chapter
198. The Sunday Statesman, May 2, 1940.
199. ஆபீஸ் முகமது இப்ராஹிமின் தனிப்பட்ட நாளிதழ்.
200. The Hindustan Times, மே 2, 1940.
201. மே.கு.
202. மே.கு.
203. Jafri M., "Independent Muslims' Conference and Its Critics," The Bombay Chronicle, April 25, 1940.
204. மே.கு.
205. Humayun, Kabir, Muslim Politics 1906–42, Gupta, Rahman & Gupta, Calcutta, 1943, p. 36.
206. மே.கு. பக்.41.
207. The Hindustan Times, April 27, 1940.
208. Hitvada, May 3, 1940

209. Independent India, May 12, 1940.
210. The Bombay Chronicle, May 2, 1940.
211. Anand Bazar Patrika, May 2, 1940.
212. The Searchlight, April 30, 1940.
213. The Searchlight, April 30, 1940.
214. The Bombay Chronicle, February 12, 1942.
215. The Bombay Chronicle, November 14, 1942.
216. மே.கு., November 12, 1942.
217. மே.கு., September 14, 1942.
218. மே.கு., March 14, 1942.

அத்தியாயம் 6

பிரிட்டிஷ் ஆட்சியாளர்களை எதிர்த்து அல்லாஹ் பக்ஷ்

முஸ்லிம் லீகின் வகுப்புவாத அரசியலுக்கு எதிராகவும் அனைவரையும் உள்ளடக்கிய ஒன்றுபட்ட இந்தியாவுக்காகவும் இந்திய முஸ்லிம்களை வழிநடத்தியதோடு மட்டுமல்லாமல், இந்தியாவின் சர்வாதிகார பிரிட்டிஷ் ஆட்சிக்குச் சவால் விடவும் அல்லா பக்ஷ் முடிவு செய்தார். 1942 ஆகஸ்டில் பிரிட்டிஷாருக்கு எதிராக காங்கிரஸ் விடுத்த வெள்ளையனே வெளியேறு இயக்க அழைப்பு ஒட்டுமொத்த தேசத்தையும் உலுக்கியது. அல்லா பக்ஷ் 1942ஆம் ஆண்டின் வெள்ளையனே வெளியேறு இயக்கத்தின் எழுச்சிமிகுந்த நாள்களில் சிந்துவின் பிரிமியராக இருந்தார் (அந்த நாள்களில் முதல்வர் இந்தப் பெயரால் அழைக்கப்பட்டார்) சிந்துவின் அனைத்துச் சமூகங்கள் மற்றும் பிரிவுகளைப் பிரதிநிதித்துவப்படுத்தும் இத்தேஹாத் கட்சியின் (ஒற்றுமை கட்சி) தலைவராகவும் இருந்தார். அல்லா பக்ஷும் அவரது கட்சியும் இந்திய தேசிய காங்கிரசின் ஒரு அங்கமாக இல்லை என்றபோதிலும், பிரிட்டிஷ் பிரதமர் வின்ஸ்டன் சர்ச்சில் பிரிட்டிஷ் நாடாளுமன்றத்தில் ஓர் உரையில் இந்திய சுதந்திரப் போராட்டத்தையும் வெள்ளையனே வெளியேறு இயக்கத்தையும் இழிவுபடுத்தும் வகையில் பேசியபோது, அல்லா பக்ஷ் பிரிட்டிஷ் அரசாங்கத்தால் வழங்கப்பட்ட அனைத்து பட்டங்களையும் திருப்பி அளித்தார்.

அல்லா பக்ஷ் செப்டம்பர் 19, 1942 தேதியிட்ட ஒரு கடிதத்தில் வைஸ்ராய், லின்லித்கோவிடம் (விக்டர் அலெக்சாண்டர் ஜான் ஹோப் கவர்னர் ஜெனரல் மற்றும் இந்தியாவின் வைஸ்ராய் 1936-1943) கான் பகதூர் மற்றும் பிரிட்டிஷ் பேரரசின் ஆர்டர் (OBE) பட்டங்களைத் துறக்க முடிவு செய்துள்ளதாகத் தெரிவித்தார். அவரது கடிதத்தில் கூறப்பட்டிருந்ததாவது:

பிரிட்டிஷ் அரசாங்கத்திடமிருந்து பெற்ற இரண்டு விருதுகளையும் துறக்க நான் முடிவு செய்துள்ளேன் என்பதை மேன்மை பொருந்திய தங்களுக்குப் பணிவுடன் தெரிவித்துக் கொள்கிறேன், ஏனெனில் எனது கருத்துகள் மற்றும் நம்பிக்கையுடன் அவற்றைத் தொடர்ந்து தக்க வைத்துக்கொள்ள முடியாது என உணர்கிறேன்.[219]

அதில் மேலும் தெரிவிக்கப்பட்டுள்ளதாவது:

இந்தியா நீண்ட காலமாகத் தேசத்தின் சுதந்திரத்திற்காகப் போராடி வருகிறது. தற்போதைய போர் வெடித்தவுடன், எந்தக் கொள்கைகள், சித்தாந்தத்தின் கீழ், நேச நாடுகள் ஒரு டைட்டானிக் மோதலை நடத்திக்கொண்டிருக்கின்றனவோ அந்த அடிப்படையில் இந்தியா விடுதலை பெற்று, சுதந்திர நாடாக உலக யுத்தத்தில் பங்கேற்கும் என்று நம்பப்பட்டது. அதற்கான எல்லா உரிமையும் இந்தியாவுக்கு உண்டு என்பதையும், இந்திய மக்கள் அமைதியுடனும் நல்லிணக்கத்துடனும் வாழ்வதற்கான சூழ்நிலைகள் இருக்க வேண்டும் என்பதையும் நான் உறுதியாக நம்புகிறேன், ஆனால் பிரிட்டிஷ் அரசாங்கத்தின் பிரகடனங்களும் நடவடிக்கைகளும், பல்வேறு இந்தியக் கட்சிகள் மற்றும் சமூகங்கள் தங்கள் வேறுபாடுகளைத் தீர்த்துக்கொள்வதற்கும், நாட்டின் மக்களுக்கு அதிகாரத்தை அளித்து, அவர்கள் சுதந்திரத்துடன் மகிழ்ச்சியாக வாழ அனுமதிப்பதற்கும், மேலும் தங்கள் நாட்டின் தலைவிதியை அவர்களின் பிறப்புரிமையின் அடிப்படையில் வடிவமைத்துக் கொள்ளவும், அவர்களுக்கு ஒத்துழைப்பை வழங்குவதற்கு மாறாக, பிரிட்டிஷ் அரசாங்கத்தின் கொள்கை, இந்தியாவின் மீதான தங்கள் ஏகாதிபத்திய பிடியைத் தொடர்வதும், அதனைத் தொடர்ந்து அடிமைப்படுத்துவதும், அரசியல் மற்றும் வகுப்புவாத வேறுபாடுகளைப் பிரச்சார நோக்கங்களுக்காகப் பயன்படுத்துவதும், தேசிய சக்திகளைத் தங்கள் சொந்த ஏகாதிபத்திய எண்ணங்களுக்கும் நோக்கங்களுக்கும் சேவை செய்வதற்காக நசுக்குவதுமே என்பதைத் தெளிவாக்கி உள்ளன.[220]

அல்லாஹ் பக்ஷ் பின்வரும் வார்த்தைகளுடன் கடிதத்தை நிறைவு செய்தார்:

வின்ஸ்டன் சர்ச்சில் இங்கிலாந்து மக்களவையில் ஆற்றிய சமீபத்திய உரை, இந்தியாவுக்கு நீண்ட காலமாகக் கிடைக்க வேண்டிய நீதியைப் பெற விரும்பும் நல்லெண்ணம் கொண்ட அனைவருக்கும் பெரும் ஏமாற்றத்தை அளித்துள்ளது. அந்த

துரதிர்ஷ்டவசமான அறிவிப்பு, இந்தியாவிற்கு நீதி வழங்கப்படுவதைத் தடுத்து நிறுத்துவதோடு, இந்தியா மீதான தனது ஏகாதிபத்திய பிடியை பிரிட்டன் விட்டுக்கொடுக்க விரும்பவில்லை என்பதற்குக் கூடுதல் ஆதாரங்களைச் சேர்த்துள்ளது. எனவே தற்போது எழுந்துள்ள சூழலில் பிரிட்டிஷ் ஏகாதிபத்தியத்தின் அடையாளமாக நான் இருக்க விரும்பவில்லை என்பதால், பிரிட்டிஷ் அரசாங்கத்திடமிருந்து நான் பெற்ற விருதுகளை என்னால் தக்க வைத்துக்கொள்ள முடியாது என்று கருதுகிறேன்.[221]

எம்.கே.காந்தி தலைமையிலான காங்கிரசையும், வெள்ளையனே வெளியேறு இயக்கத்தையும் கண்டித்து செப்டம்பர் 10, 1942 அன்று இங்கிலாந்து பாராளுமன்றத்தில் பிரிட்டிஷ் பிரதமர் வின்ஸ்டன் சர்ச்சில் ஆற்றிய உரைக்குப் பதிலளிக்கும் விதமாக அல்லா பக்ஷின் மேற்கண்ட கடிதம் இருந்தது. சர்ச்சிலின் கூற்றுப்படி:

இந்திய காங்கிரஸ் கட்சி ஒட்டுமொத்த இந்தியாவையும் பிரதிநிதித்துவப்படுத்தவில்லை; இது இந்திய மக்களில் பெரும்பான்மையினரைப் பிரதிநிதித்துவப்படுத்தவில்லை. அது இந்து மக்களைக் கூடப் பிரதிநிதித்துவப்படுத்தவில்லை. அது ஒரு கட்சி இயந்திரத்தைச் சுற்றி கட்டமைக்கப்பட்ட ஓர் அரசியல் அமைப்பு, அது குறிப்பிட்ட சில உற்பத்தி மற்றும் நிதி நலன்களால் நீடித்திருக்கிறது... காங்கிரஸ் கட்சி இப்போது அகிம்சைக் கொள்கையின் பல அம்சங்களைக் கைவிட்டுவிட்டது.... அசாமின் எல்லைகளிலும் விரிகுடாவின் கிழக்குப் பகுதியிலும் நிற்கும் ஜப்பானிய ஆக்கிரமிப்பாளருக்கு எதிராக இந்தியாவின் பாதுகாப்பிற்கு முழுக் கவனமும் செலுத்தும் சூழலில், அதனை முழுமையாகச் சீர்குலைத்து இந்தியாவின் பாதுகாப்பிற்கு ஊறுவிளைவிக்கும் நோக்கத்தோடு, ரயில் மற்றும் தந்தி மூலமான தகவல்தொடர்பை முடக்குவது, பொதுவாக ஒழுங்கின்மையை ஊக்குவிப்பது, கடைகளைச் சூறையாடுதல் மற்றும் அவ்வப்போது இந்திய காவல்துறை மீது திடீர் தாக்குதல்கள் நடத்துவது என இவற்றிற்காக வடிவமைக்கப்பட்ட ஒரு புரட்சிகர இயக்கமாக இப்போது காங்கிரஸ் வெளிச்சத்திற்கு வந்துள்ளது.[222]

மேலும் குற்றஞ்சாட்டும் அளவுக்கு அவர் தொடர்ந்தார்,

காங்கிரஸ் கட்சியின் இந்த நடவடிக்கைகளுக்குப் பரவலாக, விரிவுபடுத்தப்பட்ட அளவில் ஜப்பானிய ஐந்தாம் படை வேலைகள் உதவியுள்ளதோடு, மூலோபாயப் புள்ளிகளுக்குச்

சிறப்பு வழிகாட்டுதலும் அளிக்கப்பட்டுள்ளன. உதாரணமாக, வங்காளம், அசாம் எல்லைகளைப் பாதுகாக்கும் இந்தியப் படைகளின் தகவல்தொடர்புகள் முக்கியமாகத் தாக்கப்பட்டன என்பது குறிப்பிடத்தக்கது. இச்சூழ்நிலையில் வைசிராயும், இந்திய தேசப்பற்றாளர்கள் மற்றும் அறிவு ஜீவிகளைப் பெரும்பான்மையாகக் கொண்ட வைசிராய் சபையினரின் ஏகோபித்த ஆதரவு உடைய, இந்திய அரசும், பகைமை மற்றும் குற்றச் செயல்களில் ஈடுபட்டு வரும் இவ்வமைப்பின் மத்திய மற்றும் மாகாண அமைப்புகளை அம்பலப்படுத்துவதும் ஒடுக்குவதும் அவசியமென்று கருதுகிறார்கள். திரு காந்தி மற்றும் பிற முக்கியத் தலைவர்கள் சிறையில் அடைக்கப்பட்டுள்ளனர்....[223]

அத்துடன், "இந்து காங்கிரசிலிருந்து சரிசெய்ய இயலாத பிளவுகளால் உடைப்பட்டுள்ள பல்வேறு ஆளும் வர்க்கங்கள், ஒருபோதும் அதன் ஆட்சியை ஒப்புக்கொள்ளாது" என்று சர்ச்சில் அறிவித்தார்.[224]

அல்லா பக்ஷின் பகிரங்க அறிவிப்பால் பிரிட்டிஷ் ஆட்சியாளர்கள் அதிர்ச்சி அடைந்தனர் என்பதில் எந்தச் சந்தேகமும் இல்லை. அல்லா பக்ஷ் தனது பதவியை ராஜினாமா செய்யாததால், இது பிரிட்டிஷ் ஆட்சியாளர்களுக்கு மிகவும் சிக்கலான பிரச்சினையாக மாறியது.

அவர்களைப் பொறுத்தவரை அது 'களைப்பூட்டுவது', 'தொல்லையானது', 'துரதிர்ஷ்டவசமானது' மற்றும் 'தர்மசங்கடமானது'. அவரை உடனடியாகப் பதவி நீக்கம் செய்ய வேண்டுமென்று விரும்பினர். ஆனால் பிரச்சினை என்னவென்றால், "ஒரு பிரிமியர் தனது *O.B.E*யைத் திருப்பிக் கொடுத்ததற்காகப் பதவி நீக்கம் செய்யப்பட்டுள்ளார் என்பதை உலகம் அறிந்தால் "இவை அனைத்தும் சற்று உண்மைக்குப் புறம்பானதாகத் தோன்றும்."[225] சிந்து மாகாண ஆளுநர் ஹக் டவ் பகைஷ ராஜினாமா செய்ய வற்புறுத்திப் பார்த்தார். பக்ஷ் இணங்காதபோது, இறுதியாக அக்டோபர் 10 அன்று பக்ஷ் அரசின் மீது ஆளுநருக்கு நம்பிக்கை இல்லை என்று அறிவித்து டவ் அவரைப் பணிநீக்கம் செய்தார். இந்தியாவில் ஆங்கிலேயர் ஆட்சிக் காலத்தில் ஒரு மாகாண அரசின் பிரிமியர் தனது பட்டங்களைத் துறந்ததற்காக நீக்கப்பட்ட ஒரே நிகழ்வு இதுவாகும்.

அல்லா பக்ஷ் பதவி நீக்கம் செய்யப்பட்டது பிரிட்டிஷ் அரசுக்கு மக்களவையில் தர்மசங்கடமான சூழ்நிலையை உருவாக்கியது. சிந்து மாகாண முஸ்லிம் பிரதம மந்திரி அல்லா பக்ஷின் பதவிநீக்கம் குறித்து மக்களவையில் கேட்கப்பட்ட கேள்விக்குப் பதிலளித்த

இந்தியா மற்றும் பர்மாவின் அரசுச் செயலாளர் அமேரி, அக்டோபர் 10 அன்று சிந்து ஆளுநர் வெளியிட்ட அறிக்கையை மேற்கோள் காட்டி.

> *1942 செப்டம்பர் மாதம் முதல்வர் வைஸ்ராய்க்கு எழுதிய கடிதத்தைப் பொதுவில் வெளியிட்டதால் ஏற்பட்ட நிலைமை குறித்து என்னிடம் ஆலோசிக்கப்பட்டது. அதன் வெளிச்சத்தில் அவர் பதவியில் நீடிப்பதில் உள்ள பாதகங்களை நான் ஒப்புக்கொண்டேன். ஆனால், அவரைப் பதவி நீக்கம் செய்வதற்கான முடிவு, தனிப்பட்ட விவாதத்திற்குப் பிறகு ஆளுநரால் எடுக்கப்பட்டது. அப்போது சிந்துவில் பிரிமியர் இல்லாததால் அக்டோபர் 10 வரை முடிவு அமுல்படுத்தப்படவில்லை.*[226]

தொழிற்கட்சி எம்.பி. சோரன்சென் இந்தக் குறிப்பிட்ட முஸ்லிம் பிரிமியரைப் பதவி நீக்கம் செய்ததற்கான காரணம் அவருக்கு வழங்கப்பட்ட பட்டங்களைத் திருப்பி அளித்ததுதான் என்று கேட்டபோது. அமேரி பதிலளித்தார்:

> *இல்லை. இது அவரது பொதுவான அணுகுமுறையின் வெளிப்பாடாகும். அதன் மூலம் கடுமையான நெருக்கடியில் ஒழுங்கை மீட்டெடுக்க இந்திய அரசு எடுத்த நடவடிக்கைகளை ஒருவகையில் நேரடியாக மறுத்துள்ளதோடு, அவர் வெளியிட்ட அறிக்கையின் மூலம் காங்கிரசின் அதே அணுகுமுறையுடன் தன்னை முழுமையாக வெளிப்படுத்திக் கொண்டிருக்கிறார்.*[227]

பிரிட்டனிலுள்ள பத்திரிகைகள் கூட முறைகேடான வகையில் அல்லா பக்ஷ் நீக்கத்திற்குத் தங்களின் கோபத்தை வெளிப்படுத்தின. சிந்து நிர்வாகத்தின் இந்த நடவடிக்கை அதிர்ச்சி அளிப்பதாக விவரிக்கப்பட்டது. *நியூ ஸ்டேட்ஸ்மேன்* மற்றும் *நேஷன்* ஆகிய இரண்டு முக்கிய பிரிட்டிஷ் பத்திரிகைகள், அமைச்சகங்களை பிரிட்டிஷ் கைப்பாவைகளாக மாற்றிய, மாகாண அமைச்சகங்களின் தரம் தாழ்ந்த நிலையை விமர்சித்துத் தலையங்கங்களை எழுதின.[228] அல்லா பக்ஷின் துணிச்சலான முடிவை இந்திய பத்திரிகைகள் வரவேற்றன. பிரிட்டிஷ் ஏகாதிபத்தியத்திற்கு எதிராக இந்தியாவில் வளர்ந்து வரும் கோபத்தின் உத்வேகமூட்டும் வெளிப்பாடாக இது கருதப்பட்டது.

தி பாம்பே க்ரோனிக்கிள் தலையங்கத்தின்படி, அல்லா பக்ஷ் பட்டங்களை ஒப்படைத்தது தனிப்பட்ட காழ்ப்புணர்ச்சியால் அல்ல, மாறாக தேசிய நலனுக்காக:

ஆசாத் முஸ்லிம் மாநாட்டின் தலைவர் என்கிற முறையில், தற்போதைய யுத்தத்தை நடத்துவதைக் காரணம்காட்டி இந்தியாவுக்குச் சுதந்திரத்தை வழங்க பிரிட்டிஷ் அரசாங்கம் தவறியதால் அவர் கடும் ஏமாற்றம் அடைந்தார். அத்துடன் அவர்கள் இந்தியாவுக்கு அளித்த பிரகடனமும் அதற்குப் பின்பான அவர்களின் நடவடிக்கைகளும், பல்வேறு இந்தியக் கட்சிகள் மற்றும் சமூகங்கள் தங்கள் வேறுபாடுகளைத் தீர்த்துக்கொள்வதற்கும், நாட்டின் மக்களுக்கு அதிகாரத்தைப் பகிர்ந்தளிப்பதற்கும் தங்கள் ஒத்துழைப்பை வழங்குவதற்குப் பதிலாக, அரசியல் மற்றும் வகுப்புவாத வேறுபாடுகளைப் பிரச்சார நோக்கங்களுக்காகப் பயன்படுத்திக் கொள்வதும், தங்கள் சொந்த ஏகாதிபத்திய நோக்கங்களை நிறைவேற்றுவதற்காகத் தேசிய சக்திகளை நசுக்குவதும்தான் பிரிட்டிஷ் அரசாங்கத்தின் கொள்கை என்பதை முதல்வருக்குத் தெளிவுபடுத்தின.[229]

1942இல் அல்லா பக்ஷ் அரசாங்கம் கலைக்கப்பட்டதும், அதைத் தொடர்ந்து 1943இல் அவர் முஸ்லிம் லீக்கால் ஏவப்பட்ட கூலிப்படையினரால் படுகொலை செய்யப்பட்டதும் சிந்துவில் முஸ்லிம் லீக் நுழைவதற்கு வழிவகுத்தது. 1942ஆம் ஆண்டில் சிந்துவில் அல்லா பக்ஷ் அரசாங்கம் கலைக்கப்பட்ட பின்னர், பிரிட்டிஷ் ஆளுநர் வி.டி.சாவர்க்கர் தலைமையில் முஸ்லிம் லீக் மற்றும் இந்து மகாசபாவின் கூட்டணியை, சிந்துவில் ஒரு புதிய அரசாங்கத்தை அமைக்க நியமித்தார் என்பது பரவலாக அறியப்படாத ஒரு செய்தி ஆகும்.

இன்னும் சொல்லப்போனால், முஸ்லிம் லீக் மற்றும் இந்து மகாசபா ஆகியவை அதே காலகட்டத்தில் வங்காளம் மற்றும் வடமேற்கு எல்லைப்புற மாகாணத்திலும் கூடக் கூட்டணி அரசாங்கங்களை நடத்தின.

அல்லா பகைஷ அரசியல் ரீதியில் ஒழித்துக்கட்டுவதையும், அவரது வகுப்புவாத எதிர்ப்பு அரசியலை நீர்த்துப்போகச் செய்வதிலும் பிரிட்டிஷ் ஆட்சியாளர்கள், முஸ்லிம் லீக் மற்றும் இந்து மகாசபா ஆகியவற்றின் வெளிப்படையான முக்கூட்டைச் சிந்துவில் காண முடிந்தது. அல்லா பகைஷ சிந்துவின் பிரதமர் பதவியில் இருந்து நீக்கியது சிந்துவில் முஸ்லிம் லீக்கின் வளர்ச்சிக்கு வழிவகுத்தது என்று பிரிட்டிஷ் ஆட்சியாளர்கள் ஒப்புக்கொண்டனர். "அல்லா பக்ஷின் மறைவுக்குப் பிறகு சிந்துவில் லீக் உறுப்பினர் எண்ணிக்கை சந்தேகத்திற்கு இடமின்றி பெருமளவில் விரிவடைந்துள்ளது."[230]

அடிக்குறிப்புகள்:

219. The Times of India, 28 September 1942 & Singh, Durlab (ed.), Famous Letters and Ultimatums to the British Government, Hero Publications, Lahore, 1944, p. 96.
220. மே.கு. பக். 96.
221. மே.கு. பக். 97.
222. Singh, Durlab (ed.), Famous Letters and Ultimatums to the British Government, Hero Publications, Lahore, 1944, p. 98.
223. மே.கு. பக்.
224. Bright, Jagat S., India's nationalist No 1: Mr Allah Bux, Hero Publications, Lahore, 1943, pp. 41–42.
225. Mansergh, Nicholas, (ed.), Transfer of Power in India, 1942–47: Reassertion of Authority, Gandhi's Fast and the Succession to the Viceroyalty, September 21, 1942–June 12, 1943, vol. 3, (Constitutional Relations Between Britain & India), Her Majesty's Stationery Office Books, London, 1971, p. 98.
226. The Bombay Chronicle, October 16, 1942.
227. மே.கு...
228. The Hindustan Times, May 16, 1943.
229. The Bombay Chronicle, September 28, 1942.
230. Mansergh, Nicholas, (ed.), Transfer of Power in India, 1942–47: Reassertion of Authority, Gandhi's Fast and the Succession to the Viceroyalty, September 21, 1942–June 12, 1943, vol. 3, (Constitutional Relations Between Britain India), Her Majesty's Stationery Office Books, London, 1971, p. 946.

அத்தியாயம் 7

அல்லா பக்ஷின் படுகொலை

அல்லா பக்ஷ் மே 14, 1943 அன்று கூலிப்படையினரால் படுகொலை செய்யப்பட்டார். முதல் தகவல் அறிக்கையின்படி, அல்லா பக்ஷ் சிந்து மாகாணத்தின் ஷிகார்பூர் நகரத்தின் புறநகரில் கொல்லப்பட்டார், அவர் பெகாரி கால்வாயில் இருந்த ஒரு பீரை (புனிதரை) சந்திக்கச் சென்றார், அவர் அங்கு இல்லாததால் தன்னுடைய வீட்டிற்குச் சிறிய டோங்காவில் (குதிரை வண்டி) திரும்பிக் கொண்டிருந்தார். அவருடன் அவரது நண்பர்களான நபி பக்ஷ் புல்போடோ மற்றும் குலாம் ரசூல் ஜூலான் ஆகியோரும் இருந்தனர். டோங்கா நகரத்திற்குள் நுழைந்தபோது, மூன்று பேர் கொண்ட கூலிப்படை அதன் மீது துப்பாக்கிச் சூடு நடத்தியது. அல்லா பக்ஷின் மார்பில் இரண்டு கைத்துப்பாக்கிக் குண்டுக் காயங்கள் ஏற்பட்டன, மருத்துவமனைக்குச் செல்லும் வழியில் அவர் இறந்துபோனார், அவருடைய தோழர்களில் சிலரும் காயமடைந்தனர்.

மறைந்த அல்லா பக்ஷின் இறுதிச் சடங்கு ஷிகார்பூரில் மே 15, 1943 அன்று நடைபெற்றது. சமகால ஆவணங்களின்படி, சுமார் 10 ஆயிரத்துக்கும் மேற்பட்ட சகல சமூகத்தினரும், மறைந்த அவரின் உடலுடன் ஊர்வலமாக மயானத்திற்குச் சென்றனர். சிந்துவின் ஷிகார்பூரும் பிற நகரங்களும் முழு வேலைநிறுத்தத்தை அனுசரித்தன. பல உள்ளூர்ச் செய்தித்தாள்கள் இறந்தவருக்கு அஞ்சலி செலுத்தும் வகையில் தங்கள் செய்திதாளை வெளியிடவில்லை.

அவர் இரண்டு முறை சிந்துவின் பிரிமியராக இருந்தார். ஹிதாயத்துல்லா அமைச்சரவையின் வீழ்ச்சிக்குப் பின்னர் 1937இல் அவர் முதன்முதலில் பிரிமியரானார், அதுமுதல் அவர் 1939ஆம் ஆண்டின் துவக்கம் வரை பிரிமியராக இருந்தார். அதே ஆண்டின் இறுதியில் ஆசாத் உடன்படிக்கையின் விளைவாக மீர் பண்டே அலிகான் தால்பூரின் அமைச்சரவையில் அமைச்சராக மீண்டும் பதவி

வகித்தார். 1940ஆம் ஆண்டின் தொடக்கத்தில் மீர் அமைச்சரவை வீழ்ச்சியடைந்தது. காங்கிரஸ் கட்சியின் ஆதரவுடன் அல்லா பக்ஷ் மீண்டும் பிரிமியரானார். 1942ஆம் ஆண்டில் தனது பட்டங்களைத் துறந்ததற்காக அவர் பதவியிலிருந்து அகற்றப்படும் வரை அவர் பதவியில் நீடித்தார்.

அல்லா பக்ஷின் படுகொலை சிந்துவில் மட்டுமல்லாமல், நாடு முழுவதிலும் பரபரப்பை ஏற்படுத்தியது. ஹிந்துஸ்தான் டைம்ஸ் பத்திரிகை அவரைப் பின்வருமாறு வர்ணித்தது.

சிந்திகளில் மிகச் சிறந்தவர், முஸ்லிம்களில் உண்மையான ஒருவர், இந்தியாவின் உன்னதமான மகன்களில் ஒருவர், அவர் நிலத்தை நேசித்ததால் தனது விவசாயிகளையும் நேசித்தார்; ஏழைகளை நேசித்ததால் இருபது வயதிலேயே கதர் அணிவதை வழக்கமாகக் கொண்டிருந்தார். இந்துக்களும் முஸ்லிம்களும் அவரை ஒரு தலைவராகப் பார்த்தனர். ஒரு சிந்தி முஸ்லிமுக்கு அபூர்வமாக உரித்தான அசாதாரணமான திறமை கொண்ட அவர் ஒரு சிறந்த நிதியமைச்சராகத் திகழ்ந்தார். ஒரு விற்பன்னரைப் போல எண்களுடன் விளையாடக் கூடியவர். தேசிய அளவில் சிந்தித்துக் கொண்டிருந்த அவர், பிரிவினைகளுக்கும் சச்சரவுகளுக்கும் மத்தியில், ஒன்றுபட்ட சுதந்திர இந்தியாவை விரும்பினார். அடுத்த சில ஆண்டுகளில் ஒன்றுபட்ட ஆசியா என்ற கனவையும் கண்டார். ஆசாத் முஸ்லிம் மாநாட்டின் முதல் தலைவரான அவர், நாட்டின் சுதந்திரத்திற்காக ஒரு ஐக்கிய முஸ்லிம் முன்னணியைக் கட்டமைக்கப் பாடுபட்டார். ஆளுநரின் அதிகாரத்தைத் தன்னிச்சையாக பயன்படுத்துவதை எதிர்த்த முதல் பிரிமியர். ஒளிவு மறைவில்லாமல் நேர்மையாகக் கருத்தை வெளிப்படுத்தியதற்காக பதவி நீக்கம் செய்யப்பட்ட முதல் பிரிமியரும் இவர்தான். கடைசி ஆறு மாதங்களில், நல்ல நாள்கள் வரக்கூடும் என்ற நம்பிக்கையில் ஓர் அமைதியான வாழ்க்கையை நடத்தினார், ஆனால் அவர் பல எதிரிகளைச் சம்பாதித்திருந்தார், மேலும் தாம் தொடர்ந்து கண்காணிக்கப் படுவதையும் அறிந்திருந்தார். பலமுறை அவர் எச்சரிக்கப்பட்டிருந்தாலும், மிக அரிதான துணிவுடனும், பயமற்ற நல்இதயத்தோடும் பிறந்ததால், எங்கு அழைத்தாலும் யாருடைய துணையும் இல்லாமலும், தனியாகவே பயணித்து வந்தார். ஆனால் முடிவு இவ்வளவு விரைவில் வரும் என்று யாரும் நினைத்திருக்கமாட்டார்கள்.[231]

அதே செய்தித்தாள், அதன் தலையங்கத்தில் அவரது கொலையை ஒரு 'தேசியப் பேரழிவு' என்று கீழ்க்கண்ட வார்த்தைகளில் விவரித்திருந்தது

அல்லா பக்ஷ் தன்னுடைய நம்பிக்கைகளில் உறுதியான தேசியவாதி. பதவியின் தளைகளிலிருந்து அவர் விடுவிக்கப்பட்ட பின்னர், தேசிய ஒற்றுமையை வளர்க்கும் பணியிலும், வகுப்புவாத மனப்பான்மை கொண்ட அமைப்புகளின் பிரிவினைவாதப் போக்குகளை எதிர்க்கும் பணியிலும் அவர் இன்னும் அதிக ஆர்வத்துடன் தன்னை ஈடுபடுத்திக்கொண்டார். அவர் உயிருடன் இருந்திருந்தால், பல்வேறு சமூகங்களை ஒன்றிணைக்கும் இப்பணியில் தனது மாகாணத்திற்கும், தனது நாட்டிற்கும் பெரும் சேவையாற்றியிருப்பார் என்பதில் ஐயமில்லை.[232]

அல்லா பகைஷக் கொலை செய்வதற்கு மேற்கொள்ளப்பட்ட இரண்டாவது முயற்சி இதுவாகும். முதல் முயற்சி, 1940 மார்ச்சில் உத்திரப்பிரதேசத்தில் உள்ள ஹர்தோயில் அடையாளம் தெரியாத ஒரு கொலைகாரனால் செய்யப்பட்டது. கொலை செய்யப்படும் போது அவருக்கு 43 வயது. துரதிர்ஷ்டவசமாக, சிந்தில் சுட்டுக் கொல்லப்பட்ட மூன்றாவது சட்டமன்ற உறுப்பினர் அல்லா பக்ஷ் ஆவார். மற்ற இருவர், ஷுக்கூருக்கு அருகில் கொல்லப்பட்ட எச்.எஸ். பம்மணி மற்றும் மிர்புர்காஸுக்கு அருகிலுள்ள அவரது கிராமத்தில் சுட்டுக் கொல்லப்பட்ட சீதால்தாஸ் பெருமாள் ஆவர். மேற்கண்ட இவ்விரு இடங்களும் சிந்தில் உள்ளது.

டைம்ஸ் ஆஃப் இந்தியா அல்லா பகைஷப் பின்வருமாறு நினைவு கூர்ந்தது

இந்தியாவில், பிரிட்டிஷ் அரசாங்கத்தின் கொள்கைக்கு எதிர்ப்பு தெரிவிக்கும் விதமாகக் கடந்த செப்டம்பரில் அவர் தனது கான் பகதூர் மற்றும் O.B.E பட்டங்களைத் துறந்தபோது நாடு முழுவதிலும் ஒரு பரப்பரப்பை ஏற்படுத்தினார். பின்னர், திரு. அல்லா பக்ஷ் அரசின் மேல் ஆளுநருக்கு நம்பிக்கை இல்லாததால் ஆளுநரால் அவரது பிரிமியர் பதவியிலிருந்து நீக்கப்பட்டார்.[233]

கிழக்கிந்தியாவிலிருந்து ஒரு பிரபல ஆங்கில நாளிதழின் தலையங்கத்தில் குறிப்பிட்டது:

திரு. அல்லா பக்ஷ் மிகவும் துடிப்பான ஆளுமைகளுள் ஒருவர், மிகுந்த கடமை உணர்வுயும் அரிதான தீர்மானகரமான

உறுதிப்பாட்டையும் கொண்டிருந்தார். ஒன்று அல்லது பல்வேறு பொதுப் பிரச்சினைகளில் அவருடன் கருத்து வேறுபாடு கொண்டவர்கள் உட்பட அனைவரின் மரியாதையையும் போற்றுதலையும் மிக எளிதாகப் பெற்றவர்... சமூகங்களுக்கிடையிலான உடன்பாடு எட்டப்படுமானால், அது சரியானதைச் செய்வதற்கான துணிச்சலும், எதிர்ப்பை எதிர்கொள்ள முதுகெலும்பும் கொண்ட திரு. அல்லா பக்ஷ் போன்ற மனிதர்களின் முயற்சிகளின் மூலமாக மட்டுமே இருக்க முடியும்... இவ்வளவு நம்பிக்கைகள் நிறைந்த வாழ்க்கை குறுக்கப்பட்டுள்ளது. 42 வயது (சரியாக 43) இளைஞரின் மரணத்தால் இந்தியா இன்று மிகப் பெரிய இழப்பில் வாடுகிறது. இந்தியாவின், தற்போதைய துயரமான சூழ்நிலை நீங்கி தனக்கென ஒரு நிலையை அடைந்த பின்னரும் அவரது உறுதியான தேசபக்தியும், கடமை உணர்வும் போற்றப்படும். டில்லி முஸ்லிம் லீகின் கடைசி மாநாட்டில் துரதிர்ஷ்டவசமாக நடந்தது போல, அரசியல் எதிரிகளை ரத்தம் சிந்த வைக்கப் போவதாக மிரட்டி மக்களின் வெறி உணர்ச்சிகளைத் தூண்டிவிடும் தீவிர அபாயம் உள்ளது என்பதை, அவர் உயிரிழந்த விதம், ஒட்டுமொத்த மக்களிடையே துயரத்தை ஏற்படுத்தியதுடன், அனைவருக்கும் ஓர் எச்சரிக்கையாகவும் அமைந்தது. அல்லா பக்ஷ் இறந்துவிட்டார், ஆனால் அவரது நம்பிக்கையின் மீதான உறுதிப்பாடு வாழ்கிறது, அக்குணங்களைப் போற்றுவதன் மூலம் மட்டுமே இந்தியாவின் ஒற்றுமையையும் சுதந்திரத்தையும் கட்டமைக்கப்பட முடியும்.[234]

நண்பர்களிடமிருந்தும் எதிரிகளிடமிருந்தும் அஞ்சலிச் செய்திகள் குவிந்தன. சி.ராஜகோபாலாச்சாரி தனது அஞ்சலிக் குறிப்பில் கூறியிருந்ததாவது:

நாடு முழுவதும் உள்ள எண்ணற்ற நண்பர்கள் அவரது குடும்பத்தினருடன் சேர்ந்து துயரத்தைப் பகிர்ந்துகொள்வார்கள். சில நேரங்களில் பொதுச் சேவைக்கு இந்த முறையில் பதில்வினை ஆற்றப்படுகிறது என்பதை நாம் நினைவில்கொள்ள வேண்டும். இந்தியா தனது மிகத் தீவிரமான, தன்னலமற்ற ஆன்மாவை இழந்துவிட்டது; அவளது எதிர்காலத்தில் அவர் நிச்சயம் பெரும் பங்கு வகித்திருப்பார்.[235]

சிந்துவின் பிரிமியரான குலாம் உசேன் ஹிதாயத்துல்லாஹ் அவரை 'சக ஊழியர் மற்றும் நண்பர்' என்றும், இந்த மாகாணத்தின் தலைவிதியை நிர்ணயிக்கும் பணியில் மிக முக்கியமான பங்கு

வகித்த 'சிந்துவின் அறிவுஜீவிகளில் ஒருவர்' என்றும் நினைவு கூர்ந்தார். அவரைப் பொறுத்தவரை, "அவருக்குச் சிறந்த எதிர்காலம் காத்திருந்தது, துரதிர்ஷ்டவசமாக, அது சோகமான முடிவுக்கும் வந்துவிட்டது..."[236]

சைஃபுதீன் கிச்லு என்ற பிரபல தேசபக்த முஸ்லிம் இரங்கல் தெரிவித்தார்:

நாட்டின் சுதந்திர இயக்கத்தின் மிக நெருக்கடியான இந்தக் காலகட்டத்தில், திரு.அல்லா பக்ஷ் போன்ற ஒரு மனிதரின் மரணம் தேசியவாத சக்திகளுக்கு ஒரு பேரிடியாகும். திரு.அல்லா பக்ஷ் ஒரு முழுமையான தேசியவாதி. திரு அல்லா பக்ஷ் இறந்துவிட்டார், ஆனால் அவரது பணி என்றும் நிலைத்திருக்கும்.[237]

பம்பாய் கிரானிகிள் பத்திரிகையின் ஆசிரியர் எஸ்.ஏ. பரேல்வி, அவரது மரணம் தேசிய இழப்பு என்று கருதினார். அவரைப் பொறுத்தவரை, அல்லா பக்ஷ் மிகக் குறுகிய காலத்தில், நிறைய சாதித்துள்ளார், மேலும் 42 வயதில் அவரது மரணம் தேச சேவையில் அதிகரித்தவண்ணம் இருந்த பயனுள்ள வாழ்க்கையைக் குறைத்துவிட்டது."[238]

வடமேற்கு எல்லைப்புற மாகாணத்தின் முன்னாள் பிரிமியர் டாக்டர் கான் சாகிப், சிந்து மாகாணத்திற்கு மட்டுமல்ல, இந்தியா முழுமைக்கும் அவர் மாபெரும் தேசியத் தலைவர் என்று புகழாரம் சூட்டினார்.[239]

அல்லா பக்ஷுடன் பணியாற்றிய புகழ்பெற்ற சிந்து காங்கிரஸ் தலைவரான ஆர்.கே. சித்வா பின்வருமாறு நினைவுகூர்ந்தார்.

அல்லா பக்ஷ் பல சிறப்பியல்புகளைக் கொண்டிருந்தார். நேர்மை, ஒளிவுமறைவின்மை, அத்துடன் இந்து-முஸ்லிம் ஒற்றுமையில் ஆழ்ந்த நம்பிக்கைகொண்டவர்... அவருக்குச் சிறப்புக் கல்வித் தகுதிகள் எதுவும் இல்லை, ஆனால் அவரிடம் அதீத அறிவுக்கூர்மை, புத்திசாலித்தனம் மற்றும் பொதுஅறிவு இருந்தது. அவர் ஒரு தலைசிறந்த நாடாளுமன்ற உறுப்பினர், மேலும் எந்தப் பயிற்சி பெற்ற சட்டமன்ற உறுப்பினருடனும் விவாதிக்கும் ஆற்றல் பெற்றவர்...[240]

லாகூரிலிருந்து வெளிவந்த ஒரு முக்கிய உருதுப் பத்திரிகையான ஜமீன்தாரின் ஆசிரியரான மௌலானா ஜாஃபர் அலி கான், அல்லா

பக்ஷ் படுகொலை செய்யப்பட்டதைச் சகிப்புத்தன்மையற்ற சக்திகளின் பயங்கரவாதச் செயல் என்று விவரித்தார். அவர்:

> *இது விவாதத்திற்கும், துப்பாக்கிக் குண்டுக்கும் இடையே நடந்த போர். இது தொடர்பாக அசாதாரணமான முயற்சிகள் மேற்கொள்ளப்பட வேண்டும். ஏனெனில், கருத்து வேறுபாடுகள் மற்றும் மத வேறுபாடுகளின் அடிப்படையில் ஒருவரைக் கொல்ல முடியுமானால், மற்ற தலைவர்களும் துப்பாக்கிக் குண்டிலிருந்து தப்ப முடியாது. ஏனெனில், விவாதத்திற்குத் துப்பாக்கி கொண்டு பதிலளிக்குமானால், எந்தக் கட்சியின் தலைவரும் பாதுகாப்பாக இருக்க முடியாது. இத்துயரத்துடன் துவங்கியுள்ள பயங்கரவாதத்தைத் தடுத்து நிறுத்தாவிட்டால் அதன் விளைவு நிரந்தரக் கேடு தரும்.*[241]

இந்திய முஸ்லிம்களின் சார்பாக வாதிடுகிற ஒரே அமைப்பு முஸ்லிம் லீக் என்ற கூற்றைக் கேள்விக்குள்ளாக்கிய முக்கிய முஸ்லிம் தலைவர்களுள் ஒருவர் என வங்காள காங்கிரஸ் தலைவர் கிரண் சங்கர் ராய் அவரை நினைவு கூர்ந்தார்.[242] அல்லா பக்ஷின் அரசியல் போட்டியாளரும், சிந்துவின் முன்னணி முஸ்லிம் லீக் தலைவரும், அல்லா பக்ஷின் கொலைக்குத் திட்டமிட்டதாகக் குற்றம் சாட்டப்பட்டவருமான கான் பகதூர் முஹம்மது அயூப் குஹ்ரோவும் (வருவாய்த்துறை அமைச்சர், சிந்து), ஓர் இரங்கல் குறிப்பு வெளியிட்டிருந்தார். அதில் கூறப்பட்டுள்ளதாவது:

> *திரு.அல்லா பக்ஷின் மரணம் ஒரு திட்டவட்டமான இழப்பு, ஏனென்றால் அது அசாதாரணமான திறமை மற்றும் வழக்கத்திற்கு மாறான வசீகரம் கொண்ட ஒரு மனிதரை அரசியல் அரங்கில் இருந்து அகற்றி இருக்கிறது. அவரது அன்புக்குரியவர்கள் மற்றும் நண்பர்களிடமிருந்து அவரைப் பறித்த கோழைத்தனமான செயல் முற்றிலும் கண்டிக்கத்தக்கது, மேலும் ஒவ்வொருவரின் இதயப்பூர்வமான அனுதாபமும் துயரமடைந்த அவரது குடும்ப உறுப்பினர்களுக்கு உரித்தாகும்.*[243]

பிரிட்டிஷ் ஆதரவு மற்றும் முஸ்லிம் லீக் பத்திரிகைகள் உடனடியாக “இந்தக் கொலையில் வகுப்புவாத அல்லது அரசியல் சதி எதுவும் இல்லை. தனிப்பட்ட சண்டையின் உச்சக்கட்டமாக இந்தக் குற்றம் நடந்திருக்கலாம் என்று நம்பப்படுகிறது.[244] அல்லா பக்ஷ் பிரிமியராக இருந்தபோது, ஹர்ஸின் தலைவரான சையத் சிப்கத்துல்லா ஷா பீர் பகாரோ தூக்கிலிடப்பட்டதால், அதற்குப் பழிவாங்கும் நோக்கில் அல்லா பகை்ஷ அவரது ஆதரவாளர்கள்தான் கொன்றவர்கள் என்று

வலியுறுத்தப்பட்டிருந்தது. அதேவேளை, அகில இந்திய அளவில் முஸ்லிம் லீக்கின் அரசியலுக்கு அல்லா பக்ஷ் ஒரு பெரிய தடையாக இருப்பது உறுதியாகிகொண்டிருந்த நிலையில்தான் சிந்து முஸ்லிம் லீக் இந்தக் கொலையை ஏற்பாடு செய்தது என்பதைத் தெளிவுபடுத்தும் முரணான தகவல்களும் இருக்கின்றன.[245]

இந்தக் கொலையை முஸ்லிம் லீக்குடன் தொடர்புபடுத்திச் சமகாலப் பத்திரிகைகளில் செய்திகள் வந்தன. *பிரபாத்* என்ற இந்தி நாளிதழின் கூற்றுப்படி, அல்லா பக்ஷின் மரணம் ஓர் அரசியல் படுகொலை. "அல்லா பக்ஷின் எதிரிகள் அவரை இஸ்லாமின் எதிரியாகச் சித்திரித்தனர். இப்படுகொலை வகுப்புவாத வெறிச் செயல்".[246] மற்றொரு செய்தித்தாளான *வீர் பாரத்*, "இது ஓர் அரசியல் கொலையாக இருந்தாலும் இல்லாவிட்டாலும், திரு.ஜின்னா விதைத்த வெறுப்பின் விதைகள்தான் இதுபோன்ற நிகழ்வுகளுக்குக் காரணம் என்ற உண்மையைப் புறக்கணிக்க முடியாது என்று எழுதியது.[247] லாகூரிலிருந்து வெளிவரும் பிரபல ஆங்கில நாளிதழான *தி டிரிப்யூன்* (மே 15, 1943) பின்வருமாறு திட்டவட்டமாகக் குறிப்பிட்டது,

> *காலஞ்சென்ற திரு. அல்லா பக்ஷ் சிந்துவில் லீக்கின் மிகவும் சக்திவாய்ந்த எதிர்கட்சித் தலைவராக இருந்தார், இதன் காரணமாக, தங்களிடமிருந்து மாறுபட்ட தங்கள் சக மதத்தினரை வெறுமனே எதிரியாக மட்டுமல்லாமல் தங்களது சமூகத்தின் துரோகிகள் என்று கண்டிக்கும் லீக் தலைவர்களின் பிற்போக்குத்தனத்தின் விளைவாக நிகழ்ந்த, நாடு முழுவதையும் உறைய வைத்த மோசமான சீற்றத்திலிருந்து வெளிவருவது அத்தனை எளிதல்ல. அத்தகைய போதனை ஒரேயொரு விளைவைத்தான் ஏற்படுத்த முடியும். திரு. அல்லா பக்ஷின் கொலை ஒரு குற்றம். அந்தக் கொலையில் உண்மையிலேயே பங்கெடுத்துக்கொண்டவர்களையும் சேர்த்து, மற்ற பலரும் இதற்குப் பதில் சொல்லியாக வேண்டும்.*[248]

அல்லா பக்ஷின் கொலையாளிகளுடன் முஸ்லிம் லீக் தலைவர்களுக்கு இருந்த தொடர்புகளின் காரணமாக, சிந்து பிரிட்டிஷ் நிர்வாகம் முஸ்லிம் லீக் தலைவர் முகமது அயூப் குஹ்ரோ, அவரது சகோதரர் ஹாஜி எம். நவாஸ் மற்றும் மூன்று பேருக்கு எதிராக அல்லா பக்ஷ் கொலை வழக்கைத் தொடங்க வேண்டியிருந்தது. பிரிவு 120-பி மற்றும் இந்திய தண்டனைச் சட்டம் பிரிவு 302 இன் கீழ் அல்லா பகைஷக் கொலை செய்வதற்கான கிரிமினல் சதித்திட்டத்தில் கூட்டாளிகளாக இருந்ததாக அவர்கள் மீது குற்றம் சாட்டப்பட்டது. மேலும் அவர்கள் மீது இந்திய தண்டனைச் சட்டம் 109 மற்றும் 302

ஆகிய பிரிவுகளின் கீழ் கொலைக்கு உடந்தையாக இருந்ததாகவும் குற்றம் சாட்டப்பட்டது. இதை செஷன்ஸ் நீதிபதி பி.பி.பேமாஸ்டர் விசாரித்தார். குற்றம் சாட்டப்பட்ட அனைவரையும் விடுவிக்கும் போது அவர் தனது தீர்ப்பில் (ஆகஸ்ட் 3, 1945) பின்வரும் கருத்தைத் திட்டவட்டமாகப் பதிவு செய்தார்,

குற்றம் சாட்டப்பட்டவர்களில் எவருக்கும் எதிராக எந்தக் கிரிமினல் குற்றமும் நிரூபிக்கப்படவில்லை என்றாலும், அரசுத் தரப்பு வழக்கு முழுவதுமே பொய்யானது, இட்டுக்கட்டப்பட்டது என்று அவர்கள் கூறுவதில் எனக்கு உடன்பாடு இல்லை. குற்றச்சாட்டுகள் நிரூபிக்கப்படவில்லை என்று மட்டுமே நான் கருதியுள்ளேன், அத்துடன் சந்தேகத்தின் பலனைக் குற்றம் சாட்டப்பட்டவருக்கு வழங்கியுள்ளேன்,[249]

கான் பகதூர் அயூப் குஹ்ரோவைப் பொறுத்தவரை, தீர்ப்பில் நீதிபதி பேமாஸ்டரின் முடிவு என்னவென்றால், அவருக்கு எதிரான குற்றம்சாட்டிய அரசுத் தரப்பு வழக்கு நியாயமான சந்தேகத்திற்கு அப்பால் நிரூபிக்கப்படவில்லை என்றாலும், குற்றத்தில் உடந்தையாக இருந்தார் என்ற அனைத்துச் சந்தேகங்களிலிருந்தும் அவரை முழுமையாக விசாரணையில் விடுவிக்கவில்லை. அவருக்கு எதிரான சில ஆதாரங்கள் பிரதிவாதியால் திருப்திகரமாக விளக்கப்படவில்லை என்று தீர்ப்பில் குறிப்பிடப்பட்டுள்ளது.[250] இவ்வாறாக, அரசுத் தரப்பு வழக்கு "பொய்யானது மற்றும் இட்டுக்கட்டப்பட்டது" அல்ல என்ற உண்மை இருந்தபோதிலும், குஹ்ரோ "குற்றத்தில் உடந்தையாக இருந்தார் என்ற அனைத்துச் சந்தேகங்களிருந்த போதிலும்", முஸ்லிம் லீக் தலைவர்கள் விடுவிக்கப்பட்டனர்.

கான் பகதூர் குஹ்ரோவும் அவருடைய சகோதரர் முகமது நவாஸும் கூர்மையான அரசியல் போட்டி காரணமாக அல்லா பகைஷ ஹர்ஸ் குடும்பத்தினர் சேர்ந்து கொலை செய்யச் சதி செய்தனர் என்பதுதான் அரசுத் தரப்பின் சுருக்கமான வாதம். குஹ்ரோ சகோதரர்கள், கொலைச் சம்பவத்திற்கு இரண்டு ஆண்டுகளுக்கு முன்பு கான் பகதூர் குஹ்ரோவின் பணியாளர்களின் தலைவரான தாரேஷிடம் இந்த வேலையை ஒப்படைத்ததாகவும், கொலை செய்தால் ஹர்ஸுக்கு ரூ12,000 வெகுமதி அளிப்பதாக உறுதியளித்ததாகவும் குற்றம் சாட்டப்பட்டது. தலைமறைவாக இருந்த மொஹாபத் (அவரது தலைக்கு அப்போதும் ரூ500 சன்மானம் இருந்தது) தலைமையிலான ஹர் கும்பலை தாரேஷ் வரவழைத்தார். கான் பகதூர் குஹ்ரோவின் வயல்களில் ஒன்றில்தான் இந்தச் சதித்திட்டம் தீட்டப்பட்டது,

மேலும் தாரேஷின் அறிக்கையின்படி, அவர் ஹர்ஸிடம் கான் பகதூர் குஹ்ரோவின் திட்டத்தைத் தெரிவித்தார்.

அல்லா பக்ஷ் கான் பகதூர் குஹ்ரோவின் எதிரி என்றும், அல்லா பகைஷ ஒழித்துக் கட்டினால் குஹ்ரோ ரூ12,000 செலுத்துவார் என்றும் தாரேஷ் ஹர்ஸிடம் கூறியதாகக் கூறப்படுகிறது. ஹர்ஸ் இந்த வாய்ப்பை ஏற்றுக்கொண்டு அவரைக் கொன்றார். கொலைக்குப் பிறகு, குஹ்ரோ சகோதரர்களின் தூண்டுதலின் பேரில் தாரேஷ் தலைமறைவாக அனுப்பப்பட்டார் என்று மேலும் குற்றம் சாட்டப்பட்டது. அல்லா பக்ஷ் சட்டமன்றத்தில் சிறுபான்மையினராக இருந்தாலும், கான் பகதூர் குஹ்ரோவின் கருத்தின்படி, லீக் அமைச்சரவையைத் தூக்கியெறியும் திறன் கொண்டவர் என்றும், கான் பகதூர் குஹ்ரோ முஸ்லிம் லீக்கின் ஒரு தீவிர ஆதரவாளராக இருப்பதால், குறுக்கீடாக இருந்த அல்லா பகைஷ அகற்றுவதில் தீவிரமாக இருந்தார் என்ற அரசு தரப்பு குற்றச்சாட்டிலிருந்து அவர்களின் அரசியல் நோக்கம் தெளிவாகிறது. இந்த அரசியல் நோக்கத்தை கான் பகதூர் குஹ்ரோ தனது அறிக்கையில் மறுத்தார். அதில் தானும் அல்லா பக்ஷும் சமூக ரீதியாக மிகச் சிறந்த உறவுகளைக் கொண்டிருந்ததாகவும், ஒருவரையொருவர் சந்திக்கும் போது ஒன்றாக உணவருந்துவது வழக்கம் என்றும் கூறியிருந்தார்.

வலுவான அரசுத் தரப்பு வழக்கு இருந்தபோதிலும், சதியை நிரூபிக்க நடுநிலையான சாட்சிகள் இல்லை என்று நீதிபதி கருதினார். தீர்ப்பை வழங்கிய நீதிபதி பேமாஸ்டர், அல்லா பகைஷக் கொல்ல தங்கள் வேலைக்காரனான தாரேஷுடன் சேர்ந்து சதி செய்ததாகக் குற்றம் சாட்டப்பட்டவர்களுக்கு எதிராகப் போதுமான ஆதாரங்களை அரசுத் தரப்பால் முன்வைக்க முடியவில்லை என்று கூறினார். அப்ரூவரின் சாட்சியம் உண்மையாக இல்லை என்றும், மற்ற சாட்சிகளின் உறுதிப்படுத்தும் சான்றுகள் பலவீனமாக உள்ளன என்றும் கூறிய அவர், இந்தத் தீர்ப்பு இந்தியக் குற்றவியல் வரலாற்றில் மிகவும் பரபரப்பான சதி விசாரணைகளில் ஒன்றை முடிவுக்குக் கொண்டு வந்தது, இதில் அரசியல் உள்நோக்கம்தான் கொலைக்குத் தூண்டுகோலாக இருந்ததாகக் கூறப்படுகிறது.[251]

முஸ்லிம் லீக் ஆதரவு பத்திரிகைகள் இயல்பாகவே இந்தத் தீர்ப்பைப் பாராட்டின. காங்கிரஸ் ஆதரவு மற்றும் குஹ்ரோ எதிர்ப்பு பத்திரிகைகள் குஹ்ரோவுக்கு எதிரான தீர்ப்பிலுள்ள பாதகமான கருத்துகளை வலியுறுத்தின, மேலும் கராச்சியின் தி சிந்து அப்சர்வர் ஒரு தலையங்கத்தில் குஹ்ரோ மீண்டும் அரசியல் பதவி வகிக்கத்

தகுதியற்றவர் என்றும் பொது வாழ்க்கையிலிருந்து ஓய்வு பெற வேண்டுமென்றும் கோரியது. இருப்பினும், அவர் மீண்டும் பல்வேறு அரசாங்கங்களில் பல ஆண்டுகள் அமைச்சராக பணியாற்றினார்.[252]

கொலையாளிகளுக்கும் முஸ்லிம் லீக்கிற்கும் உள்ள தொடர்புகள் நன்கு அறியப்பட்டிருந்தாலும், அமர்வு நீதிபதியின் நீதிமன்றத்தில் சட்டப்பூர்வமாக நிரூபிக்கப்படவில்லை என்பது உண்மைதான். இந்தத் தீர்ப்பை எதிர்த்து அரசு உயர் நீதிமன்றங்களில் மேல்முறையீடு செய்யவில்லை என்பது ஆச்சரியமான விஷயம். எவ்வாறாயினும், நன்றாகத் தகவல்களை அறிந்திருந்த பிரிட்டிஷ் ஆட்சியாளர்கள், இந்தக் குற்றத்தில் அயூப் குஹ்ரோ உடந்தையாக இருந்தார் என்று நம்பினர். இந்தியாவின் வைஸ்ராய் ஆர்ச்சிபால்ட் வேவல் (1943-1947) ஜூலை 11, 1944 அன்று இந்தியா மற்றும் பர்மா அரசுச் செயலர் லியோ ஆம்ரேவுக்கு அனுப்பிய ஒரு ரகசியத் தகவலில், சிந்து முஸ்லிம் லீக் தலைவர் முகமது அயூப் குஹ்ரோவை "அல்லா பக்ஷின் கொலையில் பொதுவாகப் போதுமான தொடர்புகொண்டிருந்ததாகச் சந்தேகிக்கப்படும் சற்றே இழிவான அமைச்சர்" என்று விவரித்தார்.[253]

வேவல், 1945ஆம் ஆண்டு ஆகஸ்டு 24 தேதியிட்ட தனது நாள்குறிப்பில் சிந்து மாகாண ஆளுநருடன் நடத்திய உரையாடலை மேற்கோள் காட்டி, முகமது அயூப் குஹ்ரோவின் தொடர்பை மீண்டும் ஒருமுறை கோடிட்டுக் காட்டினார். அதில் அவர் இவ்வாறு குறிப்பிட்டார்:

அவரது முன்னாள் அமைச்சர் குஹ்ரோ விடுவிக்கப்பட்டதைப் பற்றி நாங்கள் பேசினோம், இப்போது அவரால் விரைவில் பிரதமராகக் கூட முடியும், ஒருவரின் எதிரியைக் கொலை செய்ததாகச் சந்தேகிக்கப்படுவது அல்லது அதைச் செய்ததாகவே அறியப்படுவது கூட சிந்து அரசியலில் ஒரு தடையாக இருப்பதைக் காட்டிலும் ஒரு தகுதியாகும்.[254]

இந்தியா மற்றும் பர்மாவுக்கான அரசுச் செயலாளரான பெதிக் லாரன்ஸுக்கு வைஸ்ராய் எழுதிய மற்றொரு ரகசியக் கடிதத்தில் பின்வருமாறு எழுதினார்:

சிந்துவில், முன்னாள் பிரிமியர் அல்லா பக்ஷின் கொலையில் உடந்தையாக இருந்ததாகக் குற்றம் சாட்டப்பட்ட முன்னாள் அமைச்சர் கான் பகதூர் குஹ்ரோ விடுவிக்கப்பட்டது ஒரு பரபரப்பை ஏற்படுத்தியதாகத் தெரிகிறது; இப்போதைய பிரதமர் குலாம் ஹுசைன் ஹிதாயத்துல்லாவும் அவரது சகாக்களும் குஹ்ரோ கராச்சிக்கு வந்தவுடன் ரயில் நிலையத்தில் அவரைச்

சந்தித்து ஊர்வலமாக அழைத்துச் சென்றதாகச் செய்தித்தாள்களில் செய்திகள் வந்துள்ளன. சிந்து அரசியல் மிகவும் விசித்திரமானது. குஹ்ரோ ஒரு அயோக்கியர் என்று நன்கு அறியப்பட்டிருந்தாலும், அவர் எளிதாக மீண்டும் அமைச்சரவையில் சேர்த்துக் கொள்ளப்படலாம்.[255]

1945இல் அல்லா பக்ஷ் கொலை வழக்கில் குற்றம் சாட்டப்பட்ட முஸ்லிம் லீக் ஆதரவாளர் விடுவிக்கப்பட்டதற்கும், 1949இல் காந்தி கொலை வழக்கில் விநாயக் தாமோதர் சாவர்க்கர் விடுவிக்கப்பட்டதற்கும் இடையே ஓர் அர்த்தமுள்ள ஒற்றுமை உள்ளது. அவர்கள் கான் பகதூர் குஹ்ரோ மற்றும் அவரது சகோதரர் முகமது நவாஸ் (இருவரும் முஸ்லிம் லீக்கின் தலைவர்கள்) ஆகியோர் அல்லா பகைஷக் கொல்லச் சதி செய்தனர் என்ற குற்றச்சாட்டிலிருந்து விடுவிக்கப்பட்டனர்.

அல்லா பக்ஷ் கொலை வழக்கில், இரண்டு ஒப்புதல் வாக்குமூலங்கள் (தாரேஷ் மற்றும் முகமது கான்) மற்றும் காந்தி கொலை வழக்கில், திகம்பர் பேட்ஜின் சாட்சியம் இருந்தபோதிலும் (காந்தியைக் கொல்வதற்கான சதியில் சாவர்க்கர்தான் மிக முக்கியப் பங்கு வகித்தார்), சதித் திட்டத்தை நிரூபிக்க ‘சுயாதீனமான ஆதாரங்கள்’ இல்லாததால் சதித்திட்டம் தீட்டியதாகக் குற்றம் சாட்டப்பட்ட நபர்கள் விடுவிக்கப்பட்டனர். தீட்டப்பட்ட சதித்திட்டம் நீதிமன்றத்தில் நிரூபிக்கப்பட வேண்டுமானால், சுயேச்சையான சாட்சிகள் யாராவது ஒருவர் அதை உறுதிப்படுத்த வேண்டுமென்று சட்டம் கோரியது. மிகவும் இரகசியமான சூழலில் சதித்திட்டங்கள் தீட்டப்படும்போது ‘சுயாதீனமான ஆதாரத்தை’ கண்டுபிடிப்பது என்பது சாத்தியமில்லாத காரியம். இருப்பினும், இதுதான் சட்டம், அதனால் காந்தி (சாவர்க்கர்) மற்றும் அல்லா பக்ஷ் (குஹ்ரோ சகோதரர்கள்) ஆகியோரைக் கொல்லச் சதி செய்ததாகக் குற்றம் சாட்டப்பட்ட நபர்கள் விடுவிக்கப்பட்டனர்.

அல்லா பக்ஷ் ஒழிக்கப்பட வேண்டியிருந்தது, ஏனென்றால் பாகிஸ்தான் திட்டத்திற்கு எதிராக இந்தியா முழுவதிலும் உள்ள சாதாரண முஸ்லிம்களிடமிருந்து மாபெரும் ஆதரவை அவரால் திரட்ட முடிந்தது. மேலும், அல்லா பக்ஷ், ஒரு மாபெரும் மதச்சார்பின்மைவாதி, சிந்துவில் மிகப் பெரிய ஆதரவைப் பெற்றிருந்தவர் என்பதுடன் பாகிஸ்தான் உருவாக்கத்தை எதிர்த்தார், சிந்து இல்லாமல் நாட்டின் மேற்கில் ‘இஸ்லாமிய அரசு’ செயல்வடிவம் பெற்றிருக்க முடியாது என்பதால், பாகிஸ்தான் உருவாக்கத்தில் அவர் மிகப்பெரிய

முட்டுக்கட்டையாக இருந்ததை உறுதிப்படுத்திக் கொள்ள முடியும். மத அடிப்படையிலான தேசியத்திற்கு எதிரான அவரது கருத்துகளும், இந்திய முஸ்லிம்கள் மத்தியில் அவருக்கு இருந்த செல்வாக்கும் முஸ்லிம் லீக்கிற்கு அதிகக் கவலையை ஏற்படுத்தின. அவரது படுகொலை மட்டுமே அவரை மௌனமாக்கவும் அத்துடன் பாகிஸ்தான் திட்டத்திற்கு எதிரான வலிமையான முஸ்லிம் தலைவரை அப்புறப்படுத்தவும் முடியும்.

அடிக்குறிப்புகள்:

231. The Hindustan Times, May 16, 1943.
232. மே.கு.
233. The Times of India, May 15, 1943.
234. Amrit Bazar Patrika, Calcutta, May 17, 1943.
235. The Times of India, May 15, 1943.
236. மே.கு.
237. Cited in Bright, Jagat S., India's nationalist No 1: Mr Allah Bakhsh, Hero Publications, Lahore, 1943, pp. 58-59.
238. மே.கு., pp. 59-60.
239. மே.கு… பக். 60.
240. The Bombay Chronicle, May 23, 1945.
241. மே.கு., pp. 60-61.
242. The Bombay Chronicle, May 15, 1943.
243. The Hindustan Times, May 16, 1943.
244. The Statesman, May 15, 1943.
245. Khadim Hussain Soomro has done pioneering work on this issue. See Soomro, Khadim Hussain, Allah Bakhsh Soomro: Apostle of Secular Harmony, Sain Publishers, Sehwan Sharif Sind, 2006.
246. Cited in Bright, Jagat S., India's nationalist No 1: Mr Allah Bakbsh, Hero Publications, Lahore, 1943, p. 61.
247. மே.கு… பக். 61.
248. மே.கு., pp. 61-2.
249. Paymaster, B. B., "Some experiences of a civilian," The Public Administration, Silver Jubilee Number, n.d., p. 109.
250. மே.கு… பக். 110.

251. The Bombay Chronicle, August 4, 1945.
252. மே.கு... பக். 111.
253. Mansergh, Nicholas (ed.), Transfer of Power in India, 1942-47: The Post-war Phase: New Moves by the Labour Government, 1 August 1945-22 March 1946, v. 6, (Constitutional Relations Between Britain & India), Her Majesty's Stationery Office Books, London, 1976, p. 1080.
254. Moon, Penderel (ed.), Wavell. The Viceroy's Journal, OUP, London, 1973, p. 164.
255. Mansergh, Nicholas, (ed.), op. cit., v. 6, p. 31.

அத்தியாயம் 8

முஸ்லிம் தேசபக்தர்களும் அமைப்புகளும்

பிரிவினைக்கு எதிராக உத்வேகமடைந்த முஸ்லிம்கள் இந்திய அரசியல் அரங்கில் ஒரு சக்தியாக வெளிப்பட்டது, திடீரென முளைத்ததோ, வேரூன்றாததோ அல்ல. உண்மையில் அது ஆங்கிலேய ஆட்சிக்கு இடைவிடாத எதிர்ப்பு மற்றும் இந்து, முஸ்லிம், இன்ன பிற மதங்களைப் பின்பற்றுவோரின் ஒற்றுமை ஆகிய இரண்டு ஒருங்கிணைந்த அம்சங்களைக் கொண்டிருந்த 1857 புரட்சியின் தொடர்ச்சியாகவே விளங்கியது. சர் சையது அகமது கான், இந்துக்களுடன் கூட்டணி சேர்வதிலுள்ள ஆபத்துகள் குறித்து எச்சரித்து, உயர் வகுப்பு முஸ்லிம்களுக்காக பிரிட்டிஷ் ஆதரவுப் பாதையில் செல்ல முயன்றார் என்பது உண்மைதான். மேலும், கானுக்கு பிரிட்டிஷ் ஆட்சியாளர்கள் குறித்து விருப்பமான எண்ணம் இருந்தபோதிலும், ஆட்சியாளர்களால் முஸ்லிம்கள் துன்புறுத்தப்படும் அளவில் எவ்வித மிதமான தன்மையும் இல்லை என்பதால் அவரின் முயற்சிகளை முஸ்லிம்கள் ஏற்றுக்கொள்ளவில்லை.

1857ஆம் ஆண்டு கிளர்ச்சியின் முக்கியக் குற்றவாளிகள் முஸ்லிம்கள் என பிரிட்டீஷ் ஆட்சியாளர்கள் அறிவித்தனர், இதற்கு உதாரணமாக, 1857, செப்டம்பரில் டெல்லி நகரைக் கைப்பற்றிய அவர்கள் முஸ்லிம்களை டெல்லியில் இருந்து துடைத்தெறிந்தனர், பின்னர் 1859ஆம் ஆண்டில்தான் முஸ்லிம்கள் டெல்லிக்குள் நுழையவே அனுமதிக்கப்பட்டனர்.

முஸ்லிம்களிடையே பிரிட்டிஷ் எதிர்ப்பு உணர்வுகள் மிகவும் வலுவாக இருந்தன, அதனை மாபெரும் காகோரி வழக்கு தியாகி அஷ்பாகுல்லா கானின் சுயசரிதையில் குறிப்பிடப்பட்டுள்ள ஒரு சம்பவத்திலிருந்து அதை அளவிட முடியும். அவர் குறிப்பிட்டார்:

எங்கள் உறவினர் ஒருவர் அவரது ஆங்கிலப் புத்தகத்தை மற்றொரு உறவினர் வீட்டில் மறந்து வைத்துவிட்டார். அந்த உறவினர், வீட்டில் கிடந்த அந்த ஆங்கிலப் புத்தகத்தைக் கண்டதும், அவர் தனது வேலைக்காரர்களில் ஒருவரிடம் ஒரு சிம்டாவின் (இடுக்கி, இந்திய ரொட்டி வறுக்கப்படும் ஒரு இரும்புக் கருவி) உதவியுடன் அதை எடுத்து தூரத்தில் ஒரு மூலையில் போடச் சொன்னார்.[256]

பொதுவாக பிரிட்டிஷாருக்கு எதிராகவே முஸ்லிம்களின் கருத்து இருந்தது. உடனடியாகவோ அல்லது பின்னரோ அந்நிய ஆட்சி எதிர்க்கப்பட வேண்டும், அதற்கு அனைத்து மத மக்களின் ஒற்றுமை தேவை என்றும் முஸ்லிம்கள் உறுதியாக நம்பினர். சர் சையது, முஸ்லிம் நவாபுகள் போன்ற ஒரு சில விதிவிலக்குகளைத் தவிர, பெரும்பான்மையான அன்றைய முஸ்லிம் அறிவுஜீவிகள், முஸ்லிம் பிரிவினைவாத அறைகூவலுக்குச் செவிசாய்க்க மறுத்தனர்.

ஷிப்லி நோமானி (1857-1914)

தேசபக்த முஸ்லிம்களின் அரசியல் இரண்டு அடிப்படைக் அச்சுகளைச் சுற்றியே சுழன்றது; பிரிட்டிஷாரிடமிருந்து இந்தியா சுதந்திரம் பெறுவதும், சுதந்திரத்திற்கு முன்நிபந்தனையாக அனைத்து இந்தியர்களின், குறிப்பாக இந்துக்கள், முஸ்லிம்களின் ஒற்றுமை தேவை என்பதாகும். இந்த அரசியல் புகழ்பெற்ற இஸ்லாமிய அறிஞரும், மாபெரும் இலக்கியவாதியுமான ஷிப்லி நோமானியின் எழுத்துகளிலும், செயல்களிலும் உருப்பெற்றது.

ஷிப்லி ஓர் உண்மையான தேசபக்தர், அவர் ஒன்றுபட்ட தேசியத்திற்காக உறுதிபூண்டிருந்தார். இளைஞர்களிடையே தேசிய உணர்வை விதைக்கக் கல்வி ஒரு வலுவான கருவி என்று அவர் நம்பினார். இந்நோக்கத்துடன் அவர் 1883இல், ஆசம்கரில் தேசியப் பள்ளி என்கிற பெயரில் ஒரு பள்ளியை நிறுவினார். இந்திய தேசியவாதம் அப்போதுதான் உருவாகிக்கொண்டிருந்த காலத்தில், காங்கிரஸ் கூட உதயமாகாத காலத்தில், ஷிப்லி இந்த நிறுவனத்தைத் தேசியப் பள்ளி என்று பெயரிட்டார் என்பது குறிப்பிடத்தக்கது. இன்று அந்தத் தேசிய பாடசாலை, மகத்தான ஷிப்லி தேசியக் கல்லூரியாகப் பரிணமித்துள்ளது.[257] வாழ்க்கை வரலாற்றாசிரியர் ஒருவரின் கூற்றுப்படி,

ஷிப்ளி நோமானி பொதுவாக இந்துக்களுக்கும், குறிப்பாக காங்கிரசுக்கும் ஒத்துழைப்பது என்ற கருத்தின் மிக செல்வாக்கு மிக்க ஆதரவாளர்களில் ஒருவராக இருந்தார். 1912இல்

வெளியிடப்பட்ட தொடர் கட்டுரைகளில், அவர் முஸ்லிம் லீக்கின் அரசியல் வழிமுறைகளையும் அதன் தலைவர்களின் குறுகிய பார்வையையும் சாடினார். காங்கிரஸ் விரிவான, ஆக்கப்பூர்வமான பொருளாதார, அரசியல் திட்டத்தைப் பின்பற்றிய அதேசமயம், முஸ்லிம் லீக் பெரும்பாலும் அரசாங்கப் பணிகளை முஸ்லிம்களுக்குப் பெருமளவில் பெறுவதிலும், நகராட்சிகளுக்கும், மாவட்ட வாரியங்களுக்கும் தனி வாக்காளர் தொகுதிகளை விரிவுபடுத்துவதில் மட்டுமே அக்கறை காட்டியது. மேலும், மற்றொரு முரண்பட்ட அம்சத்தை முன்வைக்கும் வகையில், ஷிப்லி காங்கிரஸ் தலைவர்கள் நிலப்பிரபுத்துவ மேட்டுக்குடியைச் சேர்ந்தவர்கள் அல்ல என்றும், மாறாக லீக் அவர்கள் வசமே இருப்பதாகவும் சுட்டிக் காட்டினார். அத்தகையவர்கள் அரசாங்கத்துக்கு எதிராக உறுதியான நிலைப்பாட்டை எடுப்பதன் மூலம் தங்கள் சொந்தப் பொருளாதார நலன்களைத் தியாகம் செய்ய முன்வரமாட்டார்கள். எல்லாவற்றிற்கும் மேலாக, நத்வாவின் (மேற்கு உத்தரப்பிரதேசத்தில் உள்ள புகழ்பெற்ற இஸ்லாமியப் பாடசாலை) புகழ்பெற்ற ஆலிம், இந்தியாவில் இடைக்கால ஆட்சியின் போது இரு சமூகங்களுக்கிடையில் நிலவிய ஒற்றுமையின் பிணைப்புகளை வாசகர்களுக்கு நினைவூட்டினார்.[258]

முஸ்லிம் லீக் மற்றும் இந்து-முஸ்லிம் ஒற்றுமை குறித்து ஷிப்லி

முஸ்லிம் லீக் மற்றும் இந்து-முஸ்லிம் ஒற்றுமை குறித்த ஷிப்லியின் விரிவான கருத்துகள் உருது மொழியில் முசல்மானோ கீ பொலிட்டிக்கல் கர்வத் (முஸ்லிம்களின் அரசியல் நிலைப்பாட்டின் மாற்றம்) என்ற நீண்ட கட்டுரையில் உள்ளன. இக்கட்டுரையில் முஸ்லிம்கள், குறிப்பாக வட இந்தியாவைச் சேர்ந்தவர்கள் அரசியலில் ஆர்வமற்றவர்களாக இருக்கிறார்கள் என்று ஷிப்லி வருத்தம் தெரிவித்தார். சர் சையத் தலைமையிலான அலிகார் இயக்கம், முஸ்லிம்கள் காங்கிரசில் இணைவதை அல்லது அரசியலில் பங்கேற்பதை எதிர்த்ததால், அவர்கள்தான் இத்தகைய அக்கறையின்மைக்குப் பொறுப்பு என்று அவர் குற்றம் சாட்டினார். முஸ்லிம்கள் அரசியலில் அல்லது காங்கிரசில் சேர்ந்தால், கடலில் கலக்கும் சிறிய ஆறுகளைப் போல முஸ்லிம்களின் இருப்பும் கேள்விக்குறியாகிவிடும் என்ற அச்சத்தை அது பரப்பியது. காங்கிரஸ் போன்ற போட்டி அரசியலில் இணைவதன் மூலம் கீழ்த்தட்டு வர்க்கங்கள் மேட்டுக்குடியினரை ஆட்சி செய்யும் என்ற

சர் சையதின் நம்பிக்கையின் ஜனநாயக விரோத நிலைப்பாட்டை ஷிப்லி விமர்சித்தார்.

ஷிப்லி, சுயமரியாதை மற்றும் முஸ்லிம் நலன்களில் அர்ப்பணிப்பு ஆகிய விவகாரங்களில் முஸ்லிம் லீக்கின் மீது பெருமதிப்பு கொண்டிருக்கவில்லை. அவரைப் பொறுத்தவரை, முஸ்லிம் லீக் என்பது 'செல்வத்தையும் அதிகாரத்தையும்' வழிபடும் முஸ்லிம்களின் ஒரு பிரிவினரின் அமைப்பாகும், மேலும் 'தலைவர், செயலாளர், உறுப்பினர்கள் மற்றும் மாவட்ட அலுவலகப் பொறுப்பாளர்கள் பதவிகளுக்கு அது தங்க முலாம் பூசப்பட்ட நபர்களைத் தேடுகிறது.' முஸ்லிம் லீக் கட்சி 'தஸ்த்-இ-கரம்' அல்லது பணக்காரர்களின் இசைக்கு நடனமாடிய கட்சி என்பதுடன் வேறு ஒரு உண்மையையும் பகிர்ந்துகொண்டனர் அதாவது, "முஸ்லிம் லீக்கின் உறுப்பினர் பதவிக்கு கலெக்டர் பகதூரின் முன் அனுமதி பெற வேண்டும் என்று பல மதிப்பிற்குரிய பெரிய மக்கள் நிபந்தனை விதித்ததை நாங்கள் அறிவோம்" என்று கூறினார்.²⁵⁹ ஷிப்லி அவர்களைப் பொறுத்தவரை முஸ்லிம் லீக்,

*இரவும் பகலும் கூச்சல்கள்; இந்துக்கள் நம்மை ஒடுக்குகிறார்கள், நாம் அணிதிரள வேண்டும். இது தான் ஒவ்வொரு நாளும் பரப்பப்படும் விஷமம், தூண்டிவிடப்படும் உணர்ச்சி. இது ஒன்றுதான் முஸ்லிம் லீக்கின் உண்மையான முகம்.*²⁶⁰

ஷிப்லியைப் பொறுத்தவரை, இந்து-முஸ்லிம் ஒற்றுமை என்பது கடந்த காலத்தின் உண்மை அல்ல, அது எப்போதுமே நீடிக்கும் ஒன்று.

*கிராமங்களுக்குச் சென்று இந்துக்களுக்கும் முஸ்லிம்களுக்கும் இடையே நிலவும் சகோதர உணர்வுகளை நீங்களே பாருங்கள், இரு சமூகங்களும், ஒருவருக்கொருவர் குடும்ப உறவுகளால் பிணைக்கப்பட்டவர்கள் போல மற்றவர்களின் நிகழ்ச்சிகளில் பங்கேற்கிறார்கள்.*²⁶¹

இந்துக்களுக்கும், முஸ்லிம்களுக்கும் இடையே வகுப்புவாத போட்டியைத் தவிர்க்கும் பொருட்டு மௌல்வி அமீர் அலியின் முன்மொழிவை அவர் ஏற்றுக்கொண்டார், அதாவது

இந்துக்கள், முஸ்லிம்கள் ஆகிய இரு தரப்பினரையும் பாதிக்கும் பிரச்சினைகளில் ஒரு கூட்டு அமைப்பு ஏற்படுத்தப்பட வேண்டும் என்றும், வைசிராயைச் சந்திக்கப் பிரதிநிதிகள் குழு செல்லும்

போதெல்லாம் இரு சமூகத்திலிருந்தும் சமமான எண்ணிக்கையிலான மக்கள் அதில் இணைத்துக்கொள்ளப்பட வேண்டும்.

முஸ்லிம் லீக்கிற்கு எதிரான ஷிப்லியின் கவிதைகள்

ஷிப்லி அடிப்படையில் ஒரு கட்டுரையாளர், ஆனால் அவர் உருது மொழியில் முஸ்லிம் லீக்கிற்கு எதிராகச் சக்திவாய்ந்த மற்றும் பிரபலமான கவிதைகளை எழுதினார். 'முஸ்லிம் லீக்', 'லீக்கின் நீண்டகால நோய் குறித்த பிரச்சினை', லீக்கின்'பொருத்தமும், 'பொருத்தமான சுயாட்சியும்' ஆகிய தலைப்புகளில் அவர் எழுதிய கவிதைகள், முஸ்லிம் லீக் பிரிட்டிஷ் எஜமானர்களுக்கும், நிலப்பிரபுத்துவத்திற்கு அடிபணிவதையும், சாமானிய முஸ்லிம் மக்களுடன் தொடர்பற்று இருப்பதையும் அற்புதமாக அம்பலப்படுத்தின. அவற்றில் சில வரிகள்:

ஹே கவர்மெண்ட் கீ பீ உஸ்பர் இனாயத் கீ நிகா
நஸ்ர்-இ-லுத்ஃப்-இ-ரயீஸான் குஷ் அஞ்சாம் பீ ஹே

[இது அரசாங்கத்தால் ஆதரிக்கப்படுவதுடன் இது பணம் படைத்தவர்களிடம் பிரபலமானது]

முக்தசார் இஸ் கே ஃபஜாயல் கோய் பூச்சே தௌ யே ஹேன்
மொஹ்சின்-இ-காம் பீ ஹே காதிம்-இ-புக்கம் பீ ஹே

[அதன் குணங்களைப் பற்றி யாராவது கேட்டால், அது சமூகத்தின் ரட்சகன், அத்துடன் ஆட்சியாளர்களுக்கு அடிபணிந்ததும் கூட.]

ஜனாப்-இ-லீக் சே மே நே கஹா கே ஏயே ஹஸ்ரத்
கபீ தௌ ஜா கே ஹமாரா பீ மஜ்ரா கஹியே

[எப்போதாவது நமது அவல நிலையை ஆட்சியாளர்களுக்குத் தெரிவிக்குமாறு நான் லீக்கைக் கேட்டுக்கொண்டேன்.]

தராஸ் தஸ்தி-இ-போலீஸ் கா கிஜியே இஜ்ஜார்
முக்கத்மாத் கே ஹலாத்-இ-ஃபித்னா ஜா கெஹியே

[அவர்களிடம், போலீஸ் அத்துமீறல் பற்றியும் நீதிமன்ற வழக்குகளால் ஏற்படும் அமைதியின்மை பற்றியும் சொல்லுங்கள்.]

குசார் ரபீ ஹே ஜோ கே கஷ்த்கரோன் பெர்
யெப் தஸ்தான்-இ-ஆலம்-நாக் வா காம் ஃபிஸா கெஹியே

[அவர்களுக்கு, விவசாயிகள் வாழ விதிக்கப்பட்டிருக்கும் பயங்கரமான மற்றும் துயரமான வாழ்க்கை நிலையைப் பற்றிச் சொல்லுங்கள்.]

ஜனாப்-இ-லீக் நே சப் குச் யே சுன் கே ஐர்மய
முஜே தான் கூ ஹே கே ஜோ குச் கபோ பஜா கபியே

[இத்தனையும் கேட்ட லீக், ஆட்சியாளர்களிடம் நல்ல விஷயங்களை மட்டுமே சொல்வது என் இயல்பு என்றது.][262]

ஹசரத் மோகானி (1875-1951)

மற்றொரு இஸ்லாமிய அறிஞரும், இலக்கிய மேதையுமான மௌலானா ஹசரத் மோகானி இந்தப் பாரம்பரியத்தைப் புதிய உயரத்திற்குக் கொண்டு சென்றார். சர் சையதின் முஸ்லிம் பிரிவினைவாத அரசியலின் ஒரு பகுதியாக இருக்க மறுத்த, ஷிப்லிக்குப் பிறகு, வெகுமக்கள் ஆதரவு கொண்ட இரண்டாவது முக்கிய முஸ்லிம் தலைவராக இவர் இருந்தார். 1904 முதல் காங்கிரஸ் அமர்வுகளில் கலந்துகொள்ளத் தொடங்கினார்.[263] ஏகாதிபத்தியத்தின் மீதும், பிரிட்டிஷ் ஆட்சியின் மீதும் தீராத வெறுப்பு கொண்டிருந்த அவர், வன்முறை வழிகளிலேனும் இந்தியாவின் விடுதலையை விரும்பினார். பிரிட்டிஷ் ஏகாதிபத்தியத்தைக் கண்டித்து அவர் எழுதினார்:

ஏகாதிபத்தியத்தை ஒழித்துக்கட்ட முயற்சிக்கும் எந்தத் திட்டத்தையும் நான் எப்போதும் நம்புகிறேன். அதுவே என் திட்டமாக என் வாழ்நாள் முழுவதும் இருக்கும். ஏகாதிபத்திய எதிர்ப்பு வேலைத்திட்டத்தில் உறுதியாக இருக்கும் எந்தக் கட்சியிலும் நான் இணைவேன்.[264]

இவர் தனது எழுத்துகள் மற்றும் செயல்பாடுகளுக்காக பிரிட்டிஷ் சிறைகளில் ஆறு ஆண்டுகளைக் கழித்தார்.[265] 1921ஆம் ஆண்டு காங்கிரசின் அகமதாபாத் அமர்வில் இந்தியாவின் முழுச் சுதந்திரத்திற்கான தீர்மானத்தை முன்மொழிந்த முதல் நபர் இவர்தான். பின்னாளில் காகோரி வழக்கில் (1925) பிரிட்டிஷ் அரசாங்கத்தால் தூக்கிலிடப்பட்ட ராம் பிரசாத் பிஸ்மில் மற்றும் அஷ்பகுல்லா கான் ஆகியோர் அகமதாபாத் அமர்வில் மௌலானா மோகானியுடன் இருந்தனர், இவர்கள் முழுச் சுதந்திரத் தீர்மானத்திற்கு ஆதரவாகப் பெரும்பான்மைப் பிரதிநிதிகளை இசைய வைத்தனர்.[266] சுபாஷ் சந்தர போஸின் கூற்றுப்படி, எம்.கே.காந்த் இந்தக் கிளர்ச்சியை

அடக்க விரைந்தார், அவரின் வலிமையான தலையீட்டிற்குப் பிறகுதான், மௌலானாவின் தீர்மானம் காங்கிரஸ் செயற்குழுவில் தோற்கடிக்கப்பட்டது. மௌலானா மனம் தளரவில்லை. காங்கிரசின் பிந்தைய அமர்வுகளிலும் இந்தத் தீர்மானத்தைத் தொடர்ந்து முன்மொழிந்தார். 1929ஆம் ஆண்டு காங்கிரசின் லாகூர் மாநாட்டில்தான் முழுச் சுதந்திரம் காங்கிரசின் நோக்கமாவும் மாறியது.

ஹஸ்ரத் மேட்டுக்குடி சித்தாந்தவாதி அல்ல. அவர் தனது அரசியலை வெகுஜனங்களுக்கு, குறிப்பாகத் தொழிலாளி வர்க்கத்தை நோக்கி எடுத்துச் சென்றார். தொழிலாளி வர்க்கத்தை அணிதிரட்டினார். அவர் சுதேசி பொருட்களில் தீவிர நம்பிக்கை கொண்டவர். ஒரு சமகால இஸ்லாமிய அறிஞரின் கூற்றுப்படி, ஒரு முறை கடும் குளிர்காலத்தில் அவர் ஒரு அறிமுகமானவரின் வீட்டில் தங்கினார். விருந்தளிப்பவர் வெளிநாட்டில் தயாரிக்கப்பட்ட ஒரு போர்வையை அவரது கட்டிலில் விரித்தார். ஹஸ்ரத் உறங்கிக்கொண்டிருந்தபோது இதைக் கண்டு கொண்டு, அந்தப் போர்வையைப் போர்த்திக் கொள்ளாமலே இரவு முழுவதையும் குளிரில் கழித்தார்.[267] சுதேசி இயக்கத்தை வெற்றிகரமாக்குவதற்காக அவர், மௌலானா அப்துல் பாரி ஃபிரங்கி மஹாலி,[268] ஹிதாயத் ஹுசைன் பாரிஸ்டர், ஜவஹர்லால் ரோஹத்கி மற்றும் பலருடன் இணைந்து கிலாபத் சுதேசி ஸ்டோர் லிமிடெட் என்ற மொத்த சுதேசி துணிக்கடையைத் திறந்தார். இது ஜவுளித் துறையின் மையமான கான்பூரில் ரூ.10 லட்சம் மூலதனத்துடன் தொடங்கப்பட்டது. இது ஜனவரி 1920இல் காந்தியால் திறந்து வைக்கப்பட்டது, அவர் இந்தத் திறப்பு விழா குறித்து ஒரு கடிதத்தில் (ஜனவரி 27, 1920) பின்வரும் வார்த்தைகளில் நினைவு கூர்ந்தார்:

பண்டித மோதிலால் நேருவைச் சந்தித்துவிட்டு நான் பிரயாக்கிலிருந்து திரும்பியபோது, கான்பூருக்குப் போகும்படி வற்புறுத்தப்பட்டேன். கான்பூர் நகர மக்கள் என்னைச் சில மணி நேரம் அங்கு சென்று 'சுதேசி பந்தரை'த் திறக்குமாறு வற்புறுத்தினர், அடுத்த ரயிலில் நான் புறப்படலாம் என்றும் கூறினர். என்னால் மறுக்க முடியவில்லை... சுதேசி கடை மூலம் இங்கு துவங்கப்பட்ட முதல் நடவடிக்கை இது. ஹஸ்ரத் மோஹானி என்பவர் இதன் பின்னணியில் முக்கியப் பங்காற்றினார். தொடக்க விழாவில் ஆயிரக்கணக்கானோர் கலந்துகொண்டனர், மக்களின் உற்சாகம் எல்லையற்றது.[269]

இதுபோன்ற சுதேசி துணிக்கடைகளின் சங்கிலித் தொடரைத் திறக்க ஹஸ்ரத் திட்டமிட்டார், ஆனால் அவரது தொடர்ச்சியான கைதுகளால் இந்த நிறுவனம் மூடப்பட்டது.

ஹஸ்ரத், ஓர் இஸ்லாமிய அறிஞராகவும் அரசியல் அமைப்பாளராகவும் இந்து-முஸ்லிம் ஒற்றுமைக்காக அயராது பாடுபட்டார். இந்து மற்றும் முஸ்லிம்களின் பொது மரபை உண்மையாக நேசித்த அசாதாரண மதச்சார்பின்மைவாதி அவர். ஹஸ்ரத்தின் நண்பர் காஜி அதீல் அப்பாஸி பின்வரும் சம்பவத்தைப் பகிர்ந்துகொண்டார், அது இந்துப் பண்டிகைகள் மீதான ஹஸ்ரத்தின் அன்பைக் காட்டுகிறது:

ஹோலிப் பண்டிகைக்குப் பிறகு ஒருநாள் ஹஸ்ரத் வண்ண ஆடை அணிந்திருப்பதைப் பார்த்தேன். இது என்ன?" என்று நான் கேட்டேன். டாக்டர் முராரி லாலின் மனைவி அவர் மீது வண்ணத்தை வீசிவிட்டார் என்று பதிலளித்தார்... ஹஸ்ரத் அடுத்த 2-3 நாள்களுக்கு அதே ஆடைகளைத்தான் அணிந்துகொண்டு இருந்தார், அதே ஆடைகளுடன்தான் நமாஸ் செய்தார்.[270]

ஹஸ்ரத் ஒரு விசுவாசமான முஸ்லிமாக இருந்தார், ஆனால் பிற மதங்களின் கடவுள்களையும் / தெய்வங்களையும் மதித்தார். கிருஷ்ணர் மீதான அவரது அன்பு வியக்கத்தக்கது, எல்லையற்றது. கிருஷ்ணர் மீதான தனது காதலை வெளிப்படுத்தும் வகையில் ஒரு கவிதையும் எழுதினார். அதில் கூறப்பட்டுள்ளதாவது:

மதுரா கா நகர் பே ஆஷிகி கா / தம் பாரதி ஹே ஆர்ஸூ உஸீ கா,

[மதுரா - காதலின் இருப்பிடம், அளவில்லா ஆசை அதற்காக எப்போதும் ஏங்கிச் சாகிறது,]

அவரது ஜர்ரா சர்-ஜமீன்-இ-கோகுல்/ தாரா ஹே ஜமால்-இ-தில்பாரி கா,

[கோகுல் நிலத்தின் ஒவ்வொரு துகளும், என் அன்புக்குரியவரின் பொறுப்பாளி,]

பர்சானா வா நந்த்காவ்ன் மேன் பீ தேக் ஆ-ஏ ஹேறன் ஜல்வா பம் கிசி கா,

[பர்சானாவிலும் நந்த்காவ்னிலும் ஒருவரின் மகிமையைப் பார்த்தோம்,]

பைகம்-இ-ஹயத்-இ-ஜாவிடான் தா/அவளது நக்மா கிருஷ்ணன் பன்ஸ்ரீ கா,

[கிருஷ்ணரின் புல்லாங்குழலின் ஒவ்வொரு மெல்லிசையும், நித்திய வாழ்வின் தூதாக இருந்தது,]

ஹூ நூர்-இ-சியா தா கே ஹஸ்ரத்/ஸர் சஷ்மா ஃபிரோக்-இ-ஆகாபீ கா.

[அவர் கரிய ஒளியாக இருந்தபோதிலும், அறிவுக் கதிர்களின் ஆதாரமாக இருந்தார்.][271]

அஷ்பாகுல்லா கானும் பிற தியாகிகளும்

பிரிட்டிஷ் ஆட்சியாளர்களால் பயங்கரவாதிகளாக நடத்தப்பட்ட அக்கால புரட்சிகரக் குழுக்களின் நடவடிக்கைகளில், பிரிட்டிஷ் ஆட்சியாளர்களைத் தூக்கியெறிவதற்கான முன் நிபந்தனையாக அனைவரையும் உள்ளடக்கிய ஒன்றுபட்ட இந்தியத் தேசிய உருவாக்கம் நோக்கி இருந்ததை ஆச்சரியமாகக் காண முடிந்தது. 'காகோரி தியாகிகள்'[272] என்று அறியப்பட்ட ராம் பிரசாத் பிஸ்மில், அஷ்பாகுல்லா கான், ராஜேந்தர் லஹிரி, ரோஷன் சிங் போன்ற புரட்சியாளர்களின் நடவடிக்கைகளும், நம்பிக்கைகளும் ஏகாதிபத்திய எதிர்ப்பு மற்றும் இந்திய விடுதலைக்கான இந்து-முஸ்லிம் ஒற்றுமைக்கான வேட்கை ஆகிய இரண்டையும் அடையாளப் படுத்துகின்றன. இந்துக்களுக்கும், முஸ்லிம்களுக்கும் இடையே நல்லிணக்கத்தைச் சீர்குலைப்பதில் எந்தவித முயற்சியையும் விட்டுவைக்காத காலனிய எஜமானர்களின் சூழ்ச்சிகள் குறித்து அவர்கள் பெரிதும் கவலை கொண்டிருந்தனர். இந்த வகுப்புவாதப் பிளவினால் அவர்கள் எவ்வளவு எச்சரிக்கை அடைந்திருந்தனர் என்பதும், உண்மையான குற்றவாளிகளை அம்பலப்படுத்த அவர்கள் எவ்வளவு சிரத்தை கொண்டிருந்தனர் என்பதும், 1927 டிசம்பர் 19 அன்று தூக்கிலிடப்படுவதற்கு மூன்று நாள்களுக்கு முன்பு டிசம்பர் 16 அன்று பைசாபாத் சிறையிலிருந்து ரகசியமாகக் கொண்டு வரப்பட்ட அஷ்பாகுல்லா கானின் 'நாட்டு மக்களுக்குச் செய்தி' என்ற கட்டுரையிலிருந்து தெளிவாகிறது. வகுப்புவாத வெறுப்பையும், பிளவுகளையும் பரப்புவதன் பின்னணியில் இருந்த சக்திகளை அது அம்பலப்படுத்தியது. உருது மொழியில் எழுதப்பட்ட கடிதத்தில் கூறப்பட்டுள்ளதாவது:

அய்யகோ! எமது அரசியல் தலைமைகள் உட்பூசல்களுக்கு உள்ளாகிக்கொண்டிருக்கும் இன்றைய நாளை நாம் எவ்வாறு கொண்டாட முடியும்? ஒருவர் தப்லீக்கை (இஸ்லாத்தின் பிரச்சாரத்தை) நேசிக்கிறார் என்றால், மற்றொருவர் சுத்திக்காக இறப்பது மட்டுமே விடுதலைக்கு வழிவகுக்கும் என்று நம்புகிறார். அரசாங்க இரகசிய சேவை முகவர்கள் மதப் பிரச்சாரத்திற்கு நிதியளிக்கின்றனர்... அவர்களின் நோக்கம் மதத்தைப் பாதுகாப்பதோ அல்லது செழிக்க உதவுவதோ அல்ல, மாறாக [சுதந்திரப் போராட்டம்] நகரும் ரயிலின் பாதையில் தடைகளை உருவாக்குவதாகும்... இதை [நான் தலைமறைவாக இருந்த நாள்களிலும், அதற்குப் பிறகும் நான் அறிந்த வகுப்புவாத சதியை] முழுமையாக அம்பலப்படுத்த எனக்கு நேரமோ வாய்ப்போ இல்லை...

இந்த நயவஞ்சகச் செயலுக்கு CID புலனாய்வுத் துறையின் ரகசிய நிதிகளிலிருந்து கிடைக்கும் ரூபாய்களே செலவாகின்றன என்பதை நான் எனது இந்து, முஸ்லிம் சகோதரர்களுக்குச் சொல்ல விரும்புகிறேன். நான் என் நாட்டிற்காக இறந்துகொண்டிருக்கிறேன், எல்லா நல்ல மற்றும் கெட்ட தகவல்களையும் என் சகோதரர்களுடன் பகிர்ந்துகொள்ள விரும்புகிறேன். இவற்றை ஏற்பதும் நிராகரிப்பதும் அவர்கள் விருப்பம். நம் நாட்டின் பெரிய தலைவர்களும் இதில் ஈடுபட்டுள்ளனர். எனவே, மக்கள் விழிப்புடன் வாய்மையின் வழியில் செல்பவர்களை மட்டுமே பின்பற்ற வேண்டும்.[273]

தனது நாட்டு மக்களான, இந்து மற்றும் முஸ்லிம்களுக்காக மனம் திறந்த அதே வேளையில், அவர்களை எச்சரித்தார், குறிப்பாக இளைஞர்களை:

சகோதரர்களே! உங்கள் உள்நாட்டுப் போர், உங்கள் உட்பூசல், உங்களில் எவருக்கும் பயனளிக்காது. ஏழு கோடி முஸ்லிம்களை [சுத்தி மூலம்] இந்து மதத்திற்கு மாற்ற முடியும் என்பது சாத்தியமற்றது, அதேபோல் 22 கோடி இந்துக்களை [தப்லீக் மூலம்] முஸ்லிம்களாக மாற்ற முடியும் என்று நம்புவதும் பயனற்றது. [அவர்கள் ஒருவருக்கொருவர் தொடர்ந்து சண்டையிட்டுக்கொண்டால்], மாறாக, அவர்கள் அனைவரும் சேர்ந்து தங்கள் கழுத்தில் டாங் (அடிமைத்தனத்தின் இரும்பு வளையம்) அணிந்துகொள்வது எளிதானது, மிகவும் சுலபமானது.[274]

நீங்கள் காங்கிரஸ் ஆதரவாளராக இருந்தாலும் சரி, சுயராஜ்ஜியவாதியாக இருந்தாலும் சரி, தப்லீக் ஆதரவாளராக இருந்தாலும் சரி, சுத்தியில் நம்பிக்கை கொண்டவராக இருந்தாலும் சரி, கம்யூனிஸ்ட் அல்லது புரட்சியாளராக இருந்தாலும், அகாலி கட்சியினராக இருந்தாலும் சரி, வங்காளியாக இருந்தாலும் சரி, எனது செய்தி நாட்டிலுள்ள ஒவ்வொருவருக்குமானது. ஒவ்வொருவரையம் அவர்களின் மதத்தின் பெயராலும், மானத்தின் பெயராலும், மனசாட்சிக்கு நம்பிக்கை இல்லாதவர்களாக இருந்தாலும் சரி அல்லது அவர் நம்பும் ஒருவரின் பெயரால், காகோரி வழக்குக்காக உயிரை விடுக்கும் எங்கள் மீது இரக்கம் காட்டவும், 1920-21 காலத்து இந்தியாவை (ஒத்துழையாமை இயக்கம்) மீண்டும் கொண்டு வர வேண்டுமென்றும் கேட்டுக் கொள்கிறேன். அகமதாபாத் காங்கிரஸ் (1921) காலத்தின் 'ஒற்றுமை மற்றும் சகோதரத்துவம்' மீண்டும் தோன்றட்டும். உண்மையில், அதற்கும் மேலாக, கூடிய விரைவில் நாம் முழுச் சுதந்திரத்திற்கான அறைகூவலை விடுக்க வேண்டும், அதன் மூலம் கறுப்பர்களாகிய நாம் அவர்களின் தோலை உறிக்க முடியும், அவர்கள் இனி எந்த மந்திர வித்தையாலும் நம்மைச் சமாதானப்படுத்த முடியாது என்பதை வெள்ளை எஜமானர்களுக்குத் தெரிவிக்க வேண்டும்

தப்லீக் மற்றும் சுத்தியைப் பின்பற்றுபவர்களே, கடவுளுக்காக, உங்கள் கண்களைத் திறந்து, நீங்கள் எங்கிருந்தீர்கள் என்பதையும், நீங்கள் என்ன (மோசமான நிலையை) அடைந்திருந்தீர்கள் என்பதையும் பாருங்கள். இன்று எந்த இந்துவோ, முஸ்லிமோ அவருக்குக் கிடைக்க வேண்டிய நியாயமான மதச் சுதந்திரத்தை அனுபவிக்கிறார்களா? அடிமை தேசத்திற்கு மதம் உண்டா? [இத்தகைய சூழ்நிலையில்] நீங்கள் எப்படி உங்கள் மதங்களை வளர்க்க [உரிமை கோர] முடியும்? ஒற்றுமையாக வாழுங்கள், ஒற்றுமையாக இருங்கள். இல்லையேல் நாட்டின் அவல நிலைக்கு நீங்களே பொறுப்பேற்க நேரிடும், இந்தியாவின் அடிமைத்தனத்திற்கு நீங்களே பொறுப்பேற்க நேரிடும்.[275]

ஈரடியில் இந்துக்களுக்கும் முஸ்லிம்களுக்கும் அவற்றுக்கிடையேயான தேவையற்ற வேறுபாடுகளைக் களையுங்கள் என்று அறைகூவல் விடுத்தார். அதில்,

"யே ஜாக்ரே அவுர் பக்கே மெட்கர் ஆ-பாஸ் மேன் மில் ஜா-ஓ / அப்பாஸ் தஃப்ரீக் பார் தும் மே யே யே ஹிந்து அவுர் முஸல்மான் கீ.

[இந்தச் சண்டைகளை விட்டுவிடுங்கள், உங்கள் பதவிகளை ஓரம் வையுங்கள் / இந்து, முஸ்லிம் என்ற உங்கள் பாகுபாடுகள் விசித்திரமானவை]²⁷⁶

காகோரி வழக்கில், பிரிட்டிஷ் ஆட்சியாளர்களுக்கு எதிராக அனைத்தையும் உள்ளடக்கிய இந்தியாவுக்காகப் பல்வேறு மதங்களைச் சேர்ந்த புரட்சியாளர்களின் மகத்தான சஞ்சி ஷஹாதத் என்கிற கூட்டுத் தியாகம் ஒரு தொடர் நிகழ்வு போக்காக இருந்தது. அந்நிய எஜமானர்களைத் தோற்கடிப்பதற்கு அனைத்து மதங்களையும் சேர்ந்த மக்கள் திரளின் ஒற்றுமை ஒரு முன்நிபந்தனை என்ற ஏகாதிபத்திய எதிர்ப்புப் போராட்டத்தின் முதன்மையான கோட்பாட்டை இந்தப் புரட்சிகரப் பாரம்பரியம் ஒருபோதும் மறக்கவில்லை. காகோரி தியாகிகளின் நெருங்கிய சகாவான பகத்சிங், நாட்டின் சுதந்திரப் போராட்டத்தில் வகுப்புவாதப் பிளவு ஏற்படுத்தும் பாதகங்களைச் சரியாக உணர்ந்திருந்தார். புரட்சிகர இயக்கத்தின் சித்தாந்தவாதியான பகத்சிங், வகுப்புவாத மோதல்கள் தேசத்தை முற்றிலுமாக அழித்துவிடும் என்று ஒளிவு மறைவின்றி உறுதியாக எச்சரித்தார். 1928ஆம் ஆண்டில் இந்திய இளைஞர்களுக்காக அவர் எழுதி, நாட்டில் பரவலாக விநியோகிக்கப்பட்ட ஒரு வரலாற்று ஆவணத்தில், பகத்சிங் அறிவுறுத்துகிறார்:

*மத மூடநம்பிக்கைகளும், வகுப்புவாதமும் நமது முன்னேற்றப் பாதையில் (சுதந்திரம்) பெரும் தடையாக உள்ளன. இவற்றை வேரோடு பிடுங்கி எறிய வேண்டும்... இந்துக்களின் பழமைவாதமும பிற்போக்குக் கொள்கைகளையும், முஸ்லிம்கள் மற்றும் பிற சமூகங்களின் குறுகிய மனப்பான்மையையும் அந்நிய ஆட்சியாளர்கள் முழுமையாகப் பயன்படுத்திக்கொள்கின்றனர். [நாட்டின் சுதந்திரம் என்ற] இந்தப் பணியை நிறைவேற்றுவதற்கு அனைத்து மதங்களைச் சேர்ந்த ஆர்வம் நிறைந்த புரட்சிகர இளைஞர்கள் நமக்குத் தேவை.*²⁷⁷

இந்திய விடுதலைப் போராட்டத்தின் முன் உள்ள சவால்கள் என்ற மற்றொரு கட்டுரையில் பகத்சிங் வகுப்புவாதத்தை அடிமை மனப்பான்மையுடன் ஒப்பிட்டுப் பின்வருமாறு கூறுகிறார்:

நமது குறுகிய மனப்பான்மையிலிருந்து விடுபட்டு நாம் ஒன்றிணையாவிட்டால் யதார்த்தத்தில் நம்மிடையே ஒற்றுமை ஏற்படாது. ஒற்றுமையை அடைந்தால் மட்டுமே நாம் சுதந்திரப் பாதையில் முன்னேற முடியும். சுதந்திரம் என நான் இங்கே

குறிப்பிடுவதன் பொருள் பிரிட்டிஷாரின் பிடியிலிருந்து விடுதலை பெறுவது மட்டுமல்ல, அடிமை மனபான்மையிலிருந்து விடுபட்டு மக்கள் ஒன்றுபட்டு நிற்பதே முழுமையான சுதந்திரம் என்பதாகும்.[278]

தலித் சீக்கியக் குடும்பத்தில் பிறந்த புகழ்பெற்ற புரட்சியாளரான உதம் சிங், தன் உயிர்த்தியாகத்தின் மூலம் மத நல்லிணக்கத்தை அடிக்கோடிட்டுக் காட்டினார். 1919ஆம் ஆண்டு பைசாகி தினத்தன்று அமிர்தசரஸில் நடந்த கொடூரமான ஜாலியன் வாலாபாக் படுகொலையில் இந்துக்கள், முஸ்லிம்கள் மற்றும் சீக்கியர்கள் கொல்லப்பட்டதை ஒரு சிறுவனாகப் பார்த்த உதம் சிங், அன்றிலிருந்து பழிவாங்குவதற்கு உறுதி கொண்டார். இறுதியாக 21 ஆண்டுகளுக்குப் பிறகு அவர் வெற்றி பெற்றார். மார்ச் 13, 1940 அன்று லண்டனில் மைக்கேல் ஓ'டயரை (பஞ்சாபின் முன்னாள் ஆளுநர் மற்றும் ஜாலியன் வாலாபாக் துயரத்திற்குக் காரணமான உயர் அதிகாரிகளில் ஒருவர்) கொன்ற பின்னர், உதம் சிங் மாஜிஸ்திரேட் முன் ஆஜர்படுத்தப்பட்டு அவரது பெயரைச் சொல்லுமாறு கேட்கப்பட்டபோது, அவர் தன்னை உதம் சிங் என்று அடையாளப்படுத்திக் கொள்ளாமல், முஸ்லிம்-சீக்கிய-இந்து பெயர்களின் கலவையான முகமது சிங் ஆசாத்[279] என்று அடையாளப்படுத்திக்கொண்டார். இதன் மூலம் காலனிய எஜமானர்களுக்கு எதிரான மாபெரும் போராட்டத்தில் இந்தியாவில் உள்ள அனைத்து மதச் சமூகங்களின் ஒற்றுமையை மீண்டும் ஒருமுறை வலியுறுத்திக் காட்டினார்.

முஸ்லிம் லீக்கின் சீர்குலைவுக்கு எதிராக, உறுதியான, மெய்யான பிரிட்டிஷ் எதிர்ப்புத் தன்மை கொண்ட, இந்திய சுதந்திரப் போராட்டத்தின் ஒன்றுபட்ட மரபின் அடிப்படையில்தான் பிரிவினைக்கு எதிரான முஸ்லிம்கள், தங்களது போராட்டத்தை முன்னெடுத்துச் சென்றனர்.

முக்தார் அகமது அன்சாரி (1880–1936)

முக்தார் அகமது அன்சாரி, தொழில் ரீதியாக மருத்துவர், ஒரு முக்கியமான காங்கிரஸ் தலைவர், எம்.கே.காந்தியின் தோழர், இந்தியாவில் முஸ்லிம்களிடையே இரு தேசக் கோட்பாட்டுக்கு எதிரான இயக்கத்திற்கு அடித்தளம் அமைத்தவர்களில் ஒருவர். தனது கடுமையான, குறுகிய வாழ்க்கையில் அவர் அனைத்து வகையான வகுப்புவாதத்தையும் எதிர்த்து ஒரு பாறை போன்ற உறுதியோடு இருந்தார். ஒன்றுபட்ட தேசியத்தை எவ்விதச் சமரசமும் இன்றி ஆதரித்தார்.[280] தேசபக்த முஸ்லிம்களுக்கு இவர் மிகச் சிறந்த

உதாரணங்களில் ஒருவர். 1927ஆம் ஆண்டு சென்னையில் நடைபெற்ற காங்கிரஸ் மாநாட்டில் தலைமை உரையாற்றிய அவர், "நாம் போராடும் சுயராஜ்யம் இந்து ஆட்சியாகவோ அல்லது முஸ்லிம் ஆட்சியாகவோ இருக்காது. இது கூட்டு ஆட்சியாக இருக்கும்" என்றார்.[281]

அவரைப் பொறுத்தவரை, "இந்துக்களுக்கும் முஸ்லிம்களுக்கும் இடையில் மோதல் எதுவும் இல்லை, ஆனால் தலைவர்களுக்கு இடையிலான தனிப்பட்ட சண்டைகள்தான் முழு இயக்கத்தையும் நாசப்படுத்திவிட்டன."[282] ஒரு மதம் என்ற முறையில் இஸ்லாம் தேசியவாதத்திற்கு முரணானது அல்ல என்ற உண்மையை அவர் வலியுறுத்தினார், அன்சாரியின் செய்தி நேரடியானது.

> இந்திய முஸ்லிம்களின் எதிர்காலம் மதத்தைத் தவிர மற்ற அனைத்துப் பொதுத்தன்மையையும் கொண்டிருக்கிற சக நாட்டு மக்களுடன், பிரிக்க முடியாதபடி பிணைந்திருக்கிறது. ஒரு முஸ்லிம் முதலில் நாட்டுக்கு விசுவாசமாக இருந்தாரா அல்லது அவரது மதநம்பிக்கையின் மீது பற்று கொண்டவரா என்ற விவாதம் பொருத்தமற்றது. ஏனெனில் எல்லாச் சூழலிலும் இஸ்லாமும் தேசியமும் இந்தியர் என்பதனுள் அடக்கம். தேசியவாதம் பொதுவாக மக்களின் உண்மையான மற்றும் நேர்மையான விருப்பங்களைப் பிரதிநிதித்துவப்படுத்தியது; எனவே, இந்துக்களும், முஸ்லிம்களும் பொதுவான வரலாற்று அனுபவங்களையும், பொதுவான நோக்கத்தையும் பகிர்ந்துகொண்டுள்ளதால் மதச்சார்பற்ற, ஜனநாயக அரசியலை உருவாக்க ஓர் ஐக்கிய முன்னணியை ஏற்படுத்த வேண்டியிருக்கிறது.[283]

1857 கிளர்ச்சியை நினைவு கூர்ந்த அவர், இந்திய முஸ்லிம்களுக்கு நினைவூட்டினார்,

> முஸ்லிம்கள் இந்தியப் போரில் தங்கள் இந்துச் சகோதரர்களுடன் தோளோடு தோள் நின்று போராடியுள்ளனர், அவர்களின் அரசியல் திட்டம் இந்துக்களின் திட்டத்துடன் ஒத்திருந்தது, லக்னோவில் [லக்னோ ஒப்பந்தம் 1916] ஏற்பட்ட இந்து-முஸ்லிம் நல்லிணக்கம் ஆண்டுதோறும் வலிமையையும் உயிர்ப்பையும் பெற்று வருகிறது, காலம் செல்லச் செல்ல நாம் ஒருவரையொருவர் நன்கு புரிந்துகொள்வோம் என்று நான் நம்புகிறேன். தடையை ஏற்படுத்தும் காரணிகள் எதுவாக இருப்பினும் அது

தடமற்றுப்போகும். ஓர் உண்மையான முசல்மான் எப்பொழுதுமே நல்ல தேசியவாதி என்பது என்னுடைய திடமான நம்பிக்கை.²⁸⁴

முஸ்லிம்கள் மற்றும் இந்துக்களின் நோக்கமும் எதிர்காலமும் ஒன்றோடொன்று பின்னிப்பிணைந்தது என்ற உண்மையை அடிக்கோடிட்டுக் காட்டும் ஓர் அறிக்கையைத் தயாரிக்க அவர் ஹக்கீம் அஜ்மல் கானுடன் இணைந்து ஒரு குறிப்பிடத்தக்க முயற்சியை மேற்கொண்டார். 1922 மார்ச்சில் வெளியிடப்பட்ட அந்த அறிக்கை இந்துக்கள் நமது இயல்பான நண்பர்கள் என்றது.

நம்மைப் போலவே அவர்களும் நம் நாட்டை நேசிக்கிறார்கள், நேசம் கொள்ள நாடு அவர்களுடையது போலவே நம்முடையதும் ஆகும். அகிம்சை மற்றும் ஒத்துழையாமை மூலம் சுதந்திரத்தை வென்றெடுக்க இந்தியர்கள் உருவாக்கிய பொது இலட்சியத்திற்காக அவர்கள் நம்முடனும், நமக்காகவும் துன்பப்படுகிறார்கள். இஸ்லாத்திற்கு நீதி கிடைக்க உதவும் சுயராஜ்யத்தை நாம் ஒன்றிணைந்து வெல்வோம். நம் எதிரிகள் நம்மைப் பிரிக்க இடைவிடாது முயல்கிறார்கள், ஆனால் அவர்களின் சூழ்ச்சிகளுக்கு நாம் அஞ்சத் தேவையில்லை.²⁸⁵

வகுப்புவாதம் இந்திய சமூகத்திற்கு மிகப்பெரும் ஆபத்தாக இருப்பதாகவும், சுதந்திர இலட்சியத்திற்கு அது பெரும் தடையாக இருப்பதாகவும், அதை நேருக்கு நேர் எதிர்த்துப் போராட வேண்டியுள்ளது என்றும் அன்சாரி நம்பினார்.

வகுப்புவாதம் நிச்சயமாக எதிர்காலத்தில் என்றாவது ஒரு நாள் இயற்கையாக மடியும் என்ற நம்பிக்கையில் அதன் போக்கிலேயே விட்டுவிடுவது மிகவும் ஆபத்தானது. எனவே, இந்திய அரசியல் பயணத்தின் துடிப்பான வழிகாட்டும் கோட்பாடாக வகுப்புவாதத்தை எதிர்த்து இடைவிடாது அறப்போரை மேற்கொள்வதே உங்களது தலையாய கடமையாகும்.²⁸⁶

அவரைப் பொறுத்தவரை, இனம் அல்லது மதத்தின் அடிப்படையிலான மனிதச் சமூகத்தின் பிரிவினை எல்லா இடங்களிலும் செயற்கையானது என்பதுடன் தான்தோன்றித்தனமானது, இந்தியாவும் இதற்கு விதிவிலக்கல்ல.²⁸⁷ மௌலானா மஹ்மூதுல் ஹஸன், ஹக்கீம் அஜ்மல்கான், அப்துல் மஜீத் க்வாஜா, மௌலானா முகமது அலி ஆகியோருடன் இணைந்து மதச்சார்பற்ற, கூட்டுக் கருத்தியலின் அடிப்படையில் ஒரு முஸ்லிம் கல்வி நிறுவனத்தை உருவாக்க

வேண்டுமென்று கனவு கண்டதுடன் அதில் வெற்றியும் பெற்றார். அவரைப் பொறுத்தவரை

கல்லூரி என்பது அடிப்படைக் கல்வியை போதிப்பது என்பதை விட உயர்வானது... இந்து-முஸ்லிம் ஒருங்கிணைப்பை மேம்படுத்தும் தனது மற்ற இலட்சியத்திற்குச் சேவை செய்ய ஜாமியா ஒரு முன்மாதிரி முஸ்லிம் கல்வி மையமாகவும், தேசியவாத நடவடிக்கைகளின் மையமாகவும் இருக்க வேண்டும் என்று அவர் விரும்பினார்.[288]

ஜாமியா இளைஞர்களிடையே தாய்நாட்டின் மீதான ஆழமான அன்பை வளர்ப்பதை நோக்கமாகக் கொண்டது, இந்துக் குழந்தைகள் இஸ்லாத்தைப் பற்றி ஏதாவது கற்றுக்கொள்ளவும், அத்துடன் முஸ்லிம் குழந்தைகள் இந்து மதத்தைப் பற்றி ஏதாவது கற்றுக்கொள்ளவதன் மூலம் சுதந்திரமாகப் பாயும் ஒன்றுபட்ட இந்திய தேசியத்தின் ஓட்டத்தை எளிதாக்குகிறது.[289]

ஜாமியா அக்டோபர் 29, 1920 அன்று அலிகாரில் நிறுவப்பட்டது (பின்னர் டெல்லிக்கு மாற்றப்பட்டது). "ஜாமியா சில மாதங்களுக்குள் முஸ்லிம் பொதுமக்களின் அன்பையும் கவனத்தையும் ஈரத்தது..."[290] இரு தேசக் கோட்பாட்டை நிராகரிக்க வேண்டும் என்ற முஸ்லிம்களின் உந்துதலின் அடையாளமாக ஜாமியா இருந்தது. இந்தக் கருத்தியல் நிலைப்பாடு அலிகார் முஸ்லிம் பல்கலைக்கழகத்துடனான (AMU) நேரடி மோதலுக்கு வழிவகுத்தது. இதில் குறிப்பிடத்தக்க விடயம்,

1940 களின் முற்பகுதியில், இரு எதிரெதிர் கருத்துகளும் [ஏ.எம்.யு மற்றும் ஜாமியா] தங்கள் அடையாளத்தை உறுதிப்படுத்திக் கொண்டு, குறிப்பாக ஜாமியா தோற்றத்தின் நோக்கத்திற்கு எதிரான இரு தேசக் கோட்பாட்டை ஜின்னா முன்வைத்ததன் பின்னால் மோதலை நோக்கிச் சீராக முன்னேறின.[291]

இவ்விரு நிறுவனங்களின் வெவ்வேறு சமூக அடித்தளங்களிலும் இத்தகைய சித்தாந்தப் பிளவு காணப்பட்டது. முஷிருல் ஹசன் மற்றும் ரக்ஷந்தா ஜலீல் ஆகியோரின் கூற்றுப்படி,

ஒரு வழமையான அலிகார் [ஏ.எம்.யு] மாணவன் அஷ்ரஃப் வகுப்பைச் சேர்ந்தவனாகவும் – நில உடைமை அல்லது சேவை துறை பின்னணியுடனும் – அதனால் மென்மையான நடத்தை கொண்டவனாகவும், பண்பட்டவனாகவும் இருந்தான். ஜாமியாவில் அவனது சகா பெரும்பாலும் வாய்ப்பு மறுக்கப்பட்ட சமூகப்

பின்னணியிலிருந்து வந்தவராகவும் அதனால் கரடுமுரடான, கிராமப்புறத்தைச் சார்ந்தவராகவும் இருக்கக்கூடும்."²⁹²

இவ்வாறு ஜின்னாவும் முஸ்லிம் லீக்கும் ஜாமியாவைக் கடுமையாக வெறுத்தனர். முஸ்லிம் இளைஞர்களையும், மேட்டுக்குடியினரையும் இந்துக்களாக மாற்றுவதற்கான ஒரு தந்திரம் என்று அதன் ஸ்தாபனம் குறித்து விவரிக்கப்பட்டது. இவ்வாறு அவர்கள் வாதிடுகையில்,

> ஜாமியா மிலியாவின் நோக்கம் முஸ்லிம்களை இயன்றவரை மற்ற எல்லா அம்சங்களிலும் இந்துக்களாக மாற்றுவதாகும். உதாரணமாக, "முஸ்லிம் லீக் இறந்துவிட்டது, காங்கிரஸ் உயர்வானது" என்ற முழக்கம் [இளம் குழந்தைகளுக்கு] கற்பிக்கப்படுகிறது. அதுவே வளர்ந்த முஸ்லிம் சிறுவர்களுக்கு, மிகவும் நுட்பமான முறைகள் பயன்படுத்தப்படுகின்றன. அவர்களை உள்ளே இந்துக்களாகவும், வெளியில் முஸ்லிம்களாகவே தொடரச் செய்வதே இதன் நோக்கம்.²⁹³

மற்றவர்களின் கலாச்சாரத்தில் சரியானதையும், பயனுள்ளவற்றையும் நிராகரிக்காமல் இளைஞர்களுக்கு அவர்களின் சொந்தக் கலாச்சார மரபைக் கற்பிப்பதை நோக்கமாகக் கொண்ட தனது மரபு குறித்து ஜாமியா தொடர்ந்து பெருமை கொள்கிறது.²⁹⁴

அன்சாரி 1929இல் அகில இந்திய தேசியவாத முஸ்லிம் கட்சியை உருவாக்கக் கடுமையாக உழைத்தார், மேலும் அவர் இறக்கும் வரை அதை வெகுமக்கள் அடிப்படையிலான முஸ்லிம் கட்சியாக மாற்ற ஆர்வத்துடன் பணியாற்றினார். அது

> அரசியலில் அவரது இறுதியான மற்றும் சாத்தியமான மிக முக்கியப் பங்களிப்பு. ஏழை, பணக்காரர், நிலப்பிரபுக்கள், விவசாயிகள், வர்த்தகர்கள், தொழில் வல்லுநர்கள், உலேமாக்கள் அல்லது கைவினைஞர்கள் ஆகிய அனைவரையும் பொதுவான தேசிய மேடையில் அணிதிரட்டும் சாகச முயற்சியை மேற்கொண்டதாகும்.²⁹⁵

பிரான்சிஸ் ராபின்சனின் கூற்றுப்படி, இந்திய விடுதலைப் போராட்டத்தின்போது அன்சாரி, ஆசாத் போன்ற முஸ்லிம் ஆளுமைகளின் செயல்பாடுகள், வகுப்புவாதத்தால் மேலும் மேலும் சூழப்பட்ட ஒரு பிராந்தியத்தில் மிக உயர்ந்த மதச்சார்பற்ற லட்சியங்களுக்காக உழைக்கும் முஸ்லிம்கள் உள்ளனர் என்பதற்குச்

சான்றாகும்.[296] ஆசாத் முஸ்லிம் மாநாடு, உண்மையில் டாக்டர் அன்சாரியின் மரபுத் தொடர்ச்சியாகும்.

சௌகத்துல்லா அன்சாரி

டாக்டர் அன்சாரியின் மருமகனான சௌகத்துல்லா அன்சாரி, அன்சாரியின் பாரம்பரியத்தின் உண்மையான வாரிசு ஆவார். அன்சாரிக்குப் பிறகான காலத்தில் அவர் ஒரு முன்னணி தேசபக்த முஸ்லிம் தலைவராக உயர்ந்தார். சௌகத்துல்லா இரு தேசக் கோட்பாட்டிற்கு எதிரான இயக்கத்தைக் கட்டமைப்பதில் முன்னோடியாக இருந்தது மட்டுமல்லாமல், ஒன்றுபட்ட தேசியத்திற்கான இயக்கத்தின் முக்கியச் சித்தாந்தவாதியாகவும் அறியப்பட்டார். பாகிஸ்தான்: இந்தியாவின் பிரச்சினை[297] என்ற தலைப்பில் அவர் எழுதிய முக்கியமான புத்தகம் ஒன்றில், பாகிஸ்தான் பிரச்சினையை அறிவார்ந்த முறையிலும், சுவாரஸ்யமான பாணியில் ஆழமாக விவாதித்திருந்தார். ஒரு அத்தியாயம் பாகிஸ்தானுக்கான வாதத்தை முன்வைத்தும், மற்றொரு அத்தியாயத்தில் பாகிஸ்தானுக்கு எதிரான வாதத்தை முன்வைத்தும் இரு தேசக் கோட்பாட்டின் வரலாற்று வளர்ச்சியை அவர் விவாதித்திருந்தார். இது பாகிஸ்தான் பற்றிய ஒரு கையேடு, இந்தப் பிரச்சினை குறித்த அர்த்தமுள்ள விவாதத்தை அறிந்துகொள்ள விரும்பும் அனைவரும் படிக்க வேண்டிய புத்தகம். பாகிஸ்தானின் தீவிர ஆதரவாளர்கள் முன்வைக்கக்கூடிய அனைத்து வாதங்களும், பாகிஸ்தானுக்கு எதிரான அனைத்து சாத்தியமான வாதங்களும் இந்தப் புத்தகத்தில் உள்ளன. இந்தப் புத்தகத்தில் பாகிஸ்தானுக்கு எதிரான 26 வாதங்கள் இருந்தன, அவை முஸ்லிம் லீக்கையும், இந்தியப் பிரிவினைக் கோரிக்கையையும் எதிர்த்த அனைவரிடமும் உடனடியாகத் தாக்கத்தை ஏற்படுத்தின.

புத்தகத்தின்படி,

பெரும்பான்மையான முஸ்லிம்களால் பாகிஸ்தான் கோரிக்கை முன்வைக்கப்படவில்லை. மேலும், அகில இந்திய முஸ்லிம் லீக் மட்டுமே இந்திய முஸ்லிம்களின் அதிகாரப்பூர்வமான, பிரதிநிதித்துவ அரசியல் அமைப்பு அல்ல. எங்கு முஸ்லிம்கள் பெரும்பான்மையாக இருக்கிறார்களோ, எங்கு பாகிஸ்தான் உருவாக வேண்டுமோ அங்கு லீக் மிகப் பலவீனமாக இருக்கிறது.[298]

மேலும், பாகிஸ்தான் கோரிக்கை சாமானிய முஸ்லிம் மக்களின் கோரிக்கை அல்ல. முஸ்லிம்களில் ஒரு சிறிய பிரிவினரான நிலப்பிரபுக்கள் மற்றும் நடுத்தர வர்க்கத்தினரின் நலன்களுக்காகவும்,

அவர்களுக்கு "ஒரு முஸ்லிம் அரசில் சுரண்டலுக்கும் ஆக்கிரமிப்புக்கும் கூடுதல் வாய்ப்புகள் கிடைக்கக்கூடும்" என்பதால் லீக் இந்தக் கோரிக்கையை எழுப்பியது.[299] பாகிஸ்தான் திட்டம் வகுப்புவாதப் பிரச்சினையைத் தீர்க்காது, மாறாக அதை மேலும் தீவிரப்படுத்தும் என்றும் அந்தப் புத்தகம் வாதிட்டது.[300] ஷௌகத்துல்லாவின் இந்தத் தீர்க்கதரிசனம் மெய் என நிரூபணமாக அதிகக் காலம் பிடிக்கவில்லை.

முஸ்லிம் முதலாளிகளின் ஒரு பிரிவினரின் பாதுகாப்பின்மை உணர்வின் வெளிப்பாடே பாகிஸ்தான் கோரிக்கை என சௌகத்துல்லா சுட்டிக்காட்டினார். அவரின் கூற்றுப்படி,

> *இந்து முதலாளிகளின் போட்டியைக் குறைக்கவும், (முஸ்லிம்) மக்களைச் சுரண்டுவதற்கான சுதந்திரத்தைப் பெறவும் முஸ்லிம் முதலாளிகள் பாகிஸ்தானை ஆதரிக்கிறார்கள். முஸ்லிம்களின் பொருளாதார முன்னேற்றம் பிரிவினையால் சாத்தியமாகாது, மாறாக, இந்தியா முழுவதும் சோசலிசப் பொருளாதாரத்தைத் தீவிரமாகச் செயல்படுத்துவதன் மூலமே சாத்தியமாகும்.*[301]

முஸ்லிம் முதலாளிகளின் நலன்களைப் பாதுகாப்பதற்காக உருவாக்கப்பட்ட அரசில் சாமானிய முஸ்லிம் மக்களின் விடுதலை சாத்தியமில்லை. மாறாக, ஒரு சோசலிச சமுதாயத்தில் அது சாத்தியம் என்ற உண்மையையும் சௌகத்துல்லா அடிக்கோடிட்டுக் காட்டினார். இந்தியப் பிரிவினை அனுமதிக்கப்பட்டால், அது முடிவாக இருக்காது, மாறாக பிராந்தியத்தில் மென்மேலும் பிளவுகளை ஏற்படுத்தத் தொடங்கிவிடும் என்று அவர் எச்சரித்தார். அவரது பார்வை சரியானது என்பதை வரலாறும் நிரூபித்துள்ளது. டெல்லியில் நடந்த அகில இந்திய ஆசாத் முஸ்லிம் மாநாட்டின் பொதுச் செயலாளராக சௌகத்துல்லா தேர்ந்தெடுக்கப்பட்டார்.

கான் அப்துல் கபார் கான் (1890-1988)

எல்லைப்புறம் என்று அழைக்கப்படும் வடமேற்கு எல்லைப்புற மாகாணத்தில், அப்துல் கபார் கான் என்ற வசீகரிக்கும் நபரால் வழிநடத்தப்பட்ட குடாய் கித்மத்கர்கள் (கடவுளின் சேவகர்கள்), தேசபக்தி மற்றும் சமூக முற்போக்கு இயக்கங்களுக்கு தலைமை தாங்கினர். இந்த இயக்கம் அதன் ஊழியர்களுக்கு பயன்படுத்திய சீருடையின் நிறம் காரணமாகச் 'சிவப்புச் சட்டைகள்' என்றும் செல்லப் பெயர் பெற்றது. 1929இல் லாகூர் காங்கிரசில் அவர்களின் அமைப்பு முதன்முதலில் கவனிக்கப்பட்டது, அது உருவாக்கப்பட்ட இரண்டு ஆண்டுகளுக்குள் குடாய் கித்மத்கர் கட்சி 200,000 உறுப்பினர்களைச்

சேர்த்தது. அடிமைத்தனத்திற்கு எதிரான குர்ஆனின் மேற்கோள் தேசியவாத உத்வேகத்திற்கான ஓர் அணிசேர்க்கைப் புள்ளியாக ஆனது, மேலும் அந்நிய ஆட்சியிலிருந்து நாட்டை விடுவிப்பதற்கான போராட்டம் குடாய் கித்மத்கர்களின் புனிதப் போராக மாறியது. டபிள்யூ.சி.ஸ்மித் 1943இல் இவ்வாறு குறிப்பிட்டார்: "இந்தியாவின் எந்தப் பிரிவினரும் குடாய் கித்மத்கர்களைப் போல முழுமையான தேசியவாதிகளாக இருந்ததில்லை.[302]

எப்போதும் தன்னை காங்கிரசின் ஓர் அங்கமாகவே கருதி, அதன் இணைப்பை நியாயப்படுத்தியது, கான் குறிப்பிட்டார்.

எனது இனத்தை விற்று காங்கிரஸில் சேர்ந்துவிட்டதாகச் சிலர் என் மீது புகார் கூறுகிறார்கள். காங்கிரஸ் ஒரு தேசிய அமைப்பு, இந்து அமைப்பு அல்ல. அது இந்துக்கள், யூதர்கள், சீக்கியர்கள், பார்சிகள் மற்றும் முஸ்லிம்களை உள்ளடக்கிய ஒரு ஜிர்கா [ஒருங்கிணைப்பு] ஆகும். காங்கிரஸ் ஓர் அமைப்பாக பிரிட்டிஷாருக்கு எதிராகச் செயல்படுகிறது. பிரிட்டிஷ் தேசம் காங்கிரசுக்கும் பதான்களுக்கும் எதிரி. ஆகையால், பிரிட்டிஷாரை ஒழித்துக் கட்டுவதற்காக காங்கிரசுடன் சேர்ந்துகொண்டேன்.[303]

கான் தலைமையில் எல்லைப்புற மாகாணம் காங்கிரசின் அனைத்து இயக்கங்களிலும் பங்கேற்றுப் பெரும் தியாகங்களைச் செய்தது. ஒத்துழையாமை இயக்கத்தில் அவர்களின் தீவிரமான பங்களிப்பு, எவ்வாறு குடாய் கித்மத்கர்களுக்கு எதிரான துன்புறுத்தல்கள் மற்றும் தண்டனைகளின் எண்ணிக்கையில் பிரதிபலித்தது என்பது சமகால ஆவணங்களில் கிடைக்கப்பெறுகிறது.

செப்டம்பர் 1932 வரை, மொத்த மக்கள் தொகையான 25 லட்சத்தில் இந்த எண்ணிக்கை 5,557 ஆக இருந்தது... 1932ஆம் ஆண்டின் இறுதியில் பெஷாவரிலிருந்த ஒத்துழையாமை இயக்கத்தின் 1500 கைதிகளில் 5 பேர் இந்துக்கள், 2 பேர் சீக்கியர்கள், மற்றவர்கள் முஸ்லிம்கள். ஹரிபூர் (இப்போது பாகிஸ்தானிலுள்ள ஹசாரா மாவட்டம்) மத்திய சிறையில் 1938 முஸ்லிம்களும், 24 இந்துக்களும் அடைக்கப்பட்டுள்ளனர். மாகாணம் முழுவதிலும் ஒத்துழையாமை இயக்கக் கைதிகளில் 90 சதவீதத்திற்கும் அதிகமானோர் முஸ்லிம்கள்.[304]

குதாய் கித்மத்கரின்கள் எழுச்சியும், வலிமையும், மத உந்துதலும் கொண்ட ஒன்றுபட்ட விடுதலைப் போராட்டத்தை வெளிப்படுத்தினர். பெரிய பண்ணைகளை வெளிப்படையாகக் கண்டித்து நிலங்களைச்

சரியாகப் பகிர்ந்தளிக்கக் கோரியது.[305] கான் ஒரு சோஷலிச சமுதாயத்தை உருவாக்க விரும்பினார்.[306] மேலும், அவர் ஒரு சிறந்த மதச்சார்பின்மைவாதி. ஒன்றுபட்ட இந்தியாவுக்காக அவர் உறுதிபூண்டிருந்தார். அனைத்தையும் உள்ளடக்கிய சுதந்திர இந்தியா மீதான அவரது நம்பிக்கை கல்வி சார்ந்தது அல்ல, மாறாக ஒன்றுபட்ட சுதந்திரப் போராட்டத்தின் விளைவாகும்.

பஞ்சாப் சிறையில் அவர் இந்துக்கள் மற்றும் சீக்கியர்களுடன் நட்பை ஏற்படுத்திக்கொண்டு புனித நூல்களை, குறிப்பாக இந்துக்கள் மற்றும் சீக்கியர்களின் புனித நூல்களான கீதை மற்றும் கிரந்த் சாஹேப் ஆகியவற்றைக் கற்றார்.[307]

கான் அப்துல் கபார் கானின் கூற்றுப்படி,

வடக்கின் கதை பலருக்கும் இரட்டை அம்சம் கொண்டதாக இருந்து வருகிறது, ஒன்று பதான் இனத்தவரின் முழுமையான தனித்துவம், மற்றது ஒரு பொதுவான இலக்கை அடைவதற்காக இந்தியாவின் பிற பகுதிகளுடன் அது ஒன்றுபடுவது. எல்லைப்புற மாகாணத்தின் மண்ணிலிருந்து வளர்ந்து வரும் குடாய் கித்மத்கர் இயக்கத்தில் இது போதுமான அளவு வெளிப்பட்டிருக்கிறது. மேலும் மாபெரும் துணைக் கண்டத்தின் பெரிய சுதந்திர இயக்கத்தில் மெதுவாக ஓர் இடத்தையும் பெறுகிறது. இது தொடர்பாக, பதான்கள் தீவிர சுதந்திர வேட்கை கொண்டவர்களாகவும், எந்த வகையான அடிமைத்தனத்தையும் வெறுப்பவர்களாகவும் இருக்கும்போது, அவர்களில் பெரும்பாலோர் தங்கள் சுதந்திரமானது இந்தியச் சுதந்திரம் என்ற கருத்தாக்கத்துடன் நன்கு ஒத்துப்போக முடியும் என்பதைப் புரிந்து கொள்ளத் தொடங்கியுள்ளனர். அதனால்தான் அவர்கள் இந்தியாவைப் பல சமஸ்தானங்களாகப் பிரிக்கும் திட்டத்தை ஆதரிப்பதற்குப் பதிலாகத் தங்கள் நாட்டு மக்களுடன் ஒரு பொதுவான போராட்டத்தில் கைகோத்துள்ளனர் என்பதைக் கவனத்தில் கொள்ள வேண்டும். மேலும், நவீன உலகில் இந்தியாவின் பிரிவினை அனைத்து வகையிலும் பலவீனத்தை ஏற்படுத்தும் என்பதை அவர்கள் உணர்ந்துள்ளனர், அத்துடன் அதன் எந்தப் பகுதியும், அதன் சொந்தச் சுதந்திரத்தைப் பாதுகாக்கப் போதுமான வளங்களையும், வலிமையையும் கொண்டிருக்காது.[308]

ஜூன் 1947இல் நாட்டின் பிரிவினைக்கு காங்கிரஸ் ஒப்புக்கொண்டபோது கான் அதைக் கடுமையாக எதிர்த்தார். காங்கிரஸ் அப்பட்டமாக

அவர்களுக்குத் துரோகம் இழைத்துவிட்டது என்று அவர் அறிவித்தார். அவர் உண்மையைத் துயருடன் வெளிப்படுத்தினார்.

> *எல்லைப்புற மாகாணத்தில் பிரிவினை மற்றும் பொது வாக்கெடுப்பு பற்றிய முடிவு [காங்கிரசின்] மேலிடத்தால் எங்களைக் கலந்தாலோசிக்காமல் எடுக்கப்பட்டது... சர்தார் படேலும், ராஜகோபாலாச்சாரியும் பிரிவினையை ஆதரித்து எங்கள் மாகாணத்தில் பொது வாக்கெடுப்பு நடத்தினர். நான் எதைப் பற்றியும் கவலைப்படவில்லை என்று சர்தார் கூறினார். மௌலானா ஆசாத் என் அருகில் அமர்ந்திருந்தார். என் விரக்தியைக் கவனித்த அவர், 'நீங்கள் இப்போது முஸ்லிம் லீகில் சேர வேண்டும்' என்று என்னிடம் கூறினார். இத்தனை வருடங்களாக நாங்கள் எதற்காக உறுதியாக நின்றோம், எதற்காகப் போராடினோம் என்பதை எங்களுடைய இந்தத் தோழர்கள் எவ்வளவு குறைவாகப் புரிந்துகொண்டிருக்கிறார்கள் என்பது எனக்கு வேதனையாக இருந்தது.*[309]

1947 ஜூனில் நடந்த காங்கிரஸ் காரியக் கமிட்டிக் கூட்டத்திற்குப் பிறகு அப்துல் கபார் கான் காந்தியிடம் கூறினார்

> *பக்தூன்களாகிய நாங்கள் உங்களுக்கு ஆதரவாக நின்றோம், சுதந்திரம் அடைவதற்காகப் பெரும் தியாகங்களைச் செய்தோம். ஆனால் இப்போது நீங்கள் எங்களைக் கைவிட்டு ஓநாய்களிடம் எறிந்துவிட்டீர்கள்.*[310]

சையது அப்துல்லா பரேல்வி [1891-1949]

பம்பாயிலிருந்து (இப்போது மும்பை) வெளிவந்த ஒரு முக்கிய ஆங்கில நாளிதழான தி பாம்பே கிரானிகிளின் ஆசிரியரான சையத் அப்துல்லா பரேல்வி, இந்து-முஸ்லிம் ஒற்றுமைக்கான களப்பணியாளராகவும், நாட்டின் பல்வேறு பகுதிகளில் பாகிஸ்தானுக்கு எதிராக முஸ்லிம்களை அணிதிரட்டியும் அயராது உழைத்தார். முஸ்லிம்களை காங்கிரஸில் சேரத் தூண்டுவதற்காக, யூசுப் மெஹரல்லி (1903-50), ஆங்கில வார இதழான வான்கார்டின் ஆசிரியர், காங்கிரஸ் இயக்கத்துடன் நீண்டகாலத் தொடர்பு கொண்ட வழக்கறிஞரான அப்பாஸ் தியாப்ஜி (1854-1936) மற்றும் நேரு அறிக்கையின் வலிமைமிக்க ஆதரவாளராக முன்னணிக்கு வந்த வழக்கறிஞரான எம்.சி.சாக்லா (1900-82) போன்ற நகர்சார் அரசியல்வாதிகளின் ஆதரவுடன் அவர் ஜூலை 8, 1929 அன்று காங்கிரஸ் முஸ்லிம் கட்சியைத் தொடங்கினார். அவர்களின் முயற்சிகளைப் பாராட்டி மோதிலால் நேரு, பம்பாய்

மாகாண காங்கிரஸ் முஸ்லிம் கட்சியின் தலைவர் சையத் அப்துல்லா பரேல்விக்குப் பின்வரும் செய்தியை அனுப்பினார்:

காங்கிரஸ் முஸ்லிம் கட்சி உருவாவதை மனதார வரவேற்கிறேன், அது பெரும் வெற்றி பெற வாழ்த்துகிறேன். காங்கிரஸின் வெற்றி தேசபக்த முஸ்லிம்களின் தன்னலமற்ற சேவையில்ப் தான் அடங்கியுள்ளது என்று சொல்வதில் எனக்கு எந்த தயக்கமும் இல்லை.[311]

உருது மொழி பேசும் முஸ்லிம்களிடையே, மௌலானா சௌகத் அலி மற்றும் அவரது ஆதரவாளர்களின் கடுமையான எதிர்ப்பையும் மீறி, இந்த தேசபக்த முஸ்லிம் கட்சி பம்பாய் நகரில் தனது பிடியை நிறுவியது. பம்பாயில் இருந்த பல முஸ்லிம் வர்த்தகச் சங்கங்களின் ஆதரவுடன் பரேல்வி 1930 ஜூன் 2 அன்று ஒரு மைல் நீள ஊர்வலத்தை நடத்தினார். சுமார் 10,000 பேர் பங்கேற்ற கூட்டத்திற்குத் தலைமை தாங்கினார். அந்தக் கூட்டம் ஒத்துழையாமை இயக்கத்தில் இணையுமாறு முஸ்லிம்களுக்கு அறைகூவல் விடுத்தது.[312] இந்த ஊர்வலம் நகரின் பேசு பொருளாக மாறியது. வைசிராயும் அதைக் கவனத்தில் கொண்டார். இந்திய அரசின் செயலருக்கு எழுதிய கடிதத்தில் வைசிராய் பின்வருமாறு குறிப்பிட்டார்:

ஊர்வல அமைப்பாளர்கள் மற்றும் கூட்டத்தில் பேசியவர்கள் தொடர்பான கவனத்தை ஈர்க்கும் விஷயம் என்னவெனில் அதில் பிற மாகாணங்களிலிருந்து குறிப்பிட்ட மௌலானாக்கள் மற்றும் முஸ்லிம் பிரச்சாரகர்கள் பங்கேற்றது ஆகும். இந்த அளவில், இந்த ஊர்வலம் காங்கிரஸ் பிரச்சாரத்தின் வெற்றி என்றே கருதப்பட வேண்டும். கடந்த பதினைந்து நாள்களில் பல முகமதியர்கள் காங்கிரசில் சேர்க்கப்பட்டிருக்கிறார்கள் என்பதையும் ஒப்புக்கொள்ளத்தான் வேண்டும்.[313]

இந்த வரலாற்றுச் சிறப்புமிக்கப் பேரணி குறித்து சமகால பத்திரிகைச் செய்தி ஒன்றில் கூறப்பட்டுள்ளதாவது,

இந்து, சீக்கிய, பார்ஸி சகோதரர்களுடன் தோளோடு தோள் சேர்வதற்காக முஸ்லிம்கள் பழைய கூட்டணிக்குத் திரும்பிவிட்டனர். ...சிறுபான்மையினர் குறித்த சந்தேகப் பேச்சுகள் அனைத்துமே பிரித்தாளும் சூழ்ச்சியைப் பூதாகரமாக நியாயப்படுத்துவதே ஆகும்.[314]

அவர் ஆசிரியராக இருந்த *பம்பாய் கிரானிகிள்* பிரிவினைக்கு எதிரான முஸ்லிம்களின் மிக முக்கியமான பத்திரிகையாக மாறியது. வகுப்புவாத அரசியலுக்கும், பிளவுபடுத்தும் அரசியலுக்கும் எதிராகச் சித்தாந்தத் தளத்தை உருவாக்குவதற்காக 'வகுப்புவாதப் பிரச்சினையை எவ்வாறு தீர்ப்பது' என்ற தலைப்பில் அவர் ஒரு நீண்ட தொடரைக் கொண்டு வந்தார். அதில் அனைத்துக் கட்சிகளைச் சேர்ந்த முக்கியப் பிரமுகர்கள், அறிவுஜீவிகள், இலக்கியவாதிகள் ஆகியோர் பின்வரும் கேள்விகளுக்குப் பதிலளிக்குமாறு கேட்டுக் கொள்ளப்பட்டனர். (1) வகுப்புவாதப் பிரச்சினைக்கு உடனடித் தீர்வு காண்பதற்கான உங்கள் ஆக்கப்பூர்வமான ஆலோசனைதான் என்ன? (2) அகில இந்திய முஸ்லிம் லீக்கின் லாகூர் அமர்வு முன்வைத்த பிரிவினை முன்மொழிவு பற்றி நீங்கள் என்ன நினைக்கிறீர்கள்? உங்கள் பார்வையில் இந்த முன்மொழிவு வகுப்புவாதப் பிரச்சினைக்குத் தீர்வை அளிக்கிறதா?[315]

பாம்பே கிரானிக்கிள் இதழின் பக்கங்களில் இடம்பெற்றுள்ள இந்த விவாதம், பிரிவினை குறித்த விவாதங்கள் நடந்துகொண்டிருந்த சமயத்தில் அது குறித்து பல்வேறு கருத்துகளின் மிகப்பெரிய தொகுப்பாக இருக்கும். இந்தியாவில் வகுப்புவாத அரசியல், இரு தேசக் கோட்பாடு மற்றும் பிரிவினை குறித்து பணியாற்ற விரும்பும் ஆராய்ச்சியாளர்களுக்கு இது ஒரு பொக்கிஷம்.[316] பிஜ்னோர் (உ.பி.) நகரிலிருந்து வெளியிடப்பட்ட உருது வார இதழான *மதீனாவும்* அத்தகைய தொடரை வெளியிட்டது.

அப்துல் மஜீத் குவாஜா [1885-1962]

அப்துல் மஜீத் க்வாஜா, ஒரு தீவிர தேசபக்தி கொண்ட முஸ்லிம், அடிப்படையில் ஒரு புகழ்பெற்ற வழக்கறிஞர், அவர் ஒரு சிறந்த கல்வியாளராகவும், பாகிஸ்தான் எதிர்ப்பு இயக்கத்தின் மிக முக்கியமான தலைவர்களில் ஒருவராகவும் உயர்ந்தார். 1906ஆம் ஆண்டில் இங்கிலாந்தின் கேம்பிரிட்ஜ் பல்கலைக்கழகத்தில் சட்டம் பயின்றபோது ஒன்றுபட்ட இந்தியாவுக்கான சுதந்திரப் போராட்டத்தில் ஈடுபட்டார். அவரது வாழ்க்கை வரலாற்றின் படி, கேம்பிரிட்ஜில் (கிறிஸ்ட் கல்லூரி) அவர் புகழ்பெற்ற இஸ்லாமிய அறிஞர்களான ஈ.ஜி.பிரவுன், நிக்கல்சன் மற்றும் ஏகாதிபத்திய எதிர்ப்பாளர், அரபு மற்றும் தாராளவாத எழுத்தாளர் ஸ்காவன் பிளண்ட் ஆகியோருடன் தொடர்புகொண்டிருந்தார். அவருக்கு முகமது இக்பால், ஜவஹர்லால் நேரு (சில ஆண்டுகள் இளையவர்), சைபுதீன் கிச்லு மற்றும்

ஹாரூன் கான் ஷெர்வானி ஆகியோருடனும் நெருங்கிய தொடர்பு ஏற்பட்டது.[317]

காந்தி தென்னாப்பிரிக்காவிலிருந்து இந்தியாவுக்குக் குடிபெயர்ந்தபோது அவரால் சத்தியாகிரகப் பிரச்சாரத்தில் முதலில் சேர்த்துக் கொள்ளப்பட்டவர்களில் இவரும் ஒருவர். குவாஜா பாட்னா உயர் நீதிமன்றத்தில் பயிற்சி பெற்றபோது, ஒத்துழையாமை இயக்கத்தில் (என்.சி.எம்) இணைந்து, வழக்கு தொடுப்பவர்களை அரசு நீதிமன்றங்களைப் புறக்கணிக்கவும், வழக்குகளை பஞ்சாயத்துகளுக்கு அனுப்பவும் அழைப்பு விடுத்தார். காந்திக்குக் கிடைத்த தந்தியின் படி, குவாஜாவும், மற்றொரு வழக்கறிஞர், ஹபீப் ஆகியோர் ஒத்துழையாமை இயக்கத்தை எதிர்க்கும் சக வழக்கறிஞர்களால் தாக்கப்பட்டு அவமானப்படுத்தப்பட்டனர்.[318]

க்வாஜா முற்றிலும் காந்தியின் செல்வாக்கில் இருந்ததாகத் தோன்றியது. ஏ.எம். க்வாஜாவின் மகன் பேராசிரியர் ஜமால் க்வாஜா பகிர்ந்த ஒரு சம்பவத்தின்படி,

> *ஒரு நாள் மாலை பாபு (காந்தி) வேடிக்கையாக க்வாஜாவின் வக்கீல் அங்கியின் கழுத்துப் பட்டையைப் பிடித்து இழுத்து, எப்போது அவரது கழுத்திலிருந்து காணாமல் போகப் போகிறீர்கள் என்று கேட்டார். இதோ! பாட்னா உயர்நீதிமன்றத்தின் பெஞ்சுக்கு விரைவில் பதவி உயர்வு பெறப் போகிறோம் என்று சில நிமிடங்களுக்கு முன்பு வரை நம்பியிருந்த தீவிர அபிமானியான க்வாஜா, தனது வழக்கறிஞர் தொழிலைக் கைவிட முடிவு செய்தார்... [எனினும்] குவாஜா காந்தியடிகளிடம் தான் பதவி உயர்வு பெற்ற உடனேயே ராஜினாமா செய்யப் போவதாகக் கூறினார், ஏனெனில் இது பொதுமக்கள் மத்தியில் அதிகத் தாக்கத்தை ஏற்படுத்துவதோடு தேச நலனுக்கும் உதவும் என்றார். ஆனால் அவரது வழிகாட்டி, உங்களது ஆன்மாவில் கிசுகிசுப்பது 'நபி' அல்ல, உங்களது அகங்காரம் என்று அவருக்கு மென்மையாக நினைவூட்டினார். ஒரு நொடி துளிக்குள் க்வாஜாவின் மனம் அதற்குத் தயாரானது,*[319]

பாட்னா உயர்நீதிமன்றத்தில் தனது செழிப்பான வழக்கறிஞர் பணியை துறந்த பின்னர் அரசியல் ஆர்வலராக மட்டும் மாறாமல், ஹக்கீம் அஜ்மல் கான், டாக்டர் எம்.ஏ.அன்சாரி மற்றும் முகமது அலி ஜௌஹர் ஆகியோருடன் இணைந்து ஜாமியா மில்லியா இஸ்லாமியாவை நிறுவுவதில் தனது நேரத்தையும் சக்தியையும்

செலவிட்டார். ஸ்தாபனத்தை நடத்துவதற்கு மிகக் குறைவான நிதி இருந்தபோது ஒரு முக்கியமான கட்டத்தில் 1921இல் அதன் இரண்டாவது துணைவேந்தரானார். ஜாமியா,

தேசிய அர்ப்பணிப்பைக் கொண்டிருந்தது மேலும் அது பிரிட்டிஷ் சார்பு நிறுவனம் அல்ல என்பதால் இந்து மற்றும் முஸ்லிம் ஆளும் உயரடுக்குகளின், உதாரணமாக நவாப்கள், ராஜாக்கள் மற்றும் பணக்கார வணிக நிறுவனங்களின் பங்களிப்புகளை ஈர்க்கவில்லை.[320]

ஜாமியாவுக்கு எந்த நிதியும் கிடைக்காத போது, ஜாமியா நீடித்திருக்க அவர் தனிப்பட்ட முறையில் ரூ60,000 கடன் வாங்கினார். கடன்களைத் திருப்பிச் செலுத்துவதை மேலும் தாமதப்படுத்த முடியாதபோது, க்வாஜா ஜாமியாவை விட்டு வெளியேறிச் சட்ட பணியில் மீண்டும் சேர முடிவு செய்தார், தொழில்முறை வருவாய் மூலம் கடன்களைத் திருப்பிச் செலுத்த முடிவு செய்தார். இவ்விதம் 1926இல் அவர் தமது வழக்கறிஞர் தொழிலை மீண்டும் தொடங்கினார். டெல்லிக்கு மாற்றப்பட்டிருந்த ஜாமியாவின் பொறுப்பை டாக்டர் ஜாகிர் ஹுசேனிடம் ஒப்படைத்தார். இருப்பினும், அவர் 1962இல் தனது இறுதி மூச்சை விடும் வரை ஜாமியாவின் பல்கலைக்கழக வேந்தராக இருந்தார்.

ஏ.எம். க்வாஜா ஓர் ஆன்மீகவாதி, ஒரு யதார்த்த முஸ்லிம், ஆனால் ஒரு முழுமையான மதச்சார்பற்ற, தாராளவாதி, அவருக்கு ஒன்றுபட்ட இந்தியாவைக் கட்டியெழுப்புவது ஓர் அரசியல் நடவடிக்கையாக மட்டுமல்லாது, அதனை அவரது சொந்தக் குடும்பத்திலும் பொருத்திக் காட்டினார். அவர்,

தனது குழந்தைகளுக்கு அரபு மற்றும் சமஸ்கிருத வேர்களைக் கொண்ட சொற்களைக்கொண்டிருக்கும் வகையில் பெயரிட்டார்... அவரது மகன் ஜமால் குவாஜா தனது குழந்தைகளுக்கு சமஸ்கிருதம் மற்றும் அரபு / பாரசீகக் கலப்புச் சொற்களால் பெயரிடும் தனது தந்தையின் யோசனையை மேலும் விரிவுபடுத்தினார். இந்தியாவில் நாளுக்கு நாள் வகுப்புவாதப் பிளவு விரிவடைந்து வரும் சூழலில் அவர்களது ஏற்றுக்கொள்ளும் தாராளவாத மனப்பான்மையை இது பிரதிபலித்தது.[321]

ஒரு தேசபக்த முஸ்லிமாக அவரது மிகப்பெரிய அரசியல் பங்களிப்பு என்றால் அது அகில இந்திய முஸ்லிம் மஜ்லிஸ் (முஸ்லிம்களின் சட்டமன்றம்) நிறுவியதாகும். இது 1943 ஜூன் மாதம் பல

தேசபக்த முஸ்லிம்களுடன் இணைந்து நிறுவப்பட்டது. இது 1944ஆம் ஆண்டில் (மே 6 முதல் 8 வரை) தில்லியில் முறையாகச் செயல்படத் துவங்கியது. ஏ.எம்.க்வாஜா தனக்கு இதயப் பிரச்சினை இருந்தபோதிலும் அமைப்பின் தலைவரானார், டாக்டர் அன்சாரி பொதுச் செயலாளராக நியமிக்கப்பட்டார்.[322] இந்து-முஸ்லிம் ஒற்றுமைக்காகப் பணியாற்றுவதைத் தவிர, இந்தியப் பிரிவினைக்கு எதிராக ஒரு முழு அளவிலான வழக்கை முன்வைக்க வேலை செய்யும் மையப்படுத்தப்பட்ட மற்றும் விரிவானதோர் அகில இந்திய அமைப்பை உருவாக்குவதே இதன் யோசனையாக இருந்தது.[323] வங்காளத்தின் முக்கியத் தலைவர் ஷேக் முகமது ஜான், மஜ்லிஸ் அமைப்பின் துவக்கத்தை அறிவித்தபோது, ஜின்னாவின் அரசியல் விளையாட்டை முஸ்லிம்களுக்குக் கற்பிப்பதற்காகவே இது உருவாக்கப்பட்டது என்று அறிவித்தார். அரசியல் ரீதியாகவும், பொருளாதார ரீதியாகவும் இந்தியாவுக்குச் சுதந்திரம் கிடைக்கவும், மேலும் "சாத்தியமற்ற, இந்தியாவின் சுதந்திரத்திற்கு எதிரானது மட்டுமல்லாது இந்திய முஸ்லிம்களின் நலன்களுக்கும் எதிரான இந்தியாவின் பிரிவினையை" எதிர்க்க மற்ற கட்சிகளுடன் ஒத்துழைக்க மஜ்லிஸ் உறுதிபூண்டிருந்தது.[324]

பாகிஸ்தான் கோரிக்கை ஓர் 'அரசியல் தவறு' என்று அதன் தேர்தல் அறிக்கை அறிவித்தது. ஜின்னாவைப் பிற்போக்குவாதி, சுயநலவாதி என்று வர்ணித்தார். அவர்தான்

> சுதந்திரம் மற்றும் தேசிய ஒற்றுமை என்ற இலக்கை அடைவதற்கான பாதையை அடைத்தது. இத்தகைய தலைவர்கள் தலைமைப் பொறுப்பில் இருக்க அனுமதிக்கப்படும் வரை, இந்தியாவின் இரு பெரும் சமூகங்களுக்கிடையில் எந்தச் சமரசத்துக்கும் வாய்ப்பில்லை, நாட்டின் சுதந்திரத்தை அடைவதற்கான வாய்ப்பும் இல்லை. இந்தப் பிற்போக்குத்தனமான தலைமைதான் சுதந்திரப் போராட்டத்திலுள்ள 40 கோடி மக்களின் விருப்பத்திற்கு எதிராக பிரிட்டிஷ் அரசாங்கத்தின் கைகளிலுள்ள ஒரு சக்திவாய்ந்த ஆயுதமாகும்.[325]

பாகிஸ்தான் உருவாக்கத்திற்கு எதிராக முஸ்லிம்களை அணிதிரட்டுவதில் அதன் தலைவர் அப்துல் மஜித் குவாஜா முக்கியப் பங்கு வகித்தார். முஸ்லிம் லீக்கின் பிரிவினை அரசியலுக்கு எதிராக காங்கிரசுடன் இணைந்து வலுவான ஐக்கிய முன்னணியை உருவாக்க மஜ்லிஸ் பாடுபட்டது.[326] பாகிஸ்தானை ஏற்காத முஸ்லிம்களில் பெரும் பகுதியினர் உள்ளனர் என்ற உண்மையை வலியுறுத்தி பிரிவினைக்கு

எதிரான முஸ்லிம்களின் சித்தாந்தவாதியாக மாறினார். முஸ்லிம்களில் ஒரு சிறு பகுதியினர் மட்டுமே வாக்களிக்க அனுமதிக்கப்பட்டதால் முஸ்லிம் லீக்கின் தேர்தல் வெற்றிகள் போலியானவை. மற்ற தேசபக்த முஸ்லிம்களைப் போலவே அவரும் அனைவருக்குமான வாக்குரிமைக்காக உறுதிபூண்டிருந்தார்.[327]

முக்கிய பிரச்சினைகளில் காந்தி சமரசம் செய்து கொள்கிறார் என்று உணர்ந்தபோது குவாஜா காந்தியை எதிர்த்தார். தனித்தொகுதி விவகாரத்தில் சமரசம் செய்துகொள்ள காந்தி ஒப்புக்கொண்டபோது, காந்திக்கு கடுமையான வார்த்தைகளில் க்வாஜா ஒரு கண்டனக் கடிதத்தை எழுதினார், அது பின்வருமாறு இருந்தது:

> *உள்நாட்டுற போராட்டங்களில் உங்களுடன் தோளாடு தோள் நின்று போராடிய காங்கிரஸ் முஸ்லிம்களைத் தங்களுக்காகவும், தமது பதவிகளுக்காகவும், சம்பளங்களுக்காகவும், அரசாங்க இல்லங்களில் வழங்கப்படும் மதிய உணவுக்கும், இரவு உணவுக்கும் தவிர வேறெதையும் செய்யாத முஸ்லிம்களிடம் ஒப்படைக்கத் தயாராக இருக்கிறீர்கள் என்பதே இதன் பொருள். இதுவரை அவர்கள் (காங்கிரஸ் முஸ்லிம்கள்) அரசுக்கு எதிராகவும், தங்கள் சொந்தச் சமூகத்தின் சுயநலவாதிகளுக்கு எதிராகவும் போராடி வந்துள்ளனர். இப்போது அவர்கள் காங்கிரசால் தூக்கி எறியப்பட்டால், ஒன்று அவர்கள் களத்திலிருந்து முற்றிலுமாக வெளியேற வேண்டும் அல்லது இனிமேல் காங்கிரசை எதிர்த்துப் போராட வேண்டும்.*[328]

முஸ்லிம்களின் மீட்சி தாய்நாட்டின் மீட்சியில்தான் உள்ளது என்றும், இரு பெரும் சமூகங்களின் பரஸ்பர நம்பிக்கை மற்றும் நல்லெண்ணத்தில்தான் முஸ்லிம்களின் மீட்சி அடங்கியுள்ளது என்றும் குவாஜா உணர்ந்ததால் தனித்தொகுதி மற்றும் வகுப்புவாரிப் பிரதிநிதித்துவத்தையும் எதிர்த்தார்.[329]

ஒன்றுபட்ட இந்தியாவுக்காக உறுதிபூண்ட, இந்து-முஸ்லிம் தீர்வில் நம்பிக்கைகொண்ட முஸ்லிம்களுக்கு ஒரு செயலூக்கமான அரசியல் தளத்தை வழங்குவதற்காக மஜ்லிஸ் நிறுவப்பட்டது. வகுப்புவாதப் பிரச்சினையைத் தீர்க்க காங்கிரசுக்கும் முஸ்லிம் லீக்குக்கும் இடையிலான நேரடிப் பேச்சுவார்த்தைகளை அவர்கள் ஆதரித்தனர். 1944இல் காந்தி-ஜின்னா சந்திப்பு தோல்வியுற்றபோது அவர்கள் ஏமாற்றமடைந்தனர். பிரிவினைக்கு எதிரான முஸ்லிம்களை வழிநடத்துவதில் குறிப்பிடத்தக்க பங்கு வகித்த சில முக்கியத்

தலைவர்களை மஜ்லிஸ் கொண்டிருந்தது.³³⁰ 1947 ஜூனில் காங்கிரஸ் பிரிவினைக்கு உடன்பட்டபோது காங்கிரசுடன் உடன்பட அது மறுத்தது.

காஷ்மீர் தேசபக்த முஸ்லிம்கள்

முஷிருல் ஹசனின் கூற்றுப்படி, நாடு முழுவதிலும் அரசியல் நடவடிக்கைகளில் திடீர் எழுச்சி ஏற்பட்டபோது, முஸ்லிம்கள் பெரும்பான்மையாக உள்ள ஜம்மு & காஷ்மீர் மட்டும் அதற்கு விதிவிலக்காக இருக்கவில்லை.

*காஷ்மீர் மக்களிடையே தேசியவாத மற்றும் முற்போக்கு சக்திகளை வலுப்படுத்தியதில் முக்கால்வாசிக்கும் அதிகமானோர் முஸ்லிம்கள். 1932இல் நிறுவப்பட்ட ஜம்மு-காஷ்மீர் முஸ்லிம் மாநாடு அவர்களின் கோரிக்கைகளை அடையாளப்படுத்தியது. அதன் நிறுவனர் ஷேக் முகமது அப்துல்லா (1905-82) பின்வருமாறு கூறினார். பெயரில் முஸ்லிம் என்று இருந்தாலும், உணர்வில் அது தேசிய உணர்வைக் கொண்டிருந்தது. அனைத்துச் சமூகங்களின் நலனிலும் அக்கறைகொண்டிருந்தது. நாட்டின் முன்னேற்றம் இணக்கமான வகுப்புவாத உறவுகளில் அடங்கியுள்ளது என்றும், தனது போராட்டம் நாட்டின் விடுதலைக்கானது என்றும் அவர் 1931லும் மீண்டும் 1935லும் அறிவித்தார். அப்துல்லா இரு தேசக் கோட்பாட்டை நிராகரித்து, தனது மக்களின் எதிர்காலத்தை இந்திய தேசியத்துடன் ஐக்கியப்படுத்திக்கொண்டார்.*³³¹

ஜம்மு & காஷ்மீர் முஸ்லிம் மாநாடு என்ற பெயர் ஜம்மு & காஷ்மீரின் அனைத்துப் பிரிவுகளையும் ஒன்றிணைப்பதில் ஒரு தடையாக இருப்பதை உணர்ந்து, அவர் தேசிய மாநாட்டுக் கட்சி என்று பெயரை மாற்ற பிரச்சாரம் செய்தார் என்பது குறிப்பிடத்தக்கது. அனல் பறக்கும் நீண்ட பிரச்சாரத்திற்குப் பிறகு 1939 ஜூனில் முஸ்லிம் மாநாட்டின் சிறப்புக் கூட்டம் நடைபெற்றது. பெயர் மாற்றம் 172/176 என்ற பெரும்பான்மையால் அங்கீகரிக்கப்பட்டது.

ஒரு சிறந்த காஷ்மீர் தேசபக்த முஸ்லிம் தலைவரான ஷேக் முகமது அப்துல்லா பாகிஸ்தான் கோரிக்கை பற்றியும் அதில் தேசபக்த முஸ்லிம் ஆற்றவேண்டிய கடமை குறித்தும் விவாதிக்கும் போது அவர் அறிவித்தார்:

இந்தியாவை உடைக்கும் வகையில் பாகிஸ்தான் இருப்பதை நான் விரும்பவில்லை. அத்துடன் நாட்டின் சுதந்திரப் போராட்டத்தில்

முஸ்லிம்களை வழிநடத்த திரு.ஜின்னா சரியான மனிதர் இல்லை என்பதும் உண்மை, ஆனால் தேசியவாத முஸ்லிம்களின் செயலற்ற அணுகுமுறையே திரு.ஜின்னாவுக்கு இன்று வகிக்கும் நிலையை அளித்துள்ளது என்பதும் உண்மை. எனவே, திரு. ஜின்னாவை எதிர்த்துப் போராடுவது என்ற குறுகிய அர்த்தத்தில் அல்லாமல் நமது நாட்டின் சுதந்திரப் போராட்டத்தில் முஸ்லிம்களை முழு அர்ப்பணிப்புடன் ஈடுபடுத்த வேண்டும் என்ற பரந்த நோக்கிலானது, ஒரு சாதகமான தீர்வை உருவாக்கும் பொறுப்பு அவர்களையே சார்ந்தது. அதற்காக அவர்கள் காங்கிரசுக்கு உள்ளேயும், நாட்டின் உள்ளேயும் சுதந்திரமாகத் தங்கள் கருத்துகளை வெளிப்படுத்த வேண்டும். இதன் மூலம் மட்டுமே இந்திய முஸ்லிம்களைச் சுதந்திரப் போரின் படைவீரர்களாக நாம் ஒருங்கிணைக்க முடியும்.[332]

ஜம்மு காஷ்மீரில் முஸ்லிம் மக்கள்தொகை 3/4 என்ற விகிதத்தில் இருந்தாலும், முஸ்லிம் லீக் தொண்டர்களை விரல்விட்டு எண்ணிவிடலாம் என்பது குறிப்பிடத்தக்கது.

ஜாமியத் உலமா-ஏ-ஹிந்த்

மௌலானா மஹ்முதுல் ஹசன் தியோபந்தி, மௌலானா சையத் ஹுசைன் அகமது மதானி, மௌலானா அஹ்மத் சயீத் தெஹ்ல்வி, முப்தி கிபாயத்துல்லா தெஹ்லவி, முப்தி முஹம்மது நயீம் லுதியான்வி, மௌலானா அகமது அலி லாஹோரி, மௌலானா பஷீர் அகமது பட்டா, மௌலானா சையத் குல் பாட்ஷா, மௌலானா ஹிப்சுர் ரஹ்மான் சியோஹர்வி மற்றும் மௌலானா அப்துல் பாரி ஃபிரங்கி மெஹ்லி ஆகியோரை உள்ளடக்கிய முன்னணி முஸ்லிம் அறிஞர்களின் குழுவால் 1919ஆம் ஆண்டில் நிறுவப்பட்ட ஜாமியத் உலமா-இ-ஹிந்த் (இந்திய இஸ்லாமிய அறிஞர்களின் அமைப்பு) இரு தேசக் கோட்பாட்டையும், முஸ்லிம் லீக்கின் பிரிவினைத் திட்டத்தையும் எதிர்த்தது. அது ஒரு வெகுஜன அமைப்பாகும், அதன் நிறுவன அமைப்பு நாட்டின் அனைத்துப் பகுதிகளுக்கும் பரவியிருந்தது. அது இஸ்லாமிய அறிஞர்களின் அமைப்பாக இருந்தபோதிலும், தனது அறைகூவலின் பேரில் ஏராளமான முஸ்லிம்களை அணிதிரட்டும் திறனைப் பெற்றிருந்தது. பாகிஸ்தான் திட்டத்திற்கு எதிரான நிலைப்பாட்டின் காரணமாக முஸ்லிம் லீக்கர்களுடனான தெருச் சண்டைகளுக்கு வழிவகுத்தது.[333]

ஜாமியத்தின் நிறுவனர்களில் ஒருவரான மௌலானா உசேன் அகமது மதானி (1879-1957), இரு தேச எதிர்ப்பு இயக்கத்தின் முன்னணி

கோட்பாட்டாளர்களில் ஒருவராகவும், பாகிஸ்தான் எதிர்ப்பு இயக்கத்தின் முக்கியத் தலைவராகவும் இருந்தவர். அவர் தியோபந்தில் உள்ள தாருல் உலூமில் ஷைகுல் ஹதீஸ் (பள்ளிவாசலில் மெய் ஞான போதகர்).[334]

சுதந்திரப் போராட்டத்தில் மதானியின் தொடக்கம் ஒரு சுவாரஸ்யமான பின்னணியைக் கொண்டது. இவரது ஆசிரியர் மௌலானா மஹ்முதுல் ஹசன் (1851-1920) 1917ஆம் ஆண்டில் பட்டு கடிதச் சதியில் அவரது பங்கிற்காக பிரிட்டிஷாரால் தண்டிக்கப்பட்டுத் தெற்கு ஐரோப்பாவில் ஒரு பிரிட்டிஷ் காலனியான மால்டா தீவில் உள்ள சிறைக்கு அனுப்பப்பட்டார்.[335] மதானி தண்டிக்கப்படாத போதும், தன் ஆசிரியரைக் கவனித்துக்கொள்ளும் பொருட்டு அவருடன் செல்ல முன்வந்தார். மூன்று ஆண்டுகள் சிறையில் அடைக்கப்பட்டார். மற்ற பிரிட்டிஷ் எதிர்ப்பு அறிஞர்களுடன் மால்டாவில் சிறையில் மதானி தங்கியிருந்தது அவரை ஒரு முதிர்ச்சியான, தன்னலமற்ற சுதந்திரப் போராட்ட வீரராக மாற்றியது.[336] விடுதலைக்குப் பிறகு இந்தியா திரும்பிய அவர், இந்திய சுதந்திரப் போராட்டத்தில் தீவிரமாக ஈடுபட்டார். அவர் ஜமியத்தின் தலைவரானார், 1957இல் இறக்கும் வரை அவர் அப்பதவியில் நீடித்தார்.

மௌலானா ஹுசைன் அஹ்மத் மதானி ஒரு சிறந்த இஸ்லாமிய அறிஞர், சுதந்திரப் போராட்ட வீரர் மற்றும் ஒருங்கிணைந்த இந்திய தேசியத்தின் ஆதரவாளர். ஹுசைன் அகமது மதானியின் இந்திய தேசியத்திற்கான அர்ப்பணிப்பு, இஸ்லாத்தைச் சுதந்திரம், சமத்துவம், நீதி மற்றும் ஒட்டுமொத்த மனித இனத்தின் ஒத்துழைப்பு மற்றும் கௌரவத்திற்கான மதமாக அவர் விளங்கிக் கொண்டதன் விளைவாகும்.[337] முஸ்லிம் லீக், இந்து மகாசபை மற்றும் ஆர்.எஸ்.எஸ் ஆகியவற்றால் சித்தாந்த ரீதியாகயும் வெகுஜன ரீதியாகயும் பிரச்சாரம் செய்யப்பட்டு வந்த இரு தேசக் கோட்பாட்டைத் தனது தோழர்களுடன் சேர்ந்து தீவிரமாக எதிர்த்த ஒரு முழுமையான, அர்ப்பணிப்பு கொண்ட தேசபக்தர் ஆவார்.

மௌலானா மதானி ஒரு சிறந்த அமைப்பாளர், கூர்மையான விமர்சகர் அது மட்டுமல்லாமல், முஸ்லிம் லீக்கால் உறுதியாக விரட்டியடிக்கப்பட்ட வட இந்திய முஸ்லிம்களின் பொது மொழியான உருது மொழியில் இரு தேசக் கோட்பாட்டிற்கு எதிராகவும், ஒன்றுபட்ட தேசியவாதத்தை ஆதரித்தும் குறிப்பிடத்தகுந்த இலக்கியங்களை உருவாக்கிய ஒரு சிறந்த எழுத்தாளரும் கூட. 1938இல் வெளியிடப்பட்ட அவரது மிக முக்கியமான புத்தகமான முத்தாஹிதா

குவாமியத் அவுர் இஸ்லாம், (ஒன்றுபட்ட தேசியவாதம் மற்றும் இஸ்லாம்) ஓர் இஸ்லாமிய அறிஞரின் படைப்பாக அல்லாமல் ஓர் அரசியல் ஆய்வாளரின் படைப்பாக பரிணமித்தது.

இது அவர் இரு தேசக் கோட்பாட்டில் நம்பிக்கை கொண்டிருந்த சர் முகமது இக்பாலுடன் மேற்கொண்ட கடுமையான விவாதத்தின் விளைவாகும். மதானி 1937ஆம் ஆண்டில் ஓர் அறிக்கையில், "தற்போதைய யுகத்தில், நாடுகள் தேசிய இனத்தை அடிப்படையாகக் கொண்டவை, மதத்தை அல்ல" என்று கூறியிருந்தார்.[338] அவர் கூற்றுப்படி,

...கலாச்சார, மொழி மற்றும் மத ரீதியாக வேறுபட்டிருந்தாலும், இந்தியப் பிராந்திய எல்லைகளில் வசிக்கும் வெவ்வேறு மதங்களைப் சார்ந்த மக்கள் ஒரே தேசிய இனத்தவர் ஆவர். சாதி, நிறம், இனம், பண்பாடு, மதம் ஆகியவற்றின் அடிப்படையில் அவர்களைப் பிளவுபடுத்தும் எந்தவொரு முயற்சியும் ஆங்கிலேய ஆட்சியாளர்களின் மேலாதிக்கத்தை நிலைநிறுத்துவதற்காக மேற்கொள்ளப்படும் சதியாகும்.[339]

இக்பால், மதானியைக் கேலி செய்தும், அவரது அரபு மொழி மற்றும் இஸ்லாம் ஞானத்தைக் கிண்டலடித்தும் ஒன்றுபட்ட தேசியவாதக் கருத்துக்கு எதிராக மூன்று பாரசீகக் கவிதைகள் வழியே மிகவும் கோபத்துடன் எதிர்வினையாற்றினார். அது ஒரு,

முறைகேடான அவதூறு. மதானிக்கு அரபு தெரியவில்லை அல்லது அஜம் (அரபு மொழி அறியாதவர்) என்பதை மிகவும் எளிமையாக உணர்த்தியுள்ளது - மேலும் இது பாரம்பரிய அரபு பாடப்பிரிவில் மிக உயர்ந்த பயிற்சி பெற்ற ஒருவரைப் பற்றியது, இந்தியாவின் மிகவும் மதிக்கப்படும் இஸ்லாமியப் பாடசாலையின் முதல்வர் மற்றும் ஓர் அறிஞர்... நபிகளாரின் சொந்த அரபு நகரமான மதீனாவில் நீண்டகாலமாக வசித்து வந்தவர்... எல்லாவற்றிற்கும் மேலாக, மௌலானா மதானி ...நபிகளாரை விட்டு வெகு தூரம் சென்றுவிட்டார் என்பதை உணர்த்துகிறது.[340]

இந்த சர்ச்சை கூம் (தேசம்) மற்றும் மில்லத் (சமூகம்) ஆகியவற்றின் பொருளைச் சுற்றியே சுழன்றது. இக்பாலின் அவதூறுக்குப் பதிலளிக்கும் விதமாக மதானி, இந்த விவகாரம் குறித்தும், இக்பாலிடம் சிறந்த குணங்கள் இருந்தபோதிலும் "பிரிட்டிஷ் வித்தைக்காரர்களின் வசியத்திற்கு ஒரு மனிதன் இரையாவதில் ஆச்சரியமில்லை" என்பதை வலியுறுத்தியும் ஒரு புத்தகம் எழுத

முடிவு செய்தார்.[341] "இந்திய முஸ்லிம்களுக்கு ஒன்றுபட்ட தேசியம் குறித்த எந்தவொரு ஆலோசனையும் நெறிமுறையற்றது மற்றும் இஸ்லாமுக்கு விரோதமானது" என்ற இக்பாலின் கோட்பாட்டை அவர் ஏற்க மறுத்தார்.[342] அவர் "முஸ்லிம்கள், முஸ்லிம் அல்லாதவர்களுடன் ஒன்றுபட்டு அரசியலில் பணி செய்வதற்கும், வாழ்வதற்கும் இஸ்லாமிய அங்கீகாரம், குறிப்பாக, மதச்சார்பற்ற ஜனநாயகத்தைத் தழுவுவதற்கும்... உள்ளது என்பதை எவ்விதச் சமரசமும் இல்லாமல் நிறுவினார்".[343] இந்துக்களுடன் பழகுவது இஸ்லாமுக்கு எதிரானது என்ற இக்பாலின் வாதத்திற்கு எதிராக, முஸ்லிமல்லாதவர்களும் முஸ்லிம்களும் ஒரு தேசத்தினராக அடையாளப்படுத்தப்பட்டிருப்பதாக குர்-ஆன் வசனங்களை மதானி விரிவாக மேற்கோள் காட்டினார்.

மதானியின் கூற்றுப்படி மதீனாவில் முகமது நபியால் ஒன்றுபட்ட தேசியம் நடைமுறைப்படுத்தப்பட்டது. இது இந்தியர்களுக்கும் பொருந்தும், "இந்திய மக்கள் இந்தியர்களாக, ஒன்றுபட்ட தேசமாக (மத மற்றும் கலாச்சார வேறுபாடுகள் இருந்தபோதிலும்) ஒரு உறுதியான தேசமாக மாற வேண்டும், மேலும் அவர்களின் இயற்கையான உரிமைகளைப் பறித்த அந்நிய சக்திக்கு எதிராகப் போர் தொடுக்க வேண்டும்."[344] மதானியைப் பொருத்தவரை, காட்டுமிராண்டித்தனமான ஆட்சியை எதிர்த்துப் போராடவும், அடிமைத்தனத்தின் தளைகளை வெட்டி எறியவும் இந்தியர்களின் கைகளில் தேசியவாதம் மிகப்பெரிய கருவியாக இருப்பதாகக் கருதினார்.

இக்பால், ஜின்னா போன்றவர்களின் சிந்தனைகளையும், செயல்பாடுகளையும் குறிப்பிட்டு மதானி பின்வருமாறு எழுதினார்:

> *ஒன்றுபட்ட தேசியத்தின் மீதான வெறுப்பு முஸ்லிம்களின் இதயங்களிலும் மனதிலும் விதைக்கப்பட்டது. அது அவர்களின் மதம், கலாச்சாரம், ஆன்மீகக் கல்வி, ஒற்றுமை போன்றவற்றின் உணர்வை அழித்துவிடும் என்று அவர்களிடம் தொடர்ந்து கூறப்பட்டது. மனிதகுலத்தின் சேவையில் ஈடுபட்டுள்ள உலமாக்கள் 'ஆட்கொள்ளப்பட்ட ஆயர்கள் ' என்று முத்திரை குத்தப்படுகிறார்கள். இதில் சுவாரஸ்யமான விஷயம் என்னவெனில், நடைமுறை வாழ்வில் எந்த மதத்தையோ, மத நம்பிக்கையையோ வெளிப்படுத்தாதவர்கள், இஸ்லாமுக்குச் சேவை செய்தவர்களையும், மதப்பற்றின் முன்மாதிரியாக விளங்கியவர்களையும் ஏளனமாக விமர்சிக்கின்றனர்.*[345]

பாகிஸ்தானின் திட்டத்திற்கு எதிராக ஜாமியத் உலமா-இ-ஹிந்தின் வெகுமக்கள் இலக்கியம்

உருது மொழியில் வெகுஜன இலக்கியங்களை உருவாக்குவதன் மூலம் பாகிஸ்தான் குறித்த கருத்தியலின் ஆபத்துகளுக்கு எதிராகச் சாதாரண முஸ்லிம்களைப் பயிற்றுவித்துக் கருத்தியல் ரீதியாக எதிர்கொள்வதில் ஜமியத் முன்னணியில் இருந்தது.[346] எளிமையான விவாத நடையில் எழுதப்பட்ட இந்த இலக்கியம். முஸ்லிம்களுக்குத் தனிநாடு வேண்டும் என்பதற்கு ஆதரவாக முஸ்லிம் லீக் முன்வைத்த மத, அரசியல் வாதங்களை எதிர்த்தது. மத ரீதியாகவும், நடைமுறை ரீதியாகவும் பாகிஸ்தான் குறித்த திட்டம் எதிர்க்கப்பட்டது. இவ்விலக்கியங்கள் முஸ்லிம் லீக்கின் இரு தேசக் கோட்பாட்டிற்குச் சவால் விடுத்து, ஒன்றுபட்ட தேசம் என்ற கருத்தாக்கத்தை முன்வைத்தது.

தனித் தாயகத்திற்கான திட்டத்தைக் கோடிட்டுக் காட்டும் போது ஜின்னா இந்துக்களுக்கும் முஸ்லிம்களுக்கும் இடையிலான வேறுபாடுகளைப் பின்வரும் வார்த்தைகளில் விவரித்தார்:

> இந்துக்களும் முஸ்லிம்களும் சமூகம், கலாச்சாரம், இலக்கியம் என இரு வேறுபட்ட மதத் தத்துவங்களைச் சார்ந்தவர்கள். அவர்கள் தங்களுக்குள் திருமணம் செய்துகொள்வதும் இல்லை, ஒன்றாக உணவருந்துவதும் இல்லை, உண்மையில் அவர்கள் இரண்டு முரண்பட்ட சிந்தனைகள் மற்றும் கோட்பாடுகளை அடிப்படையாகக் கொண்ட வெவ்வேறு நாகரிகங்களைச் சேர்ந்தவர்கள். அவர்களின் வாழ்க்கை முறையும், வாழ்க்கை குறித்த பார்வையும் வேறுபட்டவை. இதன்படி இந்துக்களும் முஸ்லிம்களும் வெவ்வேறு வரலாற்று (தோற்றுவாய்களில்) ஆதாரங்களில் இருந்து உத்வேகம் பெறுபவர்கள் என்பது தெளிவாகிறது. இருவருக்கும் புராணங்கள் வெவ்வேறானவை, கடவுள்களும் அவர்களின் கதைகளும் வெவ்வேறானவை. பெரும்பாலும் ஒருவரின் நாயகர் மற்றவருக்கு எதிரியாக இருப்பார், அதேபோலவே அவர்களின் வெற்றிகளும் தோல்விகளும் ஒன்றுடன் ஒன்று முரண்பட்டிருந்தன. அத்தகைய இரண்டு தேசியங்களை, ஒன்றை எண்ணிக்கையில் சிறுபான்மையாகவும், மற்றொன்றை பெரும்பான்மையாகவும் ஒரே தேசத்தில் பிணைப்பது பெரும் அதிருப்தியை அதிகரிக்க மட்டுமே வழிவகுக்கும்.[347]

ஜாமியத் இலக்கியம் ஜின்னாவின் இந்தக் கருத்தை எதிர்த்துப் பின்வரும் உண்மைகளை முன்வைத்தது.

இந்தியாவில் முஸ்லிம்கள் குடியேறியதிலிருந்து இந்துக்களுடன் இணைந்து வாழ்கின்றனர். முஸ்லிம்கள் இந்தியாவில் இருக்கும் வரை அவர்கள் இந்துக்களுடன் சேர்ந்து வாழ வேண்டும். சந்தைகள், வீடுகள், இருப்புப் பாதைகள், டிராம் வண்டிகள், பேருந்துகள், லாரிகள், நீராவிக் கப்பல்கள், இரயில் நிலையங்கள் ஆகியவற்றில் இவர்கள் இணைந்து இருக்கின்றனர். கல்லூரிகள், தபால் நிலையங்கள், காவல் நிலையங்கள், நீதிமன்றங்கள், சபைகள், ஹோட்டல்கள் ஆகியவற்றில் இவர்கள் சேர்ந்தே காணப்படுகின்றனர். அவர்கள் சந்திக்காத இடம் இந்தியாவில் உண்டா? நீங்கள் ஒரு நிலக்கிழாராக இருந்தால், உங்கள் விவசாயக் கூலிகள் இந்துக்களாக இருக்கலாம் அல்லது இது தலைகீழாகவும் இருக்கலாம் என்பது உண்மை அல்லவா? நீங்கள் ஒரு வர்த்தகராக இருந்தால், உங்கள் வாடிக்கையாளர்கள் இந்துக்களாகவோ அல்லது இது தலைகீழாகவோ இருக்கலாம் என்பது உண்மை அல்லவா? நீங்கள் வக்கீலாக இருந்தால் கட்சிக்காரர்களில் இந்துக்கள் இல்லையா?[348]

சிறுபான்மையினராக, மூன்று கோடிக்கும் அதிகமான எண்ணிக்கையில் இருந்த பல்வேறு மாகாணங்களைச் சார்ந்த முஸ்லிம்கள் தொடர்பான முஸ்லிம் லீக்கின் கபட நாடகத்தை ஜாமியத் இலக்கியங்கள் அம்பலப்படுத்தின. துவக்கத்தில், முஸ்லிம் லீக் இந்த மாகாணங்களைச் சேர்ந்த முஸ்லிம்களைப் பாகிஸ்தானுக்காக மிகவும் தீவிரமாக அணிதிரட்டியது, ஆனால் இப்போது அதன் கோரிக்கையை முஸ்லிம் பெரும்பான்மை மாகாணங்களுடன் மட்டுப்படுத்திக்கொண்டது. மூன்று கோடி முஸ்லிம்கள் நட்டாற்றில் விடப்பட்டனர், அவர்களின் உரிமைகளும் பாதுகாப்பும் அச்சுறுத்தப்படுகிறது. பெரும்பான்மை மாகாணங்களில் உள்ள ஆறு கோடி முஸ்லிம்களுக்காக இந்த முஸ்லிம்கள் தியாகம் செய்ய வேண்டும் என்பதே முஸ்லிம் லீக்கின் வாதம். அவர்களின் காயங்களில் உப்பைத் தடவிக்கொண்டே ஜின்னா சிறுபான்மை முஸ்லிம்கள் பாகிஸ்தானுக்கு இடம்பெயரக் கோரினார்.

சிறுபான்மை மாகாணங்களைச் சேர்ந்த முஸ்லிம்களுக்கும் பாகிஸ்தானுக்கும் எந்தத் தொடர்பும் இல்லையென்றால், கடந்த பல ஆண்டுகளாக இந்தப் பகுதிகளில் உள்ள முஸ்லிம்களின் வாழ்க்கை நிலையும் துன்புறுத்தலும் ஏன் பெரிதுபடுத்தபட்டது என்று ஜமியத் கேட்டது?[349]

முஸ்லிம்கள் சிறுபான்மையினராக இருந்த ஐக்கிய மாகாணத்திலும், பீகாரிலும் பாகிஸ்தான் என்ற கருத்துக்கு பலத்த ஆதரவு அளிக்கப்பட்டதால்தான் இந்த வாதத்திற்கு இத்தனை அதிக மதிப்பு ஏற்பட்டது.

இந்திய சுதந்திரப் போராட்டத்தில் முஸ்லிம் லீக்கின் நம்பகத்தன்மையை அது கேள்விக்குள்ளாக்கியது. இந்து ஆதிக்கத்திலிருந்து விடுபடுவது பற்றி முஸ்லிம் லீக் பேசினாலும், அந்நிய ஆட்சியின் பிடியிலிருந்து இந்தியாவை விடுவிப்பது குறித்து மௌனம் சாதித்தது. இந்து மேலாதிக்கப் பூச்சாண்டியைப் பெரிதுபடுத்துவதுன் மூலம் முஸ்லிம் லீக் பிரிட்டிஷ் ஏகாதிபத்தியத்திற்கு எதிரான போராட்டத்தை வெறுமனே பலவீனப்படுத்துகிறது என்று ஜாமியத் வாதிட்டது. "பிரிட்டிஷ் ஆட்சி தொடர வேண்டும் என்பதற்காக முஸ்லிம் இந்தியா, இந்து இந்தியா என்ற முழக்கங்கள் இந்தியாவை பிளவுபடுத்தும் வகையில் எழுப்பப்படுகின்றன.[350] முஸ்லிம் லீக்கினர் தேசபக்த முஸ்லிம்களை இந்துக்களின் கைக்கூலிகள் என்று அழைத்ததாலும், இந்துக்களுடன் எந்தவொரு தொடர்பும் ஷரியாவுக்கு எதிரானது என்று ஃபத்வாவை(இஸ்லாமிய சட்டம்) இயற்றும் அளவிற்குச் சென்றதாலும், ஜாமியத் இலக்கியங்கள் நபிகள் நாயகத்தின் வாழ்க்கை மற்றும் அவரது காலங்களிலிருந்து சம்பவங்களையும், முஸ்லிம் அல்லாதவர்களுடன் செய்துகொள்ளப்பட்ட ஒப்பந்தங்கள் பற்றியும் அவர்களுடன் இணைந்து நடத்தப்பட்ட போர்கள் பற்றியும் முன்வைப்பதன் மூலம் எதிர்வினையாற்றின.[351]

மௌலானா ஹுசைன் அகமது மதானி, *உருது முஸ்லிம் லீக் கி 8 முஸ்லிம்ஸ் கத்சியாசி கல்த்தியான்* (முஸ்லிம் லீக்கின் எட்டு முஸ்லிம் விரோத அரசியல் தவறுகள்) என்ற பிரபலமான துண்டுப் பிரசுரத்தைத் தயாரித்தார், அது எட்டு முக்கியமான முஸ்லிம் விரோத அரசியல் தவறுகளை விவரிக்கிறது.[352] அவை உண்மையில் இந்தியாவுக்கும் எதிரானவை. வட்டமேசை மாநாடுகளின் போது ஆங்கிலேய ஆட்சியாளர்களுடன் பேச்சுவார்த்தை நடத்திய ஜின்னா உள்ளிட்ட முஸ்லிம் லீக் தலைவர்கள் இந்திய முஸ்லிம்களின் நலன்களுக்கு எவ்வாறு துரோகம் இழைத்தனர் என்பதை இந்தத் தவறுகள் சுட்டிக் காட்டின.

பிரிட்டிஷ் காலனித்துவ நலன்களுக்கு அடிபணிவது, வகுப்புவாத அடிப்படையில் இந்தியர்களைப் பிளவுபடுத்துவது மற்றும் முஸ்லிம் நலன்களுக்குத் துரோகம் செய்தது குறித்து கேள்விகளைக் கேட்டு 1946இல் 'முஸ்லிம் லீக்கிற்கு ஒரு திறந்த மடல்' ஒன்றையும்

அவர் எழுதினார்.[353] இரு தேசக் கோட்பாடு குறித்து முஸ்லிம் லீக் எப்போதும் ஜாமியத்துடன் நேரடி விவாதத்தைத் தவிர்த்து வந்தது என்பதும் உண்மை. 1947ஆம் ஆண்டில் ஜாமியத் உலமா-இ-ஹிந்தின் மத்தியச் செயலாளர் ஹிஃப்சுர் ரஹ்மான், இந்திய முஸ்லிம்களின் எதிர்காலம் குறித்து விவாதிக்க நாட்டின் பல்வேறு முஸ்லிம் அமைப்புப் பிரதிநிதிகளின் வட்ட மேசை மாநாட்டிற்கு ஜின்னாவை அழைத்தபோது, ஜின்னா வெளிப்படையாக அந்த வேண்டுகோளை நிராகரித்தார்.[354]

மே 1930இல் ஜாமியத் உலமா-இ-ஹிந்த் ஒத்துழையாமை இயக்கத்தில் காந்தியின் தலைமையை ஏற்றுக்கொண்டு காங்கிரஸ் தலைமையிலான சுதந்திர இயக்கத்தின் ஒரு பகுதியாக இருந்தது. மேற்கு உத்திரப் பிரதேசத்திலுள்ள அம்ரோஹாவில் நடைபெற்ற ஜமியத் மாநாடு (1930) முஸ்லிம்களை காங்கிரசில் சேருமாறு அறைகூவல் விடுத்ததுடன், சுதந்திரம் அடைவதற்கான செயல் திட்டத்தைத் தயாரிக்க ஒரு குழுவையும் நியமித்தது. ஜூன் மத்தியில், ஜமியத் 15,000 உறுப்பினர்களைப் பதிவு செய்தது மேலும் அதன் முன்னணி உறுப்பினர்களில் 100க்கும் மேற்பட்டோர் சிறைகளில் வாடினர். நாட்டின் பல்வேறு பகுதிகளில், ஜாமியத் தன்னார்வலர்கள் வெளிநாட்டுத் துணிகளைப் பயன்படுத்துவதைக் கைவிடுவதாக முஸ்லிம்களிடமிருந்து உறுதிமொழிகளைப் பெற்றனர். 1930 அக்டோபர் 11 அன்று தலைவர் கிபாயத்துல்லாவும், ‘போர் ஒருங்கிணைப்பின்’ செயலாளரும் இயக்குநருமான அஹ்மத் சயீத்தும் கைது செய்யப்பட்டு ஆறு மாதச் சிறைத்தண்டனை விதிக்கப்பட்டனர். 1930களின் மத்தியில், பிராந்தியத் தேசியம் என்ற கோட்பாட்டை முன்வைப்பதன் மூலம் சுதந்திரப் போராட்டத்தில் ஒன்றுபட்ட மற்றும் தனிப்பட்ட முஸ்லிம் பங்கேற்பை மதானி உறுதிசெய்தார். பிரிட்டீஷ் ஆட்சியிலிருந்து சுதந்திரம் பெறுவதன் மூலம் பொதுவாக இந்தியர்களின் நலன்களுக்கும், குறிப்பாக முஸ்லிம்களின் நலன்களுக்கும் பணியாற்ற முடியுமென்று ஜமியத் கருதியது. ஜமியத்தின் கூற்றுப்படி இந்தியாவின் சுதந்திரம் என்பது முஸ்லிம்களின் மதம், பண்பாடு மற்றும் நாகரீகச் சுதந்திரத்தைக் குறிக்கிறது.[355]

ஜூன் 3, 1947 அன்று மவுண்ட்பேட்டன் முன்வைத்த பிரிவினைத் திட்டத்தை ஜமியத் கடுமையாக விமர்சித்தது. ஓர் அறிக்கையில், “பிரிவினையின்றி ஏகாதிபத்தியம் விடைபெறாது” பிரிவினை இனி அதைத் தொடரும்.[356] என்று கூறியது. பாகிஸ்தான் நிறுவப்படுவதற்கு

வழி வகுத்த பிரிவினைத் திட்டத்திற்கு காங்கிரஸ் ஒப்புக்கொண்ட போது, ஜாமியத் அதற்கு உடன்பட மறுத்தது. இது தொடர்பான சிறப்புக் கூட்டத்தை அகில இந்திய காங்கிரஸ் கமிட்டி டெல்லியில் நடத்தியது. ஆசாத் வழிமொழிய, பிரிவினையை ஆதரித்து கோவிந்த் வல்லப பந்த் தீர்மானம் கொண்டு வந்தார். முஜாஹித்-இ-மில்லத் (சமூகத்தின் போர்வீரர்) என்றும் ஜாமியத் உலமா-இ-ஹிந்தின் முக்கியத் தலைவராகவும் அறியப்பட்ட தேசபக்த முஸ்லிம் ஹிஃப்ஸுர் ரஹ்மான் சியோஹர்வியின் எதிர்ப்புதான் மிகவும் கடுமையாக இருந்தது. காங்கிரஸ் தலைமையுடன் அனைவரும் முரண்பட வேண்டுமென்று கடுமையாக உரையாற்றிய அவர், அவர்களிடம் கூறியதாவது:

இந்தியப் பிரிவினையை ஆதரிப்பதற்காக முன்வைக்கப்படும் சூழ்நிலைச் சிக்கல்கள் மற்றும் அழுத்தங்களை விட இந்தியப் பிரிவினையின் விளைவு மிகவும் ஆபத்தானதாக இருக்கும் என்பதை நமது தலைவர்களுக்குப் பணிவுடன் தெரிவிக்க விரும்புகிறேன். இன்று இந்தியப் பிரிவினைத் திட்டம் காங்கிரஸ் மேடையில் ஏற்றுக் கொள்ளப்பட்டால், நமது வரலாறு, நமது நம்பிக்கைகள், பிரகடனங்கள் அனைத்தையும் நமது கைகளாலேயே துடைத்தெறிந்து கொண்டிருக்கிறோம் என்று பொருள். நாம் இரு தேசக் கோட்பாட்டுக்குச் சரணடைகிறோம்.[357]

ஏப்ரல் 16, 1946 அன்று அமைச்சரவைக் குழு உறுப்பினர்களான ஸ்டாஃபோர்ட் கிரிப்ஸ் மற்றும் ஏ.வி.அலெக்சாண்டர் ஆகியோருடன் நேருக்கு நேர் உரையாடிய ஹுசைன் அகமது மதானி பிரிட்டிஷ் அதிகாரத்தைத் திரும்பப் பெறுவது அவசியம் என்று அவர்களிடம் கூறினார். நாட்டிற்குக் கூட்டு வாக்காளர் தொகுதி வேண்டும் என்றும் அவர் கோரினார்.[358]

ஜாமியத் நாட்டின் பல்வேறு பகுதிகளில் முஸ்லிம்களின் மாபெரும் பொதுக் கூட்டங்களை ஏற்பாடு செய்தது. இதன் ஒரு நிகழ்வாக, ஜின்னா மற்றும் ஃபிரோஸ் கான் நூனுன் உரையாற்றிய முஸ்லிம் லீக் சட்டமன்ற உறுப்பினர்களின் மாநாடு நடைபெற்ற அதே சமயத்தில், ஏப்ரல் 17, 1947 அன்று டெல்லியில் பேரணி மற்றும் பொதுக்கூட்டம் நடைபெற்றது. மௌலானா ஹுசைன் அகமது மதானி தலைமையில் தேசபக்த முஸ்லிம்கள் உருதுப் பூங்காவில் பேரணி நடத்தினர். இது 100,000 க்கும் மேற்பட்ட முஸ்லிம்களை ஈர்த்தது. நேரு மற்றும் அஹ்ரார், ஜாமியத் உலமா-இ-ஹிந்த் மற்றும் முஸ்லிம் மஜ்லிஸ் போன்ற லீக் அல்லாத பிற கட்சிகளின்

தலைவர்கள் உரையாற்றினர். இந்தப் பேரணியை, அளவிலும், பிரதிநிதித்துவத் தன்மையிலும் அல்லா பக்ஷின் தலைமையின் கீழ் 1940-இல் டெல்லியில் நடைபெற்ற அகில இந்திய ஆஸாத் முஸ்லிம் மாநாட்டுடன் ஒப்பிடலாம். சையத் அட்டா உல்லா ஷா புகாரி என்ற சிறந்த பேச்சாளர், ஆறு மணி நேரத்திற்கும் மேலாகத் தனது பேச்சின் மூலம் பார்வையாளர்களைக் கட்டிப் போட்டிருந்தார். அவரது உரை நள்ளிரவு முதல் காலை 6 மணி வரை நீடித்தது. முஸ்லிம் லீக் கட்சியினர் கூட்டத்தில் எந்தப் பிரச்சினையையும் ஏற்படுத்தத் துணியவில்லை. ஒரு பத்திரிகை அறிக்கையின்படி,

> இந்தக் கூட்டத்திலும், இதற்கு முன்னர் முஸ்லிம் லீக் சார்பில் நடைபெற்ற பொதுக்கூட்டத்திலும் கலந்துகொண்டவர்கள், தேசியவாத முஸ்லிம்கள் கூட்டத்திற்கு வந்தவர்களின் எண்ணிக்கை, லீக் கூட்டத்திற்கு வந்ததைவிட ஐந்து மடங்கு அதிகம் என்று கூறுகிறார்கள்.[359]

மோமின் மாநாடு

அகில இந்திய மோமின் மாநாடு (1928இல் கல்கத்தாவில் அதன் முதல் மாநாடு நடைபெற்றது) பிரிவினைக்கு முந்தைய இந்தியாவில் வடக்கு மற்றும் கிழக்கு இந்திய முஸ்லிம்களின் மிகப்பெரிய பிரதிநிதித்துவ அமைப்புகளில் ஒன்றாகும். இது முக்கியமாக சமூகத்தில் பின்தங்கிய பிரிவினரான முஸ்லிம் கைவினைஞர்களை, குறிப்பாக நெசவாளர்களைப் பிரதிநிதித்துவப்படுத்தியது. முஸ்லிம் மக்கள் மத்தியிலிருந்த ஒடுக்கப்பட்ட, அடித்தள மக்களின் குரலாக மோமின் மாநாடு விளங்கியது. முஸ்லிம் சமூகத்தின் அடித்தட்டு மக்களான கைவினைஞர்கள் மற்றும் தொழிலாளர் வர்க்கத்தின் அமைப்பாக அது இருந்தது. அவர்கள் அரசியல் ரீதியாகவும், பொருளாதார ரீதியாகவும் பிரிட்டிஷ் ஆட்சியாளர்களிடமிருந்தும், சமூக ரீதியாக சக உயர்சாதி முஸ்லிம்களிடமிருந்து கையேந்தும் நிலையில் இருந்தனர். மான்செஸ்டர் மற்றும் லிவர்பூலிலிருந்து தனது தயாரிப்புகளை விற்க விரும்பிய கிழக்கிந்தியக் கம்பெனி இந்திய ஜவுளித் துறையை அழிக்க உறுதி பூண்டது.[360] இதன் விளைவாக, இந்தத் தொழிலின் முதுகெலும்பாக இருந்தவர்கள் அதன் தாக்குதலினால் பாதிக்கப்பட்டனர்.

அஷ்ராஃப் (எந்த உழைப்பும் செய்யாதவர்கள்; உயர் சாதி முஸ்லிம்கள்) மற்றும் அர்சால் (அடிமட்ட வேலை செய்யும் முஸ்லிம்கள்; தாழ்த்தப்பட்ட சாதி முஸ்லிம்கள்) அடிப்படையில் பிளவுபட்டிருந்த

முஸ்லிம் சமூகத்திற்குள் நிலவிய சாதியத்தையும் மோமின் மாநாடு எதிர்த்தது. உயர்சாதி முஸ்லிம்களால் இவர்கள் மீது இழைக்கப்பட்ட ஒடுக்குமுறையையும் அது எதிர்த்தது. அதன் அமர்வுகளில் நிகழ்த்தப்பட்ட உரைகளும், நிறைவேற்றப்பட்ட தீர்மானங்களும் இந்தியாவில் முஸ்லிம்களிடையே நிலவிய சாதியை, ஒழிக்கக் கோரும், உரத்த குரல் எழுப்பும் ஆவணங்களின் தொகுப்பாக அமைந்துள்ளன.³⁶¹ ரயீன்கள் (காய்கறி பயிரிடுபவர்கள் மற்றும் விற்பனையாளர்கள்), மன்சூரிகள் (பருத்தி அட்டைதாரர்கள்), இத்ரிசிகள் (தையல்காரர்கள்) மற்றும் குரைஷிகள் (இறைச்சி விற்பனையாளர்கள்) போன்ற பிற முஸ்லிம் தொழிலாளர் வர்க்கங்கள் அல்லது தாழ்த்தப்பட்ட சாதியினரை ஒன்றிணைக்க மோமின் மாநாடு முயன்றது.³⁶²

அமைப்பு ரீதியாக அது வடக்கு மற்றும் கிழக்கு இந்தியா முழுவதும் பரவியிருந்தது என்பதை அதன் வருடாந்திர மாநாடுகள் கல்கத்தா, கான்பூர், லாகூர், அம்பாலா, டெல்லி, கோரக்பூர், கயா போன்ற இடங்களில் நடைபெற்றன என்பதிலிருந்து அறியலாம்.³⁶³

இரு தேசக் கோட்பாட்டை எதிர்த்த முதல் பெரிய முஸ்லிம் அமைப்புகளில் இதுவும் ஒன்றாகும். இந்தச் சூழலில், 1939இல் கோரக்பூரில் நடைபெற்ற மோமின் மாநாட்டின் அகில இந்திய மாநாடு வரலாற்றுச் சிறப்புமிக்கதாக அமைந்தது. ஜஹீருதீன் தலைமையில் நடந்த இந்த அமர்வு, மோமின் மாநாட்டை ஒரு அரசியல் அமைப்பாக மாற்றியது, மேலும் காங்கிரஸுடன் சுதந்திரப் போராட்டத்தில் பங்கேற்கவும், இக்பால் மற்றும் ரஹ்மத் அலி முன்வைத்த இரு தேசக் கோட்பாட்டை எதிர்க்கவும் சந்தேகத்திற்கு இடமின்றி முடிவு செய்தது. அதில் கூறப்பட்டுள்ளதாவது:

மோமின் மாநாடு முழு விடுதலையைக் கோருகிறது என்பது மறுக்க முடியாத உண்மை. அது சுதந்திரத்தை விரும்புகிறது. இந்துக்கள், முஸ்லிம்களின் அரசியல் ஒற்றுமையையும், அவர்களுடைய கூட்டு நடவடிக்கையையும் ஆதரிக்கிறது. எந்தச் சூழ்நிலையிலும் இவ்வொற்றுமையை எதிர்ப்பவர்கள் கண்டிக்கப்பட வேண்டும்.

சுதந்திர இயக்கத்தில் முறையாகப் பங்கேற்க மோமின் நாடாளுமன்ற அமைப்பை நிறுவவும் முடிவு செய்யப்பட்டது. மோமின் மாநாட்டின் அடுத்தடுத்த அமர்வுகள், இரு தேசக் கோட்பாட்டிற்கு அதன் எதிர்ப்பு மிக உறுதியடைந்திருப்பதைப் பிரதிபலிக்கும் சான்றுகளாக அமைந்தன.³⁶⁴

1943ஆம் ஆண்டில் டெல்லியில் நடைபெற்ற மோமின் மாநாட்டின் 8 வது அமர்வு, இரு தேசக் கோட்பாட்டிற்கு எதிராக முக்கியக் கவனம் செலுத்தியது. இந்தக் காலகட்டத்தில் முஸ்லிம் லீக் பாகிஸ்தானுக்காகத் தீவிரப் பிரசாரத்தைத் தொடங்கியிருந்தது. மேலும் முஸ்லிம் லீக் இந்திய முஸ்லிம்களைப் பிரதிநிதித்துவப்படுத்துவதாக கூறுவது குறித்தும் அதன் தலைவரான ஜஹீருதீன் கேள்வி எழுப்பினார். மாநாட்டின் பொது அமர்வுக் கூட்டத்தில் திரண்டிருந்த பெருந்திரளான மக்களிடம், முஸ்லிம்களிடையே உள்ள சாதிய மற்றும் நிலப்பிரபுத்துவ சக்திகளை மட்டுமே முஸ்லிம் லீக் பிரதிநிதித்துவப்படுத்துகிறது என்றும், இந்தியாவின் ஒடுக்கப்பட்ட முஸ்லிம்களின் நலன்கள் மற்றும் உரிமைகளுடன் அதற்கு எந்தத் தொடர்பும் இல்லையென்றும் அவர் கூறினார். பாகிஸ்தானைப் பற்றிக் குறிப்பிடும்போது அவர் கூறியதாவது:

> *பாகிஸ்தான் குறித்த திட்டத்தை நாம் எதிர்க்கிறோம். நமது பொதுப்புத்திக்கு எட்டிய வரையில் அது சில பூகோளப் பகுதிகளுக்குச் சுயநிர்ணய உரிமை வழங்கப்படவுள்ளது பற்றியது. அப்பகுதிகளில் வசிக்காத முஸ்லிம்கள் ஏன் பாகிஸ்தானை ஆதரிக்க வேண்டுமென்று யாரும் எங்களுக்குச் சொல்லவில்லை... பாகிஸ்தான் திட்டம் நம்மை அழிவை நோக்கி அழைத்துச் செல்லும் கானல் நீர். அது நம்மை மரணத்திற்கும், கலவரத்திற்கும், கற்பழிப்பிற்கும் இட்டுச் செல்லும். பஞ்சாபிலுள்ள ஒரு முஸ்லிம் விவசாயிக்கு வெளியிலிருந்து வரும் ஒரு முஸ்லிமை விட ஓர் இந்து விவசாயி உடன் பொதுவான பல கூறுகள் உள்ளன என்பதை நாம் மறந்துவிடக் கூடாது.... பாகிஸ்தானைக் கோருவதன் மூலம் முஸ்லிம் லீக்கினர் நாட்டின் பிற பகுதிகளில் உள்ள இந்துக்களுக்கும் முஸ்லிம்களுக்கும் இடையே நிலவும் நட்புறவுக்கும் சகோதரத்துவத்திற்கும் பெரும் தீங்கு விளைவிக்கின்றனர்.*[365]

1943 அமர்வின் ஒரு முக்கியமான அம்சம் என்னவென்றால், பெண்கள் ஆயிரக் கணக்கில் கலந்துகொண்டனர். இதில் இரண்டாயிரத்துக்கும் மேற்பட்ட பிரதிநிதிகள் கலந்துகொண்டதுடன் பார்வையாளர்கள் வருகை 15,000 ஐ தாண்டியது. இதில் நிறைவேற்றப்பட்ட முதல் தீர்மானம், 4.5 கோடி மோமின்களின் ஒரே பிரதிநிதித்துவ அமைப்பு மோமின் மாநாடு என்கிற உண்மையை மீண்டும் வலியுறுத்தியது. எனவே, அவர்களைப் பிரதிநிதித்துவப்படுத்த வேறெந்த அமைப்புக்கும் உரிமை இல்லை. மோமின் மாநாட்டால் ஏற்றுக்கொள்ளப்படாத எந்த அரசியல் அல்லது அரசியலமைப்புத் தீர்வையும் அவர்களால்

ஏற்றுக்கொள்ள முடியாது என்று மோமின்கள் வலியுறுத்தினர். மற்றொரு தீர்மானத்தில், பருத்தி நூலுக்குக் கடும் தட்டுப்பாடு ஏற்பட்டுள்ளதால் கை நெசவாளர்களுக்கு ஆலை விலையில் நூல் வழங்கப்பட வேண்டுமென்று கோரப்பட்டது. யுத்தத்தின் காரணமாக நெசவுத் துறை ஏற்றம் கண்ட போதிலும், அதன் பலன்களில் பெரும்பாலானவை முதலாளிகளுக்கே சென்றடைகின்றன என்ற வேதனையையும் மாநாடு வெளிப்படுத்தியது. இதற்குத் தீர்வாக மோமின்கள் சுய உதவிக் குழுக்களை அமைத்துக் கொள்ள வேண்டுமென்று அது கேட்டுக்கொண்டது.[366] டெல்லி மாநாட்டில் தேசப் பிரிவினைக்கு எதிராகவும், இந்தியாவுக்கு உடனடியாக விடுதலை கிடைக்கக் கோரியும் தீர்மானம் நிறைவேற்றப்பட்டது. அதில் கூறப்பட்டுள்ளதாவது:

> இந்தியப் பிரிவினையைக் கோரும் முஸ்லிம் லீகின் லாகூர் தீர்மானத்தை அதன் எல்லா அம்சங்களிலும், நோக்கங்களைப் பரிசீலித்தும், தீர்மானத்திற்கு ஆதரவாக முன்வைக்கப்பட்ட வாதங்களையும், காரணங்களையும், இது தொடர்பாக திரு. ஜின்னா மற்றும் பிற லீக் தலைவர்களின் அறிக்கைகளையும் கருத்தில்கொண்டு, மோமின் மாநாட்டின் அபிப்பிராயம் என்னவெனில் இந்தியப் பிரிவினைத் திட்டம் நடைமுறைக்கு ஒவ்வாதது என்பது மட்டுமல்ல, தேவையற்றது, தேசப் பற்றற்றது, இவை எல்லாவற்றுக்கும் மேலாக முற்றிலும் இஸ்லாமுக்கு விரோதமானதும் இயற்கைக்கு மாறானதும் ஆகும். ஏனெனில் இந்தியாவின் பல்வேறு மாகாணங்களின் புவியியல் நிலையும், இந்துக்களும் முஸ்லிம்களும் ஒன்றோடொன்று கலந்த மக்கள்பிரிவும் இந்த முன்மொழிவுக்கு எதிராக உள்ளதுடன் இந்த இரண்டு சமூகங்களும் பல நூற்றாண்டுகளாக ஒன்றாக வாழ்ந்து வருகின்றன, அத்துடன் அவர்களுக்கு இடையே பொதுவான பல்வேறு அம்சங்கள் உள்ளன. இந்தியா சுதந்திரம் அடைந்த பிறகு அவர்கள் முழுமையான அமைதியுடனும் நல்லிணக்கத்துடனும் வாழ்வார்கள் என்பது உறுதி. இந்திய முஸ்லிம்களின் தேசபக்தியும் தேசியமும் தங்கள் அன்புக்குரிய தாய்நாடு பல பகை நாடுகளாக உயிருடன் கூறு போடப்படுவதை ஒருபோதும் சகித்துக்கொள்ளாது. எனவே, இந்தியப் பிரிவினை என்ற யோசனையைக்கூட மோமின் சமூகத்தினர் சகித்துக் கொள்ள மாட்டார்கள் என்றும், இந்தத் திட்டத்தை அமல்படுத்த முயற்சிகள் மேற்கொள்ளப்படுமானால், ஒட்டுமொத்தச் சமூகமும் தங்கள் முழு பலத்தையும் பிரயோகித்து

அதை எதிர்க்கும் என்றும் இந்த மோமின்களின் மாநாடு திட்டவட்டமாக அறிவிக்கிறது.[367]

மோமின் மாநாடு உள்நாட்டுப் பிரச்சினைகளுடன் தன்னை மட்டுப்படுத்திக் கொள்ளவில்லை. ஒரு குறிப்பிடத்தக்க தீர்மானத்தில் அது தென்னாபிரிக்காவின் நிறவெறி ஆட்சியைக் கண்டித்தது, அது அதன் இனவெறி ஆட்சியின் மூலம் பரந்த ஆப்பிரிக்கப் பெரும்பான்மையினருக்கு அடிப்படை மனித உரிமைகளை மறுத்து வருகிறது.[368] மாநாட்டுக்குப் பிந்தைய செய்தியாளர் அறிக்கையில், இந்தியர்கள் அடிமைகளாக இருக்கும் வரை உள்நாட்டுப் பிரச்சினைகளைத் தீர்க்க முடியாது என்று மோமின் மாநாட்டின் தலைவர் கூறினார். முஸ்லிம் லீக்கின் அணுகுமுறை தேசிய விடுதலைப் பாதையில் பயங்கரமான இடையூறுகளை உருவாக்கி வருவதாக அவர் குறிப்பிட்டார். அத்துடன் பிரிட்டிஷாரால் பட்டம் பெற்றவர்கள், நவாபுகள் மற்றும் வெகுஜனங்களுடன் எந்தத் தொடர்பும் இல்லாத நிலப்பிரபுக்களைக் கொண்ட கட்சி அது எனக் குறிப்பிட்டார். சுதந்திர இந்தியா அவர்களது நலன்களுக்கு எதிரானது என்பதால் அவர்கள் சுதந்திரத்துக்காகப் பாடுபடுவார்கள் என்று கருதவில்லை. அனைத்து மாகாணங்களும் ஒற்றை மத்திய அரசின் கீழ் தன்னாட்சி பெற்ற அரசாங்கங்களை அனுபவிக்கும் அரசியலமைப்புத் திட்டத்தை அவர் ஆதரித்தார்.

அத்துடன் சில காலத்திற்கு முன்பு சௌகத்துல்லா அன்சாரியின் வீட்டில் நடந்த ஆசாத் முஸ்லிம் போர்டு கூட்டம் குறித்த முக்கிய விவரங்களை சஹீருதீன் வெளியிட்டார்

ராஜகோபாலாச்சாரி அங்கு வந்து முஸ்லிம் லீக்கின் பாகிஸ்தான் கோரிக்கையை ஏற்குமாறு வாரிய உறுப்பினர்களைக் கேட்டுக் கொண்டார். ஆனால் இந்த ஆலோசனையை வாரிய உறுப்பினர்கள் ஏற்கவில்லை. இந்துக்களுக்கும் முஸ்லிம்களுக்கும் இடையே சமரசம் ஏற்படுமானால் தாங்கள் அதை வரவேற்போம் என்றும், முஸ்லிம் லீக்குடன் காங்கிரஸ் மேற்கொள்ளும் எந்தச் சமரசத்தையும் நாங்கள் ஏற்கமாட்டோம் என்றும் வலியுறுத்தினர். அத்துடன் இது முஸ்லிம் லீக்கை ஏற்காத கோடிக்கணக்கான முஸ்லிம்களுக்கு இழைக்கப்படும் அநீதியாகும். இதையடுத்து ராஜகோபாலாச்சாரி, கோடிக்கணக்கான முஸ்லிம்கள் பாகிஸ்தானின் திட்டத்தை தேசத்திற்கு மிகவும் தீங்கு விளைவிப்பதாகக் கருதுகின்றனர், ஆனால் சில இந்து நண்பர்கள் பாகிஸ்தான் திட்டத்தை ஏற்றுக்கொள்வது குறித்து சிந்திப்பதும், அதை நிறைவேற்ற

உழைப்பதை நினைக்கும் போதும் ஆச்சரியமாக இருக்கிறது என்று குறிப்பிட்டார்.[369]

மற்ற தேசபக்த முஸ்லிம் அமைப்புகளைப் போலவே ஜஹீருதீனும் மோமின் மாநாட்டின் சார்பாக வயது வந்தோர் வாக்குரிமைக்காக வலுவாக வாதிட்டார். அவரின் கூற்றுப்படி,

சட்டமன்றத் தேர்தல்களில் வயது வந்தோர் வாக்குரிமை ஏற்றுக் கொள்ளப்பட்டால், பெரும்பாலான இடங்கள் மோமின்களுக்குச் கிடைக்கும். முஸ்லிம் லீக்கிற்குச் சாதகமான வரையறுக்கப்பட்ட வாக்குரிமையின் காரணமாக, சட்டமன்றத்தில் தற்போதைய பிரதிநிதித்துவ நிலை, மோமின்களின் வலிமையை உண்மையாகப் பிரதிபலிப்பதாக இல்லை.[370]

கடந்த ஆண்டு மோமின் மாநாட்டில் இரண்டு லட்சம் உறுப்பினர்கள் இருந்தனர் என்றும், இது எதிர்காலத்தில் 50 லட்சமாக உயரும் என எதிர்பார்க்கப்படுகிறது என்றும் அவர் தெரிவித்தார்.

ஆங்கிலேய நிர்வாகம் முஸ்லிம் லீக்குடன் கூட்டுச் சேர்ந்துகொண்டு இந்த மாநாட்டைத் தோல்வியடையச் செய்ய முயன்றது. மோமின்கள் மாநாட்டின் தேதிகளை மாற்ற வேண்டிய கட்டாயம் ஏற்பட்டது, மேலும் பொதுப் பேரணியை நடத்தவும் அனுமதிக்கப்படவில்லை. மாநாட்டின் பிரம்மாண்டமான பந்தலுக்குத் தீ வைக்க முஸ்லிம் லீக்கினரால் ஒன்றுக்கும் மேற்பட்ட முறை முயற்சிகள் மேற்கொள்ளப்பட்டன.[371]

அகில இந்திய மோமின் மாநாட்டின் பத்திரிகையான மோமின் கெஜட் இரு தேசக் கோட்பாட்டிற்கு எதிராகப் பிரச்சாரம் செய்வதில் குறிப்பிடத்தக்க பங்காற்றியது. தொடர்ந்து முஸ்லிம் லீக்கிற்கு எதிரான கட்டுரைகளை வெளியிட்டு வந்தது. மௌலானா அபூ உமர் ஸகாரியா எழுதிய அத்தகைய ஒரு கட்டுரையில்:

லீக்: வகுப்புவாதத்தின் தொட்டிலாகும், அங்கு வெறுப்பும் சகிப்பின்மையும் பிறக்கின்றன. லீக்: சுயநல நோக்கங்களுக்காக ஏழைகள் படுகொலை செய்யப்படும் ஒரு கொலைக் கூடம். வல்லவர்களையும், ஆட்சியாளர்களையும் போற்றி கவிதை வாசிக்கும் இயந்திரம் -லீக். உயர்சாதியினரும் முதலாளிகளும் தங்கள் தீய நலன்களை விவாதிக்கும் மேடை அது. இந்தியாவை அடிமைத்தனத்தில் வைத்திருப்பதற்காக ஒன்றுபட்டுள்ள சொத்துடைய, வசதி படைத்த பிரிவினரின் ஊதுகுழல்- லீக்.[372]

மார்ச் 30, 1940 அன்று லாகூரில் முஸ்லிம் லீக் பாகிஸ்தானுக்கான திட்டத்தை நிறைவேற்றியது. அடுத்த பதினைந்து நாள்களுக்குள், மோமின்கள் அதன் பாட்னா அமர்வில் (ஏப்ரல் 19-22, 1940) விரிவான காரணங்களையும் வாதங்களையும் மேற்கோள் காட்டி இந்தத் திட்டத்தை எதிர்த்த முஸ்லிம் அமைப்புகளில் மோமின் நௌஜவான் மாநாடும் ஒன்றாகும்.[373]

மொய்னுதீன் தலைமையில் நடைபெற்ற தொடக்க அமர்விலேயே, மோமின் இளைஞர் மாநாடு அத்தகைய ஒரு திட்டம் நடைமுறைக்கு வந்தால், மோமின்கள் அதிக இடர்பாடுகளை அனுபவிக்க நேரிடும், எனவே, அவர்கள் ஒற்றைக் குரலில், தங்கள் சமூகம் நிச்சயமாக இரு தேசக் கோட்பாட்டை எதிர்க்கிறது என்று அறிவிக்க வேண்டுமென சந்தேகத்திற்கு இடமின்றி அறிவித்தது. முஸ்லிம் பெரும்பான்மை மாகாணங்களில், மோமின்களும் பிற உழைக்கும் வர்க்க முஸ்லிம்களும் தாழ்த்தப்பட்ட வர்க்கப் பிரிவில் வைக்கப்பட்டு, உயர் சாதி - உயர் வர்க்க முஸ்லிம்கள் என்று அழைக்கப்படுபவர்களால் சுரண்டப்படுகிறார்கள் என்ற அதிர்ச்சியூட்டும் யதார்த்தத்தை இது அடிக்கோடிட்டுக் காட்டியது. அஷ்ரபுகள் அல்லது முஸ்லிம்களிடையே உயர்சாதியினரின் நலன்களை மட்டுமே பிரதிநிதித்துவப்படுத்தும் முஸ்லிம் லீக்கை ஆளும் கட்சியாகக் கொண்ட பாகிஸ்தான் உருவாக்கம் நிலைமையை மேலும் மோசமாக்கும் என்று கணித்தது. மாநாட்டைச் சீர்குலைக்க முயன்ற முஸ்லிம் லீக் ஆதரவாளர்களை அது கண்டித்தது.

மாநாட்டின் முடிவில் தீர்மானம் நிறைவேற்றப்பட்டது. "இந்தியாவைப் பிரிப்பதற்கு முஸ்லிம் லீக் முன்வைத்துள்ள யோசனை மிகவும் தீங்கு விளைவிக்கக் கூடியதும் நடைமுறைக்குச் சாத்தியமற்றதும் ஆகும்."[374] மாநாடு மற்றொரு தீர்மானத்தின் மூலம் மோமின் சமூகத்தின் நிரந்தர இளைஞர் அமைப்பை உருவாக்குவது என்று முடிவு செய்தது. இது அகில இந்திய மோமின் நௌஜவான் மாநாடு என்று அழைக்கப்பட்டது.[375]

இந்த இளைஞர் மாநாட்டின் விவாதங்களின் ஒரு முக்கியமான அம்சம் என்னவென்றால், மோமின்களின் இளைய தலைமுறை தலைவர்கள் பாகிஸ்தான் திட்டத்தைக் கடுமையாக விமர்சித்ததுடன், அது இஸ்லாமியத்திற்கு எதிரானது, இயற்கைக்கு மாறானது, தேசப்பற்றற்றது என்பதுடன் முற்றிலும் நடைமுறைக்குச் சாத்தியமற்றது என்று வகைப்படுத்தியது. மாகாணங்கள் பூகோள ரீதியில் அமைந்திருப்பதால், நாட்டில் வசிக்கும் பல்வேறு சமூகங்கள்

ஒன்றோடொன்று பின்னிப் பிணைந்திருந்தன. அனைவரின் சமூக, பண்பாட்டு வாழ்க்கை பொதுவானதாக இருப்பதால், இந்தியாவை உயிருடன் கூறு போடுவது பற்றிப் பேசுவது பைத்தியக்காரத்தனம் என்று வலியுறுத்தப்பட்டது.[376]

1940 ஏப்ரல் மூன்றாவது வாரத்தில் புகழ்பெற்ற மோமின் தலைவர் அப்துல் கய்யூம் அன்சாரி தலைமையில் நடைபெற்ற பீகார் மாகாண மோமின் மாநாட்டின் முதல் அமர்வில் மோமின்கள் இரு தேசக் கோட்பாட்டைக் கடுமையாக எதிர்த்தனர். பிரிவினைத் திட்டம் முழுவதுமே அபத்தமானது, நடைமுறைக்கு ஒவ்வாதது மற்றும் இஸ்லாமின் உண்மையான கருத்தாக்கத்திற்கு எதிரானது என்று அன்சாரி சுட்டிக்காட்டினார். நாட்டைத் துண்டு துண்டாகத் துண்டாட நினைப்பவர்கள் துரோகிகள் என்றார். அனைத்து முஸ்லிம்களும் கலாச்சார ரீதியில் ஒன்றுபட்டவர்கள் என்ற முஸ்லிம் லீக்கின் கூற்றை அவர் எதிர்த்தார். அரேபிய அல்லது துருக்கி முஸ்லிம்களுடன் இந்திய முஸ்லிம்களுக்குக் கலாச்சார ரீதியாகப் பொதுவான பிணைப்பு என்ன உள்ளது என்று அவர் வினவினார். அதேபோல், வங்காள முஸ்லிம்களுக்கு, வடமேற்கு எல்லைப்புற முஸ்லிம்களுடன் எந்தக் கலாச்சார ஒற்றுமையும் இல்லை என்றார். மாறாக, வங்காள முஸ்லிம்கள் வங்காள இந்துக்களுடன் பொதுவான பண்பாட்டைக் கொண்டிருந்தனர். இனரீதியாக அவர்கள் இருவரும் ஒன்றுபட்டவர்கள் என்கிற உண்மையை அவர் வலியுறுத்தினார். அவர்கள் ஒரே மொழியைப் பேசினார்கள், ஒரே மாதிரியாக உடையை உடுத்தினார்கள், ஒரே மாதிரியாக வாழ்ந்தார்கள், ஏறக்குறைய ஒரே மாதிரியான உணவைத்தான் உட்கொண்டார்கள்.

மோமின் பீகார் மாகாண மாநாடு, பாகிஸ்தான் உருவானால் இந்தியாவில் எஞ்சியிருக்கும் முஸ்லிம் புனித இடங்கள் குறித்த பிரச்சினையையும் எழுப்பியது. பொருளாதார அரங்கில், பாகிஸ்தான் திட்டம் நடைமுறைக்கு வந்தால் இரும்பு, நிலக்கரி, மைக்கா போன்ற முக்கியத் தொழில்களுக்கான பெரும்பாலான மூலப்பொருட்கள் இந்திய எல்லைக்குள் அடங்கியுள்ளது என்பதால், முஸ்லிம் மாநிலங்கள் இந்தியாவைச் (முஸ்லிம் லீக்கின் கூற்றுப்படி அது இந்து இந்தியா) சார்ந்திருக்க வேண்டியிருக்கும் . பாகிஸ்தான் மாகாணங்களின் நிதி ஆதாரங்களும் கூட மிகவும் வரம்புக்குட்பட்டவையாக இருப்பதால் பாதுகாப்பு, ரயில்வே முதலியவற்றுக்கான செலவுகளைச் சமாளிக்க அவை இயலாது. பாகிஸ்தானின் திட்டம் முஸ்லிம்கள் மற்றும் இஸ்லாத்தின்

நலனுக்குத் தீங்கு விளைவிப்பதாக மாநாடு வலியுறுத்தியது. முஸ்லிம் வெகு மக்கள் மீது ஆதிக்கம் செலுத்த விரும்பும், முதலாளித்துவ முஸ்லிம்களின் நோக்கத்திற்குச் சேவை செய்வதற்காக மட்டுமே அது வடிவமைக்கப்பட்டது, அவர்கள் இந்து-முஸ்லிம் வெறுப்பு மற்றும் வகுப்புவாதத்தை முன்னிலைப்படுத்தி மட்டுமே செழித்து வளர முடியும்.[377] மாநாட்டின் முடிவில் நாட்டுப் பிரிவினைக்கு எதிரான தீர்மானம் நிறைவேற்றப்பட்டது. அது பின்வருமாறு அறிவித்தது

> இந்தியப் பிரிவினைத் திட்டம் நடைமுறைக்கு ஒவ்வாதது என்பது மட்டுமல்ல, தேசப் பற்றற்றது, இவை எல்லாவற்றுக்கும் மேலாக முற்றிலும் இஸ்லாமுக்கு விரோதமானதும் இயற்கைக்கு மாறானதும் ஆகும். ஏனெனில் இந்தியாவின் பல்வேறு மாகாணங்களின் புவியியல் நிலையும், இந்துக்களும் முஸ்லிம்களும் ஒன்றோடொன்று கலந்த மக்கள்பிரிவும் இந்த முன்மொழிவுக்கு எதிராக உள்ளதுடன் இந்த இரண்டு சமூகங்களும் பல நூற்றாண்டுகளாக ஒன்றாக வாழ்ந்து வருகின்றன, அத்துடன் அவர்களுக்கு இடையே பொதுவான பல்வேறு அம்சங்கள் உள்ளன.[378]

முஸ்லிம் லீக்கின் மனிதாபிமானமற்ற சமூக உலகக் கண்ணோட்டத்தின் காரணமாக மோமின்கள் முஸ்லிம் லீக்கின் மீது ஒவ்வாமை கொண்டிருந்தனர். முஸ்லிம் லீக், சாதியப் படிநிலையில் நம்பிக்கை கொண்ட அஸ்பிராஃபி என்றழைக்கப்பட்ட இந்திய முஸ்லிம்களின் உயர்சாதிப் பகுதியினரைப் பிரதிநிதித்துவப்படுத்தியது, அவர்களால் வழிநடத்தப்பட்டது. முஸ்லிம் லீக் ஆட்சிக்கு வந்தவுடன் அது முஸ்லிம் உயர்சாதி மேட்டுக்குடியினரின் ஆட்சியாக இருக்கும் என்ற உண்மையை மோமின்கள் அறிந்திருந்தனர், ஏனெனில் அவர்கள் தொடர்ந்து சமூக ரீதியாகத் துன்புறுத்தலில் ஈடுபடுவார்கள். பீகார் மாகாண மோமின் மாநாட்டு அரங்கம் சாதி ஒடுக்குமுறை குறித்து விரிவாக விவாதித்தது. உயர்சாதி முஸ்லிம்கள் மோமின்கள் மீது இழைத்த ஒடுக்குமுறைகளைப் பேச்சாளர்கள் விவரித்தனர். அவர்கள் மனிதர்களாகக் கண்ணியமான வாழ்க்கையை வாழ அனுமதிக்கப்படவில்லை; அவர்கள் கால்நடைகளைப் போல நடத்தப்பட்டு பெரும் அவமானத்திற்கு ஆளாக்கப்பட்டனர். ஏழை மற்றும் ஒடுக்கப்பட்ட முஸ்லிம்களான மோமின்களுக்கு ஏற்பட்ட விழிப்புணர்வினால் இந்த அடக்குமுறை மேலும் அதிகரித்துள்ளதாகவும் சுட்டிக் காட்டப்பட்டது.

சாதியத் துன்புறுத்தலை மூடிமறைப்பதற்காகவே, முஸ்லிம் லீக் இஸ்லாமுக்கு ஆபத்து ஏற்பட்டுள்ளது என்ற பிரச்சினையை

எழுப்புவதாக மோமின் மிகத் தெளிவாகக் கூறினார். ஆபத்தில் இருந்தது இஸ்லாம் அல்ல, மாறாக முஸ்லிம்களிடையே உள்ள உயர்சாதியினரின் சமூக மேலாதிக்கம் தான் எதிர்ப்புக்கு உள்ளாகியுள்ளது. பீகாரின் பெட்டியா உட்கோட்டத்தில் உள்ள தப்பா தியோராஜில் மோமின்களின் கல்லறைகள் சேதப்படுத்தப்பட்டு, அதன் மீது சகதியும் மலமும் வீசப்பட்ட சம்பவத்தை மாநாடு வன்மையான வார்த்தைகளால் கண்டித்தது. இது மோமின்களின் உணர்வுகளையும் சுயமரியாதையையும் புண்படுத்துவதற்காகச் செய்யப்பட்டது. மோமின்கள் இதற்கு எதிர்ப்பு தெரிவித்தபோது, உயர் சாதி முஸ்லிம்கள் அவர்களிடம், கல்லறைகள் தாழ்த்தப்பட்ட முஸ்லிம்களுக்குச் சொந்தமானவை என்றும், உயர்சாதி முஸ்லிம்களுக்கு வழங்கப்படும் அதே மரியாதையை அவர்களும் பெற முடியாது என்றும் கூறினர். மோமின்கள் மற்றும் இதர பிற்படுத்தப்பட்ட சாதிகள் குறித்து அவதூறான வாசகங்கள் அடங்கிய அரசால் அங்கீகரிக்கப்பட்ட பாடப் புத்தகங்களின் உள்ளடக்கம் குறித்தும் அது விவாதித்தது. பிற்படுத்தப்பட்ட சாதியினரை இழிவுபடுத்தும் இதுபோன்ற பாடப் புத்தகங்களுக்கு பீகார் பாடநூல் கமிட்டி ஒப்புதல் அளிக்கக் கூடாது என்றும் அது கோரியது.[379]

பாகிஸ்தானுக்கான முஸ்லிம் லீக்கின் லாகூர் தீர்மானம் நிறைவேற்றப்பட்ட உடனேயே, மோமின்கள் அதைக் கண்டித்து தொடர்ச்சியான கூட்டங்கள் மூலம் பதிலளித்தனர் என்பது குறிப்பிடத்தக்கது. பாட்னாவிலிருந்து ஒரு முன்னணி ஆங்கில நாளிதழ் பின்வருமாறு குறிப்பிட்டது:

> கடந்த வார இறுதியில் இங்கு நடைபெற்ற பல்வேறு மோமின் மாநாடுகளின் நடவடிக்கைகளில் பாகிஸ்தானின் முயற்சிக்குச் சமரசமற்ற எதிர்ப்பே முக்கிய அம்சமாக இருந்தது. பிரதிநிதிகளின் எண்ணிக்கை, பார்வையாளர்களின் எண்ணிக்கை, விவாதங்களின் தன்மை, விவாதப் பொருள் ஆகியவற்றைக்கொண்டு மாநாடுகள் சந்தேகத்திற்கு இடமின்றி வெற்றி பெற்றதாகக் கணிக்கலாம். சிறு துவக்கங்களிலிருந்து மோமின் இயக்கம் அளவிலும் வீச்சிலும் பெரிதாக வளர்ந்துள்ளது...[380]

முஸ்லிம் லீக் தவறான கொள்கைகளை அடிப்படையாகக் கொண்டது, அதன் சமூக இருப்பு குறுகியது, இயல்பிலேயே அது கோழைத்தனமானது, எனவே சாதாரண முஸ்லிம்களின் நலன்களுக்குச் சேவை செய்ய முடியாது என்ற கருத்தை மோமின் மாநாடு உறுதியாகக்கொண்டிருந்தது.[381] ஸ்மித்தின் கூற்றுப்படி,

கட்சி [அகில இந்திய மோமின் மாநாடு] லீக்கையும், திரு. ஜின்னாவையும், பாகிஸ்தானையும் எதிர்க்கிறது. முஸ்லிம் 'சமூகத்தின்' பிற்படுத்தப்பட்ட பிரிவினருக்கு லீக் சிறிதும் அனுதாபம் காட்டாது என்று அது கருதுகிறது...[382]

அகில இந்திய மோமின் மாநாட்டின் செயற்குழு கூட்டாக டெல்லியில் அகில இந்திய சுதந்திர முஸ்லிம் மாநாட்டைக் கூட்டி பாகிஸ்தான் பிரச்சினையைப் பரிசீலிக்க முடிவு செய்தது, இதை நாம் ஏற்கெனவே அத்தியாயம் 5 இல் விரிவாக விவாதித்துள்ளோம்.[383]

நாட்டுப் பிரிவினைக்கு காங்கிரஸ் உடன்பட்டபோது மோமின் மாநாடு கடுமையாகக் கண்டித்தது. காங்கிரஸ் செயற்குழுவின் விவாதத்திற்கு வைக்கப்பட்ட பிரிவினையை ஆதரித்து முன்மொழியப்பட்ட தீர்மானத்தை வகுப்புவாத, தேச விரோத மற்றும் நாட்டிற்கு அழிவை ஏற்படுத்தக் கூடியது என்று அது விவரித்தது. காங்கிரஸ் காரிய கமிட்டித் தீர்மானம் தேசபக்த முஸ்லிம்களைக் கடுமையான மற்றும் மிகவும் சங்கடமான நிலைக்குத் தள்ளியுள்ளது என அது பிரகடனம் செய்தது.[384]

மஜ்லிஸ்-இ-அஹ்ரார்-இ-இஸ்லாம்

அஹ்ரார்கள் என்று பொதுவாக அறியப்படும் மஜ்லிஸ்-இ-அஹ்ரார்-இ-இஸ்லாம் (இஸ்லாம் விடுதலைக்கான பேரவை) ஒன்றுபட்ட இந்தியாவுக்காக உறுதி பூண்டதுடன் முஸ்லிம் லீக்கால் தீவிரமாகப் பிரச்சாரம் செய்யப்பட்ட இரு தேசக் கோட்பாட்டை எதிர்த்த, முக்கிய வெகுஜன அடிப்படையிலான முஸ்லிம் அமைப்புகளில் ஒன்றாகும். கிலாபத் கமிட்டிகளிலிருந்து பிரிந்து வந்த பஞ்சாபி முஸ்லிம்களின் குழுவால் 1929இல் இவ்வமைப்பு உருவாக்கப்பட்டது. வசதி படைத்த விவசாயிகள் மற்றும் முஸ்லிம்களில் கீழ் மத்தியதர வர்க்கத்தினரின் ஆதரவைப் பெற்றது. அதன் முக்கிய ஆதரவுத் தளம் பஞ்சாபில் இருந்தாலும், வடக்கு மற்றும் மேற்கு இந்தியாவிலும் கூட அதற்குக் கணிசமான ஆதரவு இருந்தது. முஷிருல் ஹசனின் கூற்றுப்படி

> அவை சுதந்திரத்திற்கான தீவிரமான, வெளிப்படையான உத்வேகம் உள்ளிட்ட பழைய கிலாபத் இயக்கப் பாரம்பரியத்தின் சில கூறுகளை ஓரளவு வெளிப்படுத்தின. குடாய் கித்மத்கர்களைப் போலவே, அவர்களும் நிலையாகவும், ஆர்வத்துடனும், உத்வேகத்துடனும் ஒத்துழையாமை இயக்கத்தில் [1930] தீவிரமாகப் பணியாற்றிப் பெரும் எண்ணிக்கையில் சிறைக்குச் சென்றனர்.[385]

‘லூதியான்வி உலமா’ என்று அறியப்பட்ட முஸ்லிம் அறிஞர்களின் குழுவைப் பிரதிநிதித்துவப்படுத்தியவரும், அமைப்பின் நிறுவனர்களில் ஒருவரும் மிக முக்கியமான சித்தாந்தவாதியுமான ஹபீபுர் ரஹ்மான் லூதியான்வி (1892-1956),[386] இந்திய சோஷலிஸ்டுகளுக்கு ஒத்த சுதந்திர இந்தியா குறித்த தனது பார்வையைப் பின்வருமாறு விளக்கினார்:

> *இந்தியாவின் அனைத்துப் பிரச்சினைகளுக்குமான தீர்வு விவசாயிகளையும் தொழிலாளர்களையும் அணிதிரட்டுவதும், முதலாளித்துவ அரசாங்கத்திற்குப் பதிலாக வறிய மக்களின் அரசை நிறுவுவதும் ஆகும். நான் ஒரு காங்கிரஸ்காரனாக இருந்தாலும், எப்பொழுதும் காங்கிரஸ் பதாகையின் கீழ் பணியாற்றியிருந்தாலும், காங்கிரசின் அனைத்து உழைப்பும், தியாகங்களின் பலனும், இந்திய அரசு பிரிட்டிஷாரின் கைகளிலிருந்து விடுபட்டு இந்திய முதலாளிகளின் கைகளுக்குச் செல்வதைத் தவிர வேறெதுவுமில்லை எனச் சொல்வதில் எனக்கு எந்தத் தயக்கமும் இல்லை. விவசாயிகளும் தொழிலாளர்களும் காங்கிரஸைப் பலவந்தமாகக் கைப்பற்றி அனைத்து முதலாளித்துவ சக்திகளும் காங்கிரஸிலிருந்து தூக்கியெறியப்படும் போது மட்டுமே இதைத் தடுக்க முடியும். இதன்மூலம் மட்டுமே லாகூரில் காங்கிரஸ் நிறைவேற்றிய முழுமையான சுதந்திரத் தீர்மானத்தை நிறைவேற்ற இயலும்.*[387]

ஹபீபுர் ரஹ்மானின் மேற்கண்ட வார்த்தைகள் பகத்சிங்கின் வார்த்தைகளை வியக்கத்தக்க வகையில் ஒத்திருந்தன. முஸ்லிம் தொழிலாள வர்க்கப் பகுதிகளில் கூட்டங்களை நடத்துவதன் மூலம் போராட்டத்தை வீதிக்கு எடுத்துச் சென்றது பாகிஸ்தான் திட்டத்திற்கு எதிராக அஹ்ரார் அணிதிரட்டலின் ஒரு முக்கிய அம்சம் ஆகும், அதில் உள்ளூர் விவசாயிகள் மற்றும் தொழிலாளி வர்க்கப் போராட்டங்களுடனான ஒருமைப்பாடு தொடர்ந்து வலியுறுத்தப்பட்டது. உதாரணத்திற்கு ஒன்றைக் குறிப்பிட வேண்டுமானால், முஸ்லிம் லீக்கிற்கு எதிராக முஸ்லிம் வெகுமக்ககளை அணிதிரட்டுவதற்காக அது அகமதாபாத்தின் தொழிலாள வர்க்கப் புறநகர்ப் பகுதியான கோம்திபூரில் ஒரு கூட்டத்தை நடத்தியது. கூட்டத்தில் அஹ்ரார் பேச்சாளர்கள் முஸ்லிம் லீக்கின் அரசியல் சதி விளையாட்டை அம்பலப்படுத்தியதோடு மட்டுமல்லாமல், உள்ளூர் தொழிற்சங்க போராட்டங்களுக்குத் தங்களது ஆதரவை வெளிப்படுத்தினர். முஸ்லிம் லீக் ஆதரவுச்

சக்திகள் கூட்டத்தைச் சீர்குலைக்க முயன்றன, ஆனால் அவர்கள் விரட்டியடிக்கப்பட்டனர்.[388]

இதுபோன்ற கூட்டங்கள் இந்தியாவின் பல்வேறு பகுதிகளில் தொடர்ந்து நடத்தப்பட்டு வந்தன. இந்தியாவின் அப்போதைய மிகப் பெரிய விவசாயிகளின் அமைப்பான கிஸான் சபாவுடன் இணைந்து அஹ்ரார்கள் 1940 ஏப்ரல் 22 அன்று பாட்னாவின் மாபெரும் பங்கிபூர் மைதானத்தில் ஒரு பெருந்திரள் கூட்டத்தை நடத்தினர். அதில் கீழ்க்கண்ட தீர்மானம் நிறைவேற்றப்பட்டது:

பாட்னா நகர மக்களின் இந்தக் கூட்டம், பூகோள ரீதியாகவும், வரலாற்று ரீதியாகவும், சமூக ரீதியாகவும், அரசியல் ரீதியாகவும் இந்தியர்கள் ஒரே தேசியம் என்பதை உறுதிப்படுத்துகிறது. இந்த நாட்டின் அரசியல் அமைப்பைச் செயற்கையாகத் துண்டாடும் எந்த முயற்சியையும் மக்கள் சகித்துக்கொள்ள மாட்டார்கள். முஸ்லிம் லீக்கால் முன்மொழியப்பட்ட பாகிஸ்தான் திட்டம் என்று அழைக்கப்படுவது இக்கூட்டத்தின் பரிசீலனையின்படி பொதுவாக ஒட்டுமொத்த தேசத்திற்கும், குறிப்பாக முஸ்லிம் சமூகத்திற்கும் பேரழிவுகரமானதும் நடைமுறைக்குச் சாத்தியமற்றதுமாகும்.

கிழக்கிந்தியாவின் புகழ்பெற்ற விவசாயத் தலைவரான சுவாமி சகஜானந்த சரஸ்வதி பிரிட்டிஷ் அரசாங்கத்தால் கைது செய்யப்பட்டதை எதிர்த்துக் கூட்டத்தில் தீர்மானம் நிறைவேற்றப்பட்டது. இந்தக் கூட்டத்திற்கு ஜாம்ஷெட்பூர் தொழிலாளர் சங்கத்தின் தலைவர் அப்துல் பாரி தலைமை தாங்கினார்.[389]

முஸ்லிம் லீக்கின் பிரிவினைத் திட்டத்தைக் கண்டித்து, மௌலானா தாஜுதீன் தலைமையில் டெல்லியில் ஜும்மா மசூதியில் நடைபெற்ற அஹ்ரார்களின் பிரம்மாண்டமான கூட்டம், வேலைநிறுத்தத்தில் ஈடுபட்டிருந்த சஹரன்பூர் ஆலைத் தொழிலாளர்களுக்கு ஆதரவைத் தெரிவித்தது.[390]

இந்திய சுதந்திரத்திற்கான ஒன்றுபட்ட போராட்டத்தில் அஹ்ரார்கள் ஓர் உறுதிமிக்க, தீவிரமான ஊக்கமளிக்கும் பாத்திரத்தை வகித்தனர். அது எப்போதும் இந்து-முஸ்லிம் ஒற்றுமைக்காக உறுதியாக நின்றது. ஸ்மித்தின் கூற்றுப்படி

அவர்கள் உறுதியாக பிரிட்டிஷாருக்கு எதிரானவர்கள்; சமூக ரீதியாகக் குறிப்பிடத்தக்க வகையில் தீவிரமானவர்களாக இருந்தனர்.

பஞ்சாப் முழுவதுமாகவும் அதன் அண்டைப் பகுதிகளிலும் அவர்கள் பெரும் எண்ணிக்கையிலான ஆதரவாளர்களைக் கொண்டிருந்தனர். குறுகிய காலத்திற்குள் அது நன்கு ஒழுங்கமைக்கப்பட்டிருந்ததுடன்; வடமேற்குப் பகுதியில் முதன்மையான முஸ்லிம் கட்சியாகவும் இருந்தது.[391]

1939 செப்டம்பரில் இரண்டாம் உலகப் போர் வெடித்தபோது, அதை முற்றிலும் ஏகாதிபத்தியப் போர் என்று அறிவித்த முதல் அமைப்பு அஹ்ரார் அமைப்பாகும். ஜாமியத் உலமா-இ-ஹிந்த் அமைப்பினரும் அஹ்ரார்களும் அரசின் அடக்குமுறையால் பெரிதும் பாதிக்கப்பட்டனர், ஏனெனில் அரசியல் ரீதியாக அவர்கள் பெரும்பாலும் காங்கிரஸின் செயல் வழியையே பின்பற்றினர்.[392] அஹ்ரார்கள் இரண்டாம் உலகப் போருக்கு எதிராகச் செப்டம்பர் 1939க்கும் மே 1943க்கும் இடையில் குறிப்பிடத்தக்க எதிர்ப்பைக் கட்டமைத்தனர். ஏறத்தாழ அதன் எட்டாயிரம் உறுப்பினர்களுக்கு 3-5 ஆண்டுகள் கடுங்காவல் தண்டனையும் விதிக்கப்பட்டது. மேலும் அதன் தலைவர்களில் ஐம்பதுக்கும் மேற்பட்டோர் போர் எதிர்ப்பு நடவடிக்கைகளில் பங்கேற்றதற்காக வீட்டுக் காவலில் வைக்கப்பட்டனர்.[393] ஹபீபுர் ரஹ்மான் தனது 64 ஆண்டுகால வாழ்க்கையில் பத்தரை ஆண்டுகளைச் சிறையில் கழித்தார்.[394] காந்தி-இர்வின் ஒப்பந்தத்தை அடுத்து பொது மன்னிப்பு வழங்கப்பட்ட போதிலும், விடுவிக்கப்படாத ஒரே கைதி அவர் மட்டுமே. அவர் மொத்தச் சிறைவாசத்தையும் அனுபவிக்க நேர்ந்தது.[395]

காலனித்துவ எதிர்ப்புதான் ஹபீபுர் ரஹ்மானின் தலைமையிலான அஹ்ரார் அரசியலின் சாராம்சமாக இருந்தது, அதனால் அஹ்ரார்களின் தலைவராக இருந்ததற்காக பிரிட்டிஷ் ஆட்சியாளர்கள் அவரைக் கூடுதல் துன்புறுத்தலுக்கு ஆளாக்கினர். ஹபீபுர் ரஹ்மானின் மேற்கோளின்படி,

1931 காங்கிரஸ் மாநாட்டில் பூரண சுதந்திரத் தீர்மானம் விவாதத்திற்கு வந்தபோது, வைசிராய்க்கு நமது அனுதாபத்தைத் தெரிவிக்க வேண்டும் என்றும், அவர் மீது குண்டு வீசியவர்களைக் கண்டிக்க வேண்டும் என்றும் காந்திஜி வலியுறுத்தினார். இது காந்திஜியுடன் கடுமையான விவாதத்தை ஏற்படுத்தியது. ஜவஹர்லால் நேரு எழுப்பிய கருத்தை வழிமொழிந்த முதல் நபர் நான்தான். பூரண சுதந்திரத் தீர்மானத்துடன் வைசிராய்க்கு ஆதரவாக ஒரு பத்தியைச் சேர்ப்பது நமது பலவீனத்தையும், அடிமை மனபான்மையையும் அடையாளப்படுத்துவதாகும்.[396]

பாகிஸ்தான் என்ற கருத்தாக்கத்திற்கு எதிரான முஸ்லிம் அமைப்புகளுடன் நெருங்கிய ஒத்துழைப்பை அவர் கொண்டிருந்தார். இந்த நோக்கத்துடன்தான் அவர் ஜாமியத் உலமா-இ-ஹிந்தில் உறுப்பினர் ஆனதுடன் அவரது மரணம் வரை அப்படியே உறுதியாக இருந்தார்.[397] காங்கிரசின் ஒத்துழையாமை இயக்கத்தில் இணைய ஜாமியத் உலமா-இ-ஹிந்துக்கு ஹபீபுர் ரஹ்மான் உதவினார். லூதியானா சிறையில் இருந்தபோது, ஒத்துழையாமை இயக்கத்தில் சேருவதற்கான தீர்மானத்தை நிறைவேற்ற உதவுவதற்காக ஜாமியத்தின் அம்ரோஹா அமர்வில் கலந்துகொள்ளுமாறு அதாவுல்லா புகாரியைக் கேட்டுக்கொண்டார், இந்த முன்மொழிவை அதன் இளம் தலைவர் மௌலானா ஹிஃப்சுர் ரஹ்மான் ஜாமியத்தில் முன் வைத்தார். இந்த விவகாரம் அமர்வுக்கு வந்தபோது, இந்த முன்மொழிவுக்குப் பல எதிர்ப்பாளர்கள் இருந்தனர், ஆனால் ஷீகுல்-இஸ்லாம், மௌலானா சையத் ஹுசைன் அகமது மதானி ஆகியோரின் ஆதரவுடனும், அதாவுல்லா புகாரியின் ஏழு மணி நேர நீண்ட உரையுடனும் தீர்மானம் நிறைவேற்றப்பட்டது. இந்த அமர்வில் ஆயிரத்துக்கும் மேற்பட்ட உலமாக்களும் 50,000 க்கும் மேற்பட்ட பொது மக்கள் கலந்து கொண்டனர்.[398]

அஹ்ரார்கள் இந்தியப் பிரிவினைக்கு எதிராக உறுதியாக இருந்தனர். இந்தியாவைத் துண்டாடும் முஸ்லிம் லீக்கின் அரசியலுக்கு சவால் விடுத்த 1940ஆம் ஆண்டு டெல்லி ஆசாத் முஸ்லிம் மாநாட்டை ஏற்பாடு செய்வதில் ஹபீபுர் ரஹ்மான் ஒரு முன்னணி தலைவராகப் பங்காற்றினார். பிரிவினைத் திட்டத்தைக் கண்டிக்கும் தீர்மானத்தை முன்மொழிந்த அவர், இந்தியாவில் தேசிய இயக்கம் வீரியம் பெற்றதிலிருந்து, இந்துக்கள் மற்றும் முஸ்லிம்களிடையே பிளவுகளை உருவாக்க இந்திய சுதந்திரத்தின் எதிரிகள் முயன்று வருவதாகக் கூறினார். இந்து ராஜ்ஜியம், முஸ்லிம் ராஜ்யம் அல்லது சீக்கிய ராஜ்ஜியம் பற்றிய கனவுகளை அவர்கள் தங்கள் மனங்களிலிருந்து அகற்ற வேண்டுமென்று அவர் விரும்பினார். விவேகமுள்ள எந்த முஸ்லிமும் பாகிஸ்தானின் திட்டத்தை ஏற்கமாட்டார் என்றும், அது அவர்களுடைய நலன்களுக்கு நிச்சயமாக அபாயகரமானது என்றும் அவர் அறிவித்தார். டெல்லி மாநாட்டில் பெருந்திரளான பார்வையாளர்களிடம் பேசிய அஹ்ரார் பேச்சாளர், பாகிஸ்தான் திட்டத்தை ஆதரிப்பவர்கள் முஸ்லிம் லீக் போன்ற பிரிட்டிஷ் ஏகாதிபத்தியத்தின் அதே பழைய கூட்டாளிகள்தான் என்று குறிப்பிட்டார். அவரது உரைக்குப் பிறகு, நாட்டுப் பிரிவினைக்கு எதிரான தீர்மானம் ஒருமனதாக நிறைவேற்றப்பட்டது.[399] இந்தியப்

பிரிவினை அறிவிப்பை ஒரு வெடிகுண்டு என்று விவரித்த அவர், அது பயங்கரமான வன்முறையையும் பழிவாங்கலையும் ஏற்படுத்தும் என்று குறிப்பிட்டார்.[400] ஹபீபுர் ரஹ்மானின் தீர்க்கதரிசனம் உண்மையாயிற்று.

முஸ்லிம் லீக் இந்திய முஸ்லிம்களைப் பிரதிநிதித்துவப்படுத்துகிறது என்ற முஸ்லிம் லீக்கின் கூற்றை அஹ்ரார்கள் கேள்விக்குள்ளாக்கினர். முஸ்லிம்களின் உணர்வுகளுடன் விளையாடியதால்தான் அது ஆதரவைப் பெற்றது. முஸ்லிம் லீக்கில் சேருவதும், முஸ்லிம் லீக்கில் சேராமல் இருப்பதும் இஸ்லாத்து மற்றும் இறை நிராகரிப்புடன் ஒப்பிடப்பட்டது. குறிப்பிட்ட சிலருக்கு மட்டுமான வாக்குரிமை முஸ்லிம் லீக்கின் வெற்றியை உறுதி செய்கிறது என்பதில் அஹ்ரார்கள் தெளிவாக இருந்தனர்.[401] முஸ்லிம்களின் வெகுஜன ஆதரவு இல்லாமலேயே கட்டுப்படுத்தப்பட்ட வாக்குரிமை அடிப்படையில் முஸ்லிம் லீக் வெற்றி பெற்று வந்ததால், அமைச்சரவைத் தூதுக்குழுவுடன் அஹ்ரார்கள் நடத்திய சந்திப்பில் வயது வந்தோர் வாக்குரிமையைக் கோரினர்.[402]

அஹ்ராக்கள் இந்தியப் பிரிவினையை எதிர்த்தது மட்டுமல்லாமல், அகண்ட பாரதத்திற்கான இந்து மகாசபையின் அழைப்பையும், சுதந்திர பஞ்சாபிற்கான சில அரசியல்வாதிகளின் அழைப்பையும் நிராகரித்தனர். அனைத்து மதங்களைச் சேர்ந்த மக்களும் சம உரிமைகளை அனுபவித்து ஒன்றாக வாழும் இந்தியக் கூட்டாட்சிக்காக அது உறுதி பூண்டிருந்தது.[403]

பிரிவினையின் காரணமாக அவருக்கும், அவரது குடும்பத்தினரின் உயிருக்கும் அச்சுறுத்தல் ஏற்பட்ட கடுமையான நெருக்கடிக் காலங்களில் கூட மதச்சார்பற்ற இந்தியாவுக்கான ஹபீபுர் ரஹ்மானின் அர்ப்பணிப்பு உறுதியாக இருந்தது. பிரிவினைப் படுகொலையின் போது, இந்திய பஞ்சாபில் முஸ்லிம்கள் தங்குவதற்குப் பாதுகாப்பான இடம் இல்லாததால், அவர் லாகூருக்குச் செல்ல வேண்டியிருந்தது. அவர் அங்கேயே இருந்திருக்க முடியும், ஆனால் டெல்லியில் தங்குவதற்காக இந்தியா திரும்பி வந்தார்.[404]

பஞ்சாபைச் சேர்ந்த முக்கிய அஹ்ரார் தலைவர், அப்சல் ஹக், 1940ஆம் ஆண்டில் ராவல்பிண்டி சிறையில் இந்திய பாதுகாப்பு விதிகளின் கீழ் சிறையில் இருந்தபோது, பாகிஸ்தான் மற்றும் தீண்டாமை என்ற தனது புத்தகத்தில், பாகிஸ்தான் உருவாக்கத்திற்கு எதிரான அஹ்ராரின் போராட்டத்துக்கு ஒரு புதிய பரிமாணத்தை அளித்தார்.

ஒவ்வொரு நாட்டிலும் சமமான செல்வப் பகிர்வு இருக்க வேண்டும் என்றும் தீண்டாமைக்குத் துளி இடமும் இருக்கக்கூடாதென்றும் அவர் கோரினார். முதலாளித்துவ மற்றும் நிலப்பிரபுத்துவ முஸ்லிம் லீக் தலைமையைக் கடுமையாக விமர்சித்த அவர் எழுதினார்: "உயர் அடுக்கு முஸ்லிம்கள்தான் பாகிஸ்தானை விரும்புகிறார்கள், ஏனெனில் அங்கு அவர்கள் இந்துக்களிலும் முஸ்லிம்களிலும் உள்ள அடித்தட்டு வர்க்கத்தினரைச் சுரண்டி ஆட்சி செய்யலாம்.[405]

முஸ்லிம் லீக்கின் தலைமையில் சோம்பேறிகளும், ஒட்டுண்ணிகளும், சாதிய இந்துக்களைப் போலவே தீண்டாமையில் நம்பிக்கை கொண்டவர்களும் உள்ளனர் என்கிறார் ஹக். வர்க்கப் பிரச்சினை குறித்து எழுதிய அவர்:

> *இந்தியப் பிரிவினை என்பது உண்மையில் மூன்று சமூகங்களையும் சேர்ந்த மேல்தட்டு வர்க்கத்தினரின் முதலைக்கண்ணீர். சிலர் நினைப்பது போல் அது வகுப்புவாதக் கோரிக்கை அல்ல. வறிய வர்க்கங்கள் சமூக, பொருளாதார நீதி போன்ற முக்கியமான பிரச்சினைகளில் தமது சிந்தனையையும், சக்தியையும் ஒருமுகப்படுத்தாமல் இருப்பதற்கான ஒரு தந்திர நடவடிக்கையாகும்.[406]*

அனைத்துக் கட்சி ஷியா மாநாடு

அகில இந்திய ஷியா அரசியல் மாநாடு என்றும் அழைக்கப்படும் அனைத்துக் கட்சி ஷியா மாநாடு மற்றொரு முக்கியமான முஸ்லிம் அமைப்பாகும், இது இந்திய முஸ்லிம்களின் நலன்களின் ஒரே பாதுகாவலர் என்ற முஸ்லிம் லீக்கின் கூற்றை நிராகரித்தது. கல்வி, செல்வம், சமூக அந்தஸ்து ஆகியவற்றை நிறைவாகப் பெற்றிருந்த இந்திய ஷியாக்களை ஷியா மாநாடு பிராதானமாகப் பிரதிநிதித்துவப்படுத்தியது. முஸ்லிம் லீக் பிரச்சாரம் செய்த இரு தேசக் கோட்பாட்டிற்கு எதிரான கொள்கை ரீதியான நிலைப்பாட்டை அது எடுத்தது. ஒரு புரட்சிகரச் சூழலில் பாகிஸ்தான் திட்டத்திற்கு எதிரான சுன்னி அமைப்புகளுடன் ஐக்கிய முன்னணியை உருவாக்கியதன் மூலம் இந்தியாவின் முன்னணி சுன்னி அமைப்புகளுடன் பரந்த ஒற்றுமையைக் கட்டமைத்தது. பெரும்பாலான இந்திய ஷியாக்கள், ஷியா அரசியல் மாநாட்டிடம் இணக்கம் கொண்டிருந்தனர் என்பது குறிப்பிடத்தக்கது.[407] ஷியா மாநாடு இந்தியாவின் ஷியா முஸ்லிம்களின் 'அரசியல் நிர்ணயச் சபை' என்று வர்ணிக்கப்பட்டது, அத்துடன்

அது ஷியாக்கள் மத்தியிலான எல்லா வகையான கருத்துகளையும் வரவேற்றது.[408]

முஸ்லிம் லீக் பிரச்சாரம் செய்த பாகிஸ்தான் திட்டத்தை எதிர்த்து தேசபக்த முஸ்லிம்களால் 1940இல் டெல்லியில் நடத்தப்பட்ட ஆசாத் முஸ்லிம் மாநாட்டின் ஒருங்கிணைப்பாளர்களில் ஷியா மாநாடும் ஒன்றாகும். அகில இந்திய ஷியா அரசியல் மாநாட்டின் பொதுச் செயலாளர் மிர்ஸா ஜாபர் ஹுசைன், அகில இந்திய சுதந்திர முஸ்லிம் மாநாட்டின் தலைவர் அல்லா பக்ஷுக்கு அனுப்பிய கடிதத்தில் மாநாட்டில் கலந்துகொள்வதற்கான காரணங்களைப் பின்வருமாறு விளக்கினார்:

> *நாட்டின் தற்போதைய அரசியல் நெருக்கடியில் தேசிய முஸ்லிம்கள் ஆற்ற வேண்டிய கடமை உள்ளது என்று நான் நம்புகிறேன். முழுமையான வகுப்பு ஒற்றுமையைக் கொண்டு வரவும், இந்து-முஸ்லிம் வேறுபாடுகள் அனைத்தையும் களையவும் அவர்கள் கடுமையாக முயற்சி செய்ய வேண்டும். இந்து-முஸ்லிம் வேறுபாடுகள் உண்மையானவை அல்ல கற்பனை என்பதே என் கருத்து.*[409]

ஷியா மாநாடு இந்து-முஸ்லிம் ஒற்றுமைக்காக உறுதி பூண்டது. அமைச்சரவைத் தூதுக்குழுவினருடனான உரையாடலில், ஷியா மாநாட்டுக் குழுவின் தலைவரான ஹொஸ்ஸனிபாய், முஸ்லிம்களும் இந்துக்களும் இந்தியாவில் நீண்ட காலமாக ஒன்றாக வாழ்ந்து வந்ததன் விளைவாக, முஸ்லிம்களும் இந்துக்களும் பல விஷயங்களைப் பகிர்ந்து கொண்டதுடன் ஒரே மக்களாக ஒன்றாக வாழ்ந்தனர் என்று குறிப்பிட்டார்.[410] ஷியா மாநாடு ஒருங்கிணைந்த, ஒன்றுபட்ட இந்தியாவுக்காகத் தன்னை முழுமையாக அர்ப்பணித்திருந்தது. ஹொஸ்னிபாய் லால்ஜி தலைமையில் நடைபெற்ற அனைத்துக் கட்சி ஷியா மாநாட்டுக் கூட்டத்தில் முஸ்லிம் லீகின் பாகிஸ்தான் கோரிக்கையை ஷியாக்கள் ஆதரிக்க மாட்டார்கள் என்ற தீர்மானம் நிறைவேற்றப்பட்டது. பாகிஸ்தான் உருவாக்கம் நிச்சயமாக இப்பகுதியில் ஹனாஃபி ஷரியத் (பிரதான சுன்னி தனிப்பட்ட சட்டங்கள்) நிறுவப்படுவதற்கு வழிவகுக்கும் என்று கவுன்சில் அஞ்சியது, இது ஷரியத் ஜாஃப்ரி அல்லது இமாமியா சட்டத்திலிருந்து அடிப்படையில் வேறுபட்டது, இது ஷியாக்களால் பின்பற்றப்பட்டது.

முஸ்லிம் லீக்கின் லாகூர் தீர்மானத்தில், சிறுபான்மையினரின் மத, கலாச்சார, பொருளாதார மற்றும் அரசியல் உரிமைகளைப் போதுமான

மற்றும் சரியான முறையில் பாதுகாப்பதற்கான ஏற்பாடுகள் அரசியலமைப்பில் உறுதிசெய்யப்படும் என்று குறிப்பிட்டது, ஆனால் ஷியா சமூகம் அரசியலமைப்பில் சிறுபான்மையினராக அங்கீகரிக்கப்படுமா என்பதை அது தெளிவுபடுத்தவில்லை. மாறாக, தனது சொந்த ஷரியத்தால் ஆளப்படும் ஒரு பிரத்யேக, பிரதான முஸ்லிம் சிறுபான்மையினராக ஷியாக்களை அங்கீகரிக்க மறுத்த முஸ்லிம் லீக் உயர்மட்டத்தின் போக்கு, முஸ்லிம் லீக்கின் பாகிஸ்தான் கோரிக்கை குறித்து ஷியாக்களுக்குச் சந்தேகத்தை ஏற்படுத்தியது, அதனால் முஸ்லிம் லீக்கின் கோரிக்கையை ஷியாக்கள் ஆதரிப்பது சாத்தியமில்லை என்று கவுன்சில் கருதியது.[411]

இந்து-முஸ்லிம் பிரச்சினையைத் தீர்ப்பதில் ஜின்னாவுக்கு அக்கறை இல்லை, மாறாக சுயநலத்திற்காக அதை நீட்டிக்க விரும்புகிறார் என்று ஷியா மாநாடு உறுதியான கருத்தைக்கொண்டிருந்தது. இந்திய முஸ்லிம்களைப் பிரதிநிதித்துவப்படுத்த முஸ்லிம் லீக்கிற்கு ஏதோ ஒரு தெய்வீக உரிமை உண்டு என்ற முஸ்லிம் லீக்கின் கூற்றையும் அது நிராகரித்தது.[412] ஷியா மாநாடு ஜின்னாவுடன் ஒரு சுவாரஸ்யமான கடிதப் பரிமாற்றத்தை மேற்கொண்டது. ஷியா அரசியல் மாநாட்டின் தலைவரான சையத் அலி ஜாகீர், பாகிஸ்தானின் திட்டத்தில் ஷியாக்களின் நிலை குறித்து விளக்கம் கோரி ஜூலை 25, 1944 அன்று ஜின்னாவுக்கு ஒரு கடிதம் எழுதினார். அது பின்வரும் உத்தரவாதங்களைக் கோரியது:

(1) பாகிஸ்தானில் அவர்களின் மதச் சுதந்திரம் மற்றும் வழிபாட்டு முறைகளில் எந்த அத்துமீறலும் இருக்காது, மேலும் அவர்களின் மத உணர்வுகளைப் பாதிக்கும் எந்த மாற்றமும் திணிக்கப்படாது.

(2) தேர்தல்களின் போது ஷியாவின் மத நம்பிக்கைகள் அல்லது நடைமுறைகளுக்கு எதிராக நேரடியாகப் பிரச்சாரம் செய்யக்கூடாது என்றும், அத்தகைய பிரச்சாரம் ஏதேனும் இருந்தால், அது தேர்தல் முடிவுகளைப் பாதித்ததா இல்லையா என்பதற்கான ஆதாரம் எவ்வாறாக இருப்பினும், ஷியா வேட்பாளரின் வேண்டுகோளின் பேரில் தேர்தல் ரத்து செய்யப்பட வேண்டும். இந்த உறுதிமொழிக்குச் செயல்வடிவம் கொடுக்கும் வகையில் தேர்தல் விதிகள் திருத்தப்படும் என்று உத்தரவாதம் அளிக்க வேண்டியது அவசியமாக இருக்கிறது.

(3) ஷியாக்களுக்கு அமைச்சரவைகளில் போதிய எண்ணிக்கையிலான இடங்கள் உத்தரவாதம் செய்யப்பட வேண்டும். சட்டமன்றங்கள்,

தேர்ந்தெடுக்கப்படக்கூடிய அனைத்து அமைப்புகள், மற்றும் அனைத்து நீதித்துறை மற்றும் நிர்வாகப் பதவிகளுக்கும் நியமிக்கப்படும் முஸ்லிம்களின் எண்ணிக்கை குறிப்பிட்ட விகிதாச்சாரத்தில் இருக்க வேண்டும். இந்த விகிதாச்சாரம் வெவ்வேறு மாநிலங்களில் தவிர்க்க முடியாதபடி மாறுபட வேண்டும். இந்த மாநிலங்களில் உள்ள ஷியாக்களின் பிரதிநிதிகளைக் கலந்தாலோசித்த பிறகே இந்த விகிதாச்சாரம் நிர்ணயிக்கப்பட வேண்டும்.

அந்தக் கடிதம் பின்வரும் வார்த்தைகளுடன் முடிவடைந்தது:

ஷியா அரசியல் மாநாட்டையும் பெரும்பான்மையான ஷியாக்களையும் முஸ்லிம் லீக்கிற்கு வெளியே நிறுத்தி வைத்திருந்த மிக முக்கியமான அம்சங்கள் இவை. இந்தப் பிரச்சினைகளில் திருப்திகரமான புரிதல் ஏற்பட்டவுடன், இரு அமைப்புகளும் ஒன்றுக்கொன்று இணக்கமாகச் செயல்படுவதில் எந்தச் சிரமமும் இருக்காது என்று நம்புகிறேன்.[413]

அலி ஜாகீரின் கடிதத்திற்குப் பதிலளிக்கும் விதமாக ஆகஸ்ட் 31, 1944 அன்று ஜின்னா பதில் கடிதம் எழுதினார். எந்த உத்தரவாதமும் அளிக்க மறுத்த அவரின் பதில் கடிதத்தில்:

நீங்கள் எழுப்பியுள்ள முக்கியப் பிரச்சினைகளைக் கடிதத்தின் ஊடே என்னால் விவாதிக்க முடியாது என்பதற்காக வருந்துகிறேன். பெரும்பான்மையான ஷியாக்கள் முஸ்லிம் லீகின் பக்கம் இருக்கிறார்கள் என நான் உறுதியாக நம்புகிறேன். அவர்களில் சிலர் லீக்கிற்கு வெளியில் இன்னும் ஒருவிதத் தவறான புரிதலின் காரணமாக இருப்பவர்கள், ஷியாக்களின் நலனுக்காகவும், பொதுவாக இந்தியா முஸ்லிம் நலனுக்காகவும் எவ்விதத் தயக்கமும் இன்றி முஸ்லிம் லீக்கில் இணைவதே விவேகமானது என்று நான் கருதுகிறேன். முஸ்லிம் லீக் நீதிக்காகவும், நியாயத்திற்காகவும் நிற்கிறது, இந்த அடிப்படைக் கொள்கைகளுக்காக எப்போதும் நிற்கும், அகில இந்திய முஸ்லிம் லீக் தங்களை நியாயமாக நடத்த மாட்டோம் என்று ஷியாக்கள் நினைக்க வேண்டிய அவசியமில்லை, இந்திய முஸ்லிம்களிடையே எந்தவிதமான பிளவையும் உருவாக்குவது முஸ்லிம்களின் நோக்கத்திற்குப் பெரும் தீங்கு விளைவிக்கும் என்று நான் நம்புகிறேன், மேலும் அதற்கான உண்மையான காரணத்தையோ அல்லது சந்தர்ப்பத்தையோ நான் காணவில்லை. எமது அமைப்பு இப்போது ஒவ்வொரு

தனி மனிதனுக்கும் நீதியைப் பெற்றுத் தந்துள்ளதோடு, நமக்குச் செல்வாக்கும், அதிகாரமும் எங்கெல்லாம் இருக்கிறதோ அங்கே அதன் நிறைகளை அங்கீகரித்து நிறைவேற்றும் நிலையிலும் உள்ளது... முஸ்லிம் லீக் வேறு எந்த அரசியல் அமைப்பையும் அங்கீகரிக்க முடியாது. தவிரவும், நீங்கள் எழுப்பியுள்ள பிரச்சினைகளில் பெரும்பாலானவை முஸ்லிம்கள் தாங்களுக்குள்ளாகவே தீர்வு காண வேண்டிய விஷயங்களாகும். அவற்றில் சில முற்றிலும் பொருத்தமற்றவை. அவை யதார்த்தத்தின் அடிப்படையில் இல்லாமல் தவறான புரிதலின் பேரில் எழுப்பப்பட்டவை.[414]

ஜின்னாவின் பதில் குறித்து ஷியா மாநாடு நீண்ட விவாதம் நடத்தி, "தங்கள் தலைவரின் கடிதத்திற்கு ஜின்னாவின் பதில் திருப்திகரமாக இல்லை என்று ஒரு தீர்மானத்தை ஒருமனதாக நிறைவேற்றியது".[415] முஸ்லிம் லீக்கைக் கண்டித்து எஸ்.சையத் அலி ஜாகீர் குறிப்பிட்டதாவது:

முஸ்லிம் லீக் தலைமையின் ஒட்டுமொத்த வேண்டுகோளின் அடிநாதமான காங்கிரசு மற்றும் பொதுவாக இந்துக்களுக்கும் எதிரான வெறுப்பு மற்றும் பகைமை பிரச்சாரத்தின் பயனற்ற தன்மையை முஸ்லிம்கள் உணர எவ்வளவு காலம் ஆகும் என்று ஒருவர் ஆச்சரியப்படக்கூடும். முஸ்லிம்களும், இந்துக்களும் நாடு முழுவதிலும் அக்கம் பக்கத்தினராக வாழ வேண்டியுள்ளது. விரைவிலோ, பின்னரோ ஒருவருக்கொருவர் சகிப்புத்தன்மை மற்றும் நல்லெண்ணத்தை வளர்த்துக்கொள்ள வேண்டும். பகையும் கசப்பும் நிறைந்த அதே பல்லவியைத் தொடர்ந்து பாடிக்கொண்டு, அந்நிய தேசத்தின் அடிமைகளாக அதன் ஆதிக்கத்தின் கீழ் இப்போது போலவே உழல்வது புத்திசாலித்தனமா?... [பாகிஸ்தான்] முழுக் கருத்தாக்கமும் அபத்தமானது மட்டுமல்ல, அதன் தாக்கங்களை முழுமையாக அறியாத சாதாரண முசல்மானை ஏமாற்றும் முயற்சியாகும்... ஹிந்துஸ்தானம் விடுதலை பெற்றால்தான் முசல்மான்களும் விடுதலை பெற முடியும்.[416]

முஸ்லிம் லீக்கில் முக்கிய ஷியா பிரமுகர்கள் இருந்தனர் என்பது உண்மைதான், ஆனால் ஷியாக்களின் மத உரிமைகள், பாதுகாப்பு குறித்து ஷியா மாநாட்டால் எழுப்பப்பட்ட பிரச்சினைகள் முக்கியமானவை. ஷீயா மாநாடு இந்த விடயங்களில் உத்தரவாதம் கோரும் தொலைநோக்குப் பார்வையைக் கொண்டிருந்தது.

பாகிஸ்தானில் பின்னர் நடந்த சம்பவங்கள் அதன் அச்சம் நியாயமானது என நிரூபித்தன.

கிரிஷக் பிரஜா கட்சி வங்காளம்

இது பிரதானமாக முஸ்லிம் மதச்சார்பற்ற அமைப்பாக இருந்தது. வங்காளத்தில் விவசாய உரிமைகளுக்கான விவசாயிகளின் போராட்டத்திலிருந்து இது உதித்தெழுந்தது. நாடாளுமன்ற மற்றும் அரசியலமைப்பு வழிமுறைகளின் மூலம் விவசாயப் புரட்சியை ஏற்படுத்துவதே அதன் குறிக்கோள். இக்கட்சி 1937 தேர்தலில் சிறப்பாகச் செயல்பட்டு வங்காளத்தில் முஸ்லிம் லீக்கைத் தோற்கடித்தது. அதன் தலைவரான ஃபஸ்லுல் ஹக் வங்காளத்தில் அக்கூட்டணி அரசின் பிரிமியரானார் (பின்னர் அவர் கட்சியைக் கைவிட்டார்).[417] நிலப்பிரபுத்துவத்தை ஒழிப்பதே பிரஜா கட்சியின் முக்கியத் திட்டமாக இருந்தது. வங்காள முஸ்லிம்களிடையே அரசியல் உணர்வு பெற்ற, முற்போக்கான பிரிவினர் ஜின்னாவையும், அவரது லீக்கையும் புறக்கணித்து கிரிஷக் பிரஜா கட்சியை நோக்கி அணிதிரண்டதில் வியப்பேதும் இல்லை.[418] அது இந்து-முஸ்லிம் சிறு விவசாயிகள் மற்றும் ஏழை விவசாயிகளின் ஒற்றுமைக்காக நின்றது. ஒரு முன்னணி முஸ்லிம் வகுப்புவாதியையும் மேலும் டாக்காவின் சர் நிஜாமுதீன் என்ற பட்டத்தைக் கொண்டிருந்தவரையும் தேர்தலில் தோற்கடித்தது.[419]

1940ஆம் ஆண்டு டெல்லியில் நடந்த ஆசாத் முஸ்லிம் மாநாட்டில் முக்கியப் பங்கேற்பாளர்களைக் கொண்ட அமைப்புகளில் ஒன்றாக இருந்தது. இந்தியப் பிரிவினைக்கு எதிராகவும், முஸ்லிம் லீக்கின் பாகிஸ்தான் திட்டத்தையும் எதிர்த்தது முன்மொழியப்பட்ட தீர்மானங்களை ஆதரித்த வங்காள கிரிஷக் பிரஜா கட்சியைச் சேர்ந்த அப்துல்லா அல்தாஃபி, முஸ்லிம்களின் அரசியல் மற்றும் பொருளாதார நலன்களுக்குத் தீங்கு விளைவிக்கும் பிரிவினைத் திட்டத்தைத் தனது மாகாணத்தின் முஸ்லிம்கள் முற்றிலும் எதிர்க்கிறார்கள் என்று அறிவித்தார். நாட்டைப் பிளவுப்படுத்துவது, வகுப்புவாதப் பிரச்சினையைத் தீர்ப்பதற்குப் பதிலாக அதை மேலும் மோசமாக்கும் என்ற அச்சத்தையும் அவர் வெளிப்படுத்தினார். தனது கட்சியைப் பொறுத்தவரை இந்தியா ஒரு புனித பூமி மாறாக பாகிஸ்தான் என்ற கருத்தாக்கம் ‘புனிதமற்றது’ மட்டுமின்றி, இந்தியாவின் அடிமைத்தனத்தை மேலும் நீடிக்கச் செய்ய வடிவமைக்கப்பட்டது என்றும் அவர் அறிவித்தார்.[420]

அஹ்லே ஹதீஸ்

அஹ்ல்-இ-ஹதீஸ் [ஹதீஸ்; நபியின் சொல் மற்றும் செயலைப் பின்பற்றுபவர்கள்), சீர்திருத்தவாதமும் பாரம்பரியமும் ஒருங்கே கொண்ட சன்னிகளின் ஒரு பிரிவாகும். அவர்கள் ஒன்றுபட்ட இந்தியா மற்றும் இந்து-முஸ்லிம் ஒற்றுமைக்காகத் தீவிர அக்கறை கொண்டிருந்தனர். அகில இந்திய அளவில் ஆதரவாளர்களையும் கொண்டது. பொதுவாக காங்கிரசின் போராட்ட வியூகங்களை அது ஆதரித்தது. அமிர்தசரஸிலிருந்து வெளியிடப்படும் இவ்வமைப்பின் உருது வார இதழான *அப்ல்-இ-ஹதீஸ்*, காங்கிரஸ் சுதந்திரத்திற்காகப் போராடுகிறது என்றும், இந்துக்களும் முஸ்லிம்களும் தேசிய சுதந்திரத்திற்காகக் கூட்டாகச் செயல்பட வேண்டும் என்றும் 'தேசிய இயக்கத்தின் நோக்கம் சுதந்திரம்' என்ற தலைப்பின் கீழ் தொடர்ந்து எழுதி வந்தது. இந்து, முஸ்லிம் இரு சமூகங்களிலும் உள்ள சுயநலவாதிகளால் தூண்டிவிடப்பட்ட தேவையற்ற விவகாரங்களில் ஒருவருக்கொருவர் சண்டையிட்டுக்கொள்வதாக அது வருத்தம் தெரிவித்தது. இந்நிலை தொடர்ந்தால், "நாம் அனைவரும் சுதந்திரத்திற்குத் தகுதியற்றவர்களாக மாறுவதற்கான வாய்ப்புகள் இருக்கிறது" என்று குறிப்பிட்டதுடன், அதில் மேலும்:

> *இந்து-முஸ்லிம் பிரச்சினை தீர்க்கப்படுமா என்பதுதான் இன்றைய மிக முக்கிய கேள்வி. நாம் தயக்கமின்றி சொல்வோம் ஷேக் சாதி கூறியதைப் போல, "**டான் முர்க் ஜங் குனந்த் ஃபைதா தீர்-கர்** (வேட்டைக்காரனுக்கு நன்மை செய்ய இரண்டு சேவல்கள் சண்டையிடுகின்றன), உட்பூசல் தங்களுக்கு நன்மை பயக்காது என்பதை இரு சமூகங்களைச் சேர்ந்த மக்களும் உணர்ந்தவுடன் தீர்க்கப்பட்டுவிடும் என்றும் விரைவில் இரு சமூகங்களும் அதை உணர்ந்து ஒருவரையொருவர் ஆரத்தழுவிக் கூட்டாகச் சொல்வார்கள் என்றும் நாங்கள் நம்புகிறோம்: **யே சப் கெஹ்னே கீ பதான் ஹேன் ஹம் உன்கோ சௌர் பெதே ஹேன் / ஜப் ஆங்க்பென் சார் ஹோதி ஹான் மொஹபத் ஆஹீ ஜாதி ஹே** [நாம் பிரிந்து விட்டோம் என்பது உண்மையல்ல / நாம் ஒருவருக்கொருவர் கண்களினூடே காணும்போது அன்பு உயிர்த்தெழுகிறது].*[421]

1940ஆம் ஆண்டு டெல்லியில் முஸ்லிம் லீக்கிற்கு எதிராக நடைபெற்ற வரலாற்றுச் சிறப்புமிக்க சுதந்திர முஸ்லிம் மாநாட்டிலும் இப்பிரிவு பங்கேற்றது.

அஞ்சுமன்-இ-வட்டன் [பலுசிஸ்தான்]

முஸ்லிம் லீக் இந்திய முஸ்லிம்களைப் பிரதிநிதித்துவப்படுத்துவதாக மார்தட்டிக்கொண்டாலும், அதற்கு முரணாகப் பாகிஸ்தானுக்கு அது உரிமை கோரிய பகுதிகளில் அதன் இருப்பு மிக பலவீனமாகவே இருந்தது. பலுசிஸ்தான் அத்தகைய ஒரு மாகாணம். பலூச்சி காந்தி என்றும் அழைக்கப்பட்ட கான் அப்துல் சமத் கான் தலைமையிலான அஞ்சுமன்-இ-வட்டன் [தேசத்தின் சங்கம்] பலுச்சிஸ்தானில் மிகப் பிரபலமான அமைப்பாகும். தேசபக்த முஸ்லிம் அமைப்புகளுடனும் காங்கிரசுடனும் நெருக்கமான ஒருங்கிணைப்புக்காக அஞ்சுமன் நின்றது. பலூச்சி காந்தியின் கூற்றுப்படி, முஸ்லிம்கள் பெரும்பான்மையாக வாழும் பலுசிஸ்தானில் முஸ்லிம் லீக் ஒரு சில கௌரவப் பட்டம் பெற்ற முஸ்லிம்களால் வழி நடத்தப்பட்டது, அதற்கு எந்தத் திட்டமோ கொள்கையோ இல்லை, முஸ்லிம் மக்களிடையே அதற்கு எந்த ஆதரவும் இல்லை. இது தொடர்பாக அவர் மேலும் தெரிவிக்கையில், முஸ்லிம் லீக்,

தங்கள் அலுவலகத்தில்தான் பாகிஸ்தான் தினத்தைக் கொண்டாட வேண்டியிருந்தது, அவர்களுக்குப் பாகிஸ்தான் திட்டத்துடன் பொதுமக்களை எதிர்கொள்ள தைரியம் இல்லை. முஸ்லிம் லீக்கின் மீதும், அதன் செயல்திட்டத்தின் மீதும் மக்களுக்கு எவ்வித மதிப்பும் இல்லை. சென்றமுறை திரு. ஜின்னா குவெட்டாவுக்கு வருகை புரிந்தபோது பிரிட்டிஷ் பிரதிநிதிகள் அல்லது பிற அதிகாரிகளிடமிருந்து மட்டுமே அம்மாகாணத்தில் வரவேற்பு அளிக்கப்பட்டது. அவர் ஒரு வாரம் ஓர் உயர் அதிகாரியின் விருந்தினராகவே தங்கியிருந்தார்.[422]

இந்தியாவின் பல்வேறு பகுதிகளில் தேசபக்த முஸ்லிம்களின் நடவடிக்கைகளில் அஞ்சுமன்-இ-வட்டன் தீவிரமாகப் பங்கேற்றது. 1940இல் ஆசாத் முஸ்லிம் மாநாட்டிற்கு 45 பிரதிநிதிகளை அனுப்பியது. ஜமியத் உலமா-இ-ஹிந்த், அகில இந்திய மோமின் மாநாடு, அகில இந்திய முஸ்லிம் மஜ்லிஸ், வங்காளத்தின் கிரிஷக் பிரஜா கட்சி, பலுசிஸ்தான் மற்றும் சிந்து தேசியவாத கட்சி, குடாய் கித்மத்கர் மற்றும் பிற தேசபக்த முஸ்லிம் அமைப்புகளுடன் இணைந்து வெளியிட்ட கூட்டறிக்கையில்,

முஸ்லிம் லீக் பிற்போக்குச் சக்திகள் மற்றும் அரசு பட்டம் வைத்திருப்பவர்களால் ஆனது. மேலும் பாகிஸ்தான் பற்றிய முஸ்லிம் லீக்கரின் முதலைக் கண்ணீர் தவறானதும் அர்த்தமற்றதும்

ஆகும். இந்தியாவை நிரந்தர அடிமைத்தனத்தில் வைத்திருக்க வேண்டும் என்ற பிரிட்டிஷாரின் கனவை நடைமுறைப்படுத்த லீக் ஆர்வமாக உள்ளது.[423]

அஞ்சுமான் இ வட்டன் பிரிவினைத் திட்டத்தை கடுமையாக எதிர்த்தது. அத்துடன் தேசபக்த முஸ்லிம்களுக்கு காங்கிரஸ் இழைத்த துரோகத்தினால் அது துவண்டது.

தென்னிந்தியா மற்றும் வெளிநாடுகளில் பாகிஸ்தான் எதிர்ப்பு இயக்கம்

இந்தியப் பிரிவினை வட இந்தியாவில் மட்டுமே ஏற்பட்டது என்றாலும், பிரிவினைக்கு எதிரான முஸ்லிம்களின் நடவடிக்கைகள் வட இந்தியாவோடு மட்டும் நின்றுவிடவில்லை. தென்னிந்தியப் பிரிவினை எதிர்ப்பு மாநாடு 1941 ஜூன் முதல் வாரத்தில் கும்பகோணத்தில் (இப்போது தமிழ்நாட்டில் உள்ளது) ஏற்பாடு செய்யப்பட்டது. இதை ஜாமியத் உலமா-இ-ஹிந்தின் முக்கியத் தலைவர் மௌலானா ஒபைதுல்லா சிந்தி துவக்கி வைத்தார். சிந்தி பாகிஸ்தான் மற்றும் இதையொத்த திட்டங்களைப் பற்றி குறிப்பிடுகையில்,

இத்தகைய திட்டங்கள் யதார்த்தமாகப் பரிசீலிக்கப்படுமானால், அவை இந்திய முஸ்லிம்களுக்கு மட்டுமல்ல, முழு இஸ்லாமிய உலகிற்கும் எவ்வளவு சேதத்தை ஏற்படுத்தும் என்பது உடனடியாகத் தெளிவாகும்.[424]

மாநாட்டிற்குத் தலைமை வகித்த மத்திய மாகாணங்களின் முன்னாள் அமைச்சர் முஹம்மது யூசுப் ஷரீப் கூறுகையில்,

இந்தியாவை முஸ்லிம் மற்றும் இந்து நாடுகளாகப் பிரிப்பது இந்தியாவை அமைதிப்படுத்திப் பலப்படுத்துவதற்குப் பதிலாக, ஆவேசமான குற்றச்சாட்டுகள் மற்றும் உட்பூசல்களுடன் நிரந்தரமாக ஒரு கொதிக்கும் உள் கொப்பரையை உருவாக்கும். அத்தகைய ஒரு நாட்டின் சுதந்திரம் எவ்வளவு காலம் நீடிக்கும்? இந்தியா பிளவுபடுவதால் நாடு முழுவதற்கும் அல்லது எந்தச் சமூகத்திற்கும் நிச்சயமாக நன்மை இல்லை. இந்தியா எந்த அளவுக்குத் தனித்தனி சமூகங்களாகச் சிந்திக்கிறதோ அந்த அளவுக்குப் பரஸ்பர சந்தேகங்கள் அதிகரிக்கும்.[425]

ஒட்டுமொத்த முஸ்லிம் சமூகத்தையும் பிரதிநிதித்துவப்படுத்துவதாகக் கூறும் முஸ்லிம் லீக்கின் வாதத்தையும் இந்த மாநாடு நிராகரித்தது,

“முஸ்லிம் சமூகத்தின் ஒரு பெரும் பகுதியினர் அகில இந்திய முஸ்லிம் லீக்குடன் ஒருபோதும் இருந்ததில்லை.[426]

முஸ்லிம் லீக்கின் இரு தேசக் கோட்பாட்டிற்கு எதிரான மாபெரும் தலைவர்களில் ஒருவரான முகமது அப்துர் ரஹ்மானை[427] உருவாக்கியது கேரளாவின் மலபார் பகுதி ஆகும். மலபாரில் பெரும்பான்மையினர் முஸ்லிம்களாக இருந்த போதிலும், முஸ்லிம் மேல்தட்டு வர்க்கத்தினர் மற்றும் உயர் சாதியினரின் உரிமைகளுக்காக மட்டுமே முஸ்லிம் லீக் செயல்பட்டதால் அங்கு அவர்களுக்கு எந்தச் செல்வாக்கும் இல்லை. மலபார் முஸ்லிம்கள் இரு தேசக் கோட்பாட்டிற்கு எதிரான தேசபக்த இயக்கத்தின் கேள்விக்கிடமற்ற தலைவராக முகமது அப்துர் ரஹ்மானைத் தேர்ந்தெடுத்தனர். இந்தப் பணியில் அவரது நெருங்கிய நண்பரான இ.மொய்து மௌலவி, மதச்சார்பற்ற கல்வி மற்றும் கல்வி உரிமை உட்பட பெண்களின் உரிமைகளுக்காக முஸ்லிம் சமூகத்திற்குள் இருந்த ஆன்மீகச் சக்திகளை ஒருங்கிணைத்தார்.

அப்துர் ரஹ்மான் பாகிஸ்தான் திட்டத்தைத் தத்துவார்த்த ரீதியாகவும் நடைமுறை ரீதியாகவும் முட்டாள்தனமானது என்று வர்ணித்தார். அவர் வினவியதாவது:

> *உண்மையில் பாகிஸ்தான் என்றால் என்ன? இது வடமேற்கிலும் வடகிழக்கிலும் உள்ள முஸ்லிம் பிரதேசங்களைப் பிரித்து உருவாக்கப்பட்ட ஒரு நாடாக இருக்கும். அப்படியே அது அவர்களுக்குக் கிடைத்தாலும், அவர்களுக்குச் சுதந்திரம் கிடைத்தாலும், வெறும் 7% மக்கள்தொகையுடன் நாம் சிறுபான்மையினராக இருக்கும் தென்னிந்திய மாநிலங்களில் உள்ள முஸ்லிம்களாகிய நமக்கு என்ன பயன்? நாம் இங்கேயே நமது வீடுகளை விட்டு வெளியேறப் போகிறோமா, அத்தகைய வெளியேற்றத்திற்கு நாம் தயாராக இருக்கிறோமா, பாகிஸ்தானுக்கான இந்த அழைப்புகளால் நமக்கு என்ன கிடைக்கிறது, நமது நாட்டின் சுதந்திரத்திற்கு நாம் குறுக்கே நிற்பவர்கள் என்று முத்திரை குத்தப்படுவோம் என்பதைத் தவிர? இது ஒரு முட்டாள்தனமான அரசியல், அது நமக்குத் தீங்கை மட்டுமே விளைவிக்கும்.*[428]

பாகிஸ்தான் இல்லாமல், முஸ்லிம்கள் இந்துக்களின் கொடுங்கோன்மையின் கீழ் இருப்பார்கள் என்ற ஜின்னாவின் கூற்றை அவர் மறுத்தார். இந்துக்களுக்கும் முஸ்லிம்களுக்கும் இடையிலான சகவாழ்வு வரலாற்றைப் பற்றி அவர் பின்வருமாறு கூறினார்:

பிரிட்டிஷார் வெளியேறும்போது இந்துப் பெரும்பான்மை நம்மை விழுங்கிவிடும் என்று அவர்கள் நம்புவதால்தான் அவர்கள் பாகிஸ்தானை விரும்புகிறார்கள் என்பது ஏற்றுக்கொள்ள முடியாதது. ஆங்கிலேயர்கள் வருவதற்கு முன்பு, பல நூறு ஆண்டுகளாக முஸ்லிம்கள் இந்த நாட்டில் இந்து ஆட்சியாளர்களின் கீழ் வாழ்ந்து வந்தனர். என்ன நடந்தது? தலைமுறை தலைமுறையாக நம் மக்கள் வலிமை பெற்று வளர்ந்தார்கள்...[429]

கேரளாவில் பாகிஸ்தான் எதிர்ப்பு இயக்கத்தின் வரலாற்றாசிரியர் பாபி குன்ஹுவின் கூற்றுப்படி, அப்துர் ரஹ்மான்:

முஸ்லிம் லீக்கையும், அது முன்வைத்த இரு தேசக் கோட்பாட்டையும், தனி முஸ்லிம் அரசையும் கடுமையாக எதிர்த்தார். அவர் சராசரி மாப்பிலாவின் கருத்தை மட்டுமே பிரதிநிதித்துவப்படுத்தினார். அல் அமீன் தங்கும் விடுதியில் இருந்து (அங்கிருந்து அவர் மலையாள நாளிதழான ***அல்-அமீன்*** *வெளியிட்டார்) பல இளைஞர்களுக்கு வழிகாட்டினார், இந்தியாவில் நான்காவது அகிலத்தின் நிறுவனர்களில் ஒருவராக உயர்ந்த, அவரது சிறந்த நண்பர் மௌலவியின் மகன் எம்.ரஷீத் மற்றும் மிகவும் நம்பகமான வாழ்க்கை வரலாற்றாசிரியராகக் கருதப்படும் சாஹிபின் (அப்துர் ரஹ்மான்) உட்பட பல தேசியவாதிகள் அங்கு குவிந்தனர்.*[430]

அவரும் அவரது பத்திரிகையும் மலையாள முஸ்லிம்களின் பல தலைமுறைகளை ஜனநாயக, மதச்சார்பற்ற இந்தியாவுக்காகப் போராட ஊக்குவித்தன. சுதந்திர இயக்கத்தில் சேருவதற்காக அலிகார் முஸ்லிம் பல்கலைக்கழகத்தில் தனது படிப்பை நிறுத்திவிட்டார். ஆங்கிலேய ஆட்சியாளர்கள் மற்றும் முஸ்லிம் சமூகத்தின் நிலப்பிரபுத்துவ, பழமைவாத கூறுகளின் அடக்குமுறையைத் துணிச்சலுடன் எதிர்கொண்டார்... அவரது அரசியல் நடவடிக்கைகளுக்காக அடிக்கடி சிறையில் அடைக்கப்பட்டார். இரண்டாம் உலகப் போரில் இந்தியாவின் தலையீட்டை எதிர்த்ததற்காக, அவர் 1940-45 க்கு இடையில் சிறையில் அடைக்கப்பட்டார். முஸ்லிம் லீக் ஆதரவாளர்களின் கொலை பாதகத் தாக்குதல்களுக்கு அவர் பல முறை இலக்கானார்.

ஆங்கிலேயர்களுக்கு எதிராக இந்தியாவின் ஆயுதமேந்திய விடுதலை இயக்கத்தின் தீவிர ஆதரவாளராக இருந்தார். அவர் மலபார் முஸ்லிம்களுக்கு மட்டுமல்ல, ஒட்டுமொத்த கேரளத்தின் கதாநாயகனாக விளங்கினார். ஆனால் இந்தியாவின் பிற பகுதிகளில்

கொண்டாடப்படாதது துரதிர்ஷ்டம். முஸ்லிம் லீக்கின் அரசியலுக்கு எதிராக ஒரு பொதுக்கூட்டத்தில் உரையாற்றிய பின்னர் நவம்பர் 23, 1945 அன்று அவர் மறைந்தார், அவர்தம் இறுதி மூச்சு வரை முஸ்லிம் பிரிவினைவாதத்தை எதிர்த்துப் போராடினார். அவரது வாழ்க்கை, செயல்பாடுகள் மற்றும் படைப்புகள் மலையாளத்தில் ஒரு பிரபலமான திரைப்படத்தின் மூலம் அழியாப் புகழ் பெற்றன.[431]

பாகிஸ்தானின் திட்டத்தையும், முஸ்லிம் லீக்கின் பிரிவினை அரசியலையும் கண்டிப்பதில் பிரிட்டனில் இருந்த முஸ்லிம்களும் பின்தங்கிவிடவில்லை. லண்டனில் நடைபெற்ற இந்திய காங்கிரஸ்காரர்களின் வருடாந்திர மாநாட்டில் அனைத்து பிரிட்டன் ஜமியத்-உல்-முஸ்லிம் தலைவர் சையத் அமீர் ஷா உரையாற்றினார்:

நான் பிரிட்டன் முழுவதும் சுற்றுப்பயணம் செய்ய உள்ளேன், இந்த நாட்டில் வசிக்கும் 5,000 முஸ்லிம்களைச் சந்தித்து பாகிஸ்தான் குறித்து விவாதிக்க இருக்கிறேன். கிரேட் பிரிட்டன் மற்றும் இந்தியாவில் உள்ள முஸ்லிம்களிடமிருந்து பாகிஸ்தான் திட்டத்திற்கு அவர்களின் அசைக்க முடியாத எதிர்ப்பு குறித்து எனக்கு ஏற்கெனவே கடிதங்கள் வந்துள்ளன. பிரிட்டனில் உள்ள 99 சதவீத முஸ்லிம்கள் பாகிஸ்தானை எதிர்க்கின்றனர். இந்திய தேசிய காங்கிரசுடன் நிபந்தனையற்ற கூட்டணிக்கான நமது நடவடிக்கையை ஆதரிக்கின்றனர். பாகிஸ்தானின் கருத்து முழுவதுமே எவ்வளவு வெறுக்கத்தக்கது என்பதை திரு. ஜின்னாவிடம் தெளிவாகத் தெரிவிப்போம்.[432]

இங்கிலாந்திலுள்ள பர்மிங்காம் நகரம் இந்தியர்கள் அதிகம் வசிக்கும் நகரமாகும். இந்த நகரத்தின் முஸ்லிம்கள் பாகிஸ்தான் திட்டத்தையும், முஸ்லிம் லீக்கின் 'பிற்போக்குக் கொள்கையையும்' கண்டித்து ஒரு தீர்மானத்தை நிறைவேற்றினர், ஜின்னாவின் 'தேசப்பற்றற்ற அணுகுமுறையையும் கண்டனம் செய்தனர். பிரிட்டனில் 5,000 ஆதரவாளர்கள் கொண்டுள்ளதாக கூறப்படும் தேசிய முஸ்லிம் கமிட்டியின் ஆதரவில் இந்தக் கூட்டம் நடைபெற்றது. இக்கூட்டத்திற்கு சௌத்ரி அக்பர் கான் தலைமை தாங்கினார். நியாமத் அலி நூர் இத்தீர்மானத்தை முன்மொழிந்தார். இந்தத் தீர்மானத்தில் அவர் அறிவித்தார்,

முஸ்லிம் லீக்கிலுள்ள பெரும்பாலானோர் பிரிட்டிஷார் இந்தியாவில் நீடிக்க வேண்டும் என்று விரும்புபவர்கள் என்று அவர் அறிவித்தார்.

லீக் ஒருபோதும் இந்திய சுதந்திரத்திற்காகப் போராடியதில்லை. பெரும்பாலும் அது பிரிட்டிஷ் ஏகாதிபத்தியத்திற்கு உதவியுள்ளது."[433]

அடிக்குறிப்புகள்:

256. Ferozabadi, Faheem (trans.), Yaadgaar-e-Ashfaque, (this book was originally edited by Banarsi Das Chaturvedi in Hindi) Agra Akhbar, Agra, nd, p. 74.
257. Khan, Javed Ali, Muhammad Shibli Nomani, Darul Musannefin, Azamgarh, 2004, p. 36.
258. Hasan, Mushirul, M. A. Ansari: Gandhi's Infallible Guide, Manohar, 2010, p. 59.
259. Nomani, Shibli, Magalat-e-Shibli, vol. 8, Shibli Academy, Azamgarh, 2000, p. 168.
260. மே.கு... பக். 163.
261. மே.கு... பக். 163.
262. Nadvi, Syed Sulaiman, Kulliyaat-e-Shibli, Darul Mussannefein, Azamgarh, 2012, p. 131-4.
263. Anjum Khalique, Hasrat Mohani, Publication Division, Government of India, Delhi, 1994, p. 147.
264 Urdu daily Hamdam, Lucknow, August 14, 1924.
265 மே.கு.
267. https://en.wikipedia.org/wiki/Harmat Mobani.
268. Maulana Suleman Nadvi cited in Anjum, Khalique, Hasrat Mohani, Publications Division: Govt of India, Delhi, 1994, p.
269. அப்துல் பாரி ஃபிரங்கி மஹாலி 1878-1926 மற்றொரு புகழ்பெற்ற இஸ்லாமிய அறிஞர் ஆவார், அவர் முஸ்லிம்களுக்கும் இந்துக்களுக்கும் இடையிலான ஒற்றுமைக்காகத் தனது வாழ்வை அர்ப்பணித்தார் .
270. Collected Works of Gandhi, (Translated from Gujarati] p. 358. http://www.gandhiserve.org/cwmg/VOL019.PDF
271. Anjum Khalique, Hasrat Mohani, Publication Division, Government of India, Delhi, 1994, p. 88...
272. மே.கு., பக். 88-89, மேற்கண்ட கவிதையின் ஆங்கில மொழிபெயர்ப்பும், பின்வரும் குறிப்பும் டாக்டர் சஜ்ஜாத் ஹுசைனியால் மொழிபெயர்க்கப்பட்டுள்ளது: கிருஷ்ணரைப் பற்றிய ஹஸ்ரத்தின் கடைசி ஈரடி ஒரு அற்புதமான மற்றும் அழகான உருவகம். நூர்-இ-சியா (கருமை நிறம்) கிருஷ்ணரின் மங்கலான

நிறத்தை நீண்ட காலமாகக் குறிக்கிறதுக் மற்றொரு உவமை ஹஸ்ரத் கிருஷ்ணரின் கருமை நிறம் ஞான ராஜ்யங்களின் மலர் என்று கூறுகிறது

273. சந்திரசேகர ஆசாத் உட்பட பல தோழர்களுடன் இந்தப் புரட்சியாளர்கள். சசீந்திர பக்ஷி, கேசப் சக்ரவர்த்தி, மன்மத்நாத் குப்தா, முராரி லால் குப்தா, முகாண்டி லால் குப்தா, பன்வாரி லால் ஆகியோர் 1925 ஆகஸ்ட் 9 அன்று காகோரிக்கு அருகிலுள்ள ககோரி மெயிலில் (உ..பி., லக்னோவுக்கு அருகில்) கொண்டு செல்லப்பட்ட ஹோட்டிஷ் அரசாங்கக் கருவூலத்தைக் கைப்பற்றினர். ராம் பிரசாத் பிஸ்மில், அஷ்பகுல்லா கான், ராஜேந்தர் லஹிரி, ரோஷன் சிங் ஆகியோருக்கு மரண தண்டனை விதிக்கப்பட்டது.

274. Ferozabadi, Faheem (trans.), Yadgaar-e-Alfague, (this book was originally edited by Banarsi Das Chaturvedi in Hindi) Agra Akbbar, Agra, nd, pp. 116-117.

275. மே.கு., p. 117.

276. Azadi kee Ladai ke Zabtsbudaa Tarane, Government of India, Delhi, 1998, p. 34.

277. Declaration of Naujawan Bharat Sabha in Neelima Sharma and Surender Manan (tr. and eds.), Bhagat Singh ke Dastavez (Delhi: Nishant, 1996), p. 38.

278. Dharm aur Azadi ki Jung, pp. 27-28.

279. Shamsul Islam, Bright lights from the dark room", The Times of India, Delhi, 19 June 1994. For other related documents of Udham Singh see Navrej Singh and Avtar Singh Johal (eds.), Emergence of the Image Redact Documents of Udam Singh (Delhi: National Book Organization, 2002).

280. Edib, Halide, Inside India, George Allen & Unwin, London. 1937, p. 325.

281. Cited in Ludhianvi, Azeezur Rahman, Raees-ul-Abrar Maulana Habeebur Rahman Ludhianvi aur Hindustan ki Jang-e-Azadi, Talimi Samaji Markaz, Delhi, 1961, p. 141.

282. Cited in Ludhianvi, Azeezur Rahman, Raees-ul-Abrar Maulana Habeebur Rahman Ludhianvi aur Hindustan ki Jang-e-Azadi, Talimi Samaji Markaz, Delhi, 1961, pp. 181-2.

283. Cited in Hasan, Mushirul, M. A. Ansari: Gandhi's Infallible Guide, Manohar, 2010, pp. 279-80.

284. மே.கு... பக். 114.

285. மே.கு., pp. 116-117.

286. Ansari in Modern Review, July 1929, p. 104.

287. Edib, Halide, Inside India, George Allen & Unwin, London. 1937, p. 1.

288. Hasan, Mushirul, M. A. Ansari: Gandhi's Infallible Guide, Manohar, 2010, pp. 131-2.

289. Hasan, Mushirul & Rakhshanda Jalil, Partners in Freedom: Jamia Millia Islamia Niyogi Books, Delhi, 2006, p. 67.
290. மே.கு... பக். 52.
291. மே.கு... பக்.56.
292. மே.கு... பக். 73.
293. A Muslim League leader cited in Hasan, Mushirul & Rakhshanda Jalil, Partners in Freedom: Jamia Millia Islamia, Niyogi Books, Delhi, 2006, p.165.
294. The Bombay Chronicle, April 7, 1940.
295. Historian Ravinder Kumar in Foreword to Hasan, Mushirul, M. A. Ansari: Gandhi's Infalliable Guide, Manohar, 2010, p. 13.
296. Cited in Hasan, Mushirul, M. A. Ansari: Gandhi's Infallible Guide, Manohar, 2010, p. 16.
297. Ansari, Shaukatullah, Pakistan: The Problem of India, Minerva, Lahore, 1944. It also appeared in Urdu titled as Pakistan (published by Kapoor Publishers, Lahore, nd.)
298. மே.கு... பக். 116.
299. மே.கு... பக். 116.
300. மே.கு., pp. 116–7.
301. மே.கு... பக். 118.
302. Hasan, Mushirul, M. A. Ansari: Gandhi's Infallible Guide, Manohar, 2010, pp. 208-9.
303. Cited in Hasan, Mushirul, M. A. Ansari: Gandhi's Infallible Guide, Manohar, 2010, p. 208.
304. Home Poll. File No. 3/7, 1934, NAI, cited in Hasan, Mushirul, M. A. Ansari: Gandhi's Infallible Guide, Manohar, 2010, p. 209.
305. Smith, Wilfred Cantwell, Modern Islam in India: A Social Analysis, Victor G Ltd, London, 1946, pp. 222-3.
306. Edib, Halide, Inside India, George Allen & Unwin, London. 1937, pp. 339–40.
307. மே.கு... பக். 332.
308. Khan, Abdul Ghaffar Khan, Words of Freedom: Ideas of a Nation, Penguin, Delhi, 2010, pp. 19-20.
309. மே.கு., pp. 41–42.
310. மே.கு., pp. 41–42.
311. Awadb Akhbar, Lucknow, July 25, 1929.
312. Hasan, Mushirul, M. A. Ansari: Gandhi's Infallible Guide, Manohar, 2010, pp. 210–11.

313. Cited in Hasan, Mushirul, op. cit., p. 211.
314. The Bombay Chronicle, June 5, 1930.
315. The Bombay Chronicle, April 24, 1940. The micro films of the paper are available at NMML, Delhi.
316. Madina of Bijnore, முஸ்லிம் லீக் மற்றும் பாகிஸ்தானின் திட்டத்திற்கு எதிராக வெளிவந்த ஒரு முக்கிய உருது வாரமிருமுறை இதழாகும். இது 1938-39இல் முஸ்லிம் லீக், பாகிஸ்தான் மற்றும் இரு தேசக் கோட்பாடு குறித்து தொடர் கட்டுரைகளை வெளியிட்டது. இந்தப் பிரச்சினைகளில் முஸ்லிம்களைப் பயிற்றுவிப்பதற்காக 1939இல் மதீனா புக் டிப்போவால் முஸ்லிம்கள் கியா கரேன்? என்ற தலைப்பில் அதே கட்டுரைகள் மறுபதிப்பு செய்யப்பட்டன. (முஸ்லிம்கள் என்ன செய்ய வேண்டும்?). மேற்கூறிய விடயங்கள் குறித்த விவாதங்களை முன்னெடுத்துச் சென்ற மிகச்சிறந்த தொகுப்புகளில் இதுவும் ஒன்று.
317. Qureshi, MH (ed.), Abdul Majeed Khwaja: A Biographical Narrative, Maktaba Jamia Ltd., Delhi, nd, 12.
318. Gandhi, MK, Collected Works of Mahatma Gandhi, Vol. 22, Publication Division, GOI, 1966, 79.
319. Qureshi, MH (ed.), Abdul Majeed Khwaja: A Biographical Narrative, Maktaba Jami Ltd., Delhi, nd, 16.
320. மே.கு., 19.
321. மே.கு., 14–15. Some of the names of children being, Raveend Khwaja, Sarojin Ayesha, Mala Nigar, Rashmi Noreen, Amar Majeed, Rajen Khwaja, Jawaha Khwaja and Geeta Anjum.
322. Qureshi, MH (ed.), Abdul Majeed Khwaja: A Biographical Narrative, Maktaba Jamia Ltd., Delhi, nd, 45.
323. Smith, Wilfred Cantwell, Modern Islam in India: A Social Analysis, Victor G. Lid, London, 1946, p. 232.
324. The Bombay Chronicle, June 15, 1943. 325
325. The Bombay Chronicle, August 2, 1943.
326. The Bombay Chronick, September 21, 1945.
327. Mansergh, Nicholas, (ed.), Transfer of Power in India, 1942–47: The Cabinet Mission, March 23–June 29, 1946, v. 7, (Constitutional Relations Between Britain & India), Her Majesty's Stationery Office Books, London, 1977, pp. 286-87,
328. The Bombay Chronicle, Aptil 21, 1931. This remarkable letter to Gandhi is discussed in detail in chapter 10 under sub-title 'Congress vacillation and betrayal'.

329. Hasan, Mushirul, M. A. Ansari: Gandhi's Infallible Guide, Manohar, 2010, p. 224.
330. Smith, Wilfred Cantwell, Modern Islam in India: A Social Analysis, Victor G. Ltd, London, 1946, p. 233.
331. Hasan, Mushirul, M. A. Ansari: Gandhi's Infallible Guide, Manohar, 2010, p. 210.
332. Shaikh Mohammed Abdullah in The New Kashmir cited in Ashraf, K. M., Hindu Muslim Question and Our Freedom Struggle, Sunrise, Delhi, 2005, p. 177.
333. Khan, Yasmin, The Great Partition: The Making of India & Pakistan, Penguin, Delhi, 2007, p. 40.
334. இந்தியாவின் மேற்கு உத்தரப்பிரதேசத்திலுள்ள தியோபந்தில் 'அறிவு இல்லம்'. இது 1866ஆம் ஆண்டில் பிரிட்டிஷ் ஆட்சிக்கு எதிரான இஸ்லாமிய அறிஞர்கள் குழுவால் நிறுவப்பட்டது. மேலும் விவரங்களுக்கு, காண்க: http://www.darululoom-deoband.com/english/.
335. மால்டா சிறையில் இருந்து திரும்பிய பிறகு சுதந்திரப் போராட்டத்தில் மிகவும் தீவிரமாக இருந்தார். காந்தியின் தலைமையில் காங்கிரஸ் தலைமையிலான ஒத்துழையாமை இயக்கத்தில் முஸ்லிம்கள் பங்கேற்க வேண்டுமென்று அவர் ஒரு ஃபத்வா அல்லது ஆணையை வெளியிட்டார். அவர் பிரிட்டிஷ் எதிர்ப்பு சுதந்திரப் போராட்டத்தின் அடையாளமாக இருந்தார் மற்றும் வெளிநாட்டு ஆட்சியாளர்களுக்கு எதிராக இந்துக்கள் மற்றும் முஸ்லிம்களின் ஒற்றுமையை வலுப்படுத்தப் பணியாற்றினார். ஜாமியா மில்லியா இஸ்லாமியா என்ற தேசியவாதக் கல்வி நிறுவனத்திற்கு அடித்தளம் அமைக்க அவர் அழைக்கப்பட்டார்.
336. British Aligarh Muslim University. 336 See his narrative of Malta jail incarceration in Asir-e-Malta (Prisoner of Malta), published in Urdu in 1923.
337. Hasan, Mushirul, M. A. Ansari: Gandhi's Infallible Guide, Manohar, 2010, p. 207.
338. Madani, Hussain Ahmad (Translated by M. A. Hussain & Hasan Imam with Introduction by Barbara D. Metcalf), Composite Nationalism & Islam, (Originally written in Urdu as Muttabida Qaumiyat aur Islam in 1938) Manohar, Delhi, 2007, p. 37.
339. மே.கு... பக். 9.
340. Barbara cited in Madani, Hussain Ahmad (Translated by M. A. Hussain & Hasan Imam with Introduction by Barbara D. Metcalf), Composite Nationalism & Islam, (Originally written in Urdu as Muttahida Qaumiyat aur Islam 1938) Manohar, Delhi, 2007, pp. 38-9.
341. மே.கு., பக். 18.
342. மே.கு., பக். 56.

343. மே.கு., பக். 24.

344. மே.கு., பக். 118.

345. மே.கு., பக். 145.

346. Some of the important publications many of which were penned by Husain Ahmad Madani, were: 2 Fatwe, Muslim League kee 8 Muslim-kash Siyasee Ghaltiyan, Muslim League Kiya bae? Muslim League aur Congress kee Mukhtasar Haqeeqat aur unke Fawaid aur Nuqsaanaat Per, Muttabeda Qaumiat aur Islam, Pakistan kee Cheestan aur Jamiat Ulama-e-Hind and Jawaz-e-sbirkat-e-Congress aur Izula-e-shakook, yaani majmooa-e-Fatawi wa Irshadaat.

347. Jinnah's presidential address 1940.

348. Muslim League Kiya hae? Muslim League aur Congress kee Mukhtasar Haqeeqat aur unke Fawaid aur Nuqsaanaat Per, pp. 6-7.

349. Pakistan kee Cheestan aur Jamiat Ulama-e-Hind, p. 8.

350. Pakistan kee Cheestan aur Jamiat Ulama-e-Hind, p. 11.

351. See 2 Fatwe.

352. Muslim League kee 8 Muslim-kash Siyasee Ghaltiyan.

353. Madani, Hussain Ahmad, An Open letter to Muslim League, Dewans Publications, Lahore, 1946.

354. The Bombay Chronicle, May 6, 1947.

355. Working Committee meeting of the Jamiat at Delhi, The Bombay Chronicle, 23, 1945.

356. The Bombay Chronicle, June 7, 1947.

357. AICC Papers (Ist part) G56/1947 NMML and Adrawi, Aseer, Tehreek-e-Azadi aur Musalman, Darul Maualefeen, Deoband, 2000 (6 edition), p. 348.

358. Mansergh, Nicholas, (ed.), Transfer of Power in India, 1942-47: The Cabinet Mission, March 23-June 29, 1946, v. 7, (Constitutional Relations Between Britain Her Majesty's Stationery Office Books, London, 1977, pp. 286-87. India),

359. The Bombay Chronicle, April 18, 1946.

360. மேஜர் ஜெனரல் ஹக் ரோஸின் கட்டளையின் கீழ் மத்திய இந்தியாவில் எழுச்சியை நசுக்க அவுரங்காபாத்திலிருந்து (இப்போது மகாராஷ்டிராவில் உள்ளது) சென்ற கிழக்கிந்திய இராணுவத்தில் தாமஸ் லோவ் ஒரு மருத்துவ அதிகாரியாக இருந்தார். குவாலியர் கோட்டைப் போரில் ராணி லட்சுமி பாயைத் தோற்கடித்து 1858இல் கல்பியைக் கைப்பற்றிய இராணுவத்தின் ஒரு பகுதியாக இருந்தார். இந்த வெற்றிகரமான இராணுவ நடவடிக்கையில் அவர் பங்கேற்றது பற்றிய விரிவான குறிப்புகளை லோவ் பராமரித்து வந்தார், மேலும் அவரது குறிப்பு 1860இல் லண்டனில் இருந்து வெளியிடப்பட்டது. மேலும் பிரச்சாரத்தின் போது நடந்த

நிகழ்வுகளின் மிகவும் நம்பகமான விளக்கமாகக் கருதப்படுகிறது. லோவின் விவரிப்பு இந்தியப் பொருளாதாரத்தையும் உற்பத்தித் துறையையும் அழித்த ஏகாதிபத்தியக் கொள்கைகள் மீதான விமர்சனத்தையும் முன்வைக்கிறது. "ஒவ்வொரு வகையான ஐரோப்பியப் பொருட்களும் உள்நாட்டு சரக்குகளை விரைவாக விஞ்சி நிற்கின்றன, இது ஒரு பரிதாபத்திற்குரியது, ஏனென்றால் பிரிட்டிஷ் சந்தைகளின் குப்பைகளால் பூர்வீக மக்களின் உண்மையிலேயே நல்ல மற்றும் பயனுள்ள பல சரக்குகள் இடம்பெயர்த்து வருகின்றன... நமது உற்பத்தி நகரங்களின் குப்பைகளை நாட்டின் ஒவ்வொரு மூலையிலும் புகுத்தியிருக்கும் அதே வேளையில், இத்தகைய வலிமையான நாட்டின் வளங்களை நாம் அநேகமாக முற்றிலுமாகப் புறக்கணித்துவிட்டோம் என்பதில் கண்களும் காதுகளும் உள்ள எவரும் ஒரு கணமும் சந்தேகிக்காமல் இருக்க முடியாது. மேற்கத்திய வணிகப் பொருட்களை அறிமுகப்படுத்துவதற்காக ஒரு கிழக்கத்திய தேசத்தின் உள்ளார்ந்த பயனுள்ள உற்பத்தி ஒவ்வொன்றையும் அழிக்க நாங்கள் முயற்சித்ததாகத் தெரிகிறது. Lowe, Thomas, Central India: During the rebellion of 1857 and 1858: A Narrative of Operations of the British Ferns from the Suppression of Mutiny in Aurangabad to the Capture of Gualber Under Mager Goural Sir Hugh Rose, GCB, and Brigadier Sir C. Stuart, KCB, Longman, London, 1860, pp. 357-358.

361. Salim, Tanvir, "Forgotten sags of the Momin Conference," http://rwocircles.net/2013jun05/forgotten_kaga_momin_conference.html

362. Ghosh, Papiya, Muhajirs and the Nature Bihar in the 40s, Routledge, Delhi, 2010,

363. மோமின் மாநாட்டில் மாவட்டங்களிலும் கிராமங்களிலும் சுமார் 500 கமிட்டிகள் இருந்தன, குறிப்பாகச் சமூகத்தின் பெரும்பகுதி குவிந்திருந்த உத்திரப்பிரதேசம் மற்றும் பிஹாரில் இருந்தன. The Bay, May 1, 1943

364. Ansari, Ashfaque Hussain (ed.), Momin Conference kee Dastavezi Tareekh, Momin Media, Delhi, 2000, p. 317.

365. மே.கு., பக். 346-7. 1934 வாக்கில் மோமின் மாநாட்டில் பீகார் மற்றும் உ.பி. யில் மட்டும் 500 க்கும் மேற்பட்ட கமிட்டிகள் இருந்தன. See Ghosh, Papiya, Muhajirs and the Nation: Bihar in the 40s, Routledge, Delhi, 2010.

366. Madina, Bijnor, April 28, 1943.

367. Searchlight, April 23, 1940.

368. Sajjad, Ahmed, Banda-e-Momin kaa Haath yas Tarikh All India Momin Conference Sawanb-e-Umri Ali Husain Aasim Bibari, Markaz-e-Adab-o-Science, Ranchi, 2011, pp. 519-20.

369. Madina, Bijnor, May 5, 1943.

370. மே.கு.

371. Sajjad, Ahmed, Banda-e-Momin kaa Haath yaa Tarikh All India Momin Conference Sawanb-e-Umri Ali Husain Aasim Bibari, Markaz-e-Adab-o-Science, Ranchi, 2011, p. 521.
372. மே.கு... பக். 369.
373. மே.கு... பக். 497.
374. National Herald, April 23, 1940.
375. மே.கு.
376. The Searchlight, April 23, 1940.
377. The Hindustan Times, April 26, 1940.
378. The Bombay Chronicle, April, 23, 1940.
379. The Searchlight, April 24, 1940.
380. மே.கு., April 23, 1940.
381. W Sajjad, Ahmed, Banda-e-Momin kaa Haath yaa Tarikh All India Momin Conference Sawanb-e-Umri Ali Husain Aasim Bibari, Markaz-e-Adab-o-Science, Ranchi, 2011, p. 426,
382. Smith, Wilfred Cantwell, Modern Islam in India: A Social Analysis, Victor G. Ltd., London, 1946, pp. 228-29.
383. The Hindustan Times, April 28, 1940.
384. Bombay Chronicle, Bombay, 27 April, 1940.
385. Hasan, Mushirul, M. A. Ansari: Gandhi's Infallible Guide, Manohar, 2010, p. 211.
386. அவர் 1857 கிளர்ச்சியில் முக்கியப் பங்கு வகித்த முஸ்லிம் அறிஞர்களின் குடும்பத்தைச் சேர்ந்தவர். மௌலானா ஹபீபுர் ரஹ்மானின் கொள்ளுத் தாத்தாவான மௌலானா அப்துல் காதிர், 1857இல் ஆங்கிலேயர்களுக்கு எதிராக ஃபத்வா வழங்கிய மதகுரு ஆவார், அவர் லூதியானவில் சில காலம் புரட்சிகர அரசாங்கத்தை நடத்தினார்
387. Presidential address to the Ahrar conference on July 11, 1931 cited in Ludhianvi, Azeezur Rahman, Raees-ul-Abrar Maulana Habeebur Rahman Ludhianvi aur Hindustan ki Jang-e-Azadi, Talimi Samaji Markaz, Delhi, 1961, p. 155.
388 .National Herald, Lucknow, April 21, 1940.
389. மே.கு., April 23, 1940.
390. மே.கு., Lucknow, April 21, 1940.
391. Smith, Wilfred Cantwell, Modern Islam in India: A Social Analysis, Victor G. Ltd, London, 1946, pp. 225-6.
392. Nehru, Jawaharlal, The Discovery of India, Penguin, Delhi, 2010, p. 433.

393. Ludhianvi, Azeezur Rahman, Raees-ul-Abrar Maulana Habeebur Rahman Ludhian aur Hindustan ki Jang-e-Azadi, Talimi Samaji Markaz, Delhi, 1961, p. 212.
394. மே.கு., பக். 31.
395. மே.கு., பக். 138.
396. மே.கு., பக். 129.
397. மே.கு., பக். 245.
398. மே.கு., பக். 136.
399. The Hindustan Times, April 30, 1940.
400. Ludhianvi, Azeezur Rahman, Raees-ul-Abrar Maulana Habeebur Rahman Ludhianvi aur Hindustan ki Jang-e-Azadi, Talimi Samaji Markaz, Delhi, 1961, p. 14.
401. The working committee of All India Majlis-e-Ahrar resolution against Pakistan, March 28, 1946, in Ludhianvi, Azeezur Rahman, Raees-ul-Abrar Maulana Habeebur Rahman Ludhianvi aur Hindustan ki Jang-e-Azadi, Talimi Samaji Markaz, Delhi, 1961, pp. 283-85.
402. Mansergh, Nicholas, (ed.), Transfer of Power in India, 1942-47: The Cabinet Mission, March 23-June 29, 1946, v. 7, (Constitutional Relations Between Britain & India), Her Majesty's Stationery Office Books, London, 1977, pp. 286-87.
403. The Bombay Chronicle, May 1, 1943.
404. Mahashay Krishan, editor of Urdu daily Pratap (Lahore) cited in Ludhianvi, Azeezur Rahman, Raees-ul-Abrar Maulana Habeebur Rahman Ludhianvi aur Hindustan ki Jang-e-Azadi, Talini Sarnaji Markaz, Delhi, 1961, p. 35.
405. Haq, Afzal, Pakistan and Untouchability, Maktab-e-Urdu, Lahore, 1941, p. 162.
406. மே.கு... பக். 162.
407. Smith, Wilfred Cantwell, Modern Islam in India: A Social Analysis, Victor G. Ltd, London, 1946, p. 229.
408. Hossenibhai Laljee, President of the Shia Conference cited in The Bombay Chronicle, October 20, 1945.
409. The Hindustan Times, May 3, 1940.
410. Mansergh, Nicholas, (ed.), Transfer of Power in India, 1942-47: The Cabinet Mission, March 23-June 29, 1946, v. 7, (Constitutional Relations Between Britain & India), Her Majesty's Stationery Office Books, London, 1977, p. 286.
411. The Bombay Chronicle, December 28, 1944.
412. The Bombay Chronicle, May 25, 1944.

413. The Bombay Chronicle, October 16, 1944.

414. மே.கு.

415. மே.கு., October 23, 1944.

416. மே.கு., November 26, 1945.

417. மே.கு... பக். 230.

418. Kabir, Humayun, Muslim Politics 1906-42, Gupta, Rahman & Gupta, Calcutta, 1943, p. 10.

419. Edib, Halide, Inside India, George Allen & Unwin, London. 1937, p. 342.

420. The Hindustan Times, April 30, 1940.

421. Abl-e-Hadees, Urdu weekly, Amritsar, November 6, 1925.

422. The Bombay Chronicle, August 1, 1944. 423

423. மே.கு., October 20, 1945.

424. The Bombay Chronicl:, June 10, 1941...

425. மே.கு. ஜூன் 9, 1941.

426. மே.கு., ஜூன் 12, 1941.

427. இந்தியாவின் தென்னிந்தியாவில், குறிப்பாகக் கேரளாவில் முஸ்லிம் பிரிவினைவாதத்திற்கு எதிராக ஒரு தொடர்ச்சியான பிரச்சாரத்தை நடத்திய முகமது அப்துர் ரஹ்மான் மற்றும் அவரது தோழர்கள் பற்றிய முதன்மை மூல ஆதாரங்களைக் கிடைக்கச் செய்த கேரளாவைச் சேர்ந்த ஆர்வலரும் வழக்கறிஞருமான பாபி குன்ஹுவுக்கு நான் நன்றியுள்ளவனாக இருக்கிறேன். மலபார் முஸ்லிம்களின் வரலாறு பற்றிய கூடுதல் தகவலுக்குப் பார்க்கவும்: e-malabari.my/history/genesis.htm.

428. Cited in Chekkutty, NP, Muhammad Abdurahaman, NBT, Delhi, pp. 115-16.

429. மேற்கோள் காட்டப்பட்டது, மே.கு., பக்.117-18.

430. பாபி குன்ஹாவுடனான நேர்காணலின் அடிப்படையில்.

431. என்.பி.முஹம்மது எழுதிய முகமது அப்துரஹிமான் ஊரு என்ற புத்தகத்தை அடிப்படையாகக் கொண்டு வீரபுத்திரன் என்ற திரைப்படம் 2011இல் வெளியாகி பெரும் வெற்றி பெற்றது. குஞ்சு முகமது இயக்கிய இத்திரைப்படத்தில் பிரபல மலையாள/தமிழ் நடிகர் நரேன் முக்கியக் கதாபாத்திரத்தில் நடித்திருந்தார்.

432. The Bombay Chronicle, October 25, 1944.

433. மே.கு., செப்டம்பர் 4, 1945.

அத்தியாயம் 9

தேசபக்த முஸ்லிம்களின் பாகிஸ்தான் எதிர்ப்பு உருதுக் கவிதைகள்

தேசபக்த முஸ்லிம்கள் பாகிஸ்தானின் திட்டத்திற்குத் தங்கள் வலுவான எதிர்ப்பை வெளிப்படுத்தவும், இந்து-முஸ்லிம் ஒற்றுமையை வலியுறுத்தவும் உருதுக் கவிதைகளை ஒரு வலுவான ஊடகமாகப் பயன்படுத்தினர். உருது மொழி பாகிஸ்தானை உருவாக்கியது என்ற குற்றச்சாட்டை இந்த உண்மை மறுக்கிறது. உண்மையில் இது ஆதாரமற்ற குற்றச்சாட்டு. இவ்வகுப்புவாதக் காரணங்களுக்காக உருது மொழி தனிமைப்படுத்தப்பட்டுள்ளது. முஸ்லிம் லீக்கை ஐயத்திற்கிடமின்றி எதிர்த்த தேசபக்த முஸ்லிம்களின் மொழியாக உருது இருந்தது. மேலும், குறிப்பிட்ட நபர்கள் அல்லது அமைப்புகள் மொழிகளைப் பயன்படுத்துவதற்கு நாம் மொழிகளைக் குறை கூறக்கூடாது. உதாரணமாக, சூத்திரர்களுக்கும் பெண்களுக்கும் கீழான மனித அந்தஸ்தை விதிக்கும் மனுஸ்மிருதி சமஸ்கிருதத்தில் எழுதப்பட்டது. இந்த மனிதநேயமற்ற உரைக்குச் சமஸ்கிருத மொழியை நாம் பொறுப்பாக்க வேண்டுமா?

பாகிஸ்தானின் திட்டத்திற்கு எதிரான சில கவிதைகள் கீழே மறுபிரசுரம் செய்யப்பட்டுள்ளன. அவை இயல்பாகவே இந்துக்களுக்கும் முஸ்லிம்களுக்கும் இடையிலான ஒற்றுமையை வலியுறுத்துகின்றன.

ஷமிம் கர்ஹானியின் ‘பாகிஸ்தான் சாஹ்னே வாலோன் சே’ (பாகிஸ்தானை விரும்புபவர்களுக்கு)

ஹம்கோ பட்லாவ் தௌ கியா மட்லப் ஹே பாகிஸ்தான் கா
ஜிஸ் ஜகா இஸ்ஸ் வாக்ட் முஸ்லிம் ஹேன், நஜிஸ் ஹே கியா ஹூ ஜா...

[சொல்லுங்கள், பாகிஸ்தான் என்றால் என்ன? முஸ்லிம்களாகிய நாம் வாழும் இம்மண் புனிதமற்றதா?]

நெஷ்-இ-டோப்மத் சே தேரே, சிஷ்டி கா சீனா சாக் ஹே
ஜல்ட் பட்ல்லா கியா ஜமீன் அஜ்மீர் கீ நா-பாக் ஹே.

[உங்கள் அவதூறு சூஃபித் துறவி சிஷ்டியின் நெஞ்சத்தைக் காயப்படுத்தியுள்ளது; சீக்கிரம், சொல்லுங்கள், அஜ்மீர் தூய்மையற்றதா?]

காஃப்ர் கீ வாடி மேன் இமான் கா நாகீனா கோ கயா
ஹை கியா காக்-இ-நாஜிஸ் மேன் ஷப்-இ-மீனா கோ கயா

[இஸ்லாத்தின் விலைமதிப்பற்ற அபரணமான 'ஷா மீனா' புனிதமற்ற அவநம்பிக்கையின் பள்ளத்தாக்கில் தொலைந்துவிட்டது என்று சொல்வீர்களா?]

தீன் கா மக்தூம் ஜோ கலியர் கீ அபாடி மான் ஹே
ஆஹா! உஸ்கா ஆஸ்தனா கியா நஜிஸ் வாடி மே ஹே.

[மக்தூம் (தீன்-மதத்தின் எஜமானர்) உறைந்திருக்கும் மாட்சிமை பொருந்திய கலியார் புனிதமற்ற பள்ளத்தாக்கில் உள்ளதா?]

ஹேன் இமாமோன் கே ஜோ ரோஸ் லக்னோ கீ காக் பெர
பான் கயே கியா தௌபா-தௌபா கிட்டா-இ-நாபக் பெர்.

[லக்னோவிலுள்ள இமாம்களின் சமாதிகளும் மசூதிகளும் தூய்மையற்ற நிலத்தில் கட்டப்பட்டதா?]

பாத் யே கைஸீ கஹீ து நே ஆஹ் கீ
கியா ஜமீன் தாபீர் நஹீன் தர்கப் இ நூருல்லாஹ் கீ.

[உங்கள் கூற்றைக் கேட்டு ஒரு நீண்ட பெருமூச்சு வெளிப்பட்டது. (ஆக்ராவில் உள்ள)நூர்-உல்-லா தர்ஹா தூய்மையானது அல்ல என்று சொல்வீர்களா?]

ஆஹா! இஸ் பகீஜப் கங்கா கோ நாஜிஸ் கெஹ்தா ஹே து
ஜிஸ் கே பானீ சே கியா முஸ்லிம் ஷாபிடோன் நே வஸூ.

[ஐயோ! புனித கங்கை நீரை அசுத்தம் என்கிறீர்கள், அதை தானே தியாகிகள் புனித நீராட பயன்படுத்தினர்.]

நாம்-இ-பாகிஸ்தான் நா லே கர் துஜ்கோ பாஸ்-இ-தீன் ஹே
யே குஜிஷ்டா நஸ்ல்-இ-முஸ்லிம் கீ பாடி தௌபீன் ஹே.

[பாகிஸ்தானைக் கோருவது நமது முஸ்லிம் முன்னோர்களை அவமதிப்பதாகும், ஆகவே உங்கள் மதத்தின் மீது குறைந்தபட்ச மரியாதையாவது இருந்தால் பாகிஸ்தான் என்ற பெயரை உச்சரிக்க வேண்டாம்.]

துக்ரே-துக்ரே கெர் நஹி சக்தே வதன் கோ அஹ்ல்-இ-தில்
கிஸ் தராஹ் தரஜ் தேகென் கெய் சாமன் கோ அஹ்ல்-இ-தில்

[விவேகமுள்ள நெஞ்சம் உடையவர்களால் நாட்டைப் பிளவுபடுத்த முடியாது, பாழடைந்து, சூறையாடப்பட்ட தாய்நாட்டைக் காண அவர்கள் எவ்வாறு துணிவார்கள்?]

கியா யே மத்லப் ஹே கே ஹம் மப்ரூம்-இ-ஆசாதி ரபென்
முங்காசிம் ஹோரா கேர் அரபு கீ தாரா ஃபர்யாதி ரஹீன்.

[பிளவுண்ட அரேபியர்களைப் போல நாமும் சுதந்திரம் இல்லாமல் புலம்ப வேண்டும் என்று விரும்புகிறீர்களா?]

துக்ரே-துக்ரே ஹோா கே முஸ்லிம் கஸ்தா-தில் ஹோா ஜாயேகா
நக்ப்ப்ல்-இ-ஜாமியத் ஸராசர் முஸ்மாபில் ஹோா ஜாயேகா,

[பிரிவினையால் முஸ்லிம்கள் நம்பிக்கை இழந்து, சமூக மரம் வாடி போகும்.][434]

ஜுங்ஜோ ஹிந்தோஸ்தானி (வகுப்பு வாதத்திற்கு எதிரான இந்திய மறவர்கள்) ஷமீம் கர்ஹானி

பட் மே அப் கயே அவுர் பாஜே கே ஜாக்ரே ஜோங்க் தே,
லே சுர்ரா அவுர் ஐஸெ ஃபிட்னான் கே ஜிகர் மே போன் தே.

[பசு மீதும் பட்டாளத்தின் மீதும் உள்ள வீண் சச்சரவுகளை நெருப்பில் போடுங்கள்/ ஒரு கூரிய வாளை எடுத்து இது போன்ற சச்சரவுகளின் இதயத்தைத் துளையிடுங்கள்.]

இஷ்ட்ராக்-ஏ-கர் கா ஆலம் கோ ஹூ பைகம் தே,
ஜோ தேரி இஸ் ஜங்ஜு துனியா கோ அமன்-இ-ஆம் தே.

[போரால் சூழப்பட்ட இவ்வுலகிலுள்ள அனைவருக்கும் அமைதியைத் தரும் (வகுப்பு) ஒற்றுமையின் நற்செய்தியை உலகிற்கு வழங்குங்கள்.][435]

ஷமீம் கர்ஹானி அவர்களின் ஹமாரா ஹிந்தோஸ்தான் (நமது இந்தியா)

கோய் கர் புச்சே கே ரபீ தேரா மஸ்கான் கஹான் ஹே,
ஃபக்ர் கா சர் கர்கே ஒன்சா மே கஹூன் ஹிந்துஸ்தான்.

[யாராவது வழிப்போக்கன் உன் இருப்பிடம் எங்கே என்று கேட்டால்// ஹிந்துஸ்தான் என்று பெருமையுடன் சொல்வேன்]

ஹான் வோஹி ஹிந்தோஸ்தான் ஜிஸ் நே கே பாலா ஹே முஜே,
இல்ம் அவுர் தேஹ்ஸீப் கே சான்சே மேன் தல ஹே முஜே.

[ஆம், என்னை வளர்த்தெடுத்த அதே இந்துஸ்தான்தான்// அதுதான் எனக்குப் பண்பாட்டையும் ஞானத்தையும் கற்றுக் கொடுத்தது.]

ஜிஸ் கே டாமன் மேன் ஹமாரே பாப்-தாதா சப் பேலே,
பால்கே அராம்-ஓ-கோஷீ கே பாக் மேன் பூலே ஃபலே.

[நம் எல்லா முன்னோர்களும் பிறந்த அதே மண்/ அவர்கள் வளர்த்த மகிழ்ச்சியும் சுகமும் நிறைந்த தோட்டம்.]

ஜிஸ் கே பெர் கோஷே மேன் ஹே ஆஸ்ஸா கா மசார்,
பியாரி மா-பெப்னோன் கா மத்ஃபான், பாப்-தாதா கா மசார்.

[இந்தத் தேசத்தின் ஒவ்வொரு மூலையிலும் எங்கள் புனிதர்களின் கல்லறைகள் உள்ளன / அங்கே எங்கள் அன்பான தாய்மார்கள், சகோதரிகள், பாட்டனார் மற்றும் தந்தையர்கள் அடக்கம் செய்யப்பட்டுள்ளனர்.]

அப்னீ பியாரீ மஸ்ஜிதீன் பான் ஜிஸ் கீ காக்-இ-பாக் பேர்,
ஜி கே கும்பாத் தானஸான் பான் கும்படே அஃப்லாக் பெர்.

[அவர்களின் புனித அஸ்தியின் மீது எங்கள் அன்புக்குரிய பள்ளிவாசல்கள் எழுந்திருக்கின்றன/ அதன் குவிமாடங்கள் விண்ணை முட்டுகின்றன.]

சுபே கே தாரோன் கீ ஸௌ மேன், மந்திரோன் கே தர்மியான்,
ஜின் கே குல்தஸ்தோன் பே முஸ்லிம் ரோஸ் தீதா ஹே அசான்.

[கோயில்களுக்கிடையில் தோன்றும் அதிகாலை நட்சத்திரங்களின் ஒளியில்/ மலர்களுக்கு மத்தியில் முஸ்லிம்களின் தொழுகை அழைப்பு வரும்.][436]

சாகர் நிஜாமி (சமத் யார் கான்) எழுதிய ‘பைகாம்-இ-அமல்’ [செயலுக்கான ஒரு செய்தி)

உத் ஏ மஷ்ரிக் அவுர் லவ் அப்னே பக்-இ-ஃபித்ரத் கீ ஹிஃபாஸத் கெர்
ஜோ ஆசாதி தேரா மக்சூம் ஹே உஸ்கீ ஹிமாயத் கெர்.

[விழித்திடுங்கள்! கீழைநாட்டு மக்களே, உங்கள் பிறப்புரிமையைப் பாதுகாத்துக்கொள்ளுங்கள். சுதந்திரம் உங்கள் லட்சியம், அதை அடையுங்கள்.]

ஃபாஸா பர் கவுர் கர் ஹர் சீஸ் கோ ஹாசில் ஹே அசாதி
புலந்த் அப்னி நாசர், அப்னி தபியாத், அப்னி ஃபித்ரத் கெர்.

[சூழ்நிலையை அனுமானியுங்கள், எல்லாவற்றிற்கும் சுதந்திரம் தேவை. உங்கள் பார்வை, குணம் மற்றும் சுயத்தை உயர்த்துங்கள்.]

ஹிலா தே ஜோர்-ஓ-இஸ்தப்தாத் கீ சங்கீன் புனியாடேன்
குலாமி கே புடோன் கோ குர்ஸ்-இ-ஹுரியத் சே கரத் கெர்.

[கொடுங்கோன்மை மற்றும் சுரண்டலின் அடித்தளத்தைத் தகர்த்தெறியுங்கள். விடுதலையின் கரங்கள் கொண்டு அடிமைத் தெய்வங்களை அழித்தொழிப்போம்.]

அகர் பெதார் பக்தீ கீ ஸனத் லேனி ஹே துனியா மேன்
தசாபுல் கோ மிதா அவுர் இன்சிதாத்-இ-குவாப்-இ-கஃப்லாத் கெர்.

[காத்திருக்கும் அதிர்ஷ்டத்திற்காக உலகம் உங்களை அங்கீகரிக்க விரும்பினால், சோம்பேறித்தனத்தை விடுங்கள், கவனக்குறைவைச் சரிசெய்யுங்கள்.]

குலாமி முஸ்தகில் ல'நாத் ஹே அவுர் தௌபீன்-இ-இன்ஸான் ஹே
குலாமி ஸே ரிபா ஹோ அவுர் அஸதோன் மே ஷிர்கத் கெர்.

[அடிமைத்தனம் என்றென்றும் ஒரு சாபக்கேடு, மனிதனுக்கு மானக்கேடு. அடிமைத்தனத்திலிருந்து விடுபடுங்கள்... சுதந்திரமானவர்களாகக் கணக்கில்கொள்ளப்படுங்கள்.]

தேரா மழப் பீ தேதா ஹே துஜே தலீம்-இ-ஆசாதி
அகர் தவா-இ-மழப் ஹே தோ மஸ்பாப் கீ இதா-அத் கேர்.

[உங்கள் மதம் கூட உங்களுக்கு சுதந்திரமாக வாழ போதிக்கிறது. நீங்கள் நம்பிக்கையுடையவராக இருந்தால் பின்பற்றுங்கள்.]

தேரி குர்பானிய ஜின்ஹார் ஜாயா ஜா நஹீன் ஸக்தீன்
மகர் பேத தில்-இ-பே-கைஃப் மேன் கைஃப்-இ-ஷபாதத் கேர்.

[உங்கள் தியாகங்கள் ஒருபோதும் வீண் போகாது. இன்பமில்லாத உங்கள் இதயத்தில் தியாகத்தின் இன்பச் சுவையை உண்டாக்குங்கள்.]

ஜோ முஸ்தக்பில் மே ஃபிக்ர்-இ-எஹ்திமாம்-இ-சுர்க்ரோய் ஹே
தௌ அப்னே கூன் சே ரங்கீன் பேயாஸ்-இ-முல்க்-ஓ-மில்லத் கெர்.

[எதிர்காலத்தில் நீங்கள் அங்கீகரிக்கப்பட விரும்பினால், நாட்டிற்காகவும் சமூகத்திற்காகவும் இரத்தம் சிந்துங்கள்.]

கதம் ஹேஎன் சந்த் பாகி ஹட்-இ-மன்சில் தக் பஹோஞ்ச்னே மேன்
அபி குச் அவுர் கோஷிஷ் கெர் அபி குச் அவுர் ஹிம்மத் கெர்.

[இலக்கை அடைய சில படிகளே உள்ளன. பயமின்றி மேலும் மேலும் முயலுங்கள்.]

காரீப் ஐவான்-இ-ஆசாதி ஹே கியோன் மயூஸ் ஹோதா ஹே
தபஸ்ஸும் கம்யாபீ கா முஜே மஹ்ஸூஸ் ஹோதா ஹே.

[சுதந்திரத்தின் இருப்பிடம் அருகில்தான் இருக்கிறது. ஏன் விரக்தியடைகிறீர்கள்? உங்கள் வெற்றிப் புன்னகையை என்னால் உணர முடிகிறது.][437]

முனவ்வாரின் ‘இந்துஸ்தானி முஸல்மானன் சே அப்பீல்’ (இந்திய முஸ்லிம்களுக்கு வேண்டுகோள்)

ஜன்ம் ஜிஸ் அர்ஸ்-இ-முகத்தஸ் பே லியா ஹே து நே
டூத் ஜிஸ் மா கீ மஹபத் கா பியா ஹே து நே.

[எந்தப் புனித பூமியில் நீங்கள் பிறந்தீர்களோ.
எந்தத் தாயின் அன்புப் பாலை நீங்கள் பருகினீர்களோ.]

ஜிஸ் கீ ஆகோஷ் மே பல் கெர் ஹி சரஹா து பர்வான்
ஜிஸ் கெ சாயே மே குதா நே துஜே பக்ஷி தி அமான்.

[எந்த அன்பு மடியில் நீங்கள் வளர்ந்தீர்களோ.
யாருடைய தயவால் இறைவன் உங்களுக்குப் பாதுகாப்பை அருளினானோ.]

ஜிஸ் கே பை-பூல் ஸே கீ து நே ஜியாபத் அப்னி
ஜிஸ் கே கிர்மான் சே பர்ஹாஈ ஹே ஜஸமத் அப்னீ.

[யாருடைய கனிகளையும் பூக்களையும் நீங்கள் ருசித்து மகிழ்ந்திருக்கிறீர்களோ? யாருடைய அறுவடையின் பயனாக நீங்கள் உடல் ரீதியாக வளர்ந்தீர்களோ.]

ரூஹ் ஸே ஜிஸ் கீ தேரே ஜிஸ்ம் மே ஜான் ஆயி ஹே
நூர் சே ஜிஸ் கே தேரி ஆங்க் மே பெனாஈ ஹே.

[யாருடைய ஆன்மா உங்கள் உடலில் உயிரை அளித்ததோ, யாருடைய தெய்வீக ஒளி உங்கள் கண்களுக்குப் பார்வை கொடுத்ததோ.]

உஸ்ஸ் கீ தேஹ்கீர் கோ ஹர்கிஸ் ந கவரா கர்னா
உஸ் கீ அஸ்மத் மே தம்முல் நா குதா ரா கர்ணா.

[அவளை அவமானப்படுத்துவதை ஒருபோதும் பொறுத்துக் கொள்ளாதீர்கள். கடவுளின் பொருட்டு அவளின் புகழ்பாட ஒருபோதும் தயங்காதே.]

உஸ் கீ இஜ்ஜத் ஜோ கரேகா தௌ குதா குஷ் ஹோ கா
ஆன் பெர் உஸ்கீ மரேகா தௌ குதா குஷ் போகா.

[நீ அவளைப் போற்றினால், கடவுள் மகிழ்வார். அவளின் மானம் காக்க நீ உயிர் சிந்தினால். இறைவன் மகிழ்வார்.][438]

ஜாபர் அலி கான் எழுதிய 'தாவத்-இ-அமல்' (செயலுக்கான அழைப்பு)

அகர் ஹக் சே ஹே தும் கோ குச் லகாவோ
டௌ பாட்டில் கே ஆ-கே நா கர்டன் ஜுகாவோ.

[நீங்கள் உண்மையை நேசிப்பீர்களானால்
மண்ணுலக சக்திகளின் முன் தலை வணங்காதீர்கள்.]

ஹுக்குமத் கோ தும் நே லியா ஆஸ்மா
அப்னே முகக்கத்தார் கோ பீ ஆஸ்மாவோ.

[நீங்கள் (பிரிட்டிஷ்) அரசாங்கத்தைச் சோதித்தீர்கள், இப்போது உங்கள் விதியைச் சோதித்துப் பாருங்கள்.]

ஹோ தும் ஜிஸ் கே ஜாரே ஹூ ஹே காக்-இ-ஹிந்த்
சூபே ஹேன் ஜோ இஸ் மேன் ஹூ ஜௌஹர் திகா-ஓ

[நீங்கள் இந்திய மண்ணில் பிறந்தீர்கள்; கவனம் பெறாமல் போகக்கூடாத உங்கள் திறமையைக் காட்டுங்கள்.]

ஃபலாக் பெர் மெஹ்-ஓ-மெபார் பேட் ஜாயென் மாண்ட்
ஜமீன் பெர் இஸ் அனாதாஸ் சே ஜக்மாகா-ஓ.

[உங்கள் முன்னால், சூரியனின் சந்திரனின் ஒளி மங்கும் வகையில் பூமியில் மிளிருங்கள்.]

ஹிமலா பீ கர் ஆ-ஜாயே ராஹ் மேன்
தௌ துக்ரா கே ஆ-கே சே உஸ்கோ ஹதாவோ.

[இமயம் போன்ற தடைகளையும் உடைத்து உறுதியாக முன்னேறுங்கள்.]

கரே தும் சே கங்கா பீ கர் பே-ருக்கி
பாலத் கேர் உலத் தௌ தும் உஸ்கா பாஹாவோ.

[கங்கையும் உங்களுக்குத் தடையாக தோன்றினால் அதன் ஓட்டத்தைத் தலைகீழாக மாற்றுங்கள்.]

ஸமானே மே ரோஷன் கரோ நாமம்-இ-ஹிந்த்
ஹெர் இக்லீம் மேன் இஸ் கா சிக்க ஜமா-ஓ.

[இந்தியாவின் பெயரை உலகெங்கும் ஒளிரச் செய்யுங்கள். அதன் அதிகாரத்தை உலகெங்கும் நிறுவுங்கள்.]

ஹெர் இக் முல்க் கா ஹாத் மேன் லே-கே தில்
ஹெர் இக் குவாம் மேன் அப்னீ இஸத் கரோ.

[ஒவ்வொரு தேசமும் நட்பு பாராட்ட விரும்பும் வண்ணமும், பெருமதிப்புகொள்ளும் வண்ணமும் உன்னதமாக இருங்கள்.]

பஸீனா கிரே ஹிந்துயோன் கா ஜஹான்
வஹான் தும் முஸல்மனோ கா கூன் பஹாவோ.

[நாட்டுக்காக இந்துக்கள் வியர்வை சிந்தினால், தியாகத்திற்காக முஸ்லிம்கள் இரத்தம் சிந்துங்கள்.]

ஜமீன் ஹோ ஜப் இஸ்ஸ் கூன் சே லாலா-ஜார்
தௌ உஸ் பெர் பிசாட்-இ-உகூவத் பிச்சாவ்.

[உங்கள் ரத்தம் சிந்திய தியாகத்தினால் இந்து-முஸ்லிம் ஒற்றுமை வலுப்பெற வேண்டும்.][439]

ஜாபர் அலி கான் எழுதிய நவேத்-இ-ஆசாதி-இ-ஹிந்த்' (இந்திய சுதந்திரத்தின் மகிழ்ச்சியான செய்தி)

வோ தின் ஆ-நே கோ பே அசாத் ஜப் ஹிந்தோஸ்தான் ஹோகா,
முபாரக்பாத் உஸ் கோ டி ரஹா சாரா ஜஹான் ஹோகா.

[இந்திய சுதந்திரத்திற்கான நாள் விரைவில் உதயமாகும். உலகமே நம்மை வாழ்த்தும்.]

பிரம்மன் மந்திரோன் மேன் அப்னி பூஜா கர் ரஹே ஹோங்கே,
முசல்மான் தே ரஹா அப்னீ மசாஜித் மேன் ஆஸான் ஹோகா.

[பிராமணர்கள் தங்கள் கோயில்களில் வழிபாடு செய்து கொண்டிருப்பார்கள். முஸ்லிம்கள் தங்கள் மசூதிகளில் தொழுகைக்கு அழைப்பு விடுப்பார்கள்.]

மன்-ஓ-து கீ இப் ஜிட்னி கார்காஷே பென் மிட் சுகே ஹோங்கே,
நசீப் உஸ் வக்த் ஹிந்து அவுர் முசலம்ன் கா ஜவான் ஹோகா

["நீ, நான்" என்ற சச்சரவுகள் அனைத்தும் மறைந்துபோகும், இந்துக்களின், முஸ்லிம்களின் செல்வவளம் உச்சத்தில் இருக்கும்.]

தவானா ஜப் குதா கே ஃபசல் சே ஹம் நா-தவான் ஹோங்கே
க்ரூர் உஸ் வக்த் ஆங்ரேஸி ஹுகுமத் கா கஹான் ஹோகா.

[கடவுளின் அருளால், பலவீனமான நாம் வலிமையாக மாறும் போது, ஆங்கிலேயர்களின் ஆணவம் எங்கே தொடரும்?][440]

இந்தியாவில் உள்ள ஹிந்துக்கள் மற்றும் முஸ்லிம்களின் ஒற்றுமையை ஒரு தெய்வீக ஞானம் என்று ஜாஃபர் விவரித்தார்:

ஆதே ஹைன் ஆஸ்மான் சே சல் கெர் லோ குவான்
ஜோ முஸ்லிம்-ஓ-ஹுனூத் கோ ஷீர்-ஓ-ஸ்பக்கர் கரேன்

[இந்துக்களையும் முஸ்லிம்களையும் ஒன்றிணைக்க விண்ணுலக சக்திகள் ஒன்றாய் மண்ணுலகம் வந்துள்ளன.][441]

மௌலவி வஜாஹத் ஹுசைன் 'வஜாஹத்' சித்திக் அவர்களின் 'ஹம்தர்தி' (அனுதாபம்)

முஸல்மான் பன் கயே பான் ஹிந்துஊன் கீ ஜான் கே துஷ்மன்,
தர்ம் கே, அப்ரூ கே, மால் கே ஈமான் கே துஷ்மன்.

[இந்துக்களுக்கும், அவர்களின் மதத்திற்கும், கௌரவத்திற்கும், செல்வத்திற்கும், நம்பிக்கைக்கும் முஸ்லிம்கள் எதிரிகளாகி விட்டனர்.]

உத்பர் ஹிந்து பீ ஹேன் இஸ்லாம் கே குர்ஆன் கே துஷ்மன்,
நா ஹோங்கே அன் சே பாத் கெர் ரூஸ் அவுர் ஜப்பான் கே துஷ்மன்.

[மறுபுறம் இந்துக்களுக்கு, ரஷ்யா மற்றும் ஜப்பானின் பகைமை கூட மறைந்து போகும் அளவு இஸ்லாத்துடனும் குரானுடனும் பகைமை உண்டு.]

முஸ்லமன் அவுர் ஹிந்து அகல் கே துஷ்மன் ஹேன், நா-தான் ஹேன்,
மகர் கியா சாதா லௌபீ ஹே கீ பிர் பீ குஷ் ஹேன், ஷாதான் ஹேன்.

[இந்துக்களும் முஸ்லிம்களும் ஞானத்தை இழந்து முட்டாள்தனமாக மாறிவிட்டனர். அவர்கள் தங்கள் உறவுகளைச் சேதப்படுத்திவிட்டு, இன்னும் மகிழ்ச்சியாகவும் கவலையற்றவர் களாகவும் உள்ளனர்.]

வஜபத் ஹிந்த் கீ கோமான் ஜோ ஹோான் ஹம்தர்த் ஆ-பாஸ் மேன், தௌ பிர் தாஸா அப்பீ ஹோா ஜான் ரப்த்-ஓ-ஜப்த் கீ ரஸ்மான்.

[வஜாஹதே! இந்திய சமூகங்கள் ஒருவருக்கொருவர் அனுதாபம் காட்டினால், உறவுகள் விரைவில் புத்துயிர் பெறும்.][442]

புகழ்பெற்ற உருதுக் கவிஞரான வஜாஹத், வகுப்புவாதச் சண்டைகள், இந்தியர்களை நிரந்தரமாக பிரிட்டிஷாரின் கீழ் அடிமைப்படுத்த வழிவகுக்கும் என்பதை முஸ்லிம்களுக்கும், இந்துக்களுக்கும் தொடர்ந்து நினைவூட்டினார்:

முல்க் போகா நிஃபாக் சே பர்பாத்,
ஜுல்ம் தா-அய்கீ கர் உடி யே சுராங்

[உட்பூசல் நாட்டை அழித்துவிடும். இந்தக் (வெறுப்பின்) கண்ணி வெடித்தால், பேரழிவை ஏற்படுத்தும்.]

அப் முஸல்மான் அவுர் ஹிந்து சாப்,
முத்தஃபிக் பவுன் நா கரேன் இஸ் மேன் தரங்

[முஸ்லிம்களும் இந்துக்களும் இனியும் தாமதிக்காமல் ஒன்றிணைய வேண்டும்]

ஏக் கா தூஸ்ரா பனே ஹம்டார்ட்,
டோனன் போ ஜாயென் மில் கே ஹம் அஹங்.

[ஒருவருக்கொருவர் அனுதாபம்கொள்வார்கள், இணக்கமாக இருப்பார்கள்.]

பிர் தௌ டோனோன் ஹேன் லக் பெர் பாரி,
ஜும் சே கா நா டீஸ்ரே கா ரங்.

[அப்போது இருவரும் லட்சக்கணக்கில் வெற்றி பெறுவார்கள். எந்த மூன்றாம் தரப்பினரும் அவர்களை எதிர்க்கத் துணியமாட்டார்.]

பெச் டேல் கா உன் பே ஜப் கோய்,
குத் ஹீ காத் ஜாயேகா ஹூ மிஸ்லே படாங்.

[அவர்களுக்கிடையே எவரேனும் குழப்பத்தை உண்டாக்கினால், அவர் பட்டம் போல அடித்துச் செல்லப்படுவார்.][443]

சலாம் மச்சாலிஷுஹரி எழுதிய 'மஜ்பூரியன்' (கையறுநிலை)

முக்கிய உருதுக் கவிஞரான சலாம் மச்சாலிஷாஹரி இந்துக்களும் முஸ்லிம்களும் நாட்டின் சுதந்திரத்திற்காகத் தியாகம் செய்யத் தயாராக இருக்க வேண்டும் என்று கஜல்களை எழுதினார். காதல் எவ்வாறு புரட்சிகர, தேசபக்தி கருப்பொருள்களுடன் பின்னிப் பிணைந்துள்ளது என்பதற்கு அவரது கவிதைகள் ஓர் அற்புதமான எடுத்துக்காட்டு. 'மஜ்பூரியன்' என்ற தலைப்பில் அவர் எழுதிய கஸல்:

முஜே நஃப்ரத் நஹீன் ஹே இஷ்கியா ஆஷார் சே லேகின்,
ஆபீ உன்கோ குலமாபாத் மேன், மே கா நஹீன் சக்தா.

[எனக்குக் காதல் பாடல்கள் மீது வெறுப்பு இல்லை. ஆனால் அடிமைப்பட்ட தேசத்தில் இதுபோன்ற மெல்லிசைகளைப் பாட முடியாது.]

முஜே நஃப்ரத் நபீன் ஹே, ஹுஸ்ன்-இ-ஜன்னத்ஜார் ஸே லேகின்,
அப்பீ தோஸக் மேன் இஸ் ஜன்னத் ஸே தில் பெஹ்லா நஹீன் ஸக்தா.

[ஏடனின் அழகு மீது எனக்கு எந்த வெறுப்பும் இல்லை. ஆனால் இந்த நரகத்தில் அதைப் பற்றிச் சிந்திக்க முடியாது.]

முஜே நஃப்ராத் நஹீன் பாஸெப் கீ ஜங்கார் ஸே லேகின்,
அபீ தாப்-இ-நிஸ்பாத்-இ-ரக்ஸ்-இ-மெஹ்ஃபில் லா நபீன் ஸக்தா.

[நடன மங்கையின் சலங்கை ஒசையை நான் வெறுக்கவில்லை. ஆனால்
இந்த அபாயச் சூழலில், அதன் பரவசத்தை என்னால் ரசிக்க இயலவில்லை.]

அப்பீ ஹிந்தோஸ்தான் கோ ஆதிஷீன் நாக்மே சுனானே தோ,
அப்பீ சிங்கரியன் சே பார்க்-இ-குல் ரங்கீன் பனானே தோ.

[இந்தியாவுக்காக, சக இந்தியர்களின் இதயங்களில் கனலை மூட்ட
அனல் பறக்கும் பாடல்களைப் பாட வேண்டிய தருணம் இது.][444]

ஏக் ஜிலா-வதன் கீ வப்ஸி' (நாடு கடத்தப்பட்டவரின் திரும்புதல்) - அஸ்ரர் உல்-ஹக் 'மஜாஸ்'

அக்காலத்தின் மற்றொரு முக்கிய உருதுக் கவிஞரான அஸ்ரார்-உல்-ஹக் 'மஜாஸ்', ஆங்கிலேயர்களுக்கு எதிரான புரட்சிகரப் போராட்டத்தில் அனைத்து மதங்களையும் சேர்ந்த இளைஞர்களின் ஒற்றுமையைப் பின்வரும் ஈரடிக் கவிதைகளில் அடிக்கோடிட்டுக் காட்டினார்:

சகீ-ஓ-ரிந்த் தேரே ஹேன், மே-இ-குல்பாம் தேரி,
உட்த் கீ அசூதா ஹே பிர் ஹஸ்ரத்-இ-நாகம் தேரி.

[பரிமாறுபவன், குடிப்பவர்கள், அருமையான பானம் எல்லாம் உன்னுடையது; பற்றிக்கொள்ளத் தயாராக இரு! நிறைவேறாத உன் விருப்பங்கள் குறித்த மன வருத்தம் வேண்டாம்!]

பீரஹ்மான் தேரே ஹேன், குல் மில்லத்-இ-இஸ்லாம் தேரி,
சுப-இ-காஷி தேரி, சங்கம் கீ ஹசீன் ஷாம் தேரி.

[பிராமணர்கள் உங்களுடையவர்கள், இஸ்லாமிய உலகம் உங்களுடையது. பனாரஸின் விடியலும், கங்கை-தமுனாவின் அழகிய அந்திப் பொழுதும் உங்களுடையது]

தேக் ஷம்ஷீர் ஹே யே, சாஸ் ஹே யே, ஜாம் ஹே யே,
து ஜோ ஷம்ஷீர் உதா லே தௌ படா காம் ஹே யே.

[பார்! இதோ வாள், இந்த இசைக்கருவி அங்கே, அத்துடன் மதுக் கோப்பை கூட....
நீ வாளை தேர்ந்தெடுத்தால் மிக நன்றாக இருக்கும்!][445]

உஸ்மான் எழுதிய 'வதன் காயிதே சே அப் சுரானா பரேகா' [தாய்நாடு இப்போது அடிமைத்தனத்திலிருந்து விடுவிக்கப்பட வேண்டும்]

மற்றொரு உருதுக் கவிஞரான உஸ்மான் தனது கவிதையில், இந்திய இளைஞர்கள் பிரிட்டிஷ் ஆட்சியை 'இந்தி' அல்லது இந்தியனாகத் தூக்கியெறிய அழைப்பு விடுத்தார். "*வதன் காயிதே சே அப் சுரானா பரேகா*" [தாய்நாடு இப்போது அடிமைத்தனத்திலிருந்து விடுவிக்கப்பட வேண்டும்] என்ற தலைப்பிலான ஒரு கவிதையில் அவர் எழுதினார்:

அகர் தும் போ இந்தி, தௌ யே யாத் ரக்னா,
வடன் கே லியே சர் கட்டானா பரேகா.

[நீங்கள் ஒரு இந்தியராக இருந்தால், நாட்டிற்காக உங்கள் உயிரைத் தியாகம் செய்யத் தயாராக வேண்டும் என்பதை நீங்கள் நினைவில் கொள்ள வேண்டும்.]

இந்து-முஸல்மான் தோனோ பைரேடர்,
அப் அப்பாஸ் மேன் இன்கா நிபானா பரேகா.

[இந்துக்களும் முஸ்லிம்களும் ஒருவருக்கொருவர் சகோதரர்கள். இந்த விலைமதிப்பற்ற பந்தத்தை அவர்கள் என்றென்றும் பாதுகாக்க வேண்டும்.]

கியா ஜுல்ம் ஜின்-னே ஹமாரே வதன் பெர்,
மஸா உஸ்கா உன்கோ சகானா பரேகா.

[நம் நாட்டை ஒடுக்கியவர்களுக்கு நாம் அனைவரும் சேர்ந்து பாடம் புகட்ட வேண்டும்.]

சுனோ நௌஜாவானோ! யே கெஹ்தா ஹே உஸ்மான்',
கீ ஸலிம் கோ நீச்சா திகானா பரேகா.

[இளைஞர்களே, கேளுங்கள்! கொடுங்கோலனுக்கு நரகத்தைக் (இழிவான) காட்டுமாறு உஸ்மான் உம்மை அழைக்கிறார்.[446]

மாஹிர் எழுதிய 'ஹிந்துஸ்தானி அசாத் ஜமாஅத் கா பாம்ப்லட்' (இந்திய சுதந்திரக் கட்சியின் துண்டுப் பிரசுரம்)

உருதுக் கவிஞர் 'மாஹிர்' 'இந்துஸ்தானி அசாத் ஜமாஅத் கா துண்டுப் பிரசுரம்' (இந்திய சுதந்திரக் கட்சியின் துண்டுப்பிரசுரம்) என்ற தலைப்பில் ஒரு கவிதைத் துண்டுப் பிரசுரத்தை வெளியிட்டார், இந்துக்களும் முஸ்லிம்களும் கூட்டாகத் தியாகங்களைச் செலுத்துவதன் மூலம் மட்டுமே இந்தியாவை விடுவிக்க முடியும் என்று கூறினார். அவரது மனதைத் தொடும் கவிதை பின்வருமாறு:

ஹோதி ஹேன் ஆசாத் கோமீன் சர் கடா தேனே கே பாத்,
கௌஃப் தில் சே ஏக்-டம் பில்குல் பதா தேனே கீ பாத்.

[உயிர்களைத் தியாகம் செய்த தேசங்கள் விடுதலை பெறுகின்றன. இதயத்திலிருந்து நிரந்தரமாகப் பயம் அகற்றப்பட்ட பிறகு சுதந்திரம் வருகிறது.]

மில் நபீன் ஸக்தீ ஹே ஆசாதி பினா கீமத் தியே,
ரோக் சக்தா கௌன் பாயே, கீமத் சுகா தேனே கே பாத்.

[விலை கொடுக்காமல் சுதந்திரத்தை அடைய முடியாது. விலை கொடுத்த பிறகு அதை நிறுத்தி வைக்க முடியாது.]

டூட் ஜாயேகீ குலாமி கீ காடி டம் பர் மேன் ஆப்,
ஹிந்து-ஓ-முஸ்லிம் கே பஸ் கண்ட்பா சாதா தேனே கே பாத்.

[இந்துக்களும் முஸ்லிம்களும் தோளோடு தோள் நிற்கும் அவ்வேளையில் அடிமைத் தளைகள் உடைபடும்.]

வேத் மேன் லிகா யேஹீ, லிக்கா யேஹீ குர்ஆன் மேயீன்,
ஹோதி ஹீன் அஸாத் குமேமென் ஸர் கடா தேனே கே பாத்.

[இது வேதங்களிலுள்ள செய்தி, குர்ஆனில் பொறிக்கப்பட்டுள்ள செய்தி. தியாகத்தின் பலிபீடத்தில் சுதந்திரம் காத்திருக்கிறது.][447]

ஒன்றுபட்ட சுதந்திரப் போராட்டத்தை இடைவிடாது போதித்து, முஸ்லிம்கள் உயர்ந்த தியாகத்தைச் செய்ய அறைகூவல் விடுத்த புகழ்பெற்ற புரட்சிகர ஏகாதிபத்திய எதிர்ப்புப் பாரம்பரியத்தை உருதுக் கவிதைகள் கொண்டிருந்த போதிலும், இந்து தேசியவாத தனிநபர்களும், அமைப்புகளும் முஸ்லிம் பிரிவினைவாதத்தைப் பரப்புவதற்கான ஓர் ஊடகமாக உருது மொழி பயன்பட்டதாகத் தொடர்ந்து முத்திரை குத்தி வருகின்றனர். முஸ்லிம் கவிஞர்களால் இயற்றப்பட்ட உருதுக் கவிதைகள் சுதந்திர இயக்கத்தில் பெரும் பங்கு வகித்தன என்ற உண்மையை அதிகாரப்பூர்வ மற்றும் அதிகாரப்பூர்வமற்ற சமகாலப் பதிவுகள் உறுதிப்படுத்துகின்றன. புகழ்பெற்ற மற்றும் பிரபலமற்ற எண்ணற்ற கவிஞர்களுக்கு மோசமான தண்டனை அளிக்கப்பட்டு சிறையில் அடைக்கப்பட்டனர், அவர்களின் சொத்துக்கள் பறிமுதல் செய்யப்பட்டன. அவர்கள் நாடு கடத்தப்பட்டனர், அவர்களின் கவிதைகள் தடை செய்யப்பட்டன. கவிஞர்கள் மட்டுமல்ல, கட்டுரையாளர்களும்,, பத்திரிகையாளர்களும் கூடப் பெரிதும் பாதிக்கப்பட்டனர்.

1857-58ஆம் ஆண்டு கிளர்ச்சியின் போது, டெல்லியில் நடந்த ‘சிப்பாய்க் கலகத்தில்’ பங்கேற்ற குற்றத்திற்காக நூற்றுக்கும் மேற்பட்ட முன்னணி பத்திரிகையாளர்கள், கவிஞர்கள் மற்றும் உருது எழுத்தாளர்களை பிரிட்டிஷ் ஆட்சியாளர்கள் தூக்கிலிட்டனர் என்பதை நினைவில்கொள்ள வேண்டும்.[448]

இந்திய தேசிய ஆவணக் காப்பகத்திலுள்ள பிரிட்டிஷ் அரசாங்கத்தின் 'தடைசெய்யப்பட்ட வகை இலக்கியம்' பற்றிய பதிவுகளைப் படித்தால், இந்திக்கு அடுத்தபடியாக 'தடைசெய்யப்பட்ட இலக்கியங்களில்' மிகப் பெரிய பகுதி உருது எழுத்துகள், கவிதை மற்றும் உரைநடை ஆகிய இரண்டு வடிவங்களிலும் உள்ளது என்ற உண்மையைத் தெளிவாகக் காட்டுகிறது. இதுகுறித்து உண்மையான உருது ஆர்வலர்கள் நிச்சயமாகப் பெருமைகொள்ளலாம்.[449] இந்தியா முழுவதும் பிரிட்டிஷ் ஆட்சிக்கு எதிராக மிகவும் பிரபலமான மற்றும் சக்திவாய்ந்த போர் முழக்கமாக மாறியிருந்த 'இன்குலாப் ஜிந்தாபாத்' என்ற முழக்கம் ஓர் உருதுச் சொற்றொடராகும்.[450] உருது மொழியைத் தேச விரோதி மொழி என்று இழிவுபடுத்துபவர்கள் பிரிட்டிஷ் ஆட்சியாளர்களை ஒருபோதும் எதிர்க்கத் துணியாதவர்கள். பிரிவினைக்கு முந்தைய அவர்களுடைய எந்த மொழி இலக்கியங்களில் இருந்தும் அந்நிய ஆட்சியை எதிர்த்து எழுதப்பட்ட ஒரு சொற்றொடரைக் கூட இவர்களால் முன்னிறுத்த முடியவில்லை.

அடிக்குறிப்புகள்:

434. Pakistan chahne walon se" by Shamin Karhani in Akhtar, Jaan Nisar (ed.), Hindostan Hamaraa 2, Hindustani Book Trust, Mumbai, 1973, pp. 305-6. ஷமீம் கர்ஹானி இந்தியாவின் சுதந்திரத்திற்கு முந்தைய / பிந்தைய முன்னணி தேசபக்திக் கவிஞர் ஆவார். முஸ்லிம் லீக்கின் அரசியலையும், பாகிஸ்தானின் திட்டத்தையும் தனித்துவமான பாணியில் பாடிய தனது சக்திவாய்ந்த கவிதைகள் மூலம் அவர் வெளிப்படுத்தினார். தேசபக்த முஸ்லிம்களின் கூட்டங்களில் அவர் மிகவும் விரும்பப்பட்ட கவிஞராக இருந்தார். 1942 வெள்ளையனே வெளியேறு இயக்கத்தின் போது அவரது கவிதைகள் தேசியப் பாடல்களாக மாறின (பார்க்க. Karhani, Shamim, Roshan Andhera August 1942 kee Inquilabi Nazmaen, Danish Mahal, Lucknow, 1946). கலகக் கவிஞராகவும், அனைவரையும் உள்ளடக்கிய தேசியவாதத்தை ஆதரித்த சக்திவாய்ந்த இலக்கியவாதியும் ஆவார். தேசத்துரோக இலக்கியங்களுக்காக பிரிட்டிஷ் காவல்துறையினரால் அவரது வீடு எத்தனை முறை சோதனையிடப்பட்டது என்பதைக் கணக்கிடுவது கடினம் (பார்க்க, Anjum, Ali, Shamim Karbani: Heyat, Shakhsiyat aur Shayeri, Sikandar Ali, Akola (Maharashtra), 1986). பாகிஸ்தானில் கண்டிக்கப்பட்டாலும், அவர் இந்தியாவிலும் போற்றப்படாமல் இருப்பதில் ஆச்சரியமில்லை. 1960 களின் பிற்பகுதியில் டெல்லி ஆங்கிலோ அரபிக் பள்ளியில் தனது மாணவராக இருந்ததற்காக ஆசிரியர் பெருமைப்படுகிறார்.

435. Anjum, Ali, Shamim Karbani: Heyat, Shakhsiyat aur Shayeri, Sikandar Ali, Akola (Maharashtra), 1986, p. 132.

436. Karhani, Shamim, Roshan Andhera August 1942 kee Inquilabi Nazmaen, Danish Mahal, Lucknow, 1946, pp. 79–80.

437. "Paigham-e-amal" by Saghar Nizami in Akhtar, Jaan Nisar (ed.), Hindustan Hamaras 2, Hindustani Book Trust, Mumbai, 1973, pp. 168.9.

438. Awadh Akhbar, Lucknow, December 15, 1929.

439. Dawat-amal" by Zafar Ali Khan in Akhtar, Jaan Nisar (ed.), op/ cit., pp. 1534 4.

440. மே.கு., pp. 231–232.

441. Zafar Ali Khan's couplet cited in Hasan, Mushirul, M. A. Ansari: Gandhi Infallible Guide, Manohar, 2010, p. 113.

442. Parti, Rajesh Kumar (ed.), Aasbob: National Archives maen mehfooz zabt-shudaa adhiyaat se intekbab, vol. 1, National Archives of India, Delhi, 1993, pp. 39–40.

443. மே.கு... பக். 56. From a long poem of Maulvi Wajahat Husain 'Wajahat' Siddiqui titled 'Ahl-e-watan se khitaab' (addressed to people of India).

444. Azadi kee Ladai ke Zabtshudaa Taraane, Government of India, Delhi, 1998, p. 153.

445. From poem titled 'Ek jilaa-watan kee wapsi' (Return of an exiled) in Azadi kee Ladai ke Zabtsbudaa Tarane, Government of India, Delhi, 1998, p. 37.

446. Azadi kee Ladai ke Zabtsbudaa Taraane, Government of India, Delhi, 1998, pp. 45–46.

447. Ibid, pp. 112–113.

448. Sabri, Maulana Imdad, Urdu ke Akhbar Navees, Sabri Academy, Delhi, 1973 and Siddiqui, Ateeque, 1857, Akhbar Aur Dastanez, Maktaba Shahrah, Delhi, 1966.

449. தடை செய்யப்பட்ட இந்த உருது இலக்கியத்தின் ஒரு சிறிய பகுதி Azadi kee Ladaai ke Zabtshudaa Taraant, Government of India, Delhi, 1998, Parti, Rajesh Kumar (ed.), Aashob: National Archives maen mehfooz zabt-shudaa adbiyaat se intekhab, vol. 1, National Archives of India, Delhi, 1993, Patriotic Writings Banned by the Raj, National Archives of India, 1984 (in this collection Hindi proscribed items number 138 and Urdu writings number 68), Patriotic Poetry Banned by the Raj, National Archives of India, 1982 (Hindi 264 poems and Urdu 58 poems). துரதிர்ஷ்டவசமாக, மேலே உள்ள அனைத்துத் தலைப்புகளும் அச்சில் இல்லை.

450. மாபெரும் தியாகி பகத்சிங் இந்த முழக்கத்தை உருவாக்கினார் என்று பொதுவாக நம்பப்படுகிறது. உண்மையில், இது ஹசரத் மோகானி பகத்சிங்கால் உருவாக்கப்பட்டது, அவரது தோழர்கள், தங்கள் நீதிமன்றகளில் ஆஜரான போது அதை எழுப்பியதன் மூலம், அதை ஒரு தேசிய முழக்கமாக மாற்றினர்.

அத்தியாயம் 10

தேசபக்த முஸ்லிம்கள் தோல்வியடைந்தது ஏன்?

முஸ்லிம் லீக்கின் பாகிஸ்தான் திட்டத்திற்குத் தேசபக்த முஸ்லிம்கள் ஒரு வலிமையான எதிர்ப்பைக் கட்டமைத்த போதிலும், பிரிட்டிஷ் ஆட்சியாளர்கள் இந்தியாவைப் பிரிக்க காங்கிரஸ் மற்றும் முஸ்லிம் லீக்குடன் ஓர் ஒப்பந்தம் ஏற்படுத்திக்கொண்ட போது, ஒன்றுபட்ட இந்தியாவின் எதிர்காலம் குழி தோண்டிப் புதைக்கப்பட்டது. அவர்கள் ஏன் தோல்வியடைந்தார்கள் என்பதை ஆராயும்போது ஐந்து முக்கியக் காரணிகளை நாம் கவனத்தில்கொள்ள வேண்டும். முதலாவதாக, பிரிட்டீஷ் ஆட்சியாளர்கள் இந்தியாவைப் பிளவுபடுத்துவதிலேயே குறியாக இருந்தனர். இரண்டாவதாக, முஸ்லிம் லீக் (பெரும்பாலும் பிரிட்டிஷாரின் கூட்டாளிகளாகவும், அவர்களின் தீவிர ஆதரவுடனும்) எதிரிகளிடம் கொடூரமாக நடந்து கொண்டதுடன், பிரிவினைக்கு எதிரான முஸ்லிம்களை தங்களது முதல் எதிரியாகக் கருதியது. தேசபக்த முஸ்லிம்களைத் அச்சுறுத்தவும், அவர்களின் குரலை நசுக்கவும் முஸ்லிம் லீக் சகல வழிகளையும் கையாண்டது. மூன்றாவதாக, இந்து தேசிய சக்திகள் (காங்கிரசுக்குள் இருந்தவை உட்பட), எப்போதும் போல் உயர்சாதி இந்துக்களின் மேலாதிக்கமே இந்தியாவில் தொடர வேண்டும் என்று அவர்கள் விரும்பியதால், சிறுபான்மையினருக்கு உரிய நியாயமான உரிமையையும் பாதுகாப்பையும் கோருபவர்களுடன் பேச்சுவார்த்தை நடத்துவதற்கு மிகக் குறைவான வாய்ப்பையே வழங்கினர். நான்காவதாக, பாகிஸ்தானை உருவாக்க காங்கிரஸே பல வழிகளில் உடந்தையாக இருந்தது; அது செய்த மிகப்பெரிய குற்றம், இந்திய முஸ்லிம்களின் ஒற்றைத் பிரதிநிதித்துவக் குரல் முஸ்லிம் லீக் என்பது போல அவர்களுடன் மட்டும் பேச்சுவார்த்தை நடத்த முடிவு செய்தது. இறுதியாக, ஒரு நியாயமான, சமத்துவச் சமூகத்திற்காகவும், பாகிஸ்தானின் உருவாக்கத்திற்கு எதிராகப் போராடிய முஸ்லிம்கள், பிரிட்டிஷ் ஆட்சியாளர்கள், முஸ்லிம்

லீக் மற்றும் பெருமளவில் காங்கிரஸின் உலகக் கண்ணோட்டத்தை விளங்கிக்கொள்ளவில்லை. அதனால் சமூக, அரசியல், பொருளாதாரப் புரட்சியின் முன்னோடிகளாக விளங்கிய தேசபக்த முஸ்லிம்கள் தீண்டத் தகாதவர்களின் நிலைக்குத் தாழ்த்தப்பட்டனர்.

தேசபக்த முஸ்லிம்கள் மீதான பிரிட்டிஷ் ஆட்சியாளர்களின் வெறுப்பு

இந்தியாவின் இரண்டு பெரிய மதச் சமூகங்களான இந்துக்களும் முஸ்லிம்களும் ஒருபோதும் ஒன்றுபடக்கூடாது என்கிற முக்கியமான பாடத்தை 1857 எழுச்சியை ஒடுக்குவதன் மூலம் பிரிட்டிஷ் ஆட்சியாளர்கள் கற்றுக்கொண்டனர். இதனால், ஒரு சமூகத்திற்கு எதிராக மற்றொரு சமூகத்தை முன்நிறுத்திக்கொண்டே இருந்தனர். இந்திய சுதந்திரப் போராட்டத்தில் காந்தியின் வருகையுடன், பெரும் எண்ணிக்கையில் இந்துக்களும் முஸ்லிம்களும் இணைந்த பெரும் வெகுமக்கள் அணிதிரட்டல் சுதந்திரப் போராட்டத்தின் ஒரு நிலையான அம்சமாக மாறியபோது, பிரிட்டிஷ் ஆட்சியாளர்களுக்கு இந்த ஒற்றுமையை உடைக்க அதிகமாக உழைப்பதைத் தவிர வேறு வழியிருக்கவில்லை. இந்தப் பிரித்தாளும் சூழ்ச்சியில் முஸ்லிம் லீக் பிரிட்டிஷ் ஆட்சியாளர்களின் இயல்பான கூட்டாளியாக மாறியது. முஸ்லிம் சமூகத்தின் ஏகப் பிரதிநிதி என்ற முஸ்லிம் லீக்கின் உரிமை முழக்கத்திற்குச் சவால் விடுத்த அனைவரும் வெட்கமின்றி வெளிப்படையாகத் தாக்கப்பட்டதுடன் மதவிரோதிகளாகவும் சித்திரிக்கப்பட்டனர்.

வைஸ்ராய் வில்லிங்டனின் ஏர்ல் (1931-36) முதல் வட்டமேசை மாநாட்டிற்கு (1930-31) முஸ்லிம் உறுப்பினர்களை நியமிக்கும் போது, டாக்டர் எம்.ஏ. அன்சாரி போன்ற சுயேட்சியான முஸ்லிம்களை நியமிப்பதற்குப் பதிலாக, முஸ்லிம் லீக் அல்லது முஸ்லிம் மாநாட்டைச் சார்ந்த முஸ்லிம் தலைவர்களை நியமித்தனர். இந்தத் தலைவர்கள் பணம் படைத்த முஸ்லிம்களை மட்டுமே பிரதிநிதித்துவப்படுத்தினர் . அன்சாரி, பெரும்பான்மை முஸ்லிம்களின் பிரதிநிதியாக இருந்தபோதிலும் அவரது கோரிக்கை கண்டுகொள்ளப்படவில்லை.[451] தேசபக்த முஸ்லிம்களை ஆங்கிலேய ஆட்சியாளர்கள் ஏன் புறக்கணித்தனர் என்பதற்கான காரணங்களை அன்சாரி அவர்களே தெளிவுபடுத்தினார். அவரின் கூற்றுப்படி,

> *[பிரிட்டிஷ்] அரசாங்கம் வேண்டுமென்றே தேசியவாத முஸ்லிம் கட்சிக்கு வட்டமேசை மாநாட்டில் பிரதிநிதித்துவம் அளிக்காமல் விட்டுவிட்டது, ஏனெனில் இந்து-முஸ்லிம் பிரச்சினை அவர்களின்*

குறுக்கீடு இல்லாமல் தீர்க்கப்படுவதை அவர்கள் விரும்பவில்லை. இந்தியாவில் இந்து-முஸ்லிம் ஒற்றுமையைக் கொண்டு வரக்கூடிய ஒரு கட்சி உண்டென்றால் அது தேசியவாத முஸ்லிம் கட்சிதான் என்பது அவர்களுக்குத் தெரியும். ஆகையால், வட்டமேசை மாநாட்டில் அந்தக் கட்சியின் பிரதிநிதிகளை இணைத்துக்கொள்வது அவர்களுடைய நலன்களுக்கு எதிரானதாகும். ஏனெனில், அவர்களால் இந்தியாவிலுள்ள பல்வேறு கட்சிகளின் ஒற்றுமையை உறுதிப்படுத்த முடியும். இதன் மூலம் பிரிட்டிஷ் பிடியிலிருந்து முழுச் சுதந்திரம் வேண்டுமென்று கடுமையாகப் போராடி வரும் இந்தியப் பிரதிநிதிகளுக்கு எதிராக அரசாங்கம் தனது துருப்புச் சீட்டைப் பயன்படுத்துவதையும் தடுக்க முடியும்.[452]

அல்லா பக்ஷ் தேசபக்த இந்திய முஸ்லிம்களை ஒரே மேடையில் அணிதிரட்டி, பாகிஸ்தானின் திட்டத்தை எதிர்த்த முஸ்லிம்களின் மிகவும் செல்வாக்கு மிக்க, நம்பகமான குரலாக எழுந்தார். இருப்பினும், பிரிட்டிஷ் ஆட்சியாளர்கள் அவர் மீதான வெறுப்பைக் காட்ட எந்த வாய்ப்பையும் தவறவிடவில்லை. 1942இல் சிந்து மாகாண முதல்வர் பதவியிலிருந்து அவர் எவ்வாறு நீக்கப்பட்டார் என்பதை நாம் விரிவாக விவதித்து இருக்கிறோம். கிரிப்ஸ் தூதுக்குழு (1942) இந்தியா வந்தவுடன் அவரைச் சந்திக்குமாறு, வருவதற்கு முன்கூட்டியே அல்லா பக்ஷ்க்கு பிரிட்டிஷ் அரசாங்கத்தால் அழைப்பு அனுப்பப்பட்டது. ஆனால், கிரிப்ஸ் இந்தியாவிற்கு வந்த பின்னர் வைஸ்-ரீகல் ஹவுஸின் தூண்டுதலின் பேரில், அல்லா பகைஷ சந்திப்பதில் எந்த நாட்டத்தையும் காட்டவில்லை. அல்லா பக்ஷ் விஷயத்தில் பிரிட்டிஷாரின் அணுகுமுறை ஆஸாத்தால் பின்வரும் வார்த்தைகளில் விவரிக்கப்பட்டது:

வைஸ்ராயின் அழைப்பின் பேரில் டெல்லிக்கு வந்த அல்லா பக்ஷ் சர் ஸ்டாஃபோர்ட் கிரிப்ஸுடனான சந்திப்பிற்காகக் காத்திருந்தார், ஆனால் சந்திப்பு முடிவாகவில்லை. இது ஒரு தர்மசங்கடமான சூழ்நிலையை உருவாக்கியதால், நான் கிரிப்ஸிடம் பேசினேன், அவர் விரைவில் அல்லா பகைஷ அழைக்கப் போவதாகக் கூறினார். அவர் வாக்குறுதி அளித்திருந்தபோதிலும், உண்மையில் எந்த அழைப்பும் கொடுக்கப் படவில்லை. முடிவில், வெறுப்படைந்த அல்லா பக்ஷ், இனியும் டெல்லியில் காத்திருக்க முடியாது என்று மறுத்துவிட்டார். இதைக் கேட்டதும், சர் ஸ்டாஃபோர்டிடம் கடுமையாகப் பேசினேன். இது அல்லா பகைஷ மட்டுமல்ல, அவர் பிரதிநிதித்துவப்படுத்தும் வலுவான

முஸ்லிம்களின் அமைப்பையும் அவமதிப்பதாகும் என்று சுட்டிக்காட்டினேன். இது தொடர்பாக கிரிப்ஸுக்கு ஏதேனும் சந்தேகம் இருந்திருந்தால், அல்லா பக்ஷ் அழைத்திருக்கவே கூடாது. ஆனால் அழைப்பிதழ் வழங்கப்பட்டு விட்டதால், அவரை முறையாகச் சந்திக்க வேண்டும் என்றேன். என்னுடைய குறுக்கீட்டின் விளைவாக அடுத்த நாள் சர் ஸ்டாஃபோர்டுக்கும் அல்லா பக்ஷுக்கும் இடையே ஒரு சந்திப்பு நிகழ்ந்தது. சந்திப்பு ஒரு மணி நேரம் மட்டுமே நீடித்ததுடன் விவாதம் பொதுவான விவகாரங்கள் குறித்து மட்டுமே இருந்தது. கிரிப்ஸ் பிரச்சினையின் ஆணிவேரைத் தொடவில்லை.[453]

ஏப்ரல் 16, 1946இல் அமைச்சரவைத் தூதுக்குழு (1946) தேசபக்த முஸ்லிம் தலைவர்களான மௌலானா ஹுசைன் அகமது மதானி, ஜாஹிருதீன், ஷேக் ஹிசாமுதீன், அப்துல் மஜித் க்வாஜா மற்றும் ஹொசேனிபாய் லால்ஜி ஆகியோர் சந்தித்தது உண்மைதான். ஆனால் அது ஒரு மரியாதை நிமித்தமான சந்திப்பாகவே இருந்தது, ஏனெனில் இரு தேசக் கோட்பாடு, பொது வாக்குரிமை அல்லது பிரிவினை போன்ற முக்கியப் பிரச்சினைகள் எதுவும் விவாதிக்கப்படவில்லை.[454] தேசபக்த முஸ்லிம்களை ஆங்கிலேயர்கள் தொடர்புகொண்டது அதுவே கடைசி முறை. தேசபக்த முஸ்லிம்களுக்குத் தனித்த செல்வாக்கு இருப்பதாக ஆங்கிலேய அரசு கருதவில்லை. அவர்கள் "காங்கிரஸ் முஸ்லிம்கள்"[455] என்று கருதப்பட்டனர். இவ்வாறு, தேசபக்த முஸ்லிம்களுடன் பேச வேண்டிய அவசியமில்லை என்றும், காங்கிரஸ் உடனான எந்த ஒப்பந்தமும் அவர்களுக்கு ஏற்புடையதாகவே இருக்குமென்றும் அரசாங்கம் கருதியது.

தேசபக்த முஸ்லிம்களையும், அவர்களது அமைப்புகளையும் தாக்கி வந்த முஸ்லிம் லீக்கின் வன்முறைச் சக்திகளின் மேல் நடவடிக்கை எடுப்பதற்குப் பதிலாக ஆங்கிலேய ஆட்சியாளர்கள் முஸ்லிம் லீக்கின் தாக்குதல்களுக்கு உதவினார்கள் என்றே சொல்ல வேண்டும். இந்துக்களுக்கும், முஸ்லிம்களுக்கும் இடையில் எவ்வித நல்லிணக்கமும் ஏற்பட்டுவிடாமல் ஆட்சியாளர்கள் பார்த்துக் கொண்டனர்.

முஸ்லிம் லீக்கின் வன்முறை சாம்ராஜ்ஜியம்

தேசபக்த முஸ்லிம்கள் ஒன்றுபட்ட இந்தியாவை அடைய உறுதிபூண்டிருந்த போதிலும் முஸ்லிம் லீக் போன்ற கொடிய எதிரியை எதிர்கொண்டு வீழ்த்துவது அத்தனை எளிதான காரியமாக

இருக்கவில்லை. அவர்கள் மதம் ஒரு தேசத்தின் அடிப்படையாக இருக்க முடியாது என்ற உறுதியான நம்பிக்கையுடன் இரு தேசக் கோட்பாட்டை எதிர்த்தனர். ஆனால், முஸ்லிம்கள் ஒரு தனித் தேசிய இனம் என்றும், முஸ்லிம்களைப் பிரதிநிதித்துவப்படுத்துவது முஸ்லிம் லீக் மற்றும் அதன் தலைவர் ஜின்னா ஆகியோரின் சிறப்புரிமை என நம்பிய வலிமையான முஸ்லிம் லீக்குடன் அவர்கள் நேரடியாக மோதினர். முஸ்லிம் லீக்கைப் பொறுத்தவரை இரு தேசக் கோட்பாடும் அதன் சிறப்புரிமையும் விவாதத்திற்கு அப்பாற்பட்டவை. ஃபர்ஸானா ஷேக்கின் கூற்றுப்படி,

> அதனை எதிர்த்தவர்கள் ஈவிரக்கமின்றி ஒடுக்கப்பட்டனர். அவர்களில், காங்கிரஸ் கட்சியினர் என இவர்களே முத்திரை இட்டுக் கொண்ட (தேசியவாத முஸ்லிம்கள் என்று அழைக்கப் பட்டவர்கள்) முஸ்லிம்களும், முஸ்லிம்களின் பண்பாட்டு ஒற்றுமையை இந்திய முஸ்லிம் தேசிய இனத்துடன் தொடர்பு படுத்தும் ஜின்னாவின் கருத்தைக் கடுமையாக எதிர்த்தவர்களும் அடங்குவர். அதுமட்டுமின்றி, பல பிராந்திய முஸ்லிம் தலைவர்களும், குறிப்பாக பஞ்சாப் மற்றும் வங்காளத்தில், முஸ்லிம் பிரிவினைவாதத்திற்கும், குறிப்பிடத்தக்க முஸ்லிம் அல்லாத சிறுபான்மையினரை உள்ளடக்கிய, தங்கள் உள்ளூர் தொகுதிகளின் கோரிக்கைகளுக்கும் இடையில் ஒரு சிக்கல்வாய்ந்த சரியான பாதையை உருவாக்க முயன்றவர்களும் இதில் அடங்குவர்.[456]

முஸ்லிம் லீக் 1931இல் முஸ்லிம் தேசியக் காவலர்கள் (எம்.என். ஜி) என்ற சிறப்புத் துணை-இராணுவ அமைப்பை உருவாக்கியது, இது எதிரிகளை வசைபாடவும், அச்சுறுத்தவும் உதவியது. ஒழுக்கம், நேர்மை மற்றும் சமூக சேவைக்கு அர்ப்பணிப்புள்ள ஒரு தொண்டர்படையைக் கட்டமைக்க முஸ்லிம் லீக்கால் எம்.என். ஜி உருவாக்கப்பட்டது, ஆனால் அது எதிரிகளிடையே பயத்தை ஏற்படுத்தவும், எதிரிகளை (பெரும்பாலான சந்தர்ப்பங்களில் தேசபக்த முஸ்லிம்களாக இருந்த) முடமாக்கவும், கொல்லவும் பயன்படுத்தப்பட்டது. படையின் தலைமைத் தளபதி சித்திக் அலி கான் அது 300,000 வீரர்கள் கொண்டது என்று கூறினார். எவ்வாறாயினும், பிரிட்டிஷ் புலனாய்வு அமைப்புகள் சுமார் 120,000 உறுப்பினர்களைக் கொண்டிருக்கலாம் எனக் கருதினர், இது ஒரு சிறிய எண்ணிக்கை அல்லவே. வெளிப்படையாக, இது அணிவகுப்பு நோக்கங்களுக்காகப் பயன்படுத்தப்பட்ட போதிலும்,

அது அதிகரித்தளவில் பாகிஸ்தான் திட்டத்தைத் தீவிரமாகப் பிரச்சாரம் செய்வதில் ஈடுபட்டது. பாகிஸ்தான் அல்லது ஜின்னாவுக்கு எதிரான எந்தவொரு எதிர்ப்பை நசுக்குவதற்கும் இது பயன்படுத்தப்பட்டதோடு எதிரிகள் மீது துப்பாக்கிச் சூடும் நடத்தியுள்ளது. சட்டப்பூர்வமாகவும் சட்டவிரோதமாகவும் ஆயுதங்களை அது பதுக்கி வைத்திருந்ததாகவும் குற்றம் சாட்டப்பட்டது.[457]

முஸ்லிம் லீக்கின் தாக்குதலுக்கு விசேஷ இலக்குகளாக தேசபக்த முஸ்லிம்கள் இருந்தனர். ஒரு சமகால ஆவணத்தின்படி,

> *நாடு முழுவதிலும் இருந்த போற்றுதலுக்குரிய தேசபக்த உலமாக்கள் (அறிஞர்கள்) மற்றும் தலைவர்கள் முஸ்லிம் லீக்கால் எவ்வாறு நடத்தப்பட்டனர் என்பதை விவரிப்பது வேதனையானது. அது வெறுக்கத்தக்கது என்பதோடு இதயத்தை நொறுக்கக் கூடியதும், மனிதத் தன்மையற்றதுமாகும். கிராமங்களிலும், நகரங்களிலும், மாநகரங்களிலும் தேசியவாத முஸ்லிம்களின் கூட்டங்கள் மீது கற்கள் வீசப்பட்டன. முஸ்லிம் லீக்கின் தொண்டர் படையான முஸ்லிம் தேசியக் காவலர்கள் தேசியவாத முஸ்லிம்களுக்கு எதிராகச் சொல்லொணா வன்முறையில் ஈடுபட்டனர். தேசியவாத முஸ்லிம்கள் பயணங்களை மேற்கொள்ளும்போது மூர்க்கத்தனமாகத் தாக்கப்பட்டதால் அவர்கள் பயணம் செய்வது கடினமாக இருந்தது. முஸ்லிம் லீக்கை எதிர்க்க அனைவரும் பயந்தனர், அப்படி அவர்களை எதிர்க்கத் துணிந்தவர்களும் கடுமையான விளைவுகளைச் சந்திக்க வேண்டியிருந்தது.*[458]

தேசபக்த முஸ்லிம்களைக் கண்டு முஸ்லிம் லீக்கினர் கொதித்தெழுந்தனர். அதனால் அவர்கள் பொது இடங்களில் அவமானப்படுத்தப்பட்டு தாக்குதலுக்கு உள்ளாயினர். 1945ஆம் ஆண்டு சைத்பூரில் மௌலானா உசேன் அகமது மதானியைக் கொல்ல முயன்றனர். அலிகாரில் மௌலானா ஆசாத்தைத் தாக்கினர். கல்கத்தாவில் மௌலானா அப்துல் ரசாக் பட்டாக்கத்தியால் தாக்கப்பட்டார். மௌலானா முகமது காசிம் ஷாஜஹான்புரி, மௌலானா இஸ்மாயில் சம்பாலி ஆகியோர் ஒரு மசூதியில் சுற்றி வளைக்கப்பட்டு அவர்களைக் கொல்ல முயற்சி நடந்தது. லாகூர் மற்றும் ஜலந்தர் ரயில் நிலையங்களில் மௌலானா ஹிப்ஜுர் ரஹ்மான் கல்லெறிந்து தாக்கப்பட்டார். பைசாபாத்தைச் சேர்ந்த முன்னணி ஜாமியத் ஆர்வலரான மௌலானா சையத் முஹம்மது நசீர் 1937இல் முஸ்லிம் லீக் வேட்பாளரை எதிர்த்துப் போட்டியிட்ட ஹபீஸ் இப்ராஹிமுக்காகப் பிரச்சாரம் செய்தபோது பிஜ்னோரிலுள்ள

நஜிபாபாத்தில் (இப்போது மேற்கு உத்தரப்பிரதேசத்தில் உள்ளது) சுடப்பட்டார். குண்டு அவரது இதயத்தைச் சில சென்டிமீட்டர் தவறவிட்டதால் அவர் உயிர் பிழைத்தார். அதே மௌலானாவை முஸ்லிம் லீக் குண்டர்கள் கத்தியால் வெட்டியதில் ஒரு கையை இழந்தார்.[459] இஸ்லாமை ஆபத்து சூழ்ந்துள்ளது என்ற போர்வையில் முஸ்லிம் லீக்கினர் வெறுப்பைப் பரப்பினர். இஸ்லாத்தின் பெயரால் அவர்கள் மரியாதைக்குரிய இஸ்லாமிய அறிஞர்களின் ஆடைகளைக் களைந்தனர். தாடியைப் பிடுங்கி சித்திரவதை செய்தனர். அவர்களது வன்முறை சாம்ராஜ்யத்தை அஹ்ரார் தலைவர் மௌலானா ஹபீபுர் ரஹ்மான் பின்வரும் வார்த்தைகளில் கண்டித்தார்:[460]

காங்கிரஸுடன் இருந்த முஸ்லிம்கள், அபுல் கலாம் அல்லது ஹுசைன் அகமது மதானி என யாராக இருந்தாலும் சரி அவர்கள் [காங்கிரஸ்] கைக்கூலிகள் அல்லது இஸ்லாமுக்கு எதிரானவர்கள் என்று முத்திரை குத்தப்பட்டனர். இந்தக் குற்றச்சாட்டுகளுக்கும் அவர் பணியவில்லை என்றால், அடுத்து கத்தி அல்லது தடியின் முறை வரும். ஒரு முர்தாத் -ஐ [மத விரோதி; தேசபக்த முஸ்லிம் உலமாக்கள் மீது சுமத்தப்பட்ட குற்றச்சாட்டு] தண்டிக்க அனைத்து விதமான தண்டனைகளும் அனுமதிக்கப்பட்டுள்ளது, தண்டனைக்கு வரம்புகள் இல்லை. இது மிகைப்படுத்தப்பட்ட செய்தி அல்ல, நானே பல இடங்களில் பல சமயங்களில் நேரடியாகக் கண்ட உண்மை.[461]

முடிவில்லாமல் நீளும் முஸ்லிம் லீக்கின் கொலைப் பட்டியல்,

ஹஸ்ரத் ஷைகுல்-இஸ்லாம் மௌலானா ஹுசைன் அகமது மதானி பரேலியிலும் பீகாரிலும் [முஸ்லிம் லீக்கினரால்] மிகவும் நாகரீகமற்ற முறையில் தாக்கப்பட்டார், இந்தத் தாக்குதல்கள் நடந்தபோதிலும் காங்கிரஸ் தலைமை முஸ்லிம் லீக்குடன் பேச்சுவார்த்தைகளைத் தொடர்ந்தது.[462]

தனது சொந்த அனுபவங்களைப் பகிர்ந்துகொண்ட ஹபீபுர் ரஹ்மான் கூறியதாவது:

காங்கிரஸின் ஆலோசனையின் பேரில், நான் உட்பட அஹ்ரார் தொண்டர்கள் இப்ராஹிமின் ஊர்வலத்தை வெற்றிகரமாக்கிட, கான்பூருக்குச் சென்றோம். ஆனால், ஊர்வலத்தில் முஸ்லிம் லீக்கினர் கற்கள் வீசி, தடியடி நடத்தினர். நானும் ஹபீஸ் இப்ராஹிமும் கொல்லப்படும் அளவுக்கு நிலைமை மோசமடைந்தது.

எங்களைக் காப்பாற்றிய அஹ்ரார் தொண்டர்கள் பலத்த தாக்குதலுக்கு உள்ளாகிக் காயமடைந்தனர்.[463]

இத்தகைய காட்டுமிராண்டித்தனமான தாக்குதல்களுக்கு மூல காரணம், அஹ்ரார் மற்றும் ஜாமியத் உலமாவைச் சேர்ந்த சுயேட்சையான முஸ்லிம் உலமாக்கள் காங்கிரஸ் மற்றும் இந்துக்களிடம் கையூட்டு பெறும் கைக்கூலிகள் என்ற முஸ்லிம் லீக்கின் விஷமப் பிரச்சாரம் ஆகும்.[464] தேசபக்த முஸ்லிம்களுக்கு எதிராக ஜின்னா பகிரங்கமாகவே வெறுப்பை வெளிப்படுத்தினார். ஜின்னாவும் ஆசாத்தும் பேச்சுவார்த்தைக்காக வேவலைச் சந்திக்க (மே 5, 1946) வந்தபோது, "ஜின்னா ஆசாத்துடன் கைகுலுக்க மறுத்ததன் மூலம் பிரச்சினையைத் தொடங்கினார். இதன் காரணமாக ஆசாத்தும் எரிச்சலடைந்தார்".[465] வேவலுடனான பேச்சுவார்த்தையில் (மார்ச் 18, 1946) ஜின்னா ஆசாத்தை "காங்கிரஸின் கைப்பாவை" என்று விமர்சித்தார்.[466] ஜின்னா வைஸ்ராய் வேவலுடன் (ஜூன் 18, 1946) பேசும்போது தேசபக்த முஸ்லிம் தலைவர் ஜாகிர் ஹுசைனை 'ஐந்தாம் படை' அல்லது காங்கிரஸின் கூட்டாளி என்று விவரித்தார்.[467] கேபினட் மிஷன் பிரதிநிதிகளுடனான சந்திப்பில், தேசபக்த முஸ்லிம் அமைப்புகளைப் பற்றிக் குறிப்பிட்ட ஜின்னா, "அவை லட்சக்கணக்கான ரூபாய்க்கு காங்கிரஸ் வாங்கிய சில ஐந்தாம் படைகள் மட்டுமே" என்று கூறினார்.[468] அலங்காரப் பொம்மைகளாக வைப்பதற்காக உருவாக்கப்பட்ட காங்கிரசின் கூலிப்படை என்று 1946 ஜூன் 27ஆம் தேதி வெளியிடப்பட்ட அறிக்கையில் ஜின்னா குறிப்பிட்டார்.[469]

காங்கிரசின் தலைவர் என்கிற முறையில் ஜின்னாவுக்கு ஆசாத் அனுப்பிய செய்திக்குக் கூட ஜின்னா பதிலளிக்க மறுத்துவிட்டார். ஜின்னா ஒரு பகிரங்க அறிக்கையின் மூலம் பதிலளித்தபோது மிகவும் சகிப்புத்தன்மையற்றவராக இருந்தார். அவர் கூறினார்:

உங்கள் தந்தி நம்பிக்கையைப் பிரதிபலிக்க முடியாது. இந்தியா முஸ்லிம்களின் நம்பிக்கையை நீங்கள் முற்றிலுமாக இழந்துவிட்டதால், கடிதங்கள் மூலமாகவோ அல்லது வேறு வகையிலோ உங்களுடன் விவாதிக்க நான் மறுக்கிறேன். தேசியச் சாயம் பூசவும், அந்நிய நாடுகளை ஏமாற்றவும், காங்கிரஸ் தலைவரால் நீங்கள் முஸ்லிம் அலங்கார பொம்மையாக ஆக்கப்பட்டுள்ளீர்கள் என்பதை நீங்கள் உணரவில்லையா? நீங்கள் முஸ்லிம்களையோ இந்துக்களையோ பிரதிநிதித்துவப் படுத்தவில்லை. உங்களுக்குச் சுயமரியாதை இருந்தால் உடனடியாக

ராஜினாமா செய்யுங்கள். இதுவரை நீங்கள் உங்களால் முடிந்த அளவு லீக்கிற்கு எதிராக மோசமான செயல்களைச் செய்துள்ளீர்கள். நீங்கள் நம்பிக்கையிழந்து தோற்றுவிட்டீர்கள் என்பது உங்களுக்குத் தெரியும். ராஜினாமா செய்யுங்கள்.[470]

மௌலானா ஆசாத் முஸ்லிம் லீகர்களின் தாக்குதல்களின் விசேஷ இலக்காக இருந்தார். அவர் காங்கிரஸ் மற்றும் இந்து மகாசபையின் கனீஸ் (பெண் அடிமை) என்று குறிப்பிடப்பட்டார்.[471] முஸ்லிம் லீக் பத்திரிகைகள் அவரைக் குறித்து இழிவுபடுத்தும் கவிதைகளைப் பிரசுரித்தன. அதைப் பற்றிப் பின்வருவனவற்றில் காண்போம். பாகிஸ்தான் சார்பு கவிஞரான ரைஸ் அம்ரோஹ்வி என்பவரால் எழுதப்பட்டு, 'மௌலானா அபுல் கலாம் ஆசாத் கே நாம் (மௌலானா அபுல் கலாம் ஆஸாத்திற்கு) என்பதில்,

ஆஜ் து பட் ஆஸ்தான்-இ-வர்தா பெர் சிஜ்தாரெஸ்
தேரே சக்பர் மே பே காந்தி கீ ஷரப் தண்ட்-ஓ-தேஸ்

[வார்தா (காந்தி ஆசிரமம்) வீட்டில் மண்டியிட்டு, காந்தியின் மதுவைக் குடிக்கிறீர்கள்]

காங்கிரஸ் கீ பாஸ்ம் மே ஹே கோ ஆசாத் து
ஆதேனே கே சம்னே ஹே டுட்டி-இ-உஸ்தாத் து.

[காங்கிரசில் நீங்கள் ஒரு போலி ஆசாத் (சுதந்திரமானவர்), நீங்கள் அவர்களது எஜமானரின் குரல்]

ஆஜ் தேரி ஃபிக்ர்-இ-ரோஷன் ஜுல்மத்தோன் மே ஹே ஆசீர்
ஜாங் குர்தா ஹோ கயா பே தேரா வுஜ்தான்-ஓ-ஜமீர்.

[உங்கள் சிந்தனை இருள்படிந்த கைதி. உங்கள் உள்ளுணர்வும் மனசாட்சியும் துருப்பிடித்துவிட்டது]

பான் கயா ஹே து முகன்னி காங்கிரஸ் கே சாஸ் கா
ஆ யே அஞ்சாம் தேரே குஷ்னுமா ஆகஸ் கா.

[காங்கிரசின் மெட்டுக்கு நீங்கள் பாடுகிறீர்கள். அய்யகோ! உங்கள் நல் துவக்கத்திற்கு இத்தகைய மோசமான முடிவா]

கர் ஃபர்மா ஹே தேரே பர்தே மேன் கைரோன் கா திமாக்
தேரி பேஷானி ஹே நக்ஷ்-இ-பந்தகி ஸே தாக்-தாக்.

[நீங்கள் மற்றவர்களின் சிந்தனையால் வழிநடத்தப்படுகிறீர்கள். தாக் எனப்படும் தழும்பு, தொழுகையின் போது சிஜ்தா காரணமாகத் தான் நெற்றியில் ஏற்படும் என்று சொல்லப்படுகிறது.

ஆனால் (காங்கிரசின் முன்) மண்டியிடுவதால் உங்கள் நெற்றியில் தழும்பு ஏற்பட்டுவிட்டது.]

மெஹ்ரம்-இ-மன்ஸில் நஹின், பெகானா-இ-மன்ஸில், து ராம் ராஜி வல்வாலன் கா மஸ்ஹர்-இ-கமில் ப தூ.

[நீங்கள் இலட்சியப் பாதையில் இருந்து விலகிவிட்டீர்கள், ராம ராஜ்யத்திற்காகக் காத்திருப்பவர்களின் அடையாளமாக இருக்கிறீர்கள்]

துஜ் கோ ரக்கா ஹே ஹமாரி ஆஸ்மைஷ் கே லியே யானி ஏக் ஜாதூ கா புட்லா ஹே நுமாயேஷ் கே லியே.

[எங்களைச் சோதிப்பதற்காக நீங்கள் அங்கு இருக்கிறீர்கள், நீங்கள் ஒரு கண்காட்சி பொம்மை][472]

தேசப்பற்றுள்ள முஸ்லிம்கள் மீது முஸ்லிம் லீக்கினர் நடத்திய தாக்குதல் சம்பவங்கள் குறித்த செய்திகள் சமகாலப் பத்திரிகைகளில் ஏராளமாக நிரம்பி இருந்தது. ஒரு பத்திரிகை செய்தியின்படி,

டெல்லி ரயில் நிலையத்தில் மௌலானா ஆசாத் வந்திருந்த பெட்டியைச் சுற்றி வாழ்த்தத் திரண்டிருந்த தொண்டர்கள் கூட்டத்தில் உரையாற்றிக்கொண்டிருந்தபோது, சில முஸ்லிம் லீக்கினர் காங்கிரஸ் தலைவர் உரையைத் தடுத்து, உரக்கக் கூச்சலிட்டு, எதிர்க் கோஷங்களை எழுப்பினர். கோஷங்கள் எழுப்புவதை நிறுத்துமாறு அஹ்ரார் தொண்டர்களால் அவர்கள் எச்சரிக்கப்பட்டனர். சிறிது நேரத்தில் மீண்டும் பெரும் எண்ணிக்கையில் திரண்ட அவர்கள் தேசியவாத முஸ்லிம்களை அச்சுறுத்தும் நோக்கத்துடன் சவால் விடுத்தனர். இதனால் மோதல் ஏற்பட்டதையடுத்து ரயில்வே போலீசார் தலையிட்டு ஒழுங்கை நிலைநாட்டினர்.[473]

முஸ்லிம் லீக் தனது தொண்டர்களை உத்வேகப்படுத்துவதற்காக, மோமின் கான்பரன்ஸ், அஹ்ராஸ் மற்றும் ஜாமியத் உலமா-இ-ஹிந்த் போன்ற முக்கிய முஸ்லிம் தேசபக்த அமைப்புகளைக் குறிவைத்துத் தாக்கியது. மோமின் கூட்டங்கள் மீதான தொடர்ச்சியான தாக்குதல்களால் அமைதியிழந்த அகில இந்திய மோமின் மாநாட்டின் துணைத் தலைவர் அப்துல் கய்யூம் அன்சாரி பின்வரும் அறிக்கையை வெளியிட்டார்:

மோமின்களாகிய நாங்கள் மிகவும் அமைதியானவர்களாக இருந்தாலும், காந்திய அகிம்சைக் கொள்கையைப்

பின்பற்றுவதில்லை. கண்ணுக்குக் கண், பல்லுக்குப் பல் என்ற விதியிலும் நாங்கள் நம்பிக்கை கொண்டவர்கள். முஸ்லிம் லீக் குண்டர்கள் நடத்தும் இந்த முட்டாள்தனமான அவதூறு, அத்துமீறல், வன்முறைப் பிரச்சாரத்தை எங்களால் சகித்துக்கொள்ள முடியவில்லை.[474]

மோமின் கூட்டங்களுக்கு லீக் இடையூறு விளைவித்த பல்வேறு நிகழ்வுகளை நினைவு கூர்ந்த அன்சாரி, முஸ்லிம் லீக்கை "மோமின்களைச் சீண்டாதீர்கள்" என்று கேட்டுக்கொண்ட போது குறிப்பிட்டதாவது

லீக் குண்டர்கள், மோமின் கூட்டங்களில் எந்த வகையிலும் தலையிட்டுத் தொந்தரவு செய்ய முயன்றால், அதற்காக மிகப் பெரிய விலை கொடுக்க வேண்டியிருக்கும் அத்துடன் அவர்களின் தீய செயல்களுக்கான விளைவுகளையும் அனுபவிக்க வேண்டியிருக்கும் என்று நான் எச்சரிக்கிறேன். அப்போதோ அல்லது அதற்குப் பின்னரோ நடக்கக்கூடிய எதற்கும் அவர்கள் மட்டுமல்ல, அவர்களின் தலைவர்களும் பொறுப்பேற்க வேண்டும்... எல்லாவற்றிற்கும் ஓர் எல்லை உண்டு என்பதை லீக்கினர் அறிய வேண்டும்.[475]

1940இல் டெல்லியில் நடந்த ஆசாத் முஸ்லிம் மாநாட்டிற்குத் தயாராகிக் கொண்டிருந்த தொண்டர்களும் தாக்கப்பட்டனர். மாநாட்டுடன் தொடர்புடைய பல்வேறு கடமைகளை நிறைவேற்றிக் கொண்டிருந்த தேசபக்தத் தொண்டர்களைத் தாக்குவதற்காகவே முஸ்லிம் லீக் குழுக்களை அமைத்தது. இந்தத் தாக்குதல்களில் பல தன்னார்வலர்கள் படுகாயமடைந்தனர்.[476] அசாம் மாகாண ஜாமியத் உலமா இந்துஸ்தான் தினத்தை முன்னிட்டு சில்ஹெட்டில் ஒரு கூட்டத்தை நடத்திக் கொண்டிருந்தபோது முஸ்லிம் லீக்கினரால் தாக்கப்பட்டது. மோசமான கல்வீச்சுத் தாக்குதலினால் சில ஜாமியத் தலைவர்கள் காயமடைந்தனர். இந்தத் தாக்குதலையும் மீறி, பிரிவினைத் திட்டத்தை நிராகரிக்கும் தீர்மானம் கூட்டத்தில் நிறைவேற்றப்பட்டது.[477] அமிர்தசரஸில் உள்ள ஷேக் கைர் தின் மசூதியில், வெள்ளிக்கிழமை தொழுகைக்குப் பிறகு முஸ்லிம் லீக் எதிர்ப்புக் கூட்டத்தை நடத்த முஸ்லிம் லீக் தொண்டர்கள் அனுமதிக்கவில்லை.[478]

அகில இந்திய ஜாமியத் உலமா-இ-ஹிந்தின் பொதுச் செயலாளர் மௌலானா ஹிப்ஸுர் ரஹ்மான், தேசபக்த முஸ்லிம்கள் மீது முஸ்லிம்

லீக் தொண்டர்களால் கட்டவிழ்த்துவிடப்பட்ட வன்முறைக்கு எதிர்வினையாற்றினார்:

> ஜாமியத் உலமாவின் தலைவர் ஹஸ்ரத் மௌலானா ஹுசைன் அஹ்மத் மதனி மீது முஸ்லிம் லீக்கின் பொறுப்பிலுள்ள தலைவர்களின் வெட்கக்கேடான மற்றும் இழிவான அணுகுமுறை பற்றிய விவரங்களை நான் சுற்றுப்பயணங்களின் போது தெரிந்து கொண்டு வருகிறேன். மிகவும் ஆத்திரமூட்டும் இந்தச் சம்பவங்கள், கண்ணியம் மற்றும் சகிப்புத் தன்மையின் வரம்புகளை ஏறக்குறைய கடந்து சென்றுகொண்டிருக்கிறது. முஸ்லிம்களிடையே ஆழமான கவலைகள் வளர்ந்து வருவதைக் கருத்தில் கொண்டு, ஜமாயத் உலமாவின் செயலாளர் என்ற முறையில், உரிய பொறுப்புணர்வுடன் திரு.ஜின்னாவையும், முஸ்லிம் லீக் தலைமையையும், தங்கள் கட்டுப்பாட்டின் கீழ் அவர்கள் அணுகுமுறையை மேம்படுத்தி, உடனடியாக இஸ்லாமிய நாகரிக வழிகளுக்குத் திரும்பாத வரையில், விளைவுகளுக்கு அவர்கள், அவர்கள் மட்டுமே பொறுப்பேற்க நேரிடும் என்று எச்சரிக்க வேண்டுகிறேன்.[479]

தேசியவாத முஸ்லிம்களுக்கு எதிராக முஸ்லிம் லீக் தொண்டர்கள் மற்றும் ஆதரவாளர்களின் வன்முறைக்கு எதிராக பிரிட்டிஷ் அரசாங்கம் உரிய நடவடிக்கைகளை எடுக்க வேண்டும் என்றும் அவர் கேட்டுக்கொண்டார்.[480] ஆனால் இந்த வேண்டுகோள்கள் கண்டுகொள்ளப்படவில்லை.

1946 ஆகஸ்டின் பிற்பகுதியில் டெல்லியில் இருந்த ஜாமியத் உலமா-இ-ஹிந்தின் மைய அலுவலகத்தையும் முஸ்லிம் லீக்கினர் எரிக்க முயன்றனர். தூங்கிக்கொண்டிருந்த காவலாளி மீது மூன்று இளைஞர்கள் பாய்ந்து, அவரது கை, கால்களைக் கட்டி, ரொக்கம் மற்றும் பிற மதிப்புமிக்க பொருட்களை எடுத்துச் சென்று அலுவலகத்திற்குத் தீ வைக்க முயன்றதாகத் தெரிகிறது. ஒரு வாரத்திற்கு முன்பு, அகில இந்திய ஜாமியத் உலமா-இ-ஹிந்தின் துணைத் தலைவர் மௌலானா அகமது சயீத் மற்றும் பிற ஜாமியத் தலைவர்களுக்கு ஒரு மொட்டைக் கடிதம் வந்தது, அதில் அவரும் பிற ஜாமியத் தலைவர்களும் முஸ்லிம் லீக் உடன் இணையாவிட்டால் அவர்களின் உயிருக்கு ஆபத்து ஏற்படும் என்றும் அவர்களின் அலுவலகமும் தீக்கிரையாக்கப்படும் என்றும் எச்சரித்ததாகத் தெரிவிக்கப்பட்டது.[481]

வங்காளத்தில், பிரபல தேசபக்த முஸ்லிம் தலைவரும், வங்காள சட்டமன்றத்தின் முன்னாள் துணைச் சபாநாயகருமான சையத்

ஜலாலுதீன் ஹஷிமி தேர்தல் பிரச்சாரத்தை மேற்கொண்டு சென்ற வாகனம் வெள்ளிக்கிழமை அன்று முஸ்லிம் லீக் கோஷங்களை எழுப்பிய நபர்களால் வழிமறிக்கப்பட்டு, மோசமாகச் சேதப்படுத்தப்பட்டது. பாதுகாப்பு கோரிய ஹாஷிமி வங்காள ஆளுநருக்குப் பின்வரும் தந்தியை அனுப்பினார்: “முஸ்லிம் லீக்கினர் எனது காரை மோசமாகச் சேதப்படுத்தி உள்ளனர். கூட்டத்தில் உரையாற்றச் சென்ற என்னை அயோக்கியர்கள் தடுத்து நிறுத்தியுள்ளனர். உடனடியாகப் பாதுகாப்பு, பேச்சுச் சுதந்திரம் மற்றும் நியாயமான தேர்தலை உறுதிப்படுத்த வேண்டுகிறேன்.”[482]

சிந்துவில், சட்டமன்றத்தின் தேசபக்த முஸ்லிம் உறுப்பினரும், இறந்துபோன அல்லா பக்ஷின் சகோதரருமான மௌலா பக்ஸ், சட்டமன்ற வளாகத்தை விட்டு வெளியேறும்போது லீக் ஆதரவாளர்களால் தாக்கப்பட்டார்.[483]

வங்காளத்தில் தேசபக்த முஸ்லிம்கள் மீது ஏராளமான தாக்குதல்கள் நடந்தன. வங்காளத்தின் முன்னாள் அமைச்சரும், வங்காள முஸ்லிம் நாடாளுமன்ற வாரியத்தின் செயலாளருமான மௌலவி சம்சுதீன் அகமது, கல்கத்தாவின் முன்னாள் மேயரும், வங்காள முற்போக்கு நாடாளுமன்றக் கட்சியின் செயலாளருமான பேராசிரியர் ஹுமாயுன் கபீர், சையத் பத்ருதோசா, சட்டமன்ற உறுப்பினர், முஸ்லிம் மஜ்லிஸ் தலைவர் மௌலானா அகமது அலி, முஸ்லிம் மஜ்லிஸ் செயலாளர் கான் பகதூர் முகமது ஜான், எம்.எல்.சி. மௌலானா மன்ருஸ்ஸமான் எம்.எல்.ஏ. மற்றும் மௌலானா அப்துல் ரசாக், எம்.எல்.ஏ. ஆகியோர் வங்காளத்தில் முஸ்லிம் லீக் தொண்டர்களின் அதிகரித்து வரும் தாக்குதல் சம்பவங்களைக் கண்டித்தனர்.[484]

முஸ்லிம் லீக் 1946-47 காலகட்டத்தில் தேசபக்த முஸ்லிம்களுக்கு எதிராக மிக மூர்க்கமாகச் செயல்பட்டது. பயணத்தின் போது தாக்கப் பட்டதால் அவர்கள் ரயிலில் பயணம் செய்வது பாதுகாப்பற்றதாக மாறியது. ஒருமுறை ஆசாத்தும், சைபுதீன் கிச்லுவும் அமிர்தசரஸிலிருந்து லாகூருக்கு ஒன்றாகப் பயணம் செய்தபோது, அவர்களை லீக்கினர் தாக்கியதில் ஆசாத் பலத்த காயமடைந்தார்.[485]

கான் அப்துல் கபார் கான் 1947 ஜூலையில் வடமேற்கு எல்லைப்புற மாகாணத்தில் முஸ்லிம் லீக் கட்டவிழ்த்துவிட்ட வன்முறைச் சம்பவங்களைக் குறிப்பிட்டு எழுதினார்:

> *முஸ்லிம் லீக் கட்சியினர் நாள்தோறும் மிக ஆட்சேபகரமான கோஷங்களை எழுப்பி ஊர்வலம் நடத்தி வருகின்றனர். அவர்கள்*

எங்களை காஃபிர்கள் (சமயப்பற்றற்றவர்கள்) என்று அழைக்கிறார்கள், வசவுச் சொற்களை நாடுகிறார்கள். நான் தனிப்பட்ட முறையில் வசைபாடப்பட்டேன்... எங்களைத் தீவிரமாகக் கவலையடையச் செய்யும் மற்றொரு விஷயம் என்னவென்றால், எங்கள் மாகாணத்தில் ஏராளமான பஞ்சாபியர்கள் உள்ளனர். அவர்கள் வெளிப்படையாகவே மக்களை வன்முறைக்குத் தூண்டிவிடுகிறார்கள். அது மட்டுமல்ல, பொதுக்கூட்டங்களில் சிவப்புச் சட்டைக்காரர்களின் உயர்மட்டத் தலைவர்களை ஒழித்துக்கட்ட வேண்டுமென்று ஆலோசனை கூறும் அளவுக்கும் அவர்கள் சென்றுள்ளனர். அதுமட்டுமின்றி அவர்கள் வெளிப்படையாகவே, பாகிஸ்தான் உருவான பிறகு... துரோகிகள் அனைவரும் தூக்கிலிடப்படுவார்கள் எனச் சூளுரைக்கின்றனர்.[486]

முன்னதாக 1937 மார்ச் 5ஆம் தேதி சைபுதீன் கிச்லு, முல்தான் (இப்போது பாகிஸ்தானில் உள்ளது) நகருக்குச் சென்றிருந்த போது அவர் மீது முஸ்லிம் லீக்கினரால் கொலைவெறித் தாக்குதல் நடத்தப்பட்டது. இந்தத் தாக்குதலில், இவரை அழைத்திருந்த நகரின் புகழ்பெற்ற தொழிலதிபர் கல்யாண் தாஸ் கொல்லப்பட்டார். கிச்லே பலத்த காயமடைந்தார், சில அனுதாபிகள் மற்றும் இராணுவத்தினர் சரியான நேரத்தில் வந்ததால் அவரது உயிர் காப்பாற்றப்பட்டது. முஸ்லிம் லீக்கிற்கு ஆதரவாக ஓர் உறுதிமொழியில் கிச்லு கையெழுத்திட வேண்டும் என்று தாக்குதல் நடத்தியவர்கள் விரும்பினர். இதையடுத்து கிச்லு அமிர்தசரஸ் கொண்டு செல்லப்பட்டார்.[487]

எதிரிகளைக் கொல்வதற்குக் கூட முஸ்லிம் லீக் தொண்டர்கள் தயங்கவில்லை. மோமின் மாநாடு அதன் தன்னார்வ அமைப்பினரை மோமின் சாரணர்கள் என்று அழைத்தது. அதன் தீவிர உறுப்பினர்களில் ஒருவரான அப்துல்லா 1938 தேர்தல்களின் போது கான்பூரில் முஸ்லிம் லீக்கினரால் கொல்லப்பட்டார்.[488] காஷ்மீரில் மௌலானா ஆசாத், கான் அப்துல் கபார் கான், ஜவஹர்லால் நேரு ஆகியோரை கௌரவிக்கும் வகையில் மாவட்ட நீதிபதியின் அனுமதியுடன் ஸ்பைக் அப்துல்லா தலைமையில் தேசிய மாநாட்டுக் கட்சி நிதி ஊர்வலம் நடத்தியது. நகரின் ஒரு பகுதியில், முஸ்லிம் மாநாட்டுக் கட்சியின் (முஸ்லிம் லீக் கூட்டாளிகள்) ஆதரவாளர்கள் ஊர்வலத்தின் மீது கற்களை வீசத் தொடங்கினர், இதில் பலர் படுகாயமடைந்தனர். இதில் காயமடைந்த தேசிய மாநாட்டுக் கட்சியைச் சேர்ந்த ஒருவர் மருத்துவமனையில் உயிரிழந்தார்.[489]

வடமேற்கு எல்லையோர மாகாணத்தைச் சேர்ந்த கிராமத்திலுள்ள மசூதியில் நடைபெற்ற முஸ்லிம் லீக் கூட்டத்தில் நடைபெற்ற சில நிகழ்வுகளுக்கு எதிர்ப்பு தெரிவித்த கான் அப்துல் கஃபார் கானின் மருமகன் அதாவுல்லா கான், அவரது வேலைக்காரர் மற்றும் நண்பர்கள் முஸ்லிம் லீக்கினரால் கொல்லப்பட்டனர். லீக்கின் முக்கியப் பிரமுகரான கிர்மான் கான் என்பவர் துப்பாக்கிச் சூடு நடத்தியதற்காகக் கைது செய்யப்பட்டார்.[490] கான்பூரில் அணிவகுப்பு மைதானத்தில் நடந்த கக்சார்களின் கூட்டத்தை முஸ்லிம் லீக் ஆதரவாளர்கள் தாக்கினர் அதில் ஒரு கக்சார் உயிரிழந்தார்.[491]

கேரளத்தில் முஸ்லிம் லீக் அரசியலையும், பாகிஸ்தானின் திட்டத்தையும் இடைவிடாது எதிர்த்து வந்த அப்துர் ரஹ்மான் எண்ணற்ற முறை முஸ்லிம் லீக் குண்டர்களின் வன்முறை வெறியாட்டத்திற்கு உள்ளானார், கேரள காங்கிரசில் இருந்த வலதுசாரிகளின் மறைமுக ஆதரவுடன் பலமுறை கொலை முயற்சிகளும் நடைபெற்றுள்ளது. அக்டோபர் 30, 1945 அன்று தலச்சேரியில் நடைபெற்ற தாக்குதல் சம்பவம் குறித்து முன்னணி மலையாள நாளேடான மாத்ருபூமி பின்வருமாறு செய்தி வெளியிட்டது:

> *தலைவர்களை ஏற்றிச் வந்த கார் கூட்டத்தினூடே சென்று கொண்டிருந்தபோது, அப்துர் ரஹ்மானுக்குக் கருப்பு ரிப்பன் அணிவிக்க முயற்சிகள் மேற்கொள்ளப்பட்டன, ஆனால் அது தோல்வியடைந்தது... விரைவிலேயே பல்வேறு பக்கங்களிலிருந்தும் கற்கள் அவரை நோக்கி வீசப்பட்டன, மேலும் சில எதிரிகள் அவரைக் கனமான கட்டைகளால் தாக்க முயன்றனர், இதனால் இரு குழுக்களுக்கும் இடையே கைகலப்பு ஏற்பட்டது. கூட்டத்தில் இருந்து முஹம்மது அப்துர் ரஹ்மான் மீது கூர்மையான கத்தியும் வீசப்பட்டது...*[492]

ஜின்னாவின் பாகிஸ்தான் கோரிக்கை குறித்து தேசபக்த முஸ்லிம் தனிநபர்கள் மற்றும் அமைப்புகள் எழுப்பிய முக்கியமான பிரச்சினைகள், இந்தியாவில் தேசியவாதத்தின் எழுச்சி, குறிப்பாக இரு தேசக் கோட்பாட்டின் எழுச்சி ஆகியவற்றில் மிகச் சிறந்த நிபுணர்களில் ஒருவரான டாக்டர் பி.ஆர்.அம்பேத்கரிடமும் பிரதிபலித்தது. 1940ஆம் ஆண்டின் இறுதியில், பாகிஸ்தானின் பயனற்ற தன்மை குறித்த தனது மதிப்பீட்டில் அவர் தெளிவாக இருந்தார். தேசபக்த முஸ்லிம்கள் முன்வைத்த விமர்சனத்தை இது உறுதிப்படுத்தியது. பாகிஸ்தான் ஆதரவு முஸ்லிம்கள் மத்தியில் அவர் கூறியதாவது:

துரதிர்ஷ்டவசமாக இந்தக் கொள்கையால் (பாகிஸ்தானின் திட்டத்தால்) ஜின்னா தங்களுக்கு என்ன தீங்கை இழைத்துவிட்டார் என்பதை முஸ்லிம்கள் உணரவில்லை. இந்து ஆட்சியிலிருந்து முஸ்லிம்களைத் தனிமைப்படுத்தும் இந்தத் திட்டத்தின் மூலம் முஸ்லிம்களைக் காப்பாற்ற முடியுமென்று லீக் எவ்வாறு நம்புகிறது? முஸ்லிம்கள் சிறுபான்மையினராக இருக்கும் மாகாணங்களில் இந்து ராஜ்ஜியத்தை நிறுவுவதை பாகிஸ்தான் திட்டம் தடுக்குமா? நிச்சயம் முடியாது. பாகிஸ்தான் உதயமானாலும் முஸ்லிம் சிறுபான்மை மாகாணங்களில் இதுதான் நடக்கும். ஒட்டுமொத்த இந்தியாவை எடுத்துக்கொண்டாலும். மத்தியில் இந்து ராஜ்ஜியம் நிறுவப்படுவதையும் அதன் கீழ் இந்துஸ்தானில் எஞ்சியிருக்கும் முஸ்லிம் சிறுபான்மையினர் ஆளப்படுவதையும் பாகிஸ்தானால் தடுக்க முடியுமா?[493]

அம்பேத்கரின் பதில் திட்டவட்டமாக இருந்தது.

அது முடியாது என்பது தெளிவு. அப்படியானால் பாகிஸ்தானால் என்ன பயன்? முஸ்லிம்கள் பெரும்பான்மையாக உள்ள மாகாணங்களில், இந்து ராஜ்ஜியம் ஒருபோதும் ஏற்பட முடியாத மாகாணங்களில், இந்து ராஜ்ஜியத்தைத் தடுப்பதற்காக மட்டுமே! இதை வேறுவிதமாகக் கூறினால், முஸ்லிம்கள் பெரும்பான்மையாக இருக்கும் இடங்களில் பாகிஸ்தான் தேவையற்றது. ஏனென்றால் அங்கு இந்து ராஜ்ஜியம் குறித்த பயமே இல்லை. முஸ்லிம்கள் சிறுபான்மையினராக இருக்கும் இடத்தில் அது பயனற்றது என்பதைவிட மோசமானது. ஏனெனில் பாகிஸ்தான் இருந்தாலும், இல்லாவிட்டாலும் அவர்கள் ஓர் இந்து ராஜ்ஜியத்தை எதிர்கொள்ள வேண்டியிருக்கும்.[494]

அம்பேத்கரின் கூற்றுப்படி,

முஸ்லிம் லீகின் அரசியலை விடப் பயனற்ற ஒன்று இருக்க முடியாது. முஸ்லிம் லீக் சிறுபான்மை முஸ்லிம்களுக்கு உதவுவதற்காகத் துவங்கப்பட்டு, பெரும்பான்மை முஸ்லிம்களின் நலன்களை ஆதரிப்பதில் முடிந்துள்ளது. முஸ்லிம் லீகின் உண்மையான நோக்கத்தில் எத்தகைய திரிபு! உன்னதத்திலிருந்து அபத்தத்திற்கு என்ன ஒரு வீழ்ச்சி! இந்து ராஜ்ஜியத்திற்கு எதிரான மாற்றாகப் பிரிவினையை முன்னிறுத்துவது, பயனற்றதைக் காட்டிலும் மோசமானது.[495]

பாகிஸ்தான் உருவான பிறகு உ.பி.யில் இருந்த முஸ்லிம் லீக்கின் மிக முக்கியமான தலைவர்களில் ஒருவரான சௌத்ரி காலிகுஸ்ஸமான் தனது சுயசரிதையில் பின்வருமாறு ஒப்புக்கொள்கிறார்,

> *பாகிஸ்தானுக்கான போராட்டத்தில் நாம் பயன்படுத்திய இரு தேசக் கோட்பாடு சிறுபான்மை மாகாணங்களின் முஸ்லிம்களுக்கு எதிராக மோசமான பகைமையை உருவாக்கியது மட்டுமல்லாமல், அவர்களுக்கும் இந்தியாவின் இந்துக்களுக்கும் இடையில் ஒரு கருத்தியல் பிளவையும் உருவாக்கியுள்ளது.*[496]

பிரிவினை குறித்த ஆய்வறிஞரான ஆயிஷா ஜலால் 1947 ஆகஸ்ட் 14 அன்று உருவான பாகிஸ்தானைப் பற்றி சில கசப்பான உண்மைகளை வெளிப்படையாகவே கூறினார். பிரிவினைக்கு ஏறத்தாழ இருபதாண்டுகளுக்கு முன்னர் தேசபக்த முஸ்லிம்களால் இதே பிரச்சினைகள் தொடர்ந்து எழுப்பப்பட்டன என்பது குறிப்பிடத்தக்கது. ஆயிஷாவின் கூற்றுப்படி,

> *பாகிஸ்தானைப் பற்றிய மிகவும் குறிப்பிடத்தக்க உண்மை என்னவெனில், அதை உருவாக்கக் கோரிய அதே முஸ்லிம்களின் நலன்களை அது எவ்வாறு நிறைவேற்றத் தவறியது என்பதுதான். முஸ்லிம் மக்களின் இரு பெரும் அதிகார மையங்களான பஞ்சாபும், வங்காளமும் இரண்டாக துண்டாடப்பட்டதன் மூலம் 20ஆம் நூற்றாண்டில் அதிகளவில் சுயாட்சியை அனுபவித்து வந்த இவ்விரு மாகாணங்களிலும், முஸ்லிம்கள் அமைச்சரவைகளில் மென்மேலும் ஆதிக்கம் செலுத்தத் துவங்கினர். பஞ்சாப், வங்காளப் பிரிவினையால், பிரிக்கப்படாத மாகாணங்களாக இருந்தபோது அனுபவித்த பலன்களை முஸ்லிம்கள் இழந்தனர்.*[497]

“பெரும்பான்மை முஸ்லிம்களின் நலன்களுக்கு இத்தனை பாதகமாக இருக்ககூடிய ஒரு பாகிஸ்தான் எப்படி உருவானது?” என்ற ஆயிஷா எழுப்பிய மிகவும் பொருத்தமான கேள்விக்கு ஜின்னா உட்பட முஸ்லிம் லீக்கின் தலைமை பதிலளித்திருக்க வேண்டுமென்று ஒவ்வொருவரும் விரும்புகிறார்கள்.[498]

சந்தேகத்திற்கு இடமின்றி, பிரிவினையை எதிர்த்த முஸ்லிம்களின் நிலைப்பாடு முற்றிலும் சரி என்று நிரூபிக்கப்பட்டுள்ளது. முஸ்லிம் தேசிய இனத்தின் பாதுகாப்புக்கான ஒரே தீர்வு என்று முஸ்லிம் லீக்கால் போற்றப்பட்டு, நடைமுறைப்படுத்தப்பட்ட இரு தேசக் கோட்பாடு, பாகிஸ்தானின் ஒருமைப்பாட்டைக் கூட உறுதிப்படுத்தவில்லை. வங்காள முஸ்லிம்களால் தொடங்கப்பட்ட

இரத்தக்களரியான விடுதலைப் போராட்டத்தினால், 1971இல் பாகிஸ்தான் பிரிக்கப்பட்டதன் மூலம், அனைத்து முஸ்லிம்களும் ஒற்றைத் தேசியம் என்ற கோட்பாட்டிற்குச் சவக்குழி வெட்டப்பட்டது. மேலும், இந்தியாவிலேயே இருக்க முடிவு செய்த முஸ்லிம்களை இந்தியப் பிரிவினை நிரந்தரமாகப் பலவீனப்படுத்தியது என்பதை இந்தியாவின் அரசியல் போக்குகள் உணர்த்தின.

இந்துத்துவாவின் வெறுப்பு அரசியல் மற்றும் வகுப்புவாத துருவசேர்கை

இந்து வகுப்புவாத தனிநபர்கள் மற்றும் அமைப்புகளின் தீவிரமான முஸ்லிம் எதிர்ப்புப் பிரச்சாரம், தேசபக்த முஸ்லிம்களைப் பலிகொடுத்து, முஸ்லிம் லீக் போன்ற அமைப்புகள் நேரடியாகப் பயனடையும் சூழ்நிலையை ஏற்படுத்தியது. இந்து, முஸ்லிம் அரசியல் ஒற்றுமைக்கான எந்த முயற்சியையும் இந்து வகுப்புவாதிகள் எதிர்த்தனர். இந்து மகாசபை மற்றும் காங்கிரசின் முன்னணித் தலைவர்களில் ஒருவரான பாலகிருஷ்ண சிவராம் மூஞ்சே (1872 - 1948) இந்து-முஸ்லிம் ஒற்றுமைக்காக நேரத்தை வீணாக்குவதற்குப் பதிலாக, இந்துக்களை அணிதிரட்டுவதும் அவர்களுக்கு இராணுவப் பயிற்சி அளிப்பதும் காலத்தின் தேவையென்று அறிவித்தார். இந்துக்களின் நலன்களைப் பாதுகாத்திட நாடு முழுவதும் ராமசேனாக்கள் உருவாக்கப்பட வேண்டும் என்று அவர் வாதிட்டார். அவரைப் பொறுத்தவரை, இந்துக்கள் அணிதிரட்டப்பட்டுவிட்டால், இந்து-முஸ்லிம் ஒற்றுமைப் பிரச்சினையே பொருத்தமற்றதாகிவிடும்.[499] இதனால், இந்துக்கள் ஒரு வலிமையான ஆக்கிரமிப்பு சக்தியாக மாறுவார்கள், இதன் மூலம் எந்தச் சிறுபான்மையினரையும் அடிமைப்படுத்த முடியும் என்று அவர் தெளிவுப்படுத்தினார்.

மூஞ்சே பின்வருமாறு அறிவிக்கும் அளவுக்குச் சென்றார்.

> இந்தியாவில் இந்துக்களின் ஆட்சிக்கும், இந்து ராஜ்ஜியத்துக்கும் குரல் கொடுக்கும் ஒரே இனம் இந்துத் தேசிய இனம் மட்டுமே. இதை அடைவதற்கு வன்முறைதான் சிறந்த ஆயுதம் என்று இந்து மகாசபை சரியாக நம்புகிறது.[500]

மூஞ்சேவைப் பொறுத்தவரை, இந்துக்கள் மட்டுமே இந்தியாவின் இறையாண்மை உரிமையைக் கோர முடியும். இந்து மகாசபையின் பாகல்பூர் அமர்வில் தலைமை உரையாற்றிய வி.டி. சவர்க்கர், முஸ்லிம்கள் சிறுபான்மையினராக வாழக் கற்றுக்கொள்ள வேண்டும்

என எச்சரித்தார்.[501] இந்துக்கள் பெரும்பான்மையாக இருப்பதால் இந்துஸ்தான் இந்துக்களுக்கு மட்டுமே சொந்தமானது என்றும், முஸ்லிம்கள் “இந்தியாவிலுள்ள பிற சிறுபான்மையினருக்கு என்ன நியாயமான உரிமைகள் வழங்கப்பட்டாலும் அதில் திருப்தி அடைய வேண்டும்” என்றும் அவர் அறிவித்தார்.[502]

சாவர்க்கரின் கூற்றுப்படி, இந்தியாவில் இந்துக்கள், ஒரே ஆரிய இனத்தைச் சேர்ந்தவர்கள், பொதுவான நாகரிகத்தைச் கொண்டவர்கள் மற்றும் ‘இந்துஸ்தானத்தைத்’ தங்கள் தந்தை நாடாகவும் புனித பூமியாகப் போற்றுபவர்கள் என்பதால் அவர்கள் மட்டுமே இந்தியாவின் தேசிய இனம் ஆகும். முஸ்லிம்களும், கிறிஸ்தவர்களும் இந்துப் பண்பாட்டுப் பாரம்பரியத்துடன் ஒன்றிணையாமலும், இந்து மதத்தைத் தழுவாமலும் இந்தத் தேசியத்திலிருந்து விலகியே இருக்கின்றனர். சாவர்க்கரின் வாதத்தின்படி,

> *கிறிஸ்தவ, முகமதிய சமூகங்கள், மிகச் சமீபம் வரை இந்துக்களாக இருந்தவர்கள், அத்துடன் பெரும்பாலான சந்தர்ப்பங்களில் அவர்களின் முதல் தலைமுறையினராக இருக்கக்கூடியவர்கள் தங்களின் புதிய அடையாளத்துடனே தங்களை வெளிப்படுத்திக் கொள்வதையே விரும்புகின்றனர், நமக்குப் பொதுவான தாய்நாடாக இருந்தாலும், அவர்களுக்கும் கிட்டத்தட்ட பரிசுத்தமான இந்து இரத்தமும், இந்து பெற்றோராக இருந்தாலும், அவர்களை இந்துக்களாக அங்கீகரிக்க முடியாது. ஏனெனில், அவர்கள் புதிய வழிபாட்டு முறையை ஏற்றுக்கொண்டதிலிருந்து அவர்கள் இந்து சுத்தியை [கலாச்சாரம்] முழுவதுமாக ஏற்றுக்கொள்ள தகுதியற்றவர்கள் ஆகிவிட்டனர். மேலும் அவர்கள் இந்து மதத்திலிருந்து முற்றிலும் மாறுபட்ட ஒரு கலாச்சார அமைப்புக்குச் சொந்தமானவர்கள் அல்லது தங்களை அவ்வாறு கருதுகிறவர்கள். அவர்களின் தெய்வங்களும், அவர்களின் தெயவ வழிபாடும்- அவர்களின் திருவிழாக்களும் அவர்களின் பண்டிகைகளும், அவர்களின் இலட்சியங்களும், அவர்களின் வாழ்க்கைக் கண்ணோட்டமும், இப்போது நம்முடன் தொடர்பற்றதாகப் போய்விட்டது.*[503]

மூஞ்சேயும், சாவர்க்கரும் தேசபக்த முஸ்லிம்களையும் விட்டு வைக்கவில்லை. அவர்களையும் வகுப்புவாத முஸ்லிம்களின் ஒரு பகுதியாகவே கருதினர். மூஞ்சேயின் கருத்துப்படி, தேசபக்த முஸ்லிம்களாக வேடமிட்டுள்ள முஸ்லிம்கள், உண்மையில் முஸ்லிம் வகுப்புவாதிகள், அவர்கள் காங்கிரசுக்குள் உள்ளிருந்து கொண்டு நிர்ப்பந்தம் கொடுப்பதற்காகப் பெரும் எண்ணிக்கையில்

ஊடுருவ முயல்கின்றனர்.[504] 1940இல் பாகிஸ்தானுக்கு எதிரான ஆசாத் முஸ்லிம் மாநாட்டை ஏற்பாடு செய்த தேசபக்த முஸ்லிம்களைத் "தங்கள் பங்குக்கான சதையைக் கோரும் கூலிப்படையினர்" என்று சாவர்க்கர் முத்திரை குத்தினார்.[505] ஆசாத் முஸ்லிம் மாநாட்டைப் பற்றிக் கருத்து கூறுகையில், முஸ்லிம் லீக்கின் சார்பாக ஜின்னா முன்வைத்த கோரிக்கைகளுக்கும், டெல்லியில் ஆசாத் முஸ்லிம் மாநாட்டில் நிறைவேற்றப்பட்ட உரைகள் மற்றும் தீர்மானங்களில் அடங்கியிருந்த கோரிக்கைகளுக்கும் இடையே குறிப்பிடத்தக்க வேறுபாட்டைத் தன்னால் காண முடியவில்லை என்று சாவர்க்கர் கூறினார்.[506]

சுவாரஸ்யமாக, இரு தேசக் கோட்பாட்டுப் பிரச்சினையில் சாவர்க்கர் முஸ்லிம் லீக்குடன் உடன்பட்டார். 1937இல், அகமதாபாத்தில் நடந்த 19 வது இந்து மகாசபை அமர்வில் தலைமை உரையாற்றியபோது, சாவர்க்கர் சந்தேகத்திற்கு இடமின்றி அறிவித்தார்:

இந்தியாவில் இரண்டு எதிரெதிர்த் தேசங்கள் அருகருகே வாழ்ந்து வருகின்றன. இந்தியா ஏற்கெனவே ஒரு இணக்கமான தேசமாக ஒன்றிணைக்கப்பட்டிருக்கிறது அல்லது அவ்வாறு செய்ய வேண்டும் என்ற வெறும் விருப்பத்திற்காக அதை அவ்வாறு இணைக்க முடியுமென்று கருதுவதன் மூலம் சிறுபிள்ளைத்தனமான அரசியல்வாதிகள் பெரும் தவறு செய்கிறார்கள். இவர்கள் நல்ல நோக்கமுள்ளவர்கள், ஆனால் சிந்திக்காத நண்பர்கள், தங்கள் கனவுகளை நனவாக்குகிறார்கள். அதனால்தான் அவர்கள் வகுப்புவாதக் குழப்பங்களைக் கண்டு பொறுமையிழந்து வகுப்புவாத அமைப்புகளைக் காரணம் காட்டுகின்றனர்.

ஆனால், வகுப்புவாதப் பிரச்சினைகள் என்று சொல்லப்படுபவை இந்துக்களுக்கும் முஸ்லிம்களுக்கும் இடையே பல நூற்றாண்டுகளாக நிலவி வந்த பண்பாடு, மத, இன ரீதியிலான பகைமையின் மரபுரிமையே ஆகும். விரும்பத்தகாத உண்மைகளை உள்ளது உள்ளபடியே துணிவுடன் எதிர்கொள்வோம். இன்று இந்தியாவை ஒருமைப்பாடு கொண்ட, ஒற்றைத் தேசம் என்று கருத முடியாது, ஆனால் அதற்கு மாறாக இந்தியாவில் இந்துக்கள், முஸ்லிம்கள் என்ற இரண்டு தேசியங்கள் பிரதானமாக உள்ளன.[507]

இந்து வகுப்புவாதிகளின் இத்தகைய பிரசாரம் முஸ்லிம் லீக்கின் பணியை எளிதாக்கியது. அக்காலத்திய புகழ்பெற்ற தலைவரான பி.ஆர்.அம்பேத்கர், இந்து வகுப்புவாதிகளின் இந்த வகையான

வாய்வீச்சு "இந்தியாவின் நலனுக்கும் பாதுகாப்பிற்கும் மிகவும் ஆபத்தான சூழ்நிலையை உருவாக்குகிறது" என்று எச்சரித்தார்.[508] இந்தியா துண்டு துண்டாகும் அபாயம் வெகு தொலைவில் இல்லை என்று அம்பேத்கர் குறிப்பிட்டார்.

முஸ்லிம் தேசியம், இந்துத் தேசியத்துடன் சமமான அதிகாரத்துடன் இருப்பதை திரு.சாவர்க்கர் அனுமதிக்க மாட்டார். இந்துத் தேசிய இனம் ஆதிக்கம் செலுத்துவதாகவும், முஸ்லிம் தேசியம் அடிபணிந்ததாகவும் இருக்க வேண்டும் என்று அவர் விரும்புகிறார். திரு. சாவர்க்கர், இந்து தேசியத்துக்கும் முஸ்லிம் தேசியத்துக்கும் இடையே பகைமை விதையை விதைத்துவிட்டு, அவர்கள் ஒரே அரசியல் சாசனத்தின் கீழ், ஒரு நாட்டில் வாழ வேண்டும் என்று ஏன் விரும்புகிறார் என்பதை விளக்குவது கடினம்."[509]

முஸ்லிம் லீக் மீது அனுதாபம் கொண்ட முஸ்லிம் அறிவுஜீவிகள் இயல்பாகவே எச்சரிக்கை அடைந்தனர். தமது மதமும், சமூகமும் தாக்குதலுக்கு உள்ளாகி வருகிறது என்ற செய்தியைச் சாதாரண முஸ்லிம்களுக்கு எடுத்துச் சென்றனர். தாக்குதல் நடத்தியவர்களில் பலர் காங்கிரஸ் தலைவர்களாக இருந்ததால், காங்கிரசும் தேசபக்த முஸ்லிம்களும் இந்துத்துவப் பிரச்சாரத்திற்கு எந்த வகையிலும் ஈடு கொடுக்க முடியாதவர்களாகத் தோன்றினர். 1942இல் வெளியான ஜாபர் அலிகானின் ஒரு கவிதை இந்துத்துவ அமைப்புகள் வெளிப்படையாக இஸ்லாத்தையும் முஸ்லிம்களையும் எவ்வாறு இழிவுபடுத்துகின்றன என்பதைப் பொருத்தமாக வெளிப்படுத்தியது.

சங்கதானியன் கே தில் மே யேஹீ ஏக் க்வாஹிஷ் ஹே கே முஸ்லமான் கீ இஸ் தேஷ் மே பஸ்தி நா ரபே.

[இந்து மகாசபையினரின் ஒரே ஆசை முஸ்லிம்கள் இந்த நாட்டில் இருக்கக்கூடாது என்பதுதான்.]

ரப்-இ-கபா கா ஜபான் நாம் லியா ஜாதா ஹோ கிஷ்வர்-இ-ஹிந்த் மே எஸ்ஸி கோய் பஸ்தி நா ரபே.

[மக்காவின் கடவுளைத் தொழும் இடம், இந்திய நிலத்தில் எங்குமே இடம் இருக்கக்கூடாது][510]

இந்து என்பது இந்தியர் என்பதற்கு மறுபெயர் என்று சாவர்க்கர் வாதிட்டார். அதே சமயம் மூஞ்சே ஒரு தேசம் ஒரே மதம், ஒரே மொழி, ஒரே பண்பாடு மட்டுமே இருக்க வேண்டும் என்று அறிவித்தார். சாதாரண முஸ்லிம்களுக்கு இது ஒரு முக்கியமான

பிரச்சினையாக மாறியது. அவர்களின் அடையாளம் தாக்குதலுக்கு உள்ளானது. இதற்கு எதிராகவும், அரசியல், பண்பாடு, மத, சமூகம் போன்றவற்றில் இந்து ஆதிக்கத்திலிருந்து தப்பிக்கவும் தனிநாடு என்ற கூக்குரலை எழுப்புவதைத் தவிர அவர்களுக்கு வேறு வழியிருக்கவில்லை. ராம் மனோகர் லோகியாவின் கூற்றுப்படி, இந்துத்துவ அமைப்புகள் தங்கள் முஸ்லிம் எதிர்ப்புப் பிரச்சாரத்தின் மூலம் சமூகத்தின் மீட்பராக முஸ்லிம் லீக்கை முஸ்லிம்களிடையே பிரபலமடைய உதவுவதற்கான களத்தைத் தயார் செய்தன. அகண்ட அல்லது ஒன்றுபட்ட இந்தியா என்று உரத்த குரலில் முழக்கமிட்ட இந்து வகுப்புவாதிகள்,

> *நாட்டைத் துண்டாட பிரிட்டன் மற்றும் முஸ்லிம் லீக்கிற்கு உதவியது... ஒரே தேசத்துக்குள் முஸ்லிம்களை இந்துக்களுக்கு ஒன்றுபடுத்த அவர்கள் எதுவும் செய்யவில்லை. அவர்கள் ஒருவருக்கொருவரைப் பிளவுப்படுத்த கிட்டத்தட்ட எல்லாவற்றையும் செய்தனர். இத்தகைய பிளவே பிரிவினைக்கு மூல காரணம்.*[511]

முஸ்லிம் லீக்கும் இந்து தேசியவாதிகளும் ஆங்கிலேய ஆட்சியாளர்களை எதிர்த்துப் போராடுவதற்குப் பதிலாக, அது இஸ்லாமுக்கும் இந்து மதத்துக்கும் இடையிலான சண்டையாக நிலைமையை மாற்றி அமைத்தனர். இக்காலகட்டத்தில்தான் இந்துத்துவ முகாம் மிகவும் சர்ச்சைக்குரிய இரண்டு புத்தகங்களை வெளியிட்டது, ஒன்று *இந்துத்துவா* (1923இல் வி.டி. சாவர்க்கர் எழுதியது) மற்றொன்று *நாம் அல்லது நமது வரையறுக்கப்பட்ட தேசியம்* (1939இல் எம். எஸ். கோல்வால்கர்). இவ்விரு நூல்களும் முஸ்லிம்களையும் கிறிஸ்தவர்களையும் இந்துக்களின் புனித பூமியில் எந்த உரிமையும் பெறத் தகுதியில்லாத 'அந்நியர்களாக' அறிவித்தன.[512] ஒன்றுபட்ட இந்திய தேசியத்தை உடைப்பதில் தீவிரமான பங்கு வகித்த இந்த இரண்டு புத்தகங்கள் குறித்து அத்தியாயம் 3இல் விரிவாக விவாதிக்கப்பட்டுள்ளது.

இத்தகைய சூழலில் தேசபக்த முஸ்லிம்கள் இரண்டாம் நிலைக்குத் தள்ளப்பட்டனர். இந்து, முஸ்லிம் வகுப்புவாதிகளின் தீவிர துருவசேர்கை, போட்டி அரசியலை, எதிர்கொள்ளும் வகையில் அறிவார்ந்த சிந்தனைகள் கவர்ச்சிகரமானதாக இல்லாமல் போனது.

காங்கிரசின் ஊசலாட்டமும் துரோகமும்

காங்கிரஸ் முஸ்லிம்கள் என்று வழக்கமாகக் குறிப்பிடப்பட்ட தேசபக்த முஸ்லிம்களின் பாகிஸ்தான் எதிர்ப்பு அரசியல் குறித்தான காங்கிரஸின் அணுகுமுறை அவர்களை ஓரங்கட்டும் அளவு வெகு தூரம் சென்றது. 1920களில் தேர்தலில் முஸ்லிம்களின் ஆதரவைப் பெற காங்கிரஸ் கடுமையாக உழைத்தது. எனினும், பின்னர்,

> *காங்கிரசின் வலுவான சித்தாந்த, அரசியல் ஆதரவை அவர்கள் பெறவில்லை. அவர்கள் வெறுமனே சில சந்தர்ப்பங்களில் பயன்படுத்தப்பட்டனர், காங்கிரஸ் அதிகார வரிசையில் அலங்காரப் பதவிகள் வழங்கப்பட்டன. மேலும் தன்னலமற்ற, அர்ப்பணிப்புள்ள தலைவர்களாக ஆரவாரமாக அறிவிக்கப்பட்டனர். அதேசமயம், அவர்களின் கருத்து பெரும்பாலும் அவமதிப்புடன் தகுதியற்றதாகப் புறக்கணிக்கப்பட்டது... அவர்கள் அதிகபட்சம் பேரம் பேசுவதற்கான பொருள்களாகினர்; பயன் இல்லாதபோது, தீவிர உறைநிலையில் சேமிக்கப்படக் கூடியவர்கள் ஆயினர்.*[513]

ஜாமியத் உலமா-இ-ஹிந்த், மஜ்லிஸ்-இ-அஹ்ரார் போன்ற தேசபக்த முஸ்லிம் அமைப்புகள் இந்துக்களாக இருந்த காங்கிரஸ் தலைமையின் செல்வாக்கு மிக்க பகுதியினரால் வகுப்புவாத அமைப்புகளாகக் கருதப்பட்டன. காங்கிரசின் செயலாளரான ஜீவத்ராம் பகவான்தாஸ் கிருபளானி (1888-1982) ஏப்ரல் 1937இல் மஜ்லிஸ்-இ-அஹ்ராரின் லக்னோ அமர்வுக்கு அழைக்கப்பட்டார். தனக்கு உடல்நிலை சரியில்லை என்று வருத்தம் தெரிவித்த அவர், தான் நலமாக இருந்தாலும் அஹ்ரார் ஒரு வகுப்புவாத அமைப்பு என்பதால் அதில் கலந்துகொண்டிருக்க மாட்டேன் என்றார். அவரைப் பொறுத்தவரை அஹ்ரார் மட்டுமல்ல, அனைத்து தேசபக்த முஸ்லிம் அமைப்புகளும் வகுப்புவாத அமைப்புகள்தான். இதே 'வகுப்புவாத' அமைப்புகள் தான் எப்போதும் காங்கிரசுக்கு ஆதரவாக இருந்ததுடன் முஸ்லிம்கள் மத்தியில் வளர உதவிய போதிலும் அவர் இந்தக் கருத்தைக் கொண்டிருந்தார்.[514] மௌலானா ஹபீபுர் ரஹ்மானின் கூற்றுப்படி,

> *பஞ்சாபின் இந்து காங்கிரஸ் தலைவர்கள் அஹ்ராரைப் பெரும் ஆபத்தாகக் கருதினர். குறிப்பாக, டாக்டர் கோபிசந்த் பார்கவ் குழுவினர், காங்கிரசில் அஹ்ரார்கள் நுழைவதைத் தடுக்க முயன்றனர். எனவே, கராச்சி அமர்வுக்கான பிரதிநிதிகளைத் தேர்ந்தெடுக்கும் போது, உயர்மட்டத் தலைவர்களை உள்ளடக்கிய இந்து காங்கிரஸ்காரர்கள், அஹ்ரார் தலைவர்கள் மற்றும்*

உறுப்பினர்கள் பிரதிநிதிகளாகத் தேர்ந்தெடுக்கப்படுவதற்கான எந்த வாய்ப்பையும் விட்டுவைக்கவில்லை... அஹ்ரார் தலைவர்கள் பார்வையாளர்களாக மட்டுமே பங்கேற்க முடியும்.[515]

முன்னணி முஸ்லிம் தேசபக்தரும் அஹ்ரார் தலைவருமான ஹபீபுர் ரஹ்மான், காங்கிரஸ் தலைமை வகுப்புவாத முஸ்லிம்களுடன் பேச்சுவார்த்தை நடத்துவது குறித்து அமைதியிழந்தார், பணியாற்றிட, தியாகம் செய்திட மட்டும்தான் தேசபக்த முஸ்லிம்கள் தேவை என்று கருத்து தெரிவித்தார். ஆனால் பேச்சுவார்த்தை மற்றும் உடன்பாடு என்று வரும்போது ஆங்கிலேய ஆதரவு முஸ்லிம்கள் தான் தெரிவு செய்யப்பட்டனர். இதன் விளைவாக பிரிட்டிஷாராலும், ஏன் காங்கிரசாலும் கூட முஸ்லிம்களின் உண்மையான பிரதிநிதிகளாகக் கருதப்பட்ட அதே முஸ்லிம்களுடன் பேச்சுவார்த்தை நடத்தி அவர்களை முஸ்லிம்களின் உண்மையான பிரதிநிதிகளாக மாற்றி விட்டனர்.[516]

காங்கிரஸ் தலைவர்களில் ஒரு பிரிவினரிடையே பரவலாக இருந்த முஸ்லிம்களுக்கு எதிரான தீண்டாமையின் காரணமாக, அவர்கள் காட்டுமிராண்டிகள் போல் நடத்தப்பட்டதுடன் தேசபக்த முஸ்லிம்களுக்கு கண்ணியமிக்க அந்தஸ்தைப் பெற வழி வகுக்கவுமில்லை.

எம்.ஏ. அன்சாரி என்பவர் ஹபீபுர் ரஹ்மானிடம் இப்படி ஒரு சம்பவத்தை விவரிக்கும்போது, குறிப்பிட்டது

காந்தி-இர்வின் பேச்சுவார்த்தையின் போது காங்கிரஸ் காரியக் கமிட்டியின் அனைத்து உறுப்பினர்களும் (சி.டபிள்யூ.சி.) எனது பங்களாவில் (தர்யா கஞ்ச்) தங்கினர். அசைவம் உண்ணும் உறுப்பினர்கள் என்னுடன் ஒரே டைனிங் டேபிளில் சாப்பிடுவார்கள், சைவ உறுப்பினர்கள் ஜமுனா நதியை நோக்கியபடி இருந்த பங்களாவின் அறைகளில் தங்கியிருந்தனர். அவர்களுக்கான உணவு என் சமையலறையில் சமைக்கப்பட்டு அவர்களின் அறைகளில் பரிமாறப்பட்டது. காரியக் கமிட்டியின் சைவ உறுப்பினர்கள் இந்த உணவை வாளிகளில் சேகரித்து வேலைக்காரர்களின் உதவியுடன் ஜமுனாவில் வீசிவிட்டு, சண்டிவாலா அனுப்பிய உணவை உட்கொள்வது வழக்கம்.[517]

இத்தனைக்கும் சைவ உணவு இந்து சமையல்காரர்களால் பிரத்தியேகமாகத் தயாரிக்கப்பட்டது என்பது குறிப்பிடத்தக்கது. புகழ்பெற்ற காங்கிரஸ் தலைவர் மதன் மோகன் மால்வியாவுடன்

சிறையில் இருந்த பஞ்சாபைச் சேர்ந்த பிரபலமான அஹ்ரார் தலைவர், மால்வியா சாதியத்தை எவ்வளவு கறாராகப் பின்பற்றினார் என்பதை விவரித்தார்.

நான் டெல்லி சிறையில் மால்வியாஜியுடன் இருந்துள்ளேன். அவர் அன்பும் பரிவும் கொண்டவர், ஆனால் மிகவும் கண்டிப்பான ஒரு பிராமணர். ஒரு முஸ்லிமைப் பற்றி என்ன சொல்ல? தான் சாப்பிடும் இடத்தில் ஒரு இந்துவின் நிழலைக் கூட அவர் பார்க்க விரும்பமாட்டார்.[518]

பிரிவினைக்கு முந்தைய காங்கிரசில் சாதியம் தலைவிரித்தாடியது. ஜலீல் அப்பாஸியின் பின்வரும் கதையாடலில் இதை நாம் காணலாம். பல்கலைக்கழகத்தில், பிரிவினை மற்றும் முஸ்லிம் லீக் ஆதரவாளர்களை எதிர்த்ததற்காக, அவர் அலிகார் முஸ்லிம் பல்கலைக்கழகத்திலிருந்து வெளியேற்றப்பட்டார். தனது வெளியேற்றத்தால் மனம் தளராத அவர், நாட்டின் சுதந்திரத்திற்காக முழுநேரமும் பணியாற்ற முடிவு செய்தார். இந்தக் காலகட்டத்தில், அவரும் அவரது நண்பரும் மற்றொரு காங்கிரஸ் ஆர்வலருமான சுனி லால், இடைத்தேர்தலில் காங்கிரஸ் வேட்பாளருக்காகப் பணியாற்ற ஹமீர்பூருக்குச் (உ.பி.யில்) சென்றனர். அங்கு என்ன நடந்தது என்பதை அப்பாஸி பின்வருமாறு கூறுகிறார்:

மாவட்ட காங்கிரஸ் கமிட்டித் தலைவரின் வீட்டை அடைந்தோம். அவரது பெயர் எனக்கு ஞாபகமில்லை. ஆனால் அவர் தீண்டாமையில் நம்பிக்கைகொண்டிருந்தார். எங்கள் உணவை முடித்ததும், சுனி லால் கழுவுவதற்காக தனது தட்டையும் என்னுடையதையும் சேகரித்தார். இரண்டு தட்டுகளை மட்டுமே அவர் சேர்த்து வைத்திருந்தார். அதற்குள் 'சப் பராஷ்ட் ஹோ கயா' (அனைத்தும் தீட்டுப்பட்டுவிட்டது) என்று தலைவர் கூச்சலிட்டார். உங்களைப் போன்றவர்கள்தான் முஸ்லிம்களை காங்கிரஸில் சேரவிடாமல் தடுக்கிறார்கள் என்று தன்னைப் பார்த்துக் கூச்சலிட்டவரை சுனி லால் கண்டிக்கத் தொடங்கினார்.[519]

ஜின்னாவுக்கு அளவுக்கு மீறிய முக்கியத்துவத்தை காந்தி அளித்தார் என்ற மற்றொரு நியாயமான மனக்குறையும் தேசபக்த முஸ்லிம்களுக்கு இருந்தது. மௌலானா ஆசாத்தின் கூற்றுப்படி, 1943 க்குப் பிறகு ஜின்னாவைக் காந்தி அணுகியது ஒரு 'பெரிய அரசியல் தவறு'. இது ஜின்னாவுக்கு ஒரு புதிய மற்றும் கூடுதல்

முக்கியத்துவத்தை அளித்தது. பின்னர் அதை முழுமையாக அவர் பயன்படுத்திக் கொண்டார். ஆசாத்தின் கூற்றுப்படி,

> 1920களில் காங்கிரசை விட்டு வெளியேறிய பிறகு ஜின்னா தனது அரசியல் முக்கியத்துவத்தை இழந்தார். காந்திஜியின் முன்னுக்குப் பின் முரணான செயலால் இந்திய அரசியல் வாழ்வில் ஜின்னா தனது முக்கியத்துவத்தை மீண்டும் பெற்றார். உண்மையில், காந்திஜியின் இந்த அணுகுமுறை இல்லாது ஜின்னா எப்போதாவது அதிகாரத்தை அடைந்திருக்க முடியுமா என்பது சந்தேகமே. முஸ்லிம்களில் பெரும்பகுதியினர் திரு. ஜின்னா மீதும், அவரது கொள்கை மீதும் சந்தேகம் கொண்டிருந்தனர். ஆனால், காந்திஜி தொடர்ந்து ஜின்னாவின் பின்னால் ஓடுவதையும் அவரிடம் கெஞ்சிக்கொண்டிருப்பதையும் கண்ட அவர்களில் பலர் ஜின்னா மீது புதிய மரியாதையை வளர்த்துக் கொண்டனர். மத அடிப்படையில் சாதகமான பங்கைப் பெறுவதற்கு ஜின்னாதான் சிறந்தவர் என்றும் அவர்கள் கருதினர்.[520]

உண்மையில், ஜின்னாவுக்கு அளிக்கப்பட்ட குயித் ஆஸம் அல்லது மாபெரும் தலைவர் என்ற பட்டத்திற்கு முதன்முதலில் முக்கியத்துவம் கொடுத்தவர் காந்திதான். ஆசாத்தின் கூற்றுப்படி,

> காந்திஜியின் முகாமில் அம்துஸ் சலாம் என்ற முட்டாள்தனமான ஆனால் நல்ல எண்ணம் கொண்ட ஒரு பெண் இருந்தார். சில உருது செய்தித்தாள்களில் ஜின்னாவைக் காயிதே ஆஸம் என்று குறிப்பிட்டிருந்ததை அவர் பார்த்திருந்தார். காந்திஜி ஜின்னாவைப் பற்றிப்பேச விரும்பியபோது, உருது நாளிதழ்கள் ஜின்னாவை காயிதே ஆஸம் என்று அழைக்கின்றன என்றும், அவரும் அதே அடைமொழியைப் பயன்படுத்த வேண்டும் என்றும் அவர் கூறினார். அவரது செயலின் விளைவுகளைப் பரிசீலிப்பதில் ஒரு நொடியும் காத்திராமல், காந்திஜி ஜின்னாவைக் காயிதே-ஆஸம் என்று அழைத்தார். இந்தக் கடிதம் விரைவில் பத்திரிகைகளில் வெளியிடப்பட்டது. காந்திஜியும் ஜின்னாவைக் காயிதே ஆஸம் என்றே அழைத்ததைக் கண்ட இந்திய முஸ்லிம்கள், அவர் உண்மையில் அப்படிப்பட்டவராகத்தான் இருக்க வேண்டும் என்று கருதத் தொடங்கினர்.[521]

காந்தி ஜின்னா மீது அனுதாபம் கொண்டவர் என்றும், அவரது சூழ்ச்சிகரமான அரசியலைப் புரிந்துகொள்ளவில்லை என்றும் தேசபக்த முஸ்லிம்கள் நம்பினர். காந்தியின் இந்த அணுகுமுறையை

எதிர்த்து, ஹபீபுர் ரஹ்மான் அவருக்கு ஒரு கடிதம் எழுதினார் (ஆகஸ்ட் 14, 1945) அது பின்வருமாறு:

> *நேற்று உங்கள் அறிக்கையைப் படித்தேன். பாகிஸ்தானை ஜின்னாவிடம் கொடுக்க நீங்கள் மீண்டும் தயாராக உள்ளீர்கள். உண்மை என்னவென்றால், ஜின்னா ஒரு குஜராத்தி என்பதால், நீங்கள் அவரை நேசிக்கிறீர்கள், அவரை மறக்க முடியாது. அவர் தவறு செய்திருந்தாலும் அவர் வெற்றி பெறுவதை நீங்கள் காண விரும்புகிறீர்கள். இத்தகைய மென்மையான நடத்தை தான் பிற்போக்குச் சக்திகளைப் பலப்படுத்தியுள்ளது. முஸ்லிம் லீக் பாகிஸ்தான் தீர்மானம் நிறைவேற்றியதிலிருந்து, முஸ்லிம்கள் விரும்பினால் அவர்களுக்கு பாகிஸ்தானைக் கொடுக்கலாம் என்று கூறி வருகிறீர்கள்.*[522]

புகழ்பெற்ற கேரள தேசபக்த முஸ்லிம், அப்துர் ரஹ்மான், இந்தியாவின் எதிர்காலம் குறித்து ஜின்னாவுடன் காந்தி பேச்சுவார்த்தை நடத்துவதையும், ஜின்னாவை முஸ்லிம்களின் பிரதிநிதியாகக் கருதுவதையும் விமர்சித்தார். இதுகுறித்து அவர் அளித்துள்ள பேட்டியில் கூறியிருப்பச வது:

> *பாகிஸ்தான் பிரச்சினை குறித்து விவாதிக்க ஜின்னாவை காந்தி சந்தித்தது தவறு என்று நான் நினைக்கிறேன். குஜராத்தைச் சேர்ந்த இந்த இரு தலைவர்களும் ஒட்டுமொத்த நாட்டின் எதிர்காலத்தை, மற்ற அனைத்து மாநில மக்களின் எதிர்காலத்தை எது பாதிக்கிறது என்பதை எவ்வாறு விவாதிக்க முடியும்?*[523]

தேசபக்த முஸ்லிம்கள் எழுப்பிய அடிப்படையான பிரச்சினைகளில் முஸ்லிம் எதிரிகளுடன் பேச்சுவார்த்தை நடத்த காங்கிரஸ் முடிவு செய்தபோது, தேசபக்த முஸ்லிம்கள் அவமானப்பட்டதாக உணர்ந்தனர். முஸ்லிம்களிடையே அவர்களது நம்பகத்தன்மை குறைந்தது. தனித்தொகுதி (தேசபக்த முஸ்லிம்கள் கூட்டு வாக்காளர் தொகுதி மற்றும் வயது வந்தோர் வாக்குரிமைக்காகப் போராடினர்) பிரச்சினையில் சமரசம் செய்துகொள்ள காந்தி தனது விருப்பத்தை தெரிவித்தபோது, ஒரு முன்னணி தேசபக்த முஸ்லிம் தலைவரான ஏ.எம். க்வாஜா மார்ச் 12, 1931 அன்று காந்திக்குக் கோபத்துடன் ஒரு கடிதம் எழுதினார்,

> *'முஸ்லிம்களுக்கு அவர்கள் விரும்பியபடி தனித்தொகுதிகள் இருக்கட்டும்' என்று நீங்கள் கூறியதாகச் செய்தி வெளியாகி இருக்கிறது... முஸ்லிம்கள் தனித்தனியான வாக்காளர் தொகுதிகளை*

விரும்புகிறார்கள் என்று நீங்கள் நினைக்கிறீர்கள் என்று அர்த்தம். இந்த அனுமானத்தை நான் கேள்விக்குள்ளாக்குகிறேன்... அதாவது, நாட்டுக்கான போராட்டங்களில் உங்களுடன் தோளோடு தோள் நின்று போராடிய காங்கிரஸ் முஸ்லிம்களை, தமக்காகவும், தமது பதவிகளுக்காகவும், தமது சம்பளங்களுக்காகவும், அரசாங்க இல்லங்களில் அவர்கள் உண்ட மதிய, இரவு உணவு ஆகியவற்றைத் தவிர வேறெதுவும் செய்யாத அந்த முஸ்லிம்களிடம் சரணடையச் (வேறு யாராவது இருந்தால் துரோகம் இழைத்துவிட்டீர்கள் என்ற வார்த்தையை உபயோகத்து இருப்பேன்) செய்ய நீங்கள் தயாராக இருக்கிறீர்கள் என்பதாகும்.

காங்கிரஸ் முஸ்லிம்கள் அரசாங்கத்தின் கொடுமைகளை எதிர் கொண்டதோடு மட்டுமல்லாமல், தமது சொந்த சக மதத்தினரால் பல்வேறு வழிகளிலும் துன்புறுத்தப்பட்டனர். அவர்கள் பலவிதமான பெயர்களில் அழைக்கப்பட்டனர். அவர்கள் தங்கள் சமூகம், மனசாட்சி, மதம் ஆகியவற்றை இந்துக்களுக்கு விற்றுவிட்டதாகவும், அவர்கள் இஸ்லாமின் எதிரிகள் என்றும், தங்கள் சமூகத்தின் நலன்களுக்கு எதிராகச் செயல்படுவதாகவும் அவர்களிடம் கூறப்பட்டது. இதுவரை அவர்கள் (காங்கிரஸ் முஸ்லிம்கள்) அரசுக்கு எதிராகவும், தங்கள் சொந்தச் சமூகத்தின் சுயநலவாதிகளுக்கு எதிராகவும் தான் போராடி வந்துள்ளனர். இப்போது அவர்கள் காங்கிரசினாலோ அல்லது உங்களாலோ தூக்கி எறியப்பட்டால், அவர்கள் களத்திலிருந்து முற்றிலுமாக வெளியேற வேண்டும் அல்லது தாங்கள் இதுவரை தேசிய அமைப்பாகப் பார்த்த மற்றும் அதன் அங்கமாக இருப்பதற்காகப் பெருமைப்பட்ட, காங்கிரசை இனிமேல் எதிர்த்துப் போராட வேண்டும்.[524]

மற்றொரு சிறந்த முஸ்லிம் தேசபக்தரான கான் அப்துல் கபார் கான் ('எல்லை காந்தி' என்று அறியப்பட்டவர்) ஜூன் 1947இல் காந்தியிடம் கூறினார்,

பக்தூன்களாகிய நாங்கள் உங்களுக்கு ஆதரவாக நின்றோம், சுதந்திரத்தை அடைவதற்காகப் பெரும் தியாகங்களைச் செய்தோம். ஆனால் நீங்கள் இப்போது எங்களைக் கைவிட்டு ஓநாய்களிடம் எறிந்துவிட்டீர்கள்... எல்லைப்புற மாகாணத்தில் பிரிவினை மற்றும் பொது வாக்கெடுப்பு பற்றிய முடிவு எங்களைக் கலந்தாலோசிக்காமல் மேலிடத்தால் (காங்கிரஸ்) எடுக்கப்பட்டது, இதுவும் கூட முஸ்லிம் லீக்கின் ஒரு கோரிக்கையாக இருந்தது.

சர்தார் படேலும், ராஜகோபாலாச்சாரியும் பிரிவினையை ஆதரித்து எங்கள் மாகாணத்தில் பொது வாக்கெடுப்பு நடத்தினர். நான் எதைப் பற்றியும் கவலைப்படவில்லை என்று சர்தார் கூறினார். மௌலானா ஆசாத் என் அருகில் அமர்ந்திருந்தார். என் விரக்தியைக் கவனித்த அவர், 'நீங்கள் இப்போது முஸ்லிம் லீகில் சேர வேண்டும்' என்று என்னிடம் கூறினார். இத்தனை வருடங்களாக நாங்கள் எதற்காக உறுதியாக நின்றோம், எதற்காகப் போராடினோம் என்பதை எங்களுடைய இந்தத் தோழர்கள் எவ்வளவு குறைவாகப் புரிந்துகொண்டிருக்கிறார்கள் என்பது எனக்கு வேதனையாக இருந்தது.[525]

காங்கிரஸ் திடீரென பிரிவினைக்கு ஒப்புக்கொண்டதால், தேசபக்த முஸ்லிம்கள் ஏமாற்றப்பட்டதாக உணர்ந்தனர். ஒரு முக்கிய தேசபக்த முஸ்லிமும், பஞ்சாப் மாகாண காங்கிரஸ் கமிட்டியின் தலைவருமான சைபுதீன் கிச்லு, இந்தியப் பிரிவினையை ஏற்றுக்கொள்வதற்கான காங்கிரஸ் முடிவுக்கு எதிர்வினையாற்றுகையில், அவரும் அவரைப் போன்ற மற்றவர்களும் "தேசியத்திற்காக வாழ்நாள் முழுவதும் போராடிய நாங்கள் இப்போது அதே தேசியம் துண்டு துண்டாக நொறுங்குவதைப் பார்க்க முடியவில்லை" என்று கூறியது, கிட்டத்தட்ட அனைத்துத் தேசபக்த முஸ்லிம்களின் உணர்வுகளைப் பிரதிபலிப்பதாக இருந்தது.[526]

அகில இந்திய காங்கிரஸ் கமிட்டி உறுப்பினராக இருந்த மற்றொரு தேசபக்த முஸ்லிம் தலைவர் அன்சார் ஹர்வானி ஜூன் 14, 1947 அன்று அகில இந்திய காங்கிரஸ் கமிட்டி பிரிவினையை ஏற்றுக்கொள்வதற்கு எதிராக ஒரு திருத்தத்தை முன்மொழிந்தார். அவரது திருத்தம் பின்வருமாறு:

> சுதந்திரமான, ஒன்றுபட்ட இந்தியாவின் மீது தனக்குள்ள நம்பிக்கையை அகில இந்திய காங்கிரஸ் கமிட்டி மீண்டும் உறுதிப்படுத்துவதுடன். வகுப்புவாதத்தின் அடிப்படையில் இந்தியாவை இந்துஸ்தான், பாகிஸ்தான் என உயிருடன் துண்டாடுவது மட்டுமின்றி, பல சுதந்திர சமஸ்தானங்களாகவும் துண்டாடும், 1947 ஜூன் 3ஆம் தேதியிட்ட பிரிட்டிஷாரின் நயவஞ்சகமான திட்டத்தை அது முற்றிலுமாக நிராகரிக்கிறது.[527]

அவருடன் மொத்தம் 28 பேர் சேர்ந்தும் காங்கிரஸ் பிரிவினையை ஏற்றுக்கொள்வதைத் தடுக்க முடியவில்லை.

தேசபக்த முஸ்லிம்களின் சமத்துவ உலகப் பார்வை அவர்களை தீண்டத்தகாதவர்களாக மாற்றியது

தேசபக்த முஸ்லிம்கள் இரு தேசக் கோட்பாடு மற்றும் வகுப்புவாத துருவசேர்கை ஆகியவற்றுக்கு எதிராக மட்டுமல்லாமல், சமத்துவமின்மை, முதலாளித்துவ சுரண்டல், நிலப்பிரபுத்துவம், சர்வாதிகாரம், இந்து, முஸ்லிம் சமூகங்களில் தாழ்த்தப்பட்ட சாதியினரைத் துன்புறுத்துதல் மற்றும் இனவெறி ஆகியவற்றுக்கு எதிராகவும் குரல் எழுப்பினர். அரசியல் அமைப்பு சொத்துடைய வர்க்கத்தை மட்டும் பிரதிநிதித்துவப்படுத்தாமல் இருக்க, வயது வந்தோர் பொது வாக்குரிமையை ஏற்க வேண்டும் என்று முதன்முதலில் கோரியது அவர்கள்தான். அவர்கள் ஜனநாயக விழுமியங்களுக்காக குரல் எழுப்பினர். தேசபக்த முஸ்லிம்களின் வலுவான எதிர்ப்பையும் மீறி, காங்கிரசும், முஸ்லிம் லீக்கும் இந்திய அரசியலமைப்புச் சபை கட்டுப்படுத்தப்பட்ட வாக்குரிமை மூலம் தேர்ந்தெடுக்கப்பட வேண்டும் என்ற பிரிட்டிஷ் ஆட்சியாளர்களின் விருப்பத்திற்கு அடிபணிந்தன என்பது இங்கே கவனிக்கத்தக்கது.

தேசபக்த முஸ்லிம்கள்தான் நிலச்சீர்திருத்தம், ஜாகிர்கள் எனப்படும் நிலப்பிரபுக்களுக்குத் தடை விதிக்க வேண்டுமென்று கோரினர். கான் அப்துல் கபார் கான் குடாய் கித்மத்கர் என்ற அமைப்பை நிறுவினார். இது நிலச் சீர்திருத்தங்கள் மற்றும் பெரிய எஸ்டேட்டுகளைத் தடை செய்ய வேண்டுமென்று கோரியது. வங்காளத்தின் கிரிஷக் பிரஜா கட்சியும் நிலமற்ற விவசாயிகளின் வாழ்க்கையை மேம்படுத்த புரட்சிகர நிலச்சீர்திருத்தங்களைக் கோரியது. முதலாளிகளிடமிருந்து நாட்டைக் காப்பாற்ற விவசாயிகளும் தொழிலாளர்களும் காங்கிரஸை வலுக்கட்டாயமாகக் கைப்பற்ற வேண்டுமென்றும், அனைத்து முதலாளித்துவ மற்றும் நிலப்பிரபுத்துவ சக்திகளையும் காங்கிரஸிலிருந்து தூக்கி எறியப்பட வேண்டும் என்றும் அஹ்ரார் கோரினார். ஆசாத் முஸ்லிம் மாநாட்டின் பொதுச் செயலாளர் சௌகத்துல்லா அன்சாரி, இந்தியா மீதான முதலாளித்துவ மற்றும் ஏகாதிபத்திய நோக்கங்களைத் தோற்கடிக்க அனைத்து மதங்களைச் சேர்ந்த தொழிலாளர்களும் விவசாயிகளும் ஒன்றிணைந்த ஒரு சோசலிச இந்தியாவைக் கோருவதில் மிகவும் வெளிப்படையாக இருந்தார். மோமின் மாநாடும், அகில இந்திய முஸ்லிம் மஜ்லிஸும் உள்ளூர் மற்றும் வெளியூர் சுரண்டல்காரர்களிடமிருந்து சுரண்டலற்ற இந்தியாவை உருவாக்க என்பதற்காகப் பாடுபட்டன.

சுதந்திரப் போராட்டத்தின் பலன்கள் முதலாளிகளின் ஏகபோக உரிமையாக மாறாமல் இருக்க சோஷலிச நடவடிக்கைகள் மேற்கொள்ளப்பட வேண்டும் என்றும் அவர்கள் கோரினர். முஸ்லிம்கள், இந்துக்கள், சீக்கியர்கள் ஆகியோருக்குத் தனித் தாயகம் வேண்டும் என்ற கோரிக்கை, பிற சமூகங்களைச் சேர்ந்த முதலாளிகளிடமிருந்து போட்டியைத் தவிர்ப்பதற்காக இந்த சமூகங்களைச் சேர்ந்த முதலாளிகளால் தூண்டிவிடப்படுகிறது என்பதை அவர்கள்தான் முதலில் விளக்கினர்.

பிரிவினைக்கு எதிரான முஸ்லிம்கள் தான் முஸ்லிம்களிடையே இருந்த பரவலான சாதியத்தை அம்பலப்படுத்தினர், அங்கு அஷ்ராஃப் (உயர் சாதி முஸ்லிம்கள்) தாழ்த்தப்பட்ட சாதி முஸ்லிம்களை சூத்திரர்களாக நடத்தினர். பாகிஸ்தானில் கம்மி (கீழ்த்தரமான) என்று வர்ணிக்கப்படும் கீழ்ச்சாதி முஸ்லிம்களின் அவல நிலையை முன்கூட்டியே கணித்ததில் அவர்கள் சரியானவர்கள் என்பதை நிரூபித்தனர். காங்கிரஸ் தலைவர்கள் மத்தியில் தீண்டாமை தலைவிரித்தாடியதையும் உலகறியச் செய்தனர். சாதியத்தின் விளைவாக உருவான தீண்டாமை, சட்டவிரோதமானது என்று அறிவிக்கப்பட்டாலும், இந்து தாழ்த்தப்பட்ட சாதியினரை உயர் சாதி மேலாதிக்கத்தின் கீழ் வைத்திருக்கிறது என்பதற்கு சுதந்திர இந்தியா சாட்சி.

தேசபக்த முஸ்லிம்கள் இந்தியாவில் தலைவிரித்தாடும் சாதி வெறியை மிக மோசமான இனவெறியாகக் கருதி எதிர்த்தனர். உலகில் ஆப்பிரிக்க மக்களை அடிமைப்படுத்துவதை நியாயப்படுத்தும் நிறவெறியையும் இனவெறியையும் அவர்கள் கடுமையாகக் கண்டித்தனர். பிரிவினைக்கு எதிரான முஸ்லிம்கள் தங்களைச் சார்ந்து மட்டுமல்லாமல், அமெரிக்காவில் உள்ள ஆப்பிரிக்கர்கள் மற்றும் கறுப்பர்களின் நலனிலும் அக்கறை கொண்டிருந்தனர் என்பதை இது காட்டியது.

தேசபக்த இந்திய முஸ்லிம்களின் இத்தகைய சமத்துவ உலகக் கண்ணோட்டம் பிரிட்டீஷ் ஆட்சியாளர்களுக்கும், கூடுதலாக முஸ்லிம் லீக்குக்கும் அந்நியமாக இருந்தது. அதனால் இயல்பாகவே அவர்கள் வெறுக்கப்பட்டனர். துரதிர்ஷ்டவசமாக, கோட்பாட்டு அடிப்படையில் நீதியின் அடிப்படையிலான ஒரு சமூகத்திற்காக உறுதியளித்த காங்கிரஸ், சாதிய மற்றும் வகுப்புவாதத்தை உயர்த்திப் பிடிக்கும் தலைமையைக் கொண்டிருந்ததால், பிரிட்டிஷ் ஆட்சியாளர்கள் மற்றும் முஸ்லிம் லீக்கிலிருந்து அவர்கள் மாறுபட்டவர்களாக

நடந்துகொள்ளவில்லை. இவ்வாறாக, சமத்துவ உலகப் பார்வையை உறுதியாகக் கொண்டதன் காரணமாகப் பிரிவினைக்கு எதிரான முஸ்லிம்கள் தீண்டத்தகாதவர்களாகவே நீடித்து வந்தனர்.

ஹுமாயூன் கபீரை மேற்கோள் காட்டுவது போல் தேசபக்த முஸ்லிம்களின் இலட்சியமும் 'மரணப் பெருந்தொற்றால்' பாதிக்கப்பட்டது. 1928 மற்றும் 1936ஆம் ஆண்டுகளில் முறையே ஹக்கீம் அஜ்மல்கான் மற்றும் டாக்டர் எம்.ஏ. அன்சாரி ஆகியோரின் திடீர் மரணமும், பின்னர் 1943இல் அல்லா பக்ஷ் படுகொலை செய்யப்பட்டதும் போராட்டத்தின் உறுதியான தலைவர்கள் இல்லாமல் போவதை அர்த்தப்படுத்தின. மேலும் இந்தியா முழுவதையும் கவர்ந்திழுக்கும் ஆற்றல்மிக்க தலைவரான அல்லா பக்ஷின் படுகொலைதான் மிகப் பெரிய இழப்பு. அவரது மரணத்தினால், பிரிவினைக்கு எதிரான முஸ்லிம்கள் ஒட்டுமொத்த இயக்கத்தின் ஆணிவேராக இருந்த தலைவரை இழந்தனர்.[528]

அடிக்குறிப்புகள்:

451. Ludhianvi, Azeezur Rahman, Raees-ul-Abrar Maulana Habeebur Rahman Ludhianvi aur Hindustan ki Jang-e-Azadi, Talimi Samaji Markaz, Delhi, 1961, pp. 148-149.

452. Ansari in a letter to Shaukatullah Ansari cited in Hasan, Mushirul (ed.), Muslims and the Congress: Select Correspondence of Dr. M. A. Ansari 1912-1935, Manohar, Delhi, 1979, p. 129.

453. Azad, Maulana Abul Kalam, India Wins Freedom, Orient Blackswan, Delhi, 2012, pp. 55-56.

454. Mansergh, Nicholas, (ed.), Transfer of Power in India, 1942-47: The Cabinet Mission, March 23-June 29, 1946, v. 7, (Constitutional Relations Between Britain India), Her Majesty's Stationery Office Books, London, 1977, pp. 286-87.

455. மே.கு... பக். 957.

456. Shaikh, Farzana, Making Sense of Pakistan, Hurst & Co, London, 2009, pp. 39- 40.

457. Talbot, Ian, Freedom Cry: The Popular Dimension in the Pakistan Movement and Pakistan Experience in North-West India, OUP, Karachi, 1996, pp. 69-70.

458. Cited in Adarawi, Aseer, Tehreek-e-Azadi aur Musalman, Darul Maualefeen, Deoband, 2000 (6th edition), p. 341.
459. Based on interview of his son, Manzoor Ahmed. Also see Adrawi, Aseer, Tehreek-e-Azadi aur Musalman, Darul Maualefeen, Deoband, 2000 (6th edition), pp. 339-40.
460. Ansari, Ashfaque Hussain (ed.), Momin Conference kee Dastavezi Tareekh, Momin Media, Delhi, 2000, p. 371.
461. Ludhianvi, Azeezur Rahman, Raees-ul-Ahrar Maulana Habeebur Rahman Ludhianvi aur Hindustan ki Jang-e-Azadi, Talimi Samaji Markaz, Delhi, 1961, p. 198.
462. மே.கு... பக். 267.
463. மே.கு... பக். 265.
464. மே.கு... பக். 278.
465. Moon, Penderel (ed.), Wavell. The Viceroy's Journal, OUP, London, 1973, p. 257.
466. Mansergh, Nicholas, (ed.), Transfer of Power in India, 1942-47: The Cabinet Mission, March 23-June 29, 1946, v. 7, (Constitutional Relations Between Britain India), Her Majesty's Stationery Office Books, London, 1977, p. 17.
467. மே.கு... பக். 971.
468. மே.கு... பக். 1061.
469. மே.கு... பக். 1072.
470. The Bombay Chronicle, July 13, 1940.
471. ML leader cited in Urdu Daily Awadh Akbbar, Lucknow, July 24, 1931.
472. Cited in Urdu Daily Awadh Akhbar, Lucknow January 26, 1942.
473. The Bombay Chronick, June 18, 1945.
474. மே.கு., October 21, 1945.
475. மே.கு.
476. Hindi daily Hindustan, April 23, 1940
477. The Times of India, April 20, 1940. A meeting organized by Ahrars at Jhans (now in Uttar Pradesh) against scheme of Pakistan was attacked by members of Muslim League. The Bombay Chronicle, April 26, 1940.
478. The Tribune, April 21, 1940.
479. The Bombay Chronicle, October 21, 1945.
480. மே.கு.
481. மே.கு., August 27, 1946.

482. மே.கு., December 11, 1945.

483. மே.கு., March 30, 1946.

484. மே.கு., December 5, 1945.

485. Kitchlew, Taufeeque, Saifuddin Kitchlew: Jalianwala Bagh kaa Hero, NBT, 1987, p. 99.

486. Khan, Abdul Ghaffar Khan, Words of Freedom: Ideas of a Nation, Penguin, Delhi, 2010, pp. 55-6.

487. The Tribune, March 14, 1947.

488. Sajjad, Ahmed, Banda-e-Momin kaa Haath yaa Tarikh All India Momin Conference (Sawanb-e-Umri Ali Husain Aasim Bibari), Markaz-e-Adab-o-Science, Ranchi, 2011, p. N.

489. The Bombay Chronicle, August 3, 1945.

490. மே.கு., June 11, 1946.

491. மே.கு., October 21, 1945.

492. Cited in Chekkutty, NP, Muhammad Abdurahaman, NBT, Delhi, pp. 119-20.

493. Ambedkar, B. R., Pakistan or the Partition of India, Govt. of Maharashtra, Bombay, 1990 (first edition 1940), pp. 361.

494. மே.கு.

495. மே.கு... பக். 362.

496. Choudhry, Khaliquzzaman, Pathway to Pakistan, Longman, Lahore, 1961, p. 390.

497. Jalal, Ayesha, The Sole Spokesman: Jinnah, The Muslim League & the Demand for Pakistan, Cambridge University Press, Delhi, 1994, p. 2.

498. மே.கு... பக். 4.

499. The Hindustan Times, May 1, 1940.

500. The Bombay Chronicle, December 26, 1940.

501. மே.கு., December 25, 1941.

502. மே.கு., December 30, 1942.

503. Savarkar, V. D., Hindutva, V. V. Kelkar, Nagpur, 1923, p. 88.

504. Moonje to Jayakar, July 31, 1926, Moonje Diaries, National Library, Kolkata.

505. The Hindustan Times, May 3, 1940.

506. The Bombay Chronicle, May 6, 1940.

507. Savarkar cited in Savarkar, V. D., Samagra Savarkar Wangmaya: Hindu Rashtra Darsban, vol. 6, Maharashtra Prantik Hindusabha, Poona, 1963, p. 296.

508. Ambedkar, B. R., Pakistan or the Partition of India, Government of Maharashtra, Bombay, 1990 (reprint of 1946 edition), p. 144.
509. மே.கு... பக். 142.
510. Madina, Bijnor, August 13, 1942.
511. Lohia, Rammanohar, Guilty Men of India's Partition, BR Publishing, Delhi, 2012, p. 2.
512. See Islam, Shamsul's Savarkar Unmasked, Pharos Media, Delhi, 2021 and Gowalkar's We or Our Nationbood Defined, Pharos Media, Delhi, 2011.
513. Hasan, Mushirul, M. A. Ansari: Gandhi's Infalliable Guide, Manohar, Delhi, 2010, pp. 223-4.
514. Ludhianvi, Azeezur Rahman, Raees-ul-Abrar Maulana Habeebur Rahman Ludhianvi aur Hindustan ki Jang-e-Azadi, Talimi Samaji Markaz, Delhi, 1961, p. 186.
515. மே.கு... பக். 146-7.
516. மே.கு... பக். 172.
517. Cited in Ludhianvi, Azeezur Rahman, Raees-ul-Abrar Maulana Habeebur Rahman Ludhianvi aur Hindustan ki Jang-e-Azadi, Talimi Samaji Markaz, Delhi, 1961, pp. 140-1.
518. Haq, Afzal, Pakistan and Untouchability, Maktab-e-Urdu, Lahore, 1941, p. 126.
519. Abbasi, Qazi Jaleel, Kiya Din Thae, Khusro Kitab Ghar, Delhi, 1985, p. 57.
520. Azad, Maulana Abul Kalam, India Wins Freedom, Orient Blackswan, Delhi, 2012, pp. 96-7.
521. மே.கு... பக். 97.
522. Ludhianvi, Azeezur Rahman, Raees-ul-Abrar Maulana Habeebur Rahman Ludhianvi aur Hindustan ki Jang-e-Azadi, Talimi Samaji Markaz, Delhi, 1961, p. 263.
523. Cited in Chekkutty, NP, Muhammad Abdurahaman , NBT, Delhi, pp. 118.
524. The Bombay Chronicle, April 21, 1931. Also see, Mandal, Neha, Negotiating Religion, Politics and Education: Life and Times of Abdul Majeed Khwaja 1885-1962, MPhil dissertation, Jamia Millia Islamia, Delhi, 2017.
525. Khan, Abdul Ghaffar Khan, Words of Freedom: Ideas of a Nation, Penguin, Delhi, 2010, pp. 41-42.
526. The Hindu, Madras, June 16, 1947.
527. AICC Papers (1st part) G56 (part 2)/1947 NMML and Harvani, Ansar, Before Freedom and After, Gyan Publishing House, Delhi, 1989.
528. Humayun, Kabir, Muslim Politics 1906-42, Gupta, Rahman & Gupta, Calcutta, 1943, p. 9.

முடிவுரை

உண்மையில், தேசபக்த முஸ்லிம்கள் இந்தியா பிளவுபடாமல் இருப்பதை உறுதிபடுத்தத் தவறியது, தெற்காசியாவின் வரலாற்றின் திருப்புமுனையாக அமைந்தது. யதார்த்தத்தில், அவர்கள் தோல்வியுற்றிருக்கக் கூடாது என்ற போதிலும் ஆங்கிலேயர், முஸ்லிம் லீக் மற்றும் காங்கிரஸ் என்ற முப்பெரும் ஆதிக்கச் சக்திகளுக்கும் எதிராக இருந்ததால் அவர்கள் தோல்வியடைந்தனர். முஸ்லிம்களில் எத்தனை சதவீதத்தினர் பிரிவினையை எதிர்த்தார்கள் என்பது நமக்கு இன்னும் சரியாகத் தெரியவில்லை, மேலும், அவர்கள் எங்கும் அமைப்பாக்கப்பட்டவர்களாகவோ அல்லது எதிர்தரப்பினரைப் போல் வளமான வசதிவாய்ப்புகளைக் கொண்டவர்களாகவும் இல்லை, அதனால் அவர்களால் வெற்றி பெறவும் முடியவில்லை. பிரிட்டிஷார் விரித்த வலையில் சிக்கி இந்திய முஸ்லிம்களின் ஏகப் பிரதிநிதியாக முஸ்லிம் லீக்குடன் பேச்சுவார்த்தை நடத்த காங்கிரஸ் முடிவு செய்ததுதான் தேசபக்த முஸ்லிம்களை சவக்குழியில் தள்ளியது என்பதை மீண்டும் வலியுறுத்த வேண்டும். அவ்வாறு அவர்கள் செய்வதன் மூலம் தேசப்பற்றுள்ள முஸ்லிம்களின் அத்தியாயத்தை நிறைவு செய்தனர்.

பாகிஸ்தானில் முஸ்லிம் லீக்கிற்கு எதிரான முஸ்லிம்கள் நிச்சயம் மோசமான சூழ்நிலையையே எதிர்கொள்வார்கள் என்பதை நாம் யூகித்துக்கொள்ள முடியும். எல்லாவற்றிற்கும் மேலாக தேசத்தை நிறுவிய முஸ்லிம் லீக்கின் ஒரே தலைவரான ஜின்னா, தேசியக் குறியீட்டின் ஓர் அங்கமாகப் போற்றப்படுகிறார். முஸ்லிம்களுக்கான இரு தேசக் கோட்பாட்டின் மீது நம்பிக்கை கொண்டவர்களின், முஸ்லிம்களுக்கான தனித் தாயகம் என்பது, அனைத்து இந்தியர்களுக்கும் ஒரே தாயகம் என்ற தேசபக்த முஸ்லிம்களின் கோட்பாட்டிற்கு முற்றிலும் எதிரானது. எனவே, வழக்கம் போல தேசபக்த முஸ்லிம்கள் தீய சக்திகளாக மட்டுமே சித்திரிக்கப்படுவதற்கு ஏற்புடையவர்களாக இருந்தனர்.

சுதந்திரத்தின் ஆரம்ப நாள்களிலிருந்தே மதச்சார்பின்மை மற்றும் பன்முகத்தன்மை பற்றிய கருத்துகள் போதிக்கப்பட்ட இந்தியாவில் கூட, தேசபக்த முஸ்லிம்களின் மரபுகள் அனைத்தும் மறக்கப்பட்டுவிட்டன. வரலாற்றுப் புத்தகங்களில் கற்பிக்கப்படும் போற்றுதலுக்குரிய சுதந்திரப் போராட்ட வீரர்களின் வரிசையில் அரிதாகவே தேசபக்த முஸ்லிம்கள் இடம் பெற்றுள்ளனர். அதில் இடம்பெற்றிருப்பவர்களும் கூட காங்கிரஸ் கட்சியுடன் நெருங்கிய தொடர்புடையவர்கள் என்பது போல்; சுயேட்சையான முஸ்லிம்கள் தொடங்கி கம்யூனிஸ்ட் முஸ்லிம்கள், வஹாபி முஸ்லிம்கள் வரை இந்தப் புத்தகத்தில் நாம் விவாதித்த தேசபக்த முஸ்லிம்களின் பரந்த கருத்தியல் பிரிவுகள் அனைத்தையும் கூட காங்கிரஸ் கட்சியின் சிறிய பிரிவு என்கிற ஒரு வகைக்குள் அடக்கிவிடுவர்.

இது போதாதென்று, மோசமான ஒன்று அரங்கேறியது, 2003இல் அடல் பிஹாரி வாஜ்பாய் தலைமையிலான பாஜக அரசு இந்துத்துவா அடையாளமான வி.டி. சாவர்க்கரின் உருவப்படத்தை இந்திய நாடாளுமன்றத்தின் மைய மண்டபத்தில் வைக்கத் தீர்மானித்தது.[529] இரு தேசக் கோட்பாட்டில் நம்பிக்கை கொண்டவர், அதை நடைமுறைப்படுத்தியர், எதிர்-காலனித்துவ இந்திய சுதந்திர இயக்கத்தை எதிர்த்தவர், அதிர்ச்சியூட்டும் வகையில், 1942இல் முஸ்லிம் லீக்குடன் கூட்டணி அரசாங்கங்களை நடத்திய அதே நபர்தான் சாவர்க்கர். இதில் மிக மோசமானது, நேதாஜி சுபாஷ் சந்திரபோஸ் இந்தியாவை ஆயுதப் போராட்டத்தின் மூலம் விடுவிக்க முயன்ற போது, சாவர்க்கர் தலைமையிலான இந்து தேசியவாத முகாம் மற்றும் ஆர்.எஸ்.எஸ், பிரிட்டிஷ் ஏகாதிபத்தியத்திற்குப் பணத்தையும் ஆட்களையும் கொடுத்து உதவியது.

நரேந்திர மோடி குஜராத்தின் முதல்வராக இருந்தபோது ராய்ட்டர்ஸ் பத்திரிகையாளர்களான ரோஸ் கால்வின் மற்றும் ஸ்ருதி கோட்டிபதி ஆகியோருக்கு ஜூலை 12, 2013 அன்று அளித்த நேர்காணலைப் காண்பதன் மூலம் ஜனநாயக, மதச்சார்பற்ற இந்திய அரசியலமைப்பு நீடிப்பது எத்தனை சவாலானதாக மாறியுள்ளது என்பதை அறிய முடியும். அவர் தன்னை ஒரு 'இந்து தேசியவாதி' என்று விவரித்தார்.[530] அடுத்த ஒரு வருடத்திற்குள் அவர், மார்ச் 2014இல் இந்தியாவின் பிரதமரானார். சுதந்திர இந்தியாவின் வரலாற்றில் அரசியலமைப்பின் உயர்மட்டப் பதவியை வகிக்கும் ஒருவர் தன்னை ஓர் 'இந்து தேசியவாதி' என்று அறிவித்தது இதுவே முதல் முறை.

ஆங்கிலேயர்களுக்கு எதிரான இந்தியாவின் சுதந்திரப் போராட்டத்தின் போது ஒரு குறிப்பிட்ட வரலாற்றுச் சூழலில் இந்தச் சொல் உருவானது என்பதைக் கவனத்தில்கொள்ள வேண்டும். இந்திய சுதந்திரப் போராட்டம் அனைத்துத் தரப்பினரையும் உள்ளடக்கிய, ஜனநாயக, மதச்சார்பற்ற, சுதந்திர இந்தியாவுக்காகப் போராடிய போது, இந்துக்களும் முஸ்லிம்களும் இரண்டு வெவ்வேறு தேசிய இனங்கள் எனக் கூறி, முஸ்லிம் லீக் என்ற பதாகையின் கீழ் 'முஸ்லிம் தேசியவாதிகளும்' இந்து மகாசபை மற்றும் ஆர்.எஸ்.எஸ் பதாகைகளின் கீழ் 'இந்து தேசியவாதிகளும்' அதனை எதிர்த்தனர். இந்த இந்து மற்றும் முஸ்லிம் தேசியவாதிகள் சுதந்திரப் போராட்டத்தை முறியடிப்பதற்காகக் காலனிய எஜமானர்களுடன் கைகோத்தனர், இதன் மூலம் அவர்கள் விரும்பிய மதச் சார்புடைய அரசாக 'இந்துஸ்தான்' அல்லது இந்து ராஷ்டிரவையும், பாகிஸ்தான் அல்லது இஸ்லாமிய அரசையும் நிறுவ முயன்றார்கள்.

மோடி தன்னை 'இந்து தேசியவாதி' என்று வகைப்படுத்திக் கொண்டதன் பொருள், இந்தியா ஒற்றை தேசிய இனம் அல்ல, மாறாக முஸ்லிம், சீக்கிய, கிறிஸ்தவ, சமண மற்றும் பௌத்த இனங்களின் கலவை என்பதாகும், இதன் மூலம் தேசபக்த முஸ்லிம்கள் போராடி, தியாகம் செய்த இந்தியத் தேசியம் என்ற கருத்தாக்கத்தை ஆழமாகப் புதைத்துள்ளது. இதையே தான் முஸ்லிம் லீக்கும் போதித்தது.

வரலாற்றுத் திரிபுவாதம் எல்லையின் இரு பக்கங்களிலும் (இப்போது மூன்று திசைகளிலும்) அபாயகரமான சூழ்நிலைகளுக்கு இட்டுச் சென்றுள்ளது. பாகிஸ்தானைப் பொறுத்தவரை, தேசத்தின் முன்மாதிரியான தலைவர்களும் வகுப்புவாதிகளாக இருந்ததினால் பொதுச் செயல்பாடுகளில் பன்முகத்தன்மையற்ற நிலைக்கு வழிவகுத்தது. தேச விரோதி என்று முத்திரை குத்தப்படாமல் ஒருவரால் சிறுபான்மை சமூகங்களின் (முஸ்லிம்கள், தலித்துகள், கிறிஸ்தவர்கள் மற்றும் 'அஹ்மதிகள் மற்றும் ஷியா முஸ்லிம்கள்) அவல நிலை குறித்து எளிதில் பேச முடியாது. ஏற்கெனவே இருந்த நிலைமையே மேல் என்பது போல், அண்மையில் பாகிஸ்தானிய அரசியல் தாலிபான்மயமாகிவிட்ட நிலையில், நிலைமை மிகவும் மோசமாகி உள்ளது.

பாகிஸ்தானை விட இஸ்லாமிய மதவெறிப் பாதையில் சற்றே குறைவாகவே முன்னேறியிருந்தாலும், பங்களாதேஷும் அதே வழியிலேயே பயணிக்கிறது. ஒரே ஆறுதல் அளிக்கும் விஷயம்

என்னவென்றால், கோட்பாட்டளவில் பங்களாதேஷ் அனைத்துத் தரப்பினரையும் உள்ளடக்கிய தேசத்திற்கு உறுதிபூண்டுள்ளது. ஆனால், மதச்சார்பற்ற கட்டமைப்பை மதவெறி சக்திகள் சீர்குலைத்து வருகின்றனர். மதச்சார்பற்ற அமைப்புகளும் தனிநபர்களும் குண்டுவீச்சுக்கு உள்ளாக்கப்பட்டும், படுகொலை செய்யப்பட்டும், திட்டமிட்டு அழிக்கப்படுகின்றனர். கடந்த சில மாதங்களுக்குள், மதச்சார்பற்ற அறிவுஜீவிகளான அகமது ராஜீப் ஹைதர், அவிஜித் ராய், வஷிகுர் ரஹ்மான் மற்றும் அனந்த பிஜோய் தாஸ் மற்றும் பலர் பொதுமக்கள் முன்னிலையில் வெட்டிக் கொல்லப்பட்டனர். இரத்தக்களரி ஓய்வின்றித் தொடர்கிறது.

பாகிஸ்தானிலும் பங்களாதேஷிலும் நிலைமை பரிதாபமாக இருக்கிறது என்றால், இந்தியாவில் அது மேலும் பரிதாபமாக உள்ளது. ஜனநாயக-மதச்சார்பற்ற அரசாக நமது அரசியலமைப்பு இருந்தபோதிலும், இரு தேசக் கோட்பாடு தொடர்ந்து அதன் கோர முகத்தைக் காட்டுகிறது. ஆர்.எஸ்.எஸ், அதன் குழந்தையான பாரதிய ஜனதா கட்சி நாட்டை ஆள, 'கர் வாப்சி' அல்லது ஹோம் கமிங் என்று அழைக்கப்படும் நாடு தழுவிய மதமாற்ற பிரச்சாரத்தில் ஈடுபட்டுள்ளது, இது இந்துக்கள் அல்லாதவர்களை, அதிலும் குறிப்பாக முஸ்லிம்கள் மற்றும் கிறிஸ்தவர்களை, நாட்டில் இருக்க அனுமதிக்கப்பட்ட ஒரே மதமான, இந்து மதத்திற்கு மாற்றுவதை நோக்கமாகக் கொண்டுள்ளது. இவை அனைத்தும் நடைபெறும் அதேவேளையில், ஒருவரின் மதத்தை மாற்றிக் கொள்வதற்கான உரிமையைப் பறிக்கும் அல்லது அகற்றும் சட்டங்களை இயற்றவும் முயல்கின்றது. மதமாற்றத்திற்கு எதிராகப் பிரச்சாரம் செய்யும் அதே சமயத்தில் பெருந்திரளான மதமாற்றங்களை ஏற்பாடு செய்வதில் உள்ள நகைமுரண் குறித்து அவர்களிடம் சிறு கூச்சமும் இல்லாமல் போய்விட்டது என்றே தோன்றுகிறது.

பணயத் தொகை அவ்வளவு பெரிதாக இல்லையென்றால் இதை முட்டாள்தனம் என்றே நிராகரிக்க ஒருவர் விரும்புவார். 1980களில் இருந்து ஒவ்வொரு பத்தாண்டுகளும், சிறுபான்மைச் சமூகங்களுக்கு எதிராகக் குறைந்தபட்சம் ஒரு இனவாதப் படுகொலையாவது அரங்கேறியுள்ளது. முஸ்லிம் சிறுபான்மையினர் பிரச்சினையை பொறுத்தவரை, வரலாற்றைத் தவறாகப் புரிந்துகொள்வது பிரச்சினையின் ஒரு பகுதியாகும். ஏனெனில், முஸ்லிம்கள் அனைவரும் முஸ்லிம் லீக்கின் பக்கம் நின்றார்கள் என்கிற கருத்தை சிலர் கற்பிக்கிறார்கள், வேறு சிலர் முஸ்லிம்கள் இன்றுவரை அரசுக்கு

அச்சுறுத்தலாக இருக்கிறார்கள் என்றும் கற்பிக்கிறார்கள். அனைத்து முஸ்லிம்களும் உண்மையான அல்லது உறுதியான துரோகிகள் என்ற கருத்து சில அரசாங்கங்களால் வளர அனுமதிக்கப்பட்டுள்ளது, மற்றவர்களால் தீவிரமாக ஊக்குவிக்கப்படுகிறது.

தவறு என்பதைத் தாண்டி, இந்தக் கருத்து மோசமாகச் சிறுமைப் படுத்தப்பட்டுள்ளது. மதச்சார்பற்ற, ஒன்றுபட்ட இந்தியா பற்றிய இந்தப் பார்வை வர்க்கம், சாதி மற்றும் மதத்தின் அனைத்துப் பிரிவுகளையும் கடந்து பலரால் பகிர்ந்து கொள்ளப்பட்டுள்ளது. ஒவ்வொரு பிரிவிலிருந்தும் சிலர் இவற்றை எதிர்த்தனர். இந்தியா, மற்றவர்களைக் காட்டிலும் கூடுதலாக ஒரு சமூகத்திற்குச் சொந்தமானது என்ற குறுகிய கண்ணோட்டத்தைக் கொண்டிருந்தனர். மேலும் வெளிப்படையாக பிரிட்டிஷாரை ஆதரித்தவர்களும் இருந்தனர். ஆனால் தேசிய விடுதலைப் போராட்டத்தின் போது பல ராஜபுத்திர தலைவர்கள் பிரிட்டிஷாரின் ஆதரவாக நின்ற போதிலும், ராஜபுத்திரர்கள் அனைவரையும் இந்தியாவுக்கு எதிரானவர்கள் என்று ஒருவரும் குற்றம்சாட்டவில்லை (அல்லது குறைந்தபட்சம் நம்மில் பெரும்பாலோர் குற்றம் சாட்டவில்லை).

அப்படியானால், இந்திய முஸ்லிம்கள் அனைவரும் பாகிஸ்தான் உருவாக்கத்துக்காகப் போராடியவர்களுடன் உறவு கொண்டிருந்தார்கள் என்று ஒரு சில பிரிவினர் குற்றம் சாட்டுவது (அல்லது அனுமானிப்பது) ஏன் ஏற்றுக்கொள்ளத்தக்கது? இதற்கான பதில் இரு பரிமாணங்கள் உடையது. முதலாவதாக, அல்லா பக்ஷ் போன்ற தேசபக்த முஸ்லிம்களின் வரலாறு சுதந்திரத்திற்குப் பிறகு நாட்டை ஆட்சி செய்தவர்களுக்கு ஏற்புடையதாக இல்லை. அவர்களின் பெயர்களும், பங்களிப்புகளும், தியாகங்களும் குப்பைத் தொட்டியில் போடப்பட்டன. இரண்டாவதாக, ஜின்னாவும், முஸ்லிம் லீக்கும் இந்தியாவின் அனைத்து முஸ்லிம்களையும் பிரதிநிதித்துவப் படுத்தியதாக நம்பப்பட்டதுடன் அவர்களே பாகிஸ்தான் உருவானதற்கு முழுக் காரணம் என்றும் நம்பப்படுகிறது. ஆனால், இந்நூலில் நாம் விரிவாக விவாதித்த சமகால ஆவணங்கள் மற்றும் நிகழ்வுகளால் இது உறுதிப்படுத்தப்படவில்லை.

1990களின் பிற்பகுதியிலிருந்து இந்துத்துவ சக்திகளின் அபரிமிதமான வளர்ச்சியை நாம் கண்டிருக்கிறோம். அவர்கள் ஒரு வெளிப்படையான நிகழ்ச்சி நிரலைக் கொண்டுள்ளனர், அது பிரிவினைக்கு முந்தைய காலத்திலிருந்து பெரும்பாலும் மாறாமல் உள்ளது. அவர்கள் இந்தியாவை ஓர் இந்து நாடாகப் பார்க்கிறார்கள், அது அவ்வாறு

தொடர்வதை (அல்லது ஆவதை) உறுதிப்படுத்த எந்த அளவிற்கும் செல்வார்கள். இதை தேசபக்தி என்று அவர்கள் கூறுகிறார்கள், ஆனால் சுதந்திரப் போராட்டத்தை நினைவுகூறும் எந்தவொரு இந்தியருக்கும், அவர்களின் பார்வை இந்தியாவுக்கு எதிரானதாக புலப்படும். இன்றைய இந்துத்துவ ஆட்சியாளர்களின் கண்ணோட்டம் 1940களின் முஸ்லிம் லீக்கின் கண்ணோட்டத்தை ஒத்தது, மேலும் இவர்களே இரு தேசக் கோட்பாட்டின் மூலகர்த்தாக்கள் என்பதிலும் ஆச்சரியமில்லை. வகுப்புவாத முஸ்லிம்களைப் போலவே, வகுப்புவாத இந்துக்களின் துரோகப் பாரம்பரியமும் சற்றும் குறைவில்லாமல் அருவருக்கத்தக்கது.

அகண்ட பாரதம் (ஒன்றுபட்ட இந்தியா) மீது தங்கள் விருப்பத்தை வெளிப்படுத்தும் இந்துத்துவ அரசியல்வாதிகள், இரு தேசக் கோட்பாட்டை முன்வைத்து இந்தியப் பிரிவினைக்கான விதைகளை விதைத்த இந்து தேசியவாதிகளின் அரசியல் பாரம்பரியத்தின் வாரிசுகள் என்பது மற்றொரு கசப்பான உண்மை என்பதைக் கணக்கில் எடுத்துக்கொள்ள வேண்டும். கருத்தியல் ரீதியாக இந்து தேசியவாதிகள் முஸ்லிம் லீக்கின் சக பயணிகளாக இருந்துள்ளனர், உண்மையில், இவர்கள்தான் இந்தியப் பிரிவினையின் அசல் குற்றவாளிகள்.

எதிர்காலத்தை உற்றுநோக்கும் போது, நம்மால் தடுக்க இயலாது போகலாம் ஆனால் அழிவின் சுவடை உணராமல் இருக்க முடியாது. பாகிஸ்தானிலும் பங்களாதேஷிலும் முஸ்லிம் வலதுசாரிகள் நீண்டகாலமாக எழுச்சி பெற்று வருகின்றனர்; அவர்களின் நிறுவனர்களான ஜின்னா மற்றும் ஷேக் முஜிபுர்-ரஹ்மான் கூட இப்போது அரங்கேறும் குறுங்குழுவாத மிருகத்தனத்தைக் கண்டு திகிலடைவார்கள் என்று ஒருவர் சந்தேகிக்கக்கூடும். இந்தியாவில் ஆர். எஸ்.எஸ் தலைமையிலான இந்துத்துவா அரசியல் வலுப்பெற்று வரும் நிலையில், பிளவுபட்ட இந்தியாவின் அனைத்துப் பக்கங்களிலும் வகுப்புவாதச் சக்திகள் வெற்றி பெற்றுவிட்டதாக நாம் அஞ்சுகிறோம்.

ஜனநாயக-மதச்சார்பற்ற-சமத்துவ அரசியலை நிறுவுவதற்கான போராட்டத்தில் நாம் தோற்றுவிட்டோம் என்று பொருள் கொள்ளலாமா? நிச்சயமாக இல்லை. நாம் பல போர்க் களங்களில் தோற்றிருக்கிறோம், ஆனால் தேசபக்த முஸ்லிம்கள் உற்சாகமாக இணைந்து போரிட்ட போரில் அல்ல. சுதந்திரத்திற்குப் பிறகு, இந்திய பாராளுமன்றம், அல்லா பக்ஷ் போன்ற தேசபக்தர்களை கௌரவிப்பதன் மூலமும், அவரது உருவப்படத்தைத் திறந்து

வைப்பதன் மூலமும், அனைவரையும் உள்ளடக்கிய இந்தியாவுக்கு அவரும் அவரது தோழர்களும் செய்த பங்களிப்பை நினைவுகூருவதன் மூலமும் ஒரு தொடக்கத்தை உருவாக்கியிருக்க முடியும். அடையாள ரீதியாக, இந்தச் செயல் அனைத்துத் தரப்பினரையும் உள்ளடக்கிய இந்தியாவிற்கான, ஒன்றுபட்ட சுதந்திரப் போராட்டத்தின் மீதான நம்பிக்கையை உறுதிப்படுத்தி நீண்ட தூரத்திற்கு இட்டுச் சென்றிருக்கும். மாறாக, அதிர்ச்சியூட்டும் வகையில், நாடாளுமன்றச் சுவர்கள் வி.டி.சாவர்க்கரின் உருவப்படத்தைத் தாங்கி உள்ளன.

நமது ஒரே நம்பிக்கை அல்லா பக்ஷ் மற்றும் அவரது தோழர்களின் வரலாற்றை நினைவில் கொள்வதும், அவர்கள் விடாப்பிடியாகப் போராடிய, தேசத்தின் உள்ளார்ந்த மத, கலாச்சார, இன, மொழி மற்றும் பிராந்திய வேறுபாடுகளைக் கொண்டாடும் ஒரு இந்தியாவிற்காக, நமது குழந்தைகளும் (மற்றும் அவர்களின் குழந்தைகளும்), தொடர்ந்து போராடுவார்கள் என்று நம்புவதும் ஆகும். இது முன்னெப்போதையும் விட இன்று மிக நெடிய பார்வை என்ற போதிலும் இது காலத்தின் தேவை. அதனை அடைவதற்கு, ஜனநாயக-மதச்சார்பற்ற, சமத்துவச் சமூகம் மற்றும் தேசத்திற்காக தேசபக்த முஸ்லிம்களால் தொடங்கப்பட்ட பாதைக்குத் திரும்ப வேண்டுமென்ற சீரிய முயற்சி தேவைப்படுகிறது.

அடிக்குறிப்புகள்:

529. The Hindu, Delhi, February 26, 2003.

530. http://blogs.reuters.com/india/2013/07/12/interview-with-bjp-leader-narendra-modi/.

பின்னிணைப்பு

டெல்லியில் நடைபெற்ற ஆசாத் முஸ்லிம் மாநாட்டில் நிறைவேற்றப்பட்ட தீர்மானங்கள், ஏப்ரல் 1940

இந்திய முஸ்லிம்களின் இலக்கு முழுச் சுதந்திரம்

நாட்டின் முழுச் சுதந்திரத்தை அடைய விரும்பும் இந்திய முஸ்லிம்களின் பிரதிநிதியான இந்த மாநாடு, ஒவ்வொரு மாகாணத்திலிருந்தும் பங்கேற்பாளர்களையும், பிரதிநிதிகளையும் உள்ளடக்கியது. முஸ்லிம் சமூகம் மற்றும் ஒட்டுமொத்தமாக நாட்டின் நலன்களைப் பாதிக்கும் அனைத்து வாழ்வாதாரப் பிரச்சினைகளையும் முழுமையாகவும், மிகக் கவனமாகவும் பரிசீலித்த பிறகு, பின்வருவனவற்றை அறிவிக்கிறது:

இந்தியா பிரிக்க முடியாத முழுமையான புவியியல் மற்றும் அரசியல் எல்லைகளைக் கொண்டிருக்கும். இனம் அல்லது மத வேறுபாடின்றி அனைத்துக் குடிமக்களுக்குமான பொதுவான தாயகமாக இந்தியா இருக்கும். அவர்கள் அதன் வளங்களின் கூட்டு உரிமையாளர்களாக இருப்பர். நாட்டின் எல்லா மூலை முடுக்குகளிலும் முஸ்லிம்களின் சமையலறையும், வீடுகளும் உள்ளன. அவர்கள் தங்கள் மதம் மற்றும் கலாச்சாரத்தின் வரலாற்று மேன்மையைப் போற்றுகின்றனர். அதனைத் தங்கள் உயிருக்கும் மேலாகவும் கருதுகின்றனர். தேசியக் கண்ணோட்டத்தில் ஒவ்வொரு முஸ்லிமும் இந்தியரே. நாட்டின் அனைத்துக் குடிமக்களின் பொதுவான உரிமைகள் மற்றும் வாழ்க்கையின் ஒவ்வொரு துறையிலும், மனித நடவடிக்கைகளின் ஒவ்வொரு அங்கத்திலும் அவர்களின் கடமைகள் ஒன்றே. இந்த உரிமைகள், கடமைகளின் காரணமாக இந்திய முஸ்லிம் மக்கள் ஒரு இந்தியக் குடிமகன் என்பதில் ஐயமில்லை. அரசாங்கம், பொருளாதாரம், பிற தேசிய நடவடிக்கைகள், பொதுப் பணிகள் ஆகியவற்றில் ஒவ்வொரு இந்தியக் குடிமகனுக்கும் உரித்தான உரிமைகளுக்கு நாட்டின் ஒவ்வொரு பகுதியில் உள்ளவர்களும் உரிமை பெற்றுள்ளனர். அந்த ஒரு காரணத்திற்காகவே முஸ்லிம்கள் நாட்டின் சுதந்திரத்தை

அடையப் பாடுபடுவதிலும், தியாகம் செய்ததிலும் மற்ற இந்தியர்களுக்கு இணையான பொறுப்புகளைக் கொண்டுள்ளனர். இது அனைவரும் அறிந்த ஒன்றாகும், இந்த உண்மையை எந்த நேர்மையான சிந்தனையுள்ள முஸல்மானும் கேள்விக்குள்ளாக்க மாட்டான்.

இந்திய முஸ்லிம்களின் இலட்சியம், இந்தியாவின் முழு விடுதலை மற்றும் தங்கள் மத மற்றும் வகுப்புவாரி உரிமைகளைப் பாதுகாப்பது ஆகும். கூடுமானவரை விரைவில் அவர்களின் லட்சியத்தை அடைய ஆர்வமாக உள்ளனர் என்று இந்த மாநாடு ஐயத்திற்கிடமின்றி, தனது வசமுள்ள முழு அழுத்தத்துடனும் பிரகடனம் செய்கிறது. இந்த நோக்கத்தால் உத்வேகம் பெற்ற அவர்கள் கடந்த காலத்தில் மாபெரும் தியாகங்களைச் செய்துள்ளனர், மேலும் அளப்பரிய தியாகங்களைச் செய்ய எப்போதும் தயாராகவே உள்ளனர்.

இந்திய முஸ்லிம்கள் இந்திய சுதந்திரப் பாதையில் முட்டுக்கட்டையாக உள்ளனர் என்று பிரிட்டிஷ் ஏகாதிபத்தியத்தின் கைக்கூலிகளும் மற்றவர்களும் சுமத்தியுள்ள ஆதாரமற்ற குற்றச்சாட்டை இம்மாநாடு தயக்கமின்றி, உறுதியாக நிராகரிக்கிறது. முஸ்லிம்கள் தங்கள் பொறுப்புகளை முழுமையாக உணர்ந்து செயல்படுகிறார்கள் என்றும், சுதந்திரப் போராட்டத்தில் மற்றவர்களைவிடப் பின்தங்கியிருப்பது அவர்களுடைய மரபுகளுக்கு முரணானது மற்றும் தங்கள் கௌரவத்திற்கு இழுக்கு விளைவிப்பதாகவும் கருதுகின்றனர் என்று இம்மாநாடு திட்டவட்டமாக அறிவிக்கிறது.[531]

வயது வந்தோர் வாக்குரிமை அடிப்படையில் தேர்ந்தெடுக்கப்பட்ட அரசியல் நிர்ணயச் சபையை முஸ்லிம்கள் கோருகின்றனர்

இந்தியாவின் எதிர்கால அரசியலமைப்புச் சட்டம், வயது வந்தோர் வாக்குரிமை அடிப்படையில் தேர்ந்தெடுக்கப்பட்ட அரசியல் நிர்ணயச் சபையின் மூலம் வகுக்கப்பட வேண்டும் என்பது இந்த மாநாட்டின் ஆழ்ந்த கருத்தாகும். அந்த அரசியலமைப்பில் முஸ்லிம்களின் உரிமைகளையும் நலன்களையும் காப்பதற்கான அரண்கள் அரசியல் நிர்ணயச் சபையில் உள்ள முஸ்லிம் உறுப்பினர்களால் தீர்மானிக்கப்பட வேண்டும். அந்த முடிவில் தலையிட பிற சமூகங்களின் பிரதிநிதிகளுக்கோ அல்லது எந்தவொரு அந்நிய சக்திக்கோ எந்த உரிமையும் இல்லை.[532]

முஸ்லிம்களின் உரிமைகளைப் பாதுகாத்தல்

அதேசமயம், இந்தியாவின் எதிர்கால அரசியலமைப்பில், அரசாங்கத்தின் ஸ்திரத்தன்மையை உறுதி செய்வதும், ஒவ்வொரு குடிமகனும், சமூகமும் திருப்தி அடையுமளவு பாதுகாப்பைப் பேணுவதும் அவசியம். முஸ்லிம்கள் திருப்தியடையும் வகையில் கீழே குறிப்பிடப்பட்டுள்ள தலையாய விஷயங்களைப் பாதுகாக்கும் திட்டம் ஒன்று தயாரிக்கப்பட வேண்டியது அவசியம் என்று இந்த மாநாடு கருதுகிறது. இந்த மாநாடு 27 உறுப்பினர்களைக் கொண்ட ஒரு வாரியத்தை நியமிக்கிறது. இந்த வாரியம் முழுமையான ஆய்வு, கலந்தாலோசனை மற்றும் பரிசீலனைக்குப் பிறகு, இந்த மாநாட்டின் அடுத்த கூட்டத் தொடரில் சமர்ப்பிப்பதற்கான தனது பரிந்துரையை அளிக்க வேண்டும். அப்போதுதான் வகுப்புவாதப் பிரச்சினைக்கு நிரந்தரமான தேசியத் தீர்வை அடைவதற்கான வழிமுறையாக, இந்தப் பரிந்துரையை மாநாடு பயன்படுத்திக்கொள்ள முடியும். இந்தப் பரிந்துரையை 2 மாதங்களுக்குள் சமர்ப்பிக்க வேண்டும். வாரியத்திற்கு அனுப்பப்பட்ட விஷயங்கள் பின்வருமாறு:

(1) முஸ்லிம் கலாசாரம், தனிப்பட்ட சட்டம் மற்றும் மத உரிமைகளைப் பாதுகாத்தல். (2) முஸ்லிம்களின் அரசியல் உரிமைகளும் அவற்றின் பாதுகாப்பும்; (3) எதிர்கால அரசியலமைப்பை உருவாக்கம், ஒற்றையாட்சி அல்லாத மற்றும் அரசாங்கத்திற்கு முற்றிலும் அத்தியாவசியமான மற்றும் தவிர்க்க முடியாத அதிகாரங்களைக் கொண்ட ஒன்றிய ஆட்சியாக இருக்க வேண்டும் மற்றும் (4) பாதுகாப்பு ஏற்பாடுகள் என்பது முஸ்லிம்களின் பொருளாதார, சமூக மற்றும் கலாச்சார உரிமைகள் மற்றும் பொதுச் சேவைகளில் அவர்களின் பங்கு ஆகியவற்றை உள்ளடக்கியதாக இருக்கும்.

எந்தவொரு காலியிடத்தையும் பொருத்தமான முறையில் நிரப்ப வாரியத்திற்கு அதிகாரம் வழங்கப்படும். மற்ற உறுப்பினர்களை இணைத்துக்கொள்ளும் உரிமையும் வாரியத்திற்கு உண்டு. மற்ற முஸ்லிமையும், அமைப்பையும் மேலும் தேவைப்பட்டால் நாட்டில் உள்ள எந்தவொரு பொறுப்பான அமைப்பையும் கலந்தாலோசிக்க அதிகாரம் அளிக்கப்படும்; வாரியத்தின் 27 உறுப்பினர்கள் தலைவரால் நியமிக்கப்படுவார்கள். வாரியக் கூட்டத்திற்கான குறைவெண் ஒன்பது ஆக இருக்கும்.

இந்த மாநாடு நிறைவேற்றியுள்ள தீர்மானத்தில் குறிப்பிடப்பட்டுள்ள அரசியல் நிர்ணயச் சபையில், பல்வேறு சமூகங்களின் மத

உரிமைகளின் பாதுகாப்புகள் தீர்மானிக்கப்படும் என்பதால், இந்த அரசியல் நிர்ணயச் சபையின் முஸ்லிம் உறுப்பினர்கள் முஸ்லிம்களாலேயே தேர்ந்தெடுக்கப்படுவார்கள் என்று அறிவிப்பது அவசியம் என்று இந்த மாநாடு கருதுகிறது."[533]

கைத்தறி நெசவுத் தொழில் பற்றி

கைத்தறி நெசவுத் தொழிலின் நொடிந்த நிலையை இந்த மாநாடு வருத்தத்துடன் குறிப்பிடுகிறது. இந்தத் தொழிலை ஊக்குவித்து உத்வேகப்படுத்துவதற்காக, கையால் நெய்யப்பட்ட துணியை மட்டுமே பயன்படுத்த வேண்டும் என்று பொதுவாக எல்லா இந்தியர்களுக்கும், குறிப்பாக முஸ்லிம்களுக்கு இந்த மாநாடு வேண்டுகோள் விடுக்கிறது.[534]

முஸ்லிம் லீக் பிரிவினைத் திட்டத்தை எதிர்த்தல்

இந்தியாவை, இந்து இந்தியா, முஸ்லிம் இந்தியா என இரண்டாகப் பிரிக்கும் எந்தத் திட்டமும் நடைமுறைச் சாத்தியமற்றது என்றும், பொதுவாக நாட்டின் நலனுக்கும், குறிப்பாக முஸ்லிம்களின் நலனுக்கும் தீங்கு விளைவிக்கும் என்றும் இந்த மாநாடு கருதுகிறது. இத்தகைய கோரிக்கைகளின் தவிர்க்க முடியாத விளைவாக, இந்தியச் சுதந்திரப் போராட்டப் பாதையில் தடைகள் ஏற்படும் என்றும், பிரிட்டிஷ் ஏகாதிபத்தியம் அதனைத் தனது சொந்த நோக்கங்களுக்காகப் பயன்படுத்திக்கொள்ளும் என்றும் இந்த மாநாடு உறுதியாக நம்புகிறது.[535]

இரண்டாம் உலகப் போர் பற்றிய தீர்மானம்

தற்போதைய ஐரோப்பிய யுத்தம் ஐரோப்பிய நாடுகளின் ஏகாதிபத்தியப் போக்குகளின் விளைவு என்று இந்த மாநாடு உறுதியாக நம்புகிறது. மேலும், இந்த ஜனநாயக நாடுகள் ஏற்கெனவே அறிவித்திருந்ததற்கு மாறாக, இந்தியாவின் சுதந்திரம் மற்றும் சுயநிர்ணய உரிமையை அங்கீகரிக்க மறுப்பதன் மூலம் அவற்றின் ஏகாதிபத்திய இயல்பைத் தெளிவாகக் காட்டியுள்ளன என்பதை இந்தப் போர் துவங்கியது முதல், பிரிட்டிஷ் மற்றும் பிரெஞ்சு ஜனநாயக நாடுகள் அடிமை நாடுகளை நடத்திய விதத்தின் மூலம், இந்தியாவுக்கு முற்றிலும் தெளிவுபடுத்தியுள்ளது. இந்த இயல்பிலான ஒரு போர் ஒடுக்கப்பட்ட ஏழை மக்களின் நியாயமான நலன்களுக்கு முரணானது என்பது தெளிவு.

இந்தப் போரில் ஐரோப்பிய ஏகாதிபத்திய சக்திகள் இஸ்லாமிய நாடுகளிலுள்ள மக்களைத் தங்கள் சொந்த நோக்கங்களுக்காகப்

பயன்படுத்துவதற்குச் சிறப்பு முயற்சிகளை மேற்கொள்வது, எகிப்து, மொராக்கோ, பாலஸ்தீனம் மற்றும் சிரியாவில் இந்தச் சக்திகளின் நடவடிக்கைகளில் இருந்து தெளிவாகிறது என்று இந்த மாநாடு கருதுகிறது.

இத்தகைய சூழ்நிலையில், இந்தியாவிலுள்ள முஸ்லிம்கள் இந்தப் போரில் நடுநிலை வகிக்க வேண்டும், ஏகாதிபத்தியத்தை ஆதரிப்பதிலிருந்து தம்மைத் துண்டித்துக்கொள்ள வேண்டும், ஆனால் தங்கள் சொந்த நாட்டிற்கு மட்டுமின்றி, பிற அடிமை நாடுகளுக்கும் உதவ வேண்டும் என்று இந்த மாநாடு தெளிவாக உணர்த்துகிறது. அவர்கள் முழுமையாக சுதந்திரப் போராட்டத்தில் பங்கேற்க வேண்டும். மேலும் சகல தியாகங்களையும் செய்யத் தயாராக இருக்க வேண்டும்.[536]

வஜீரிஸ்தானில் முன்னோக்கி செல் கொள்கையைக் கண்டிக்கிறோம்

வஜீரிஸ்தான் எல்லையில் கடந்த ஆண்டில் நிலைமை மோசமான நிலையில் இருந்து மிக மோசமான நிலைக்குச் சென்றுள்ளது குறித்து மாநாடு ஆழ்ந்த வேதனை அடைகிறது. அரசாங்கத்தின் முன்னோக்கிச் செல் கொள்கையும் வஜீரிஸ்தானுக்குள் மூலோபாயச் சாலைகளை இணைத்தல் ஆகியவைதான் நீண்டகாலமாக வஜீரிஸ்தானில் உள்ள நிலைமைகளுக்கு காரணம் என்று மாநாடு நம்புகிறது. மேலும் இது பணத்தையும், மக்களின் வாழ்க்கையையும் பயங்கரமாக வீணடித்துள்ளதோடு தனிப்பட்ட வஜீரிகளின் துன்பங்களுக்கு வழிவகுத்துள்ளது. ஆகவே, இந்தக் கொள்கையை இந்த மாநாடு கண்டனம் செய்வதுடன், குடாய் - கித்மத்கார்களின் சமரசத் தூதுக்குழு தாமதமின்றி வஜீரிஸ்தானுக்குச் செல்ல அனுமதிக்கப்பட வேண்டும் என்று கோருகிறது.[537]

அடிக்குறிப்புகள்:

531.The Statesman, April 29, 1940.

532.The Hindustan Times, April 30, 1940.

533.The Statesman, May 1, 1940.

534.The Hindustan Times, May 1, 1940.

535.மே.கு., April 30, 1940.

536.The Statesman, May 1, 1940.

537.மே.கு.

உதவிய நூல்கள்

ஆங்கிலம்

Adhikari, G., *Pakistan and National Unity*, PPH, Bombay, 1944.

Advani, L. K., *My Country My Life*, Rupa, Delhi, 2008

Admad, Jamiluddin, *Is India One Nation?*, Muslim League AMU. Aligarh, nd.

Ahmad, Khwaja Muhammad (ed.), *Moulana Muhammed Ali: A Great Freedom Fighter*, MMA Centenary Committee, Hyderabad, 1982.

Ahmad, S. Hasan, *The Idea of Pakistan and Iqbal: A Disclaimer*, Khuda Baksh OP Library, Patna, 2003.

Ahmed, Ishtiaq, *The Punjab Bloodied, Partitioned and Cleansed*, Rupa, Delhi, 2011.

Ahmed, Ishtiaq, Pakistan: *The Garrison State, Origins, Evolution, Consequences (1947-2011)*, Oxford University Press, Karachi, 2013.

Ahmed, Ishtiaq, *The Pakistan Military in Politics: Origins, Evolution, Consequences (1947-2011)*, New Delhi: Amaryllis, Delhi, 2013.

Ahmed, Ishtiaq, *The Punjab Bloodied, Partitioned and Cleansed: Unravelling the 1947 Tragedy through Secret British Reports and First-Person Account*, Oxford University Press, Karachi, 2012.

Ahmed, Ishtiaq, *The Politics of Religion in South and Southeast Asia* (ed.), Routledge, London, 2011.

Ali, Choudhary Rahmat, *The Millat and her Minorities: Foundation of Haideristan for Muslims of Hindoostan*, The Haideristan National Movement, Cambridge, 1943.

Ali, Choudhary Rahmat, *The Millat and Her Ten Nations: Foundation of the all Dinia Milli Movement*, The All-Dinia Milli Movement, Cambridge, 1944.

Ali, Choudhary Rahmat, *The Millat and the Mission: Seven Commandments of Destiny for the "Seventh" Continent of Dinia*, The Pakistan National Movement, Cambridge, 1942.

Ali, Mubarak, *Essays on the History of Sindh*, Fiction House, Lahore, 2005.

Ali, Mubarak, *Historian's Disputes*, Fiction House, Lahore, 1998.

Ambedkar, B. R., *Pakistan or the Partition of India*, Government of Maharashtra, Bombay, 1990 (First edition 1940).

Ambedkar, B. R., *Ranade, Gandhi and Jinnah*, Bheem Publications, Jalandhar, nd.

Amir, Safia, *Muslim Nationhood in India: Perception of Seven Eminent Thinkers*, Kanishka, Delhi, 2000.

Anderson, Benedict, *Imagined Communities: Reflections on The Origin and Spread of Nationalism*, Verso, London, 1983.

Anderson, Walter K., and Shridhar D. Damle, *The Brotherhood in Saffron: The Rashtriya Swayamsevak Sangh and Hindu Revivalism*, Vistaar, Delhi, 1987.

Ansari, Shaukatullah, *Pakistan: The Problem of India*, Minerva, Lahore, 1944.

Arsalan, Mehdi, and Janaki Rajan (eds.), *Communalism in India: Challenge and Response*, Manohar, Delhi, 1994.

Ashraf, K. M., *Hindu Muslim Question and Our Freedom Struggle*, Sunrise, Delhi, 2005.

Aurobindo, Sri, *On Nationalism*, Sri Aurobindo Ashram, Pondicherry, 1965.

Azad, Maulana Abul Kalam, *Words of Freedom: Ideas of a Nation*, Penguin, Delhi, 2010.

Azad, Maulana Abul Kalam, *India Wins Freedom*, Orient Blackswan, Delhi, 2012.

Azad, Prithvi Singh, *The Legendry Crusader: An Autobiography*, BhartiyaVidya Bhavan, Bombay, 1987.

Bairathi, Shashi, *Communism and Nationalism in India*, Anamika, Delhi, 1987.

Bal, Rabisankar (translated by Arunava Sinha), *Dozakhnama: Conversations in Hell*, Random House, Delhi, 2012.

Bandyopadhyay, Sekhar, *From Plassey to Partition: A History of Modern India*, Orient Blackswan, Delhi, 2009.

Banerji, A. C., *Two Nations: The Philosophy of Muslim Nationalism*, Concept, Delhi, 1981.

Baruah, Sanjib (ed.), *Ethnonationalism in India: A Reader*, OUP, Delhi, 2012.

Besant, Annie, *The Religious Problem in India*, Agam, Delhi: 1976, (firstPublished in 1909).

Bhatt, S. R., *The Problem of Hindu Muslim Conflict*, Navakarnataka, Bangalore, 1990.

Bhavnani, Nandita, *The Making of Exile: Sindhi Hindus and the Partition of India*, Tranquebar, Delhi, 2014.

Bonney, Richard, *Three Giants of South Asia: Gandhi, Ambedkar and Jinnah on Self-determination*, Media House, Delhi, 2004.

Bose, A. N., *My Uncle Netaji*, Bhartiya Vidyya Bhavan, Bombay, 1989.

Brass, Paul, and Achin Vanaik, *Competing Nationalism in South Asia*, Orient Longman, Delhi, 2002.

Brass, Paul, *Ethnicity and Nationalism: Theory and Comparison*, Sage, Delhi, 1991.

Breuilly, John (ed.), *The Oxford Handbook of the History of Nationalism*, OUP, Oxford, 2013.

Bright, Jagat S., *Frontier and its Gandhi*, Allied Indian Publishers, Lahore, nd.

Bright, Jagat S., *India's nationalist No 1 Mr Allah Bux*, Hero Publications, Lahore, 1943.

Butalia, Urvashi, *The Other Side of the Silence: Voices from the Partition of India*, Penguin, Delhi, 1998.

Carter, Lionel (ed.), *Partition Observed; British Official Reports from South Asia 14 August-15 October 1947*, vol. 1, Manohar, Delhi, 2011.

Carter, Lionel (ed.), *Partition Observed; British Official Reports from South Asia 16 October 31 December 1947*, vol. 2, Manohar, Delhi, 2011.

Chakrabarty, Bidyut, *Politics of Accommodation and Confrontation: The Second Partition of Bengal*, NMM&L, Delhi, 2003.

Chand, Tara, *History of the Freedom Movement in India*, vol. 3, GOI, Delhi, 1990.

Chandra, Bipin, and Mridula Mukherjee, Aditya Mukherjee, K. N. Pannikar, Sucheta Mahajan, *India's Struggle for Independence*, Penguin, Delhi, 1989.

Chandra, Bipin, *Essays on Colonialism*, Orient Longman, Delhi, 1999.

Chatterjee, Bankimchandra, *Anandamath*, Abbey of Delight (English translation of Anandamath by Arabinda Das from Bengali), Bandna Das, Kolkata, 200.

Chatterji, Joya, *The Spoils of Partition: Bengal and India, 1947-67*, Cambridge UP, Delhi, 2008.

Chekkutty, NP, *Mubammad Abdurahaman*, NBT, Delhi.

Chitranjan, *Facts about: RSS and Gandhi Murder-RSS and FreedomMovement-RSS and Communal Riots*, Suruchi, Delhi, nd.

Chopra, V. D. (ed.), *Religious Fundamentalism in Asia*, Gyan, Delhi, 1994.

Dayal, John, *Gujarat 2002: Untold And Retold Stories of The Hindutva Lab*, Media House, Delhi, 2003.

Dayal, Rajeshwar, *A Life of Our Times*, Orient Longman, Delhi, 1998.

Dhanki, J. S., *Lala Lajpat Rai and Indian Nationalism*, ABS, Jalandhar, 1990.

Dodson, Michael S., *Orientalism, Empire, and National Culture: India 1770-1880*, Foundation Books, Delhi, 2010.

Dutt, R. Palme, *World Politics 1918-1936*, Adhar Prakashan, Patna, 1961.

Edib, Halide, *Inside India*, George Allen and Unwin, London. 1937.

Farooqi, M., *Pakistan: Policies that Led to Break-up*, CPI, Delhi, 1972.

Froerer, Peggy, *Religious Division and Social Conflict*, SSP, Delhi, 2007.

Gandhi, M. K., *The Hindu-Muslim Unity*, Bhartiya Vidya Bhavan, Bombay, 1965

Gandhi, M. K., *The Way to Communal Harmony*, Navjeevan, Ahmedabad, 1963.

Gandhi, Rajmohan, *Punjab: A History from Aurangzeb to Mountbatten*, Aleph, Delhi, 2013.

Gandhi, Rajmohan, *Understanding the Muslim Mind*, Penguin, Delhi, 1988.

Gangadharan, K. K. (ed.), *Indian National Consciousness: Growth and Development*, Kalamkar, Delhi, 1972.

Gangadharan, K. K., *Golwalkarism*, Sampradayikta Virodhi Committee, Delhi, 1971.

Gellner, Ernest, *Encounters With Nationalism*, OUP, Oxford, 1994.

Gellner, Ernest, *Nations and Nationalism*, OUP, Oxford, 1983.

Ghose, Kali Charan, *The Footprints on the Road to Indian Independence*, Sahitya Samsad, Calcutta, 1975.

Ghosh, Papiya, *Muhajirs and the Nation: Bihar in the 40s*, Routledge, Delhi, 2010.

Gilchrist, R. N., *Indian Nationality*, Longmans, N. York, 1920.

Golwalkar, M. S., *Bunch of Thoughts*, Sahitya Sindhu, Bangalore, 1996 Edition. Golwalkar, M. S., *Shri Guruji on the Muslim Problem*, Jagarana, Bangalore, 1971.

Golwalkar, M. S., *We or Our Nationhood Defined*, Bharat Publications, Nagpur, 1939 edition.

Griffiths, Charles John, *A Narrative of the Siege of Delhi with an account of the Mutiny at Ferozepore in 1857*, John Murray, London, 1910.

Grover, Virender (ed.), V. D. *Savarkar*, Deep and Deep, Delhi.

Gubbins, M. R., *The Mutinies of Oudh*, M. R. Bentley, London, 1858.

Guha, Ranjit, *Dominance without Hegemony: History and Power in Colonial India*, OUP, Delhi, 1998.

Guha, Ranjit, *Subaltern Studies II: Writings on South Asian History and Society*, OUP, Delhi, 1983.

Hajari, Nisid, *Midnight's Furies: The Deadly Legacy of India's Partition*, Houghton Mifflin, Boston, 2015.

Haq, *Afzal, Pakistan and Untouchability*, Maktab-e-Urdu, Lahore, 1941.

Hardy, P., *The Muslims of British India*, Cambridge UP, Delhi, 1998.

Hasan, Mushirul, *Legacy of a Divided Nation: India's Muslims since Independence*, C. Hurst & Co, Delhi, 1997.

Hasan, Mushirul and Rakhshanda Jalil, *Partners in Freedom: Jamia Milia Islamia*, Niyogi Books, Delhi, 2008.

Hasan, Mushirul (ed.), *India Partitioned: The Other Face of Freedom, vol. 2*, Roli Books, 2012.

Hasan, Mushirul (ed.), *India Partitioned: The Other Face of Freedom, vol. 1*, Roli Books, 2012.

Hasan, Mushirul (ed.), *India's Partition: Process, Strategy and Mobilization*, OUP, Delhi, 1993.

Hasan, Mushirul (ed.), *Muslims and the Congress: Select Correspondence of Dr. M. A. Ansari 1912-1935*, Manohar, Delhi, 1979.

Hasan, Mushirul, *Communal and Pan-Islamic Trends in Colonial India*, Manohar, Delhi, 1981.

Hasan, Mushirul, *Congress Muslims and Indian Nationalism: Dilemma and Decline 1928-1934*, NMML, Occasional Papers on History and Society XXIII.

Hasan, Mushirul, *From Pluralism to Separatism: Qasbas in Colonial Awadh*, OUP, Delhi, 2008.

Hasan, Mushirul, *Inventing Boundaries: Gender, Politics and Partition of India*, OUP, Delhi, 2000.

Hasan, Mushirul, *M. A. Ansari: Gandhi's Infalliable Guide*, Manohar, Delhi, 2010.

Hasan, Mushirul, *Nationalism and Communal Politics in India*, Manohar, Delhi, 1979.

Hobsbawm, E. J. and Terencc Ranger (eds.), *The Invention of Tradition*, Cambridge UP, Cambridge, 1983.

Hobsbawm, E. J., *Nations and Nationalism Since 1870*, Cambridge UP, Cambridge, 1990.

Hodson, V. H., *The Great Divide: Britain, India and Pakistan*, OUP, Oxford, 1969.

Hosking, Geoffrey and George Schopflin (eds.), *Myths of Nationhood*, Hurst and Co., London, 1997.

Humayun, Kabir (ed.), *Maulana Abul Kalam Azad: A Memorial Volume*, Asia PH, Delhi, 1959.

Hussain, M. Anwer (tr.), *India: Our Land and its Virtues*, [English translation of Hussain Ahmad Madani's *Hamara Hindustan aur Uske Fazail*, JUH, Delhi, 2001.

Hussain, M. Fatima, *Evolving Muslim Cultural Self-Perception and its Impact on the nationalist Political Process in Bihar*, 1920-1947, NMML, Delhi, 2006.

Hutchinson, John, and D. Anthony Smith (eds.), *Nationalism*, OUP, Oxford, 1994.

Hutchinson, John, and D. Anthony Smith (eds.), *Nationalism: Critical Concepts in Political Science*, volumes I, II, III, IV and V, Routledge, 2000.

Islam Shamsul, *Gohwalkar's We or Our Nationhood Defined: A Critique*, Pharos Media, Delhi, 2006

Islam Shamsul, *Undoing India: The RSS Way*, Media House, Delhi, 2002.

Islam Shamsul, *Untouchables in Manu's India*, Media House, Delhi, 2002.

Islam, Shamsul, *1857 Kee Herat Angez Dastane*, Pharos Media, Delhi, 2019.

Islam, Shamsul, *Hindu Nationalism and RSS*, Pharos House, Delhi, 2021.

Islam, Shamsul, *Know the RSS*, Pharos Media, Delhi, 2021.

Islam, Shamsul, *Savarkar Unmasked*, Pharos Media, Delhi, 2021.

Islam, Shamsul, *Indian Freedom Movement and RSS: A Story of Betrayal*, Pharos Media, Delhi, 2017.

Jain, Ajit Prasad, *Rafi Ahmad Kidwai: A Memoir of His Life and Times*, NBT, Delhi, 2009.

Jalal, Ayesha, *The Sole Spokesman: Jinnah, The Muslim League and the Demand for Pakistan*, Cambridge University Press, Delhi, 1994.

Kabir, Humayun, *Muslim Politics 1906-42*, Gupta, Rahman and Gupta, Calcutta, 1943.

Khaliquzzaman, Choudhry, *Pathway to Pakistan*, Longman, Lahore, 1961.

Khan, Abdul Ghaffar Khan, *Words of Freedom: Ideas of a Nation*, Penguin, Delhi, 2010.

Khan, Javed Ali, *Muhammad Shibli Nomani*, Darul Musannefin, Azamgarh, 2004

Khan, Liaqat Ali, *Muslim League and Present Situation*, AMU, Aligarh, 1942.

Khan, Yasmin, *The Great Partition: The Making of India and Pakistan*, Penguin, Delhi, 2007.

Kidwai, Anis, *In Freedom's Shade*, Penguin, Delhi, 2011.

Kitchlew, Toufique, *Dialectics of peace (1947-1963): a political biography of: Dr. Saifuddin Kitchlew*, Sahibabad, T. Kitchlew, 2004.

Kitchlew, Toufique, Dr. *Saifuddin Kitchlew: a political biography covering the Akali and the Tanzim movements and the Punjab politics*, Sahibabad, Toufique Kitchlew, nd.

Kitchlew, Toufique, *Saifuddin Kitchlew: Hero of Jallianwala Bagb*, Delhi, National Book, 1987.

Kitchlew, Toufique (ed.), *Selected Works and Speeches of Dr. Saifuddin Kitchlew*, T. Kitchlew, Delhi, 1999.

Lal, Chaman, *Understanding Bhagat Singh*, Aakar Books, Delhi, 2013.

Lapierre, Dominique, Larry Collins, *Freedom At Midnight*, Vikas, Delhi, 2012.

Lohia, Rammanohar, *Guilty Men of India's Partition*, BR Publishing, Delhi, 2012.

Lowe, Thomas, *Central India During the Rebellion of 1857 and 1858: A Narrative of Operations of the British Forces from the Suppression of Mutiny in Aurangabad to the Capture of Gwalior under Major General Sir Hugh Rose, GCB and Brigadier Sir C. Stuart*, KCB, Longman, London, 1860.

Madani, Hussain Ahmad, (Translated by M. A. Hussain and Hasan Imam with Introduction by Barbara D. Metcalf), *Composite Nationalism and Islam*, (Originally written in Urdu as *Muttabida Qaumiyat aur Islam 1938*) Manohar, Delhi, 2007.

Madani, Hussain Ahmad, *An Open letter to Muslim League*, Dewans Publications, Lahore, 1946.

Madhok, Balraj, *Indianization*, Hind Pocket Books, Delhi, 1970.

Malik, F. M., *Iqbal's Reconstruction of Political Thought in Islam*, Media House, Delhi, 2004.

Malkani, K. R., *The Sindh Story*, Allied, Delhi, 1984.

Mandal, Neha, *Negotiating Religion, Politics and Education: Life and Times of Abdul Majeed Khwaja 1885-1962*, MPhil dissertation, Jamia Millia Islamia, Delhi, 2017.

Manglori, Tufail Ahmad (tr. By Ali Ashraf), *Towards a Common Destiny: A nationalist Manifesto*, PPH, First Urdu edition in 1937.

Mansergh, Nicholas, (ed.), *Transfer of Power in India, 1942-47: Quit India", April 30-Sept.21 1942, v. 2 (Constitutional relations between Britain and India*, Her Majesty's Stationery Office Books, London, 1971.

Mansergh, Nicholas, (ed.), *Transfer of Power in India, 1942-47: Reassertion of Authority, Gandhi's Fast and the Succession to the Viceroyalty, September 21, 1942-June 12, 1943, vol. 3, (Constitutional Relations Between Britain and India)*, Her Majesty's Stationery Office Books, London, 1971.

Mansergh, Nicholas, (ed.), *Transfer of Power in India, 1942-47: The Mountbatten Viceroyalty: Announcement and Reception of the June 3 Plan, May 31-July 7, 1947, v.11,(Constitutional Relations Between Britain and India)*, Her Majesty's Stationery Office Books, London, 1982.

Mansergh, Nicholas, (ed.), *Transfer of Power in India, 1942-47: The Fixing of a Time Limit, 4 Nov., 1946-22 March, 1947 v. 9 (Constitutional relations between Britain and India. The transfer of power, 1942-47)*, Her Majesty's Stationery Office Books, London, 1980.

Mansergh, Nicholas, (ed.), *Transfer of Power in India, 1942-47: The Mountbatten Viceroyalty, Formulation of a Plan, March 22-May 30, 1947 v. 10 (Constitutional relations between Britain and India. The transfer of power, 1942-47)*, Her Majesty's Stationery Office Books, London, 1981.

Mansergh, Nicholas, (ed.), *Transfer of Power in India, 1942-47: The Cripps Mission, Jan. April, 1942 v. 1 (Constitutional relations between Britain and India)*, Her Majesty's Stationery Office Books, London, 1971.

Mansergh, Nicholas, (ed.), *Transfer of Power in India, 1942-47: The Interim Government, July 3-Nov. 1, 1946 v. 8 (Constitutional Relations Between Britain and India)*, Her Majesty's Stationery Office Books, London, 1979.

Mansergh, Nicholas, (ed.), *Transfer of Power in India, 1942-47: The Mountbatten Viceroyalty, Princes, Partition and Independence, July 8. August 15, 1947 v. 12 (Constitutional Relations Between Britain and India)*, Her Majesty's Stationery Office Books, London, 1983.

Mansergh, Nicholas, (ed.), *Transfer of Power in India, 1942-47: The Bengal Famine and New Viceroyalty, June 15, 1943-August 31, 1944*, п. *4, (Constitutional Relations Between Britain and India)*, Her Majesty's Stationery Office Books, London, 1973.

Mansergh, Nicholas, (ed.), *Transfer of Power in India, 1942-47: The Cabinet Mission, March 23-June 29, 1946, v. 7, (Constitutional Relations Between Britain and India)*, Her Majesty's Stationery Office Books, London, 1977.

Mansergh, Nicholas, (ed.), *Transfer of Power in India, 1942-47: The Post-war Phase: New Moves by the Labour Government, 1 August 1945-22 March 1946, v. 6, (Constitutional Relations Between Britain and India)*, Her Majesty's Stationery Office Books, London, 1976.

Maududi, Syed Abul A'la, *Political Theory of Islam*, Markazi Maktaba Islami, Delhi, 1998.

Mcpherson, Kenneth, *The Muslim Microcosm: Calcutta, 1919 to 1935*, Franz Steiner Verlag, Wiesbaden, 1974.

Menon, Ritu and Kamla Bhasin, *Borders and Boundaries: Women in India's Partition*, Kali for Women, Delhi, 1998.

Metcalf, Barbara Daly, *Islamic Revival in British India Deoband, 1860-1900*, Oxford, Delhi, 2002.

Mirza, Sarfraz Hussain (ed.) *Muslim Students and Pakistan Movement: Selected Documents (1937-1947), vol. 1*, Pakistan Study Centre, Lahore, 1988.

Mirza, Sarfraz Hussain (ed.) *Muslim Students and Pakistan Movement: Selected Documents (1937-1947), vol. 3*, Pakistan Study Centre, Lahore, 1989.

Mitra, N. N., *The Indian Annual Register: 1919-1947*, Gyan, Delhi, 2000.

Moon, Penderel (ed.), *Wavell: The Viceroy's Journal*, OUP, London, 1973.

Munshi, K. M., *The End of Era: Hyderabad Memoirs*, Bhartiya Vidya Bhavan, Bombay, 1990.

Nadvi, Abul Hasan Ali, *Muslims in India*, Islamic Research Publications, Lucknow, 1980.

Naim, C. M (ed.), *Iqbal, Jinnah and Pakistan*, Jinnah Publication House, Delhi, 1982.

Nehru, Jawaharlal, *An Autobiography*, Penguin, Delhi, 2004.

Nehru, Jawaharlal, *The Discovery of India*, Penguin, Delhi, 2010.

Nimbkar, Krishnabai, *Pages from a Quite India Freedom Fighter's Diary (1944-45)*, Bhartiya Vidya Bhavan, Bombay. 1996.

Ozkirimli, Umut, *Theories of Nationalism- A Critical Introduction*, Macmillan, London, 2000.

Page, David, Anita Inder Singh, Penderel Moon, G. D. Khosla, *The Partition Omnibus; With an Introduction by Mushirul Hasan*, Oxford, Delhi, 2011.

Pandey, Gyanendra, *Memory, History and the Question of Violence Reflections on the Reconstruction of Partition*, KP Bagchi, Calcutta, 1999,

Pandey, Gyanendra, *Remembering Partition: Violence Nationalism and History of India*, Cambridge UP, Cambridge, 2001.

Pandey, Gyanendra, *The Construction of Communalism in Colonial North India*, OUP, Delhi, 1990.

Panikkar, K. N., *Communalism in India: A Perspective for Intervention*, PPH, Delhi, 1994.

Panikkar, K. N., *Culture, Ideology, Hegemony: Intellectuals and Social Consciousness in Colonial India*, Tulika, Delhi, 1998.

Qureshi, MH (ed.), *Abdul Majeed Khwaja: A Biographical Narrative*, Maktaba Jamia Ltd., Delhi, nd, 16.

Rai, Alok, *Hindi Nationalism*, Orient Longman, Hyderabad, 2001.

Rai, Lajpat, *The Arya Samaj*, Uttar Chand Kapoor, Lahore, 1932.

Rai, Vibhuti Narain, *Combating Communal Conflicts: Perception of Police Neutrality During Hindu-Muslim Riots in India*, Renaissance, Delhi, 1998.

Ram Puniyani, *Contours of Hindu Rashtra: Hindutva, Sangh Parivar and Contemporary Politics*, Kalpaz, Delhi, 2006.

Rasheed, M., *Downtrodden Muslims*, Khuda Bakhsh OPL, Patna, 1997.

Rehman, Habibur, *Plight of Indian Muslims after partition*, Delhi, Atlantic Publishers, 2012.

Roberts, Fred, *Letters Written During the Indian Mutiny*, Macmillan and Co., London, 1924.

Robinson, Francis, *Separatism Among Indian Muslims: The Politics of the United Province Muslims*, 1860-1923, Vikas, Delhi, 1975.

Sahai, Govind, *Rashtriya Swayamsevak Sangh*, Govind Sahai, Delhi, nd.

Sahai, Govind, RSS *Hitler's Heirs: An Exposition of the Para-Military Fascist Character of RSS*, Sampradayikta Virodhi Committee, Delhi, nd.

Sahai, Govind, *RSS Ideology, Technique, Propaganda*, Govind Sahai, Allahabad, 1948.

Sarkar, Tanika, *Hindu Wife, Hindu Nation: Community, Religion and Cultural Nationalism*, Permanent Black, Delhi, 2001.

Savarkar, V. D., *Hindutva*, Bharti Sahitya"Sadan, Delhi, 1989 (First edition 1923).

Savarkar, V. D., *Historic Statements*, Popular, (Bombay, 1967.

Savarkar, V. D., *Samagra Savarkar Wangmaya Hindu Rashtra Darshan (Collected Works of V. D. Savarkar v. 5 & 6)*, Maharashtra Prantik Hindusabha, Poona, 1963.

Savarkar, V. D., *Savarkar Samagar* (Collection of Savarkar's writings in Hindi), Prabhat, Delhi, 2000.

Savarkar, V. D., *The Indian War of Independence 1857*, Rajdhani, Delhi, 1970.

Seshadri, H. V. and others, *Why Hindu Rashtra?* Suruchi, Delhi, 1996.

Shaikh, Farzana, *Making Sense of Pakistan*, Hurst and Co, London, 2009,

Shakir, Moin and others, *Azad, Islam and Nationalism*, Kalamkar, Delhi, nd.

Sherwani, Latif Ahmed, *The Pakistan Resolution*, Quaid-i-Azam Academy, Karachi, 1986.

Singh, Durlab (ed.), *Famous Letters and Ultimatums to the British Government*, Hero Publications, Lahore, 1944.

Singh, Jaswant, *Jinnah, India-Partition, Independence*, Rupa, Delhi, 2009.

Singh, Navtej, *Challenge to Imperial Hegemony: The Life Story of a Great Indian Patriot Udham Singh*, Punjab University Patiala, 1998

Smith, Wilfred Cantwell, *Modern Islam in India: A Social Analysis*, Victor G. Ltd, London, 1946.

Soomro, Khadim Hussain, *Allah Bux Soomro: Apostle of Secular Harmony*, Sain Publishers, Sehwan Sharif, Sind, Pakistan, 2006.

SPARC, *Partition: Surgery Without Anesthesia*, SPARC, Islamabad, 1998.

Tabassum, Farhat, *Deoband Ulema's Movement for the Freedom of India*, Manak, Delhi, 2006.

Talbot, Ian, *Freedom Cry: The Popular Dimension in the Pakistan Movement and Pakistan Experience in North-West India*, OUP, Karachi, 1996.

Talbot, Ian, *Pakistan: A New History*, Amaryllis, Delhi, 2013.

Tan, Tai Yong and Gyanesh Kudaisya (eds.), *Partition and Post-Colonial South Asia: A Reader, vols. I, II and III*, Routledge, London, 2008.

Tonki, S. M., *Aligarh and Jamia: Fight for National Education System*, PPH, Delhi, 1983.

William Howard Russell, *My Indian Mutiny Diary*, (Edited by Miachel Edwardes with an essay on the Mutiny and its consequences), Cassell and Company, London, 1957.

Yadav, K. C., *The Autobiography of Dayanand Saraswati*, Hope India, Gurgaon, 2001.

Yousaf, Nasim, *Mahatma Gandhi and My Grandfather, Allama Mashriqi*, AMZ Publications, N. York, 2013.

Zamindar, Vazira Fazila-Yacoobali, *The Long Partition: And the Making of Modern South Asia: Refugees, Boundaries, Histories*, Penguin, Delhi, 2008.

உருது

Abbasi, Qazi Jaleel, Kiya Din Thae, Khusro Kitab Ghar, Delhi, 1985.

Adrawi, Aseer, *Tehreek-e-Azadi aur Musalman*, Darul Maualefeen, Deoband, 2000 (6th edition)

Ahmad, Razi, *Barr-e-Sagheer Hind Ka Almiya: Iqtidar, Firqawariat Aur Taqseem*, Gandhi Sangrahalaya, Patna, 2014.

Ahmed, Ishtiaq, *Punjab ka Batwara: Aik Almiya Hazaar Dastaaney* Paramount Books, Karachi, 2015.

Ali, Mubarak, *Ulama aur Siyasat*, Fiction House, Lahore, 1994.

Anjum, Khalique, *Hasrat Mohani*, Publications Division: Govt of India, Delhi, 1994.

Ansari, Ashfaque Hussain (ed.), *Momin Conference kee Dastavezi Tareekh*, Momin Media, Delhi, 2000.

Ansari, Shaukatullah, *Pakistan*, Kapoor Publishers, Lahore, nd.

Ansari, Shaukatullah, *Khutba-e-Istaqbalia* (Jamiat Ulema-e-Hind conference 4-5 March, 1939 at Delhi), Kutub Khana Anjuman Tarraqi Urdu, Delhi, 1939.

Ashraf, Ali (tr. By Taqi Raheem), *Bihar ke Musalman Khawas (The Muslim Elite of Bihar)*, Khuda Baksh OPL, Patna, 1994.

Barkati, M. A., *Johar-e-Qabil*, Piam-e-Taleem, Delhi, 1990.

Bazmi, Abu Saeed (ed.), *Muslamaan Kiya Karen?*, Madina Book Agency, Bijnore, 1939.

Chaudhary, Zahid, *Muslim Punjab kaa Siyaasi Irtiqa 1849-1947*, Idara Mutala-e-Tarikh, Lahore, nd.

Chandra, Bipin, *Tehreek-e-Azadi maen Azaad Hindustan kaa Tassawur*, NCERT, Delhi, 1998.

Gandhi, Manu (Tr. Razi Ahmad), *Bihar Ki Qaumi Aag Mein*, Gandhi Sangrahalaya, Patna, 2014.

Gangohi, Rashid Ahmad and others, *Jawaz-e-shirkat-e-Congress aur Izala-e-Shakook yaani majmooa-e-Fatawi wa Irshadaat*, JUH, Delhi, 1946

Jamiat Ulama-e-Hind, *2 Fatwe*, Moonis Book Depot, Badaun, n.d.

Khan, Abdulwali Khan, *Haqayeq Haqayeq Haen*, Zahid Khan, Peshawar, 1988.

Khan, Iftikhar Alam, Sir *Syed Tehreek kaa Siyasi wa Samaji Pasemanzar*, Educational Publishing House, Delhi, 2010.

Kidwai, Anis, *Aazadi ki Chhaon Mein*, NBT, Delhi, 2007 (first edition 1980).

Kitchlew, Taufeeque, *Saifuddin Kitchlew: Jalianwala Bagh kaa Hero*, NBT, 1987.

Ludhianvi, Azeezur Rahman (ed.), *Raees-ul-Abrar in Hadees-e-deegaran*, Mashhood Mufti, London, 2011.

Ludhianvi, *Azeezur Rahman, Raees-ul-Ahrar Maulana Habeebur Rahman Ludhianvi aur Hindustan ki Jang-e-Azadi*, Talimi Samaji Markaz, Delhi, 1961.

Ludhianvi, Mohammed Usman Rehmani, *Qafila Ilm-o-Hurriyat: Ludhiana ke Mujahid Ulama aur Bahadur Farzandon ki Teen Sau Salaa Tareekh*, Kutab Khana Ahrar, Ludhiana, 2014.

Madani, Husain Ahmad, *Muslim League kee 8 Muslim-kash Siyaset Ghaltiyan*, JUH, Delhi, nd.

Madani, Husain Ahmad, *Muslim League Kiya hae? Muslim League aur Congress kee Mukhtasar Haqeeqat aur unke Fawaid aur Nuqsaanaat Per*, JUH, Delhi, nd.

Mansoorpuri, Mohd. Salmaan, *Tehreek Azadi-e-Hind maen Muslim Ulama aur Awam Kaa Kirdaar*, Nashr-o-Tehqeeq, Moradabad, 1421 Hijri.

Mian, Mohd., *Khidmat JUH, vol. ii*, Aljamiat Book Depot, Delhi, n.d.

Mian, Mohd., *Tehreek-e-Shiekhul-Hind: Angrezi Sarkar ki Zabanmein, Reshmi Khatoot Sazish Case aur Kaun Kiya tha (Urdu translation of records at India Office Library)*, Aljamiat Book Depot, Delhi, 1975.

Mohammed, Shaan, *Sir Syed: Tarikhi wa Siyaasi Aayene maen*, Anwar Book Depot, Aligarh, 1967.

Mohiuddin, Momin, *Momin Ansari Biradri Ki Tehzibi Tareekh*, Darul Saqafa, Mumbai, 1994.

Muslim League, *Hindustan kaa ayindah constitution kiya hona chahiye*, Kitab Khana, Hyderabad, 1940

Nadvi, Syed Sulaiman, *Kulliyaat-e-Shibli*, Darul Mussannefein, Azamgarh, 2012.

Nigam, Daya Narain (ed.), *Hindu Mat (Selection of articles published in Urdu journal "Zamana' Kanpur edited by DN Nigam)*, vol 1, Khuda Baksh OPL, Patna, 1994.

Nigam, Daya Narain (ed.), *Hindu Muslim Masla*, vol. 5, Khuda Bakhsh OL, Patna, 1993.

Nigam, Daya Narain (ed.), *Tehreek-e-azadi 40 saal: Hindustani Siyasat 1903-1942 (Selection of articles published in Urdu journal Zamana Kanpur edited by DN Nigam)*, vol 1, Khuda Baksh OPL, Patna, 1994.

Nigam, Daya Narain (ed.), *Tehreek-e-azadi 40 saal: Hindustani Siyasat 1903-1942 (Section of articles published in Urdu journal Zamana' Kanpur edited by DN Nigam)*, vol 2, Khuda Baksh OPL, Patna, 1994.

Nomani, Shibli, *Maqallat-e-Shibli* (Collected works of Shibli), vol. 4, Darul Mussannefein, Azamgarh, 1956.

Nomani, Shibli, *Maqallat-e-Shibli* (Collected works of Shibli), vol. 2, Darul Mussannefein, Azamgarh, 1996.

Nomani, Shibli, *Magallat-e-Shibli* (Collected works of Shibli), vol. 6, Darul Mussannefein, Azamgarh, 1989.

Nomani, Shibli, *Maqallat-e-Shibli* (Collected works of Shibli), vol. 7, Darul Mussannefein, Azamgarh, 1990.

Nomani, Shibli, *Maqallat-e-Shibli* (Collected works of Shibli), vol. 8, Darul Mussannefein, Azamgarh, 2000.

Raza, Rahi Masoom (tr. Aslam Jamshedpuri), *Aadha Gaon*, Ramanand Sarswati Pustakalaya, Azamgarh, 2003.

Rehman, Azeezur, *Tazkirab Shiekhul-Hind: Ek Inquilabi Mard-e-Momin Ki Dastan-e-Hyat*, Idara-e-Madina Darul Talif, Bijnore 1965.

Rehman, Hifzur, *MuttabedaQaumiat aur Islam*, Bastan-e-Adab, Deoband, 1946.

Sajjad, Ahmad, *Banda-e-Momin kaa Haath yaaTareekh All India Momin Conference: Sawanb-e-Umri Ali Husain Aasim Bihari*, Markaz Adab-o-Science, Ranchi, 2011.

Sajjad, Mohammed, *Pakistan kee Cheestan aur Jamiat Ulema-e-Hind*, JUH, Delhi, 1945 (Ist published in 1940).

Sayyed, G. M., Sindh kee Awaaz, Fiction House, Lahore, 2012.

Seoharvi, Muhammad Hifzur Rahman, *Tebreek-e-Pakistan pe ek nazar*, Jamiat Ulema-e-Hind, Delhi, 1941.

Shahjahanpuri, Abu Salman, *Shiekbul-Hind: Maulana Mahmood Hassan*, Jamiat Publications, Lahore, 2014.

Zakaria, Rafiq, *Sardar Patel aur Hindustani Musalmaan*, Anjuma Taraqqi Urdu, Delhi, 1997.

இந்தி

Akhtar, Jan Nisar (ed.), *Hindostan Hamaaraa*, vol. 2, Hindustani Book Trust, Bombay, 1973.

Chand, *Feroz, Lajpat Rai*, Prakashan Vibhaag (Delhi), 1987.

Godse, Gopal, *Gandhi-vadh Aur Maen*, Delhi, 2000.

Golwalkar, M. S, *Vichar Navneet*, (Hindi version of The Bunch of Thoughts), Gyan Ganga, Jaipur, 1996.

Hamid, S. Sayyedin & Mujib Rizvi, *Imamul Hind: Abul Kalam Azad*, ICCR/Vikas, Delhi, 1990.

Mishra, Ila, *Reshmi Rumal Sharyantar. Ek Muslim Krantikari Andolan*, Manak, Delhi, 2006.

Rai, Vibhuti Narain, *Sampardayak Dange aur Bhartiya Police*, Radhakrishan, Delhi, 2004.

Rastogi, Krishan Gopal, *Aap Beeti*, Academic Excellence, 2004.

பிரிவினைக்கு முந்தைய காலகட்டத்தின் செய்தித்தாள்கள் / பருவ இதழ்கள்

ஆங்கிலம்

Amrit Bazar Patrika, Calcutta.

The Civil Military Gazette, Lahore.

Deccan Times, Madras.

Eastern Times, Lahore.

The Hindu, Madras.

Hitvada, Nagpur.

Independent India, Bombay.

Muslim, Delhi.

National Herald, Lucknow.

Organiser, Delhi.

The Hindustan Times, Delhi.

The Statesman, Calcutta.

The Bombay Chronicle, Bombay.

The Bombay Sentinel, Bombay.

The Leader, Allahabad.
The Mussalman, Calcutta.
The Pioneer, Allahabad/Lucknow.
The Searchlight, Patna.
The Star of India, Calcutta.
The Times of India, Bombay.
The Tribune, Lahore.

உருது

Ahl-e-Hadees, Amritsar.
Akhbar-e-Hind, Calcutta.
Al-Balagh, Calcutta.
Al-Hilal, Calcutta.
Al-Jamiat, Delhi.
Awadh Akhbar, Lucknow.
Azad Hindustan, Delhi.
Hamdard, Delhi.
Ijtema, Delhi.
Imaan, Lahore.
Inquilab, Lahore.
Ittehaad, Patna.
Madina, Bijnore.
Martand, Srinagar.
Milap, Delhi.
Munaadi, Delhi.
Musalman, Delhi.
Mussalman, Lahore.
Roshni, Patna.
Roshni, Srinagar.
Sach, Lucknow.
Sarfraz, Lucknow.
Sidq, Lucknow.
Siyasat, Lahore.

Star, Lahore.
Nida-e Millat, Lucknow.
Nigaar, Lucknow.
Oudh Punch, Lucknow.
Tej, Delhi.
Zamana, Kanpur.
Zamindar Lahore.
Zulqarnain, Badaun.

இந்தி

Chand, Allahabad.
Daily Hindustan, Delhi.
Pratap, Kanpur.
Vartman, Kanpur.